सावित्रीबाई फुले पुणे विद्यापीठाच्या कला शाखेच्या MA च्या **सार्वजनिक अर्थशास्त्र** (पेपर I व II)विषयाला उपयुक्त संदर्भग्रंथ.

तसेच महाराष्ट्रातील इतर सर्व विद्यापीठातील अर्थशास्त्र व स्पर्धा परीक्षा यांच्या विद्यार्थ्यांसाठी उपयुक्त.

सार्वजनिक आयव्यय

Public Finance

डॉ. एस. व्ही. ढमढेरे

डायमंड पब्लिकेशन्स

सार्वजनिक आयव्यय
डॉ. एस. व्ही. ढमढेरे

Sarvajanik Ayvyay
Dr. S. V. Dhamdhere

पहिली आवृत्ती : जुलै, २०१९

ISBN 978-93-86401-78-6

मुखपृष्ठ
शाम भालेकर

अक्षरजुळणी
'अक्षरवेल', दत्तवाडी, पुणे – ४११०३०

प्रकाशक
डायमंड पब्लिकेशन्स
२६४/३ शनिवार पेठ, ३०२ अनुग्रह अपार्टमेंट
ओंकारेश्वर मंदिराजवळ, पुणे–४११ ०३०
☎ ०२०–२४४५२३८७, २४४६६६४२
info@diamondbookspune.com

ऑनलाईन पुस्तक खरेदीसाठी भेट द्या
www.diamondbookspune.com

प्रस्तावना

डॉ. सुरेश ढमढेरे यांच्या 'सार्वजनिक आयव्यय' या पुस्तकाचे मराठी पाठ्यपुस्तकसंचात वेगळे स्वागत केले पाहिजे. हे पुस्तक विचलित न होता त्याग भावनेतून स्पष्ट लिहिले आहे. त्यामध्ये मोठ्या संख्येने उदाहरणे आणि उदाहरणांबरोबर अनुभवजन्य माहिती दिलेली आहे. सदरील पुस्तक प्राध्यापक, पदवी व पदव्युत्तर पातळीवरील विद्यार्थी त्याचप्रमाणे लोकसेवा आयोगाद्वारे आणि सार्वजनिक क्षेत्रातील उद्योगात स्पर्धा परीक्षा देणारे विद्यार्थी यांना निश्चितच उपयोगी पडेल असा मला विश्वास आहे.

मला ठळक आणि मुख्य वैशिष्ट्यांवर लक्ष वेधून घ्यावेसे वाटते, ते यासाठी प्रथम म्हणजे, केंद्र सरकारच्या वित्तीय विभागात उत्पन्नाचे सर्व मार्ग आणि खर्चाच्या मुख्य घटकांचा पूर्णपणे विस्तार केलेला आहे आणि दुसरे म्हणजे, दोन महत्त्वाची प्रकरणे समाविष्ट केली आहेत- अ) केंद्र - राज्य वित्तीय संबंध आणि ब) सार्वजनिक आयव्यय आणि आर्थिक वृद्धीचा दर यातील संबंध. ही प्रकरणे भारताच्या विशेष संदर्भात दिलेली आहेत.

भारतातील केंद्र - राज्य वित्तीय संबंध हा भारताच्या घटनेतील व्यापक असा शासित व्यवस्थेचा भाग आहे. भारत सरकारने केंद्र आणि संघराज्यांना एकसमानता दिलेली आहे. केंद्र आणि राज्य सरकारात अधिकार आणि जबाबदारी यामध्ये विषमता दिसून येते. केंद्र सरकारला महसुली आणि भांडवली उत्पन्न व्यापक प्रमाणात मिळणे आवश्यक असते. परंतु, ते खर्च करण्यात राज्य सरकार मुख्य जबाबदार आहे. त्यासाठी निधीच्या हस्तांतरणाची महत्त्वाची यंत्रणा केंद्र ते राज्य अशी असावी लागते त्यासाठी भारतात वित्त आयोग काम करते याकडे डॉ. ढमढेरे यांनी विशेषत: भारतातील सार्वजनिक आयव्यय या प्रकरणात लक्ष वेधले आहे.

आर्थिक विकास आणि वित्त यातील संबंध हे प्रकरणसुद्धा विशेष महत्त्वपूर्ण आहे. स्वातंत्र्यानंतर जलद आर्थिक वृद्धीसाठी भारतात खासगी भांडवल उभारणी हे काम साधे

आणि सोपे नव्हते. त्यासाठी सामान्यपणे नियोजनाच्या व्यूहरचनेचा स्वीकार केला. सलगपणे १९५१ ते २०१७ या काळात बारा पंचवार्षिक योजना सुरू होत्या. परंतु एनडीए सरकारने नियोजन उघडपणे बंद केले (नियोजन मंडळाच्या जागी नीती आयोगाची स्थापना झाली) नियोजनाचे मुख्य उद्दिष्ट जलद भांडवल उभारणी करून सार्वजनिक खर्चाद्वारे उच्च आर्थिक वृद्धी केली पाहिजे असे धोरणकर्त्यांना वाटे आणि औद्योगिकदृष्ट्या प्रगत देशांवर पकड निर्माण करावी या महत्त्वाच्या आशयावर डॉ. ढमढेरे यांनी लक्ष वेधले आहे.

प्रस्तावनेचा समारोप करताना मला अशी एक इच्छा प्रदर्शित करावीशी वाटते की, पुढील आवृत्तीत डॉ. ढमढेरे यांनी दोन प्रकरणांचा समावेश करावा- अ) सार्वजनिक क्षेत्र उद्योगाच्या वित्ता बाबतच्या सरकारच्या मदतीबाबत तपशील आणि ब) राज्य सरकारचे सार्वजनिक आयव्यय आणि अंदाजपत्रकाचे स्वरूप हा तपशील ते देतीलच याबद्दल माझ्या मनात शंका नाही. तसेच महत्त्वाच्या संदर्भग्रंथात सुयोग्य संदर्भग्रंथांची निवड करून, अथक परिश्रम घेऊन सोप्या व सुबोध पद्धतीने हे पुस्तक अध्ययनास सुलभ व सोयीचे केले आहे त्याबद्दल त्यांचे अभिनंदन!

डॉ. राजेश परचुरे
संचालक
गोखले राज्यशास्त्र व अर्थशास्त्र संस्था, पुणे आणि
RBI Professor of Finance

मनोगत

सार्वजनिक आयव्यय हे पुस्तक बी. ए., एम. ए. साठी तसेच स्पर्धा परीक्षा, नेट-सेट परीक्षा, तसेच महाराष्ट्रातील सर्व विद्यापीठांना उपयुक्त असे पुस्तक लिहिण्याचा हेतू आहे. सदर पुस्तक लिहिताना मराठी भाषेतील अर्थशास्त्रीय संज्ञा बोजड होणार नाहीत पण त्याचबरोबर तांत्रिक परिभाषा बिघडणार नाही याची काळजी घेतलेली आहे.

सदर पुस्तकात सावित्रीबाई फुले पुणे विद्यापीठातील बी.ए. व एम.ए. अभ्यासक्रमातील प्रकरणे घेण्याबरोबरच सार्वजनिक आयव्ययातील उपयुक्त प्रकरणांचा समावेश केलेला आहे. सार्वजनिक आयव्ययाचा भर सिद्धांताबरोबरच उत्पन्न, खर्चाची आकडेवारी, विविध नवीन संकल्पना त्यांची चर्चा अत्यंत साध्या आणि सोप्या शब्दांत केलेली आहे. आवश्यक तेथे आकृत्या आणि तक्ते देऊन विषय समजावून दिलेला आहे. प्रत्येक प्रकरणाच्या शेवटी अभ्यासासाठी प्रश्न दिलेले आहेत.

पुस्तक चार भागात विभागलेले आहे. पहिल्या विभागात सार्वजनिक आयव्ययाची उत्क्रांती, सार्वजनिक आयव्ययाची संकल्पना, महत्त्व आणि व्याप्ती आहे; तसेच महत्तम सामाजिक लाभाचे तत्त्व, सार्वजनिक खर्च व त्याचे परिणाम आणि खर्च नियंत्रणाबाबत चर्चा केलेली आहे.

दुसऱ्या भागात सार्वजनिक महसूल आणि कर याबाबत सार्वजनिक महसुलाचे स्रोत, सरकारी व्यवसायापासूनचे उत्पन्न, सार्वजनिक उत्पन्नाचे वर्गीकरण, तसेच कर, कराची तत्त्वे, करांचा भार, करांचे वर्गीकरण व करांचे परिणाम याविषयी सविस्तर विवेचन केलेले आहे.

तिसऱ्या विभागात सार्वजनिक कर्ज, राजकोषीय धोरण, अंदाजपत्रक, तुटीचा अर्थभरणा इ. प्रकरणात सविस्तरपणे विविध मुद्द्यांची चर्चा केलेली आहे.

चवथ्या भागात केंद्र-राज्य वित्तीय संबंध यामध्ये भारतातील केंद्रीय आयव्ययाचा विकास, संघराज्यात्मक वित्तीय व्यवस्थेची वैशिष्ट्ये, केंद्र-राज्य यांच्या कार्याची

विभागणी, घटकराज्यांच्या समस्या व कर्जबाजारीपणा, केंद्राकडून स्थानिक संस्थांना सामग्रीचे हस्तांतरण; वित्तआयोगाची भूमिका याबाबत सखोल विश्लेषण करून वित्तआयोगाची कार्यप्रणाली, वित्तआयोग, वित्तआयोगाच्या शिफारशी, केंद्र-राज्य वित्तीय संघर्ष, वित्तीय असमतोल, नीती आयोग इ. बाबत सविस्तर चर्चा केलेली आहे. पुस्तकात काही त्रुटी राहिल्यास वाचक व अभ्यासकांनी त्या निदर्शनास आणून दिल्यास त्या पुढील आवृत्तीत त्यानुसार सुधारणा करू. पुस्तक लिहिण्याची संधी उपलब्ध करून दिल्याबद्दल डायमंड पब्लिकेशन्सचे श्री. दत्तात्रेय पाष्टेसाहेब यांचा मी सदैव ऋणी आहे.

सदर पुस्तक लिहिताना अनेक संदर्भग्रंथांचा परामर्श घेतलेला आहे. सदर संदर्भग्रंथांचे प्रस्तावनेसाठी डॉ. राजेश परचुरे सर यांना विचारले असता, त्यांनी क्षणाचाही विलंब न लावता 'प्रस्तावना देतो' असे म्हटले. कामामध्ये व्यस्त असताना वेळात वेळ काढून प्रस्तावना दिली याबद्दल डॉ. राजेश परचुरे सरांचे आभार मानतो. प्रस्तावनेत त्यांनी दोन प्रकरणांचा समावेश करावा अशी इच्छा व्यक्त केली. तीसुद्धा पुढच्या आवृत्तीला पूर्ण होईल अशी मी खात्री देतो. प्रस्तावनेबाबत माझ्यावर जो विश्वास ठेवला त्याबद्दल त्यांचे पुन्हा एकदा आभार मानतो.

डॉ. मंजुश्री बोबडे, अध्यक्ष, अर्थशास्त्र अभ्यास मंडळ सावित्रीबाई फुले पुणे विद्यापीठ, डॉ. वैशाली पाटील, सदस्य, अर्थशास्त्र अभ्यास मंडळ सावित्रीबाई फुले पुणे विद्यापीठ, डॉ. बी. डी. कुलकर्णी, पुणे तसेच शिक्षण प्रसारक मंडळ पाबळ संस्थेचे अध्यक्ष, सचिव तसेच सर्व संचालक मंडळ, महाविद्यालयाचे प्राचार्य, सहकारी प्राध्यापक व ग्रंथपाल यांनी दिलेल्या प्रोत्साहनाबद्दल हार्दिक आभार! त्याचप्रमाणे माझ्या कुटुंबातील सर्वांनी सहकार्य केले, त्याबद्दल त्यांचे मन:पूर्वक धन्यवाद! डायमंड पब्लिकेशन्समधील सर्व सहकाऱ्यांनी केलेल्या सहकार्याबद्दल सर्वांचे मन:पूर्वक आभार.

- डॉ. एस. व्ही. ढमढेरे

अनुक्रम

विभाग १ - सार्वजनिक आयव्यय आणि खर्च

विभाग २ - सार्वजनिक महसूल आणि कर

विभाग ३ - सार्वजनिक कर्ज, राजकोषीय धोरण, अंदाजपत्रक, भारतातील स्थानिक स्वराज्य संस्थांचे आयव्यय

विभाग ४ - राज्य वित्तीय संबंध

विभाग १

सार्वजनिक आयव्यय आणि खर्च

प्रकरण १ | सार्वजनिक आयव्ययाची उत्क्रांती (Evolution of Public Finance)

१.१ प्रास्ताविक

१.२ सार्वजनिक आयव्ययाची उत्क्रांती

१.३ सार्वजनिक आयव्ययासंबंधी विचार / सिद्धान्त

१.४ आर्थिक पद्धतीत सरकारची भूमिका

१.१ प्रास्ताविक (Introduction)

सार्वजनिक आयव्यय हा अर्थशास्त्राचा एक भाग आहे. मागील दोन शतकात राज्याच्या कार्यात बरीच वाढ झाली आणि ती होतच आहे. आज उदारीकरण, जागतिकीकरण आणि खासगीकरण या काळातसुद्धा सार्वजनिक आयव्ययाचे महत्त्व वाढलेलेच आहे. त्यामुळे अर्थशास्त्रज्ञ सार्वजनिक आयव्यय हे एक स्वतंत्र शास्त्रच आहे असे मानतात. फार प्राचीन काळापासून राज्याचे अस्तित्व आहे. परंतु वास्तव परिस्थिती अशी आहे की, सार्वजनिक आयव्ययाचे शास्त्रीय विश्लेषण ॲडम स्मिथ पूर्वी कोणीही केलेले दिसून येत नाही. आधुनिक काळात देशांच्या कार्याचा व्याप मोठ्या प्रमाणात वाढलेला दिसून येतो आणि वाढतच आहे. त्यामुळे प्रत्येक विकसित देशात आणि विकसनशील देशात सरकारची विविध कार्ये मिळून एक मोठा व्यवसाय निर्माण झाल्याचे दिसून येतो. त्यासाठी सरकारलासुद्धा मोठा खर्च करावा लागतो. अलीकडच्या काळात प्रचंड वाढलेल्या खर्चामुळे त्याचा परिणाम सरकारच्या आर्थिक परिस्थितीवर होत आहे. त्यामुळे सार्वजनिक आयव्ययाचे क्षेत्र वाढले आहे व त्याचे महत्त्वसुद्धा वाढलेले आहे. त्यामुळे सार्वजनिक आयव्ययाची उत्क्रांती कशी झाली तसेच त्यामध्ये बदल कसे घडून येत आहेत याचा अभ्यास करणे महत्त्वाचे आहे.

१.२ सार्वजनिक आयव्ययाची उत्क्रांती (Evolution of Public Finance)

सार्वजनिक आयव्यय ही संकल्पना राज्याच्या संकल्पनेइतकीच जुनी आहे. सार्वजनिक आयव्यय हा अर्थशास्त्राचा एक भाग आहे. राज्याची संकल्पना जसजशी बदलत गेली तसतशी सार्वजनिक आयव्ययाची संकल्पना बदलत गेली. परंतु राज्याच्या संकल्पनेतील बदल हा सार्वजनिक आयव्ययाच्या संकल्पनेच्या बदलाला कारणीभूत झालेला आहे असे म्हणता येत नाही. अर्थशास्त्रात नवनवे सिद्धान्त मांडले गेले तसतसे अर्थशास्त्रात बदल होत गेले. या नव्या सिद्धान्ताचा परिणाम सार्वजनिक आयव्ययाच्या विश्लेषणावर झाल्याचे दिसून येते. पूर्वीचा अर्थशास्त्रज्ञांचा दृष्टिकोन आणि आजचा अर्थशास्त्रज्ञांचा दृष्टिकोन यात फरक आहे. राज्याची आणि सार्वजनिक आयव्ययाची अर्थव्यवस्थेतील भूमिका अर्थशास्त्रज्ञांना वेगवेगळी दिसून येते. त्यामुळे सार्वजनिक आयव्ययाबाबतचे सिद्धान्त वेगवेगळे मांडले. या सिद्धान्तावरून सार्वजनिक आयव्ययाची उत्क्रांती कशी झाली हे समजते.

१.३ सार्वजनिक आयव्ययासंबंधी विचार / सिद्धान्त (Thought of Public Finance)

सार्वजनिक आयव्ययासंबंधीचे विचार पुढीलप्रमाणे -

अ) सनातनवादी विचार / सिद्धान्त : सनातनवादी अर्थशास्त्रज्ञ फिशर, से, पिगू यांना ओळखले जाते. ॲडम स्मिथपासून ते १९३० पर्यंतच्या अर्थशास्त्रज्ञांना 'सनातन अर्थशास्त्रज्ञ' म्हणून ओळखले जाते. सनातनवादी अर्थशास्त्रज्ञांच्या मते, 'पुरवठा' आपली मागणी निर्माण करतो. त्यामुळे अतिरिक्त उत्पादन अथवा बेरोजगारी निर्माण होण्याची शक्यता नसते. अर्थव्यवस्थेत पूर्ण स्पर्धा असल्यामुळे उत्पादक व ग्राहक यांना उत्पादनाचे आणि उपभोगाचे स्वातंत्र्य असते. त्यामुळे बाजारात मागणी व पुरवठा यांच्या आंतरक्रियेतून वस्तूंची किंमत ठरते आणि समतोल साधला जातो. बाजारांचा आकार उत्पादनाच्या प्रमाणानुसार असतो त्यामुळे पुरवठा स्वत:साठी मागणी निर्माण करतो. अर्थव्यवस्थेत पैशांचा प्रवाह मुक्त असतो त्यावर कोणाचेही बंधन नसते. त्यामुळे प्राप्त झालेले उत्पन्न उपभोग किंवा बचत अथवा भांडवली वस्तूंवर खर्च होते आणि जी बचत होते तिचे गुंतवणुकीत रूपांतर होते. सनातनवादी अर्थशास्त्रज्ञांच्या मते, एका व्यक्तीचा खर्च हा दुसऱ्या व्यक्तीचे उत्पन्न होय. परंतु एखादा खर्च घटविला तर दुसऱ्याचे उत्पन्न घटते असे नाही कारण जी बचत केलेली असते ती आपोआप गुंतवलीसुद्धा जाते; त्यामुळे एकाचा खर्च कमी झाला तरी दुसऱ्याचे उत्पन्न कमी होत नाही हे सनातनवादी विचारवंतांचे मत होते. पूर्ण रोजगार, श्रमाची पूर्ण गतिशीलता, दीर्घ काळ, व्यक्तीचे पूर्ण आर्थिक स्वातंत्र्य इ. गृहीते त्यांनी लक्षात घेतली होती.

सार्वजनिक आयव्ययाचा सनातनवादी सिद्धान्त वरील गृहीतांवर आधारलेला आहे. सनातनवादी विचारवंतांच्या मते, खासगी संयोजकांच्या आर्थिक व्यवहारामुळे पूर्ण रोजगार पातळी निर्माण होते. याचाच अर्थ राज्याला आर्थिक व्यवहार पातळी वाढविणे शक्य नाही. राज्याला ते शक्य नाही. समजा, सरकारने कराच्या माध्यमातून आपले उत्पन्न वाढवून आपला खर्च वाढविला तर असे सूचित होते की, खासगी खर्चाची जागा सरकारी खर्चाने घेतली असे होते. त्यामुळे उत्पादक घटकांच्या मागणीत वाढ होणार नाही; जर सरकारने कर्ज काढून खर्च केला तर ते खासगी संयोजक आणि व्यक्ती यांच्याशी स्पर्धा केली जाईल असे होईल. त्यामुळे किंमत पातळीत वाढ आणि चलनविस्तार निर्माण होईल; म्हणजेच सनातनवाद्यांनी संतुलित अंदाजपत्रकाला महत्त्व दिले. खासगी बचतीवर करांचा परिणाम होतो त्यामुळे खासगी बचत घटल्यास खासगी गुंतवणुकसुद्धा कमी होते परिणामी करांच्या परिणामांमुळे गुंतवणुकीत घट होऊन भांडवलनिर्मितीला पायबंद घातला जातो असे त्यांचे मत होते. त्यामुळे ज्या कराद्वारे खासगी बचतीवर परिणाम होतो असे प्रत्यक्ष कर हे असमर्थनीय आहेत. उदा. मृत्यूकर, व्यावसायिक कर इ. असे सनातनवाद्यांचे मत होते; तर अप्रत्यक्ष करांच्या परिणामांमुळे उपभोगावर परिणाम होतो त्यामुळे ते आर्थिकदृष्ट्या समर्थनीय नाहीत. त्यामुळे जरी अप्रत्यक्ष कर सामाजिकदृष्ट्या असमर्थनीय असले तरी सनातनवाद्यांचा कल ते स्वीकारण्याकडे होता. सनातनवादी लहान अंदाजपत्रकांच्या बाजूचे होते. सनातनवाद्यांच्या मते, अंदाजपत्रकीय तूट अल्पमुदती कर्ज घेऊन भरून काढल्यास चलनविस्तार होतो त्यामुळे त्यांच्या मते दीर्घ मुदतीची सरकारी कर्जरोखे विक्रीला काढून तूट भरून काढल्यास चलनविस्तार होणार नाही कारण असे कर्जरोखे खासगी रोख्यांचे केवळ पर्याय असतात. सनातनवाद्यांच्या मते, अंदाजपत्रकीय तूट ही सर्वसाधारणपणे विकासाचा दर घटविण्यास कारणीभूत ठरते. परंतु घेतलेले कर्ज भांडवली वस्तू निर्माण करण्यासाठी सरकारने वापरले तर तूट विकासाचा दर घटविणार नाही असे त्यांचे मत होते.

यावरून असे दिसून येते की, अंदाजपत्रक हे संतुलित असले पाहिजे. अंदाजपत्रक लहान आकाराचे असले पाहिजे. उपभोगावरील अप्रत्यक्ष कर हे कमी नुकसानकारक असतात. व्यावसायिक कर, मृत्यूकर हे व्यक्तीच्या बचतीवर प्रतिकूल परिणाम करणारे आहेत.

अंदाजपत्रकीय तुटीसाठी सरकारने दीर्घकालीन कर्जरोखे विक्रीला काढणे फायदेशीर ठरते. तसेच सरकारने फक्त उत्पादक कामासाठीच कर्ज घ्यावे. अशा रीतीने सनातनवादी अर्थशास्त्रज्ञांनी सार्वजनिक आयव्ययासंदर्भात आपले विचार मांडून सिद्धान्त विकसित केले.

ब) आधुनिक विचार / सिद्धान्त (Modern Thought) : १९३०च्या दशकातील महामंदीच्या काळात जागतिक अर्थकारणावर फार मोठे बदल होण्याला सुरुवात झाली. लॉर्ड केन्स यांनी या महामंदीच्या काळात सर्वसाधारण रोजगाराबाबत कारणमीमांसा केली. हीच आधुनिक सिद्धान्ताची सुरुवात मानली जाते. अर्थव्यवस्थेतील बेरोजगारीचा प्रश्न सोडविण्यासाठी तसेच उत्पादन निश्चितीसाठी एक वेगळा पर्याय केन्स यांनी आपल्या सिद्धान्ताद्वारे दिला. या सिद्धान्ताला 'रोजगाराचा सामान्य सिद्धान्त' असे म्हटले जाते. या सिद्धान्तामुळे अर्थशास्त्राचे एक शास्त्रीय स्वरूप प्राप्त झाले. या सिद्धान्तात मांडलेल्या नवनवीन संकल्पनांच्या आधारे नवनवे सिद्धान्त मांडले जाऊ लागले. तसेच केन्सच्या संकल्पनांना महत्त्व प्राप्त झाले. याच संकल्पनांच्या आधारे अनेक अर्थशास्त्रज्ञांनी आपले विचार व्यक्त केले. त्यामध्ये 'सार्वजनिक आयव्यय' हे क्षेत्रसुद्धा समाविष्ट होते.

आधुनिक सार्वजनिक आयव्ययाच्या विचारवंतांनी मांडलेल्या सिद्धान्तात केन्सच्या संकल्पनांचा उपयोग केलेला आहे. त्यामुळे केन्सच्या संकल्पना पहाणे महत्त्वाचे ठरते.

केन्सच्या रोजगाराच्या सामान्य सिद्धान्तात अल्पकाळाचा विचार केलेला आहे. प्रभावी मागणी ही एकूण मागणी फलन आणि एकूण पुरवठा फलन यावर अवलंबून असते. मागणी फलन दोन घटकांवर अवलंबून असते उपभोग प्रवृत्ती आणि गुंतवणुकीची प्रेरणा म्हणून अल्पकाळात रोजगार वाढविण्यासाठी उपभोग्य वस्तूंवर आणि गुंतवणुकीवर केला जाणारा खर्च वाढविणे आवश्यक आहे. मागणी फलन हे उपभोग खर्च, गुंतवणूक खर्च आणि सरकारचा खर्च यावर अवलंबून असते. समाजातील सर्व लोक आपले उत्पन्न खर्च करत असतात. त्यामुळे उत्पन्न आणि खर्चाचे वर्तुळ पूर्ण होते. परंतु काही व्यक्तींनी उत्पन्नाचा काही भाग खर्च केला नाही आणि ही तूट गुंतवणुकीतून भरून काढली नाही तर काही लोकांचा कमी झालेला खर्च दुसऱ्यांचे उत्पन्न घटवील. घटलेल्या उत्पन्नामुळे खर्चही घटतो आणि त्यामुळे इतरांचे उत्पन्नही घटते. परिणामी बेरोजगारी निर्माण होईल. आणि शेवटी राष्ट्रीय उत्पन्नात घट घडून आलेली दिसेल. केन्स यांच्या विश्लेषणात महत्त्वाचे घटक म्हणजे -

अ) लोकांचा उपभोग कमी केल्यास भांडवलनिर्मिती होणार नाही. तसेच बचत करण्यास प्रवृत्त केले तर त्यामुळे बेरोजगार निर्माण होऊन राष्ट्रीय उत्पन्नात घट होईल.

ब) कमी वेतनात रोजगार उपलब्ध करून देऊ नये. कमी वेतनामुळे वस्तुंच्या मागणीत घट होते. वस्तूला मागणी कमी झाल्यामुळे उत्पादक आपले उत्पन्न कमी करू

लागतील त्यातूनच काही श्रमिकांना कामावरून कमी केले जाईल.

क) खासगी संपत्ती स्वीकारलेल्या अर्थव्यवस्थेत आपोआप पूर्ण रोजगार उपलब्ध होत नाही.

केन्स यांच्या या विश्लेषणाचा परिणाम सार्वजनिक आयव्ययाच्या तत्त्वावर झाल्याचे दिसून येते. ते पुढीलप्रमाणे सांगता येते-

अ) श्रमिकांना कमी पातळीवर वेतन देऊ नये. श्रमिकांच्या संख्येत घट केल्याने वस्तुंच्या मागणीत घट होते आणि त्यातूनच शेवटी अधिक श्रमिकांना कामावरून कमी केले जाते.

ब) खासगी मालकीच्या तत्त्वाच्या अर्थव्यवस्थेत आपोआप पूर्ण रोजगार निर्माण होत नाही.

क) समाजातील उपभोग प्रवृत्ती कमी केल्यास भांडवलाचीनिर्मिती होत नाही आणि जर बचतीत वाढ केली तर त्यातूनच बेरोजगारी आणि राष्ट्रीय उत्पन्नात घट होते.

केन्सच्या या विश्लेषणाचा परिणाम सार्वजनिक आयव्ययावर पुढीलप्रमाणे झाल्याचे दिसून येते-

i) सनातनवादी अर्थशास्त्रज्ञांनी 'संतुलित अंदाजपत्रक' महत्त्वाचे मानले. परंतु सध्या अंदाजपत्रक हे अनेक उद्दिष्टे प्राप्त करण्यासाठी एक साधन म्हणून वापरले जाते. जसे पूर्ण रोजगार, किंमत स्थैर्य, गुंतवणुकीची उच्च पातळी, चांगले विभाजन इ. उद्दिष्टे साध्य करण्यासाठी अंदाजपत्रकाचा उपयोग केला जातो. ही सर्व उद्दिष्टे एकाचवेळी साध्य होतीलच असे नाही.

समजा, चलनविस्ताराची स्थिती अर्थव्यवस्थेत असेल तर आधिक्याचे अंदाजपत्रक मांडण्याचा प्रयत्न केला जातो आणि जर चलनसंकोचाची स्थिती असेल तर तुटीच्या अंदाजपत्रकाचा उपयोग केला जाऊ शकतो; जर समतोल चलनस्थिती (चलन विस्तार आणि चलन संकोच विरहित स्थिती) हवी असेल तर नव्या बचतीचे एकूण मूल्य नव्या गुंतवणुकीच्या मूल्याबरोबर असले पाहिजे. मात्र, गुंतवणुकीपेक्षा बचत कमी असेल तर चलन विस्तार होतो आणि किंमत पातळी वाढते. याउलट, बचत गुंतवणुकीपेक्षा जास्त असेल तर चलनसंकोचाची स्थिती निर्माण होते आणि किमती घटून बेरोजगारीसुद्धा निर्माण होते.

ii) जसजसा रोजगार वाढतो तसतसे उत्पन्न वाढते. वाढलेल्या उत्पन्नातून बचत निर्माण होते आणि बचत आकर्षून घेण्यासाठी नव्या गुंतवणुकीत वाढ होते. उच्च उत्पन्न असणाऱ्या लोकांची उपभोग प्रवृत्ती कमी असल्याने ज्या प्रमाणात उत्पन्न वाढते त्या

प्रमाणात त्यांचा उपभोग खर्च वाढत नाही त्यामुळे त्यांचे बचतीचे प्रमाण अधिक वाढते. त्यामुळे प्रभावी मागणी घटते आणि बेरोजगारी निर्माण होते. येथेच सार्वजनिक आयव्ययाची भूमिका महत्त्वाची ठरते. घटलेली प्रभावी मागणी वाढविण्यासाठी सरकारने सार्वजनिक गुंतवणूक वाढविणे आवश्यक असते. जसे रस्ते, धरणे, कालवे, रेल्वे, पाणलोट क्षेत्र विकास कार्यक्रम, परिवहन, सरकारी उपक्रम इ. वर सरकारने गुंतवणूक खर्च वाढविला पाहिजे आणि गुंतवणूक खर्चासाठी सरकारने लोकांकडून कर्ज घ्यायला काहीही हरकत नाही. लोकांनी हा पैसा आपला उपभोग कमी करून वाचविलेला असतो. त्याचप्रमाणे सरकारला गुंतवणुकीसाठी तुटीचा अर्थभरणासुद्धा करता येतो. अशी आधुनिक विचारसरणी होती; याउलट सनातनवादी विचारसरणी होती. त्यांनी सरकारी हस्तक्षेपाला विरोध केला. त्यांना तुटीचा अर्थसंकल्प व सार्वजनिक खर्च या बाबी पटत नव्हत्या. त्यांना सार्वजनिक आयव्ययाचे महत्त्व कळले नव्हते असेच म्हणावे लागेल.

iii) सनातनवादी अर्थशास्त्रज्ञ आणि आधुनिक अर्थशास्त्रज्ञ यांच्यामध्ये करांच्या कार्याबद्दल वेगवेगळ्या भूमिका आहेत. सनातनवाद्यांना असे वाटे की, कर म्हणजे सरकारने लोकांच्याकडून उत्पन्न मिळविण्याचे साधन आहे. त्यांनी करांच्या साहाय्याने संपत्तीचे समान वितरण कसे साधले जाऊ शकते हे स्वीकारले नाही. त्यांच्या दृष्टीने प्रत्यक्ष करांपेक्षा अप्रत्यक्ष करच अधिक वाटत असे. अप्रत्यक्ष करांचा भार हा सर्वसामान्य नागरिकांवरच पडतो. त्यामुळे सनातनवाद्यांनी सर्वसामान्य व्यक्तींपेक्षा श्रीमंत व्यक्तींच्या हिताचेच संरक्षण केल्याचे दिसून येते. आधुनिक अर्थशास्त्रज्ञांनी संपत्तीच्या वितरणात समानता आणण्यासाठी 'कर' हे एक साधन आहे असेच मानले आहे. त्यांनी श्रीमंतांकडील अधिक असणारी संपत्ती कराच्या रूपाने कमी करून आलेल्या उत्पन्नातून गरिबांना अनुदाने अथवा गरिबांसाठी कल्याणकारी उपक्रम राबविल्यास संपत्तीचे वितरण अधिक समान होईल असा सिद्धान्त मांडला. तसेच श्रीमंतांना अधिक दराने कर लादले जातात. त्याचप्रमाणे अनर्जित उत्पन्नावर अधिक दराने कर लादले जातात. अप्रत्यक्ष करांना सध्या महत्त्वाचे स्थान प्राप्त झाले आहे.

अप्रत्यक्ष कर लावताना गरिबांवर अंतिम भार पडणार नाही याचीसुद्धा काळजी घेतली जाते. त्यामुळे हे कर अशा वस्तूंवर लावले जातात की त्यांचा उपभोग श्रीमंत वर्ग घेतो. अशा प्रकारे करांची रचना अशा पद्धतीने केली जाते की, जेणेकरून संपत्तीच्या वितरणातील विषमता कमी होईल व जास्तीतजास्त लोकांना न्याय मिळेल. सध्या जगातील बहुतेक सर्व देशांत कल्याणकारी राज्याची संकल्पना स्वीकारली आहे त्यामुळे करांच्या साधनाद्वारे उत्पन्नातील विषमता कमी करण्याचा प्रयत्न केला जात आहे.

iv) सनातनवाद्यांच्या मते कर ही एक आपत्ती आहे. एखादी व्यक्ती नियमित कर्ज घेऊन कार्य करू शकत नाही. त्याचप्रमाणे एखादा देशही कर्जाच्या आधारावर कार्य करू शकत नाही. कर्ज म्हणजे देशावर नाहक भार होय असे सनातनवाद्यांचे मत होते. परंतु आधुनिक अर्थशास्त्रज्ञांना हे मान्य नव्हते; त्यांच्या मते, व्यक्ती कर्जाला अनावश्यक मानत नाही. सध्या कर्ज घेतल्याशिवाय आपले कार्य होऊ शकत नाही अशीच स्थिती आहे. तसेच देशाचेसुद्धा दिसून येते. आधुनिक सरकार आणि अर्थशास्त्रज्ञ हे कर, शुल्क याप्रमाणेच कर्ज हे उत्पन्न मिळवून देणारे साधन आहे असेच मानतात. केन्स यांच्या मते, मंदीच्या गर्तेतून बाहेर येण्यासाठी सरकारने सरकारी खर्च हा करांच्या ऐवजी कर्जाच्या साहाय्याने भागवावा. विकसनशील देशांनी देशातील नैसर्गिक साधनसामग्रीच्या विकासासाठी कर्जाचा मार्ग अवलंब करावा. सध्या विकसनशील देशांच्या नैसर्गिक साधनांच्या विकासासाठी विकसित देश आणि आंतरराष्ट्रीय संघटना कर्ज देतात व ते देश ही कर्ज घेतात आणि आपला विकास करतात.

क) सार्वजनिक आयव्ययाचे सिद्धान्त / विचार : सार्वजनिक आयव्ययाचेसुद्धा काही महत्त्वाचे सिद्धान्त अथवा विचार मांडण्यात आल्याचे दिसून येते. या सिद्धान्तामुळे सार्वजनिक आयव्ययाचे वेगवेगळे विचारप्रवाह निर्माण झाले त्यातील काही प्रमुख विचारवंतांचा विचार करणे आवश्यक आहे.

सेलिग्मन आणि काही अर्थशास्त्रज्ञांनी 'सार्वजनिक आयव्ययाचा शुद्ध सिद्धान्त' (Pure Theory of Public Finance) विकसित केला. या सिद्धान्तांत त्यांनी सरकारने आपला खर्च, उत्पन्न, कर्ज इ. योजना आखताना सामाजिक हित, लोककल्याण इ. बाबींपासून अलिप्त राहिले पाहिजे असे त्यांनी मांडले तसेच त्यांनी संपत्तीच्या विभागणीतील असमानता दूर करण्याचे काम सरकारचे नाही असेही स्पष्ट केले.

तर दुसऱ्या बाजूला वॅगनर, एजवर्थ आणि पिगू यांनी 'सार्वजनिक आयव्ययाचा सामाजिक आर्थिक सिद्धान्त' (Social - Political Theory of Public Finance) मांडला. या सिद्धान्तात त्यांनी सरकारने श्रीमंतवर्गातील अधिक असणारी संपत्ती गरिबांकडे वळवली अथवा स्थलांतरित केली पाहिजे आणि त्या आधारे संपूर्ण समाजाचे जास्तीतजास्त कल्याण साधले पाहिजे असे स्पष्ट केले. कल्याणकारी राज्यासाठी सार्वजनिक आयव्ययाने मदत केली पाहिजे असे त्यांचे मत होते.

यानंतर केन्स, हॅन्सन यांनी 'नवीन अर्थशास्त्र' (New Economics) मांडले. या विचारप्रणालीत त्यांनी सार्वजनिक आयव्ययात आमूलाग्र बदल घडून आणले. उपयोगात स्थैर्य आणण्यासाठी आणि त्याचे नियमन करण्यासाठी राजकोषीय नीतीच्याद्वारे 'क्षतिपूरक कार्यवाही' (Compensatory Action) केली पाहिजे. यामध्ये भांडवलशाही अर्थव्यवस्था

स्वत:हून पुढाकार घेणार नाही. त्यासाठी सरकारनेच पाऊल उचलले पाहिजे, असे स्पष्ट केले. अशा प्रकारे सरकारचे महत्त्व आणि भूमिका त्यांनी स्पष्ट केली.

ए. पी. लर्नर आणि केन्स यांच्याच विचारसरणीला महत्त्व प्राप्त झाले. कार्यात्मक वित्त (Functional Finance) म्हणून लर्नर यांची सार्वजनिक आयव्ययाची विचारप्रणाली विकसित झाली. कार्यात्मक वित्ताच्या संकल्पनेनुसार कर, खर्च, कर्ज इ. राजकोषीय साधनांच्या कार्यावरून अर्थव्यवस्थेचे मूल्यमापन केले जाते. त्यांच्या मते, कर आकारण्याचे मुख्य काम सरकारला पैसा मिळवून देणे असे नसून लोकांजवळील क्रय शक्ती कमी करणे हे असते. तसेच खर्च करण्याचा सरकारचा उद्देश हा देशातील एकूण मागणी आणि पुरवठा यांच्यामध्ये संतुलन साधण्याचा असला पाहिजे, असे त्यांचे मत होते.

कार्यात्मक वित्त अथवा केन्सचे अर्थशास्त्र ही विशेषत: विकसित देशांसाठी निर्माण झालेली शास्त्रे आहेत. अप्रगत अथवा विकसनशील देशांसाठी या शास्त्रातील संकल्पना जशाच्या तशा लागू होत नाहीत असे दिसून येते. त्या दृष्टीने राजकोषीय भूमिका वेगळ्या पद्धतीने घेणे गरजेचे आहे.

फिलीप्स आणि रॅग्नर नर्क्स या विचारवंतांनी विकसनशील देशांच्या राजकोषीय नीतीचे स्वरूप, वैशिष्ट्ये आणि मर्यादा या बाबींचे समर्थनीय असे विश्लेषण केलेले आहे. रॅग्नर नर्क्स यांनी विकसनशील देशांच्या विकासासाठी भांडवल निर्मितीसाठी सक्तीच्या बचतीचा उपाय सुचविलेला आहे. त्यासाठी त्यांनी अनेक विकसनशील देशांची उदाहरणे दिलेली आहेत.

डि. व्ही. टी. डिमार्को यांनी आणि काही विचारवंतांनी सार्वजनिक आयव्ययाची नवीन संकल्पना मांडली. त्यांच्या मते, आधुनिक सरकारचे कार्य म्हणजे सामुदायिक इच्छांची पूर्ती होय. सरकारने केलेली कार्ये म्हणजे सार्वजनिक सेवा (Public Services) होय. समाजाच्या गरजा या सार्वजनिक इच्छा असतात. जसे न्याय, संरक्षण, रस्ते, रेल्वे, धरणे, सामाजिक न्याय इ. होय. त्यांनी सार्वजनिक / सामुदायिक इच्छा म्हणण्याचे कारण म्हणजे त्या समाजाच्या गरजांमधून निर्माण होतात. परंतु त्या व्यक्तींच्या हिताविरुद्ध नसतात. त्यामुळे सरकारने सार्वजनिक इच्छांची पूर्ती केली पाहिजे. लोकहित ही संकल्पना सार्वजनिक इच्छांच्या संकल्पनेशी मिळतीजुळती आहे. सरकारकडून सार्वजनिक / सामुदायिक इच्छांची पूर्तता करण्यासाठी केलेल्या हस्तक्षेपाची कृती म्हणजे लोकसेवा होय. त्यामुळे आधुनिक सरकारने केलेले कार्य हे सार्वजनिक / सामुदायिक गरजांच्या तृप्तीसाठीच केलेले असते.

१.४ आर्थिक पद्धतीत सरकारची भूमिका (The Role of Government in Economic System)

आर्थिक पद्धतीत सरकारची भूमिका अतिशय महत्त्वाची ठरते. अर्थव्यवस्थेत उपलब्ध असणारी साधनसामग्री, या साधनसामग्रीचे वाटप योग्य पद्धतीने करणे महत्त्वाचे असते; तसेच लोकांच्या गरजा पूर्ण करण्यासाठी वस्तू व सेवांची उपलब्धता करून देणे याबाबत सरकारची भूमिका महत्त्वाची असते. खासगी वस्तू तसेच सार्वजनिक वस्तू व सेवा कोणत्या प्रमाणात पुरवायच्या याबाबत सरकारला आपले धोरण ठरवावे लागते. आधुनिक काळात सरकारांची कल्याणकारी भूमिका असल्याने सरकारांची जबाबदारी वाढलेली दिसून येते.

संपत्ती आणि उत्पन्न यांचे वाटप समाजात विषम होत असेल तर त्याबाबत सरकारला सामाजिक न्याय देण्यासाठी उत्पन्न आणि संपत्तीचे समान वाटपासाठी प्रयत्न करणे गरजेचे ठरते, त्यासाठी सरकार गरिबांच्या उत्पन्नात वाढ करण्याचा प्रयत्न करते. श्रीमंतांकडील उत्पन्न कर रूपाने काढून घेऊन गरिबांच्या कल्याणकारी योजनांवर खर्च करते, त्यामुळे अर्थव्यवस्थेत शांतता आणि सुसंवाद राखणे महत्त्वाचे ठरते, सरकारला सार्वजनिक खर्च, सार्वजनिक कर्ज, कर आकारणी या विषयीची धोरणे आखावी लागतात. त्यामुळे उत्पन्न व संपत्तीचे पुनर्वाटपाद्वारे विषमता कमी करता येते. त्या दृष्टीने सरकारची भूमिका महत्त्वपूर्ण ठरते.

भांडवलशाही अर्थव्यवस्थेत व्यापारचक्रे निर्माण होतात त्यामुळे बेकारी, उत्पन्न व उत्पादनात घट इ. मुळे आर्थिक स्थिरता नष्ट होते. त्याचा समाजाला त्रास होतो. तसेच अर्थव्यवस्थेची हानी होते अशा वेळी सरकारची भूमिका अतिशय महत्त्वाची ठरते कारण यावरती सरकारच योग्य त्या उपाययोजना करू शकते म्हणजे रोजगार पातळी उच्च राखणे, किंमत पातळी स्थिर ठेवणे, आर्थिक वृद्धी दर सुधारणे व आंतरराष्ट्रीय व्यवहारतोलात स्थैर्य साधणे इ. साठी सरकारला आपल्या भूमिकेद्वारे उपाययोजना कराव्या लागतात मग त्या चलनविषयक असो अथवा राजकोषीय असो. सरकारचे काम सामाजिक कल्याण, समान न्याय, स्थैर्य साधणे हे असल्याने परिस्थितीनुसार सरकारला आपली धोरणे आखावी लागतात म्हणून आर्थिक पद्धतीत सरकारची भूमिका महत्त्वपूर्ण मानली जाते.

सध्या खासगीकरण, उदारीकरण व जागतिकीकरण यामुळे सरकारची जबाबदारी जरा कमी होताना दिसून येत असली तरी सर्व कल्याणकारी कामे खासगी क्षेत्र करू शकत नाही त्यामुळे सरकारची भूमिका पुन्हा महत्त्वाची ठरताना दिसून येत आहे.

आधुनिक सरकारांना विविध कामे पार पाडावी लागतात. ती दोन प्रकारची असतात, एक-आवश्यक कार्ये यामध्ये देशात शांतता व सुव्यवस्था राखणे व परकीय आक्रमणापासून

जनतेचे संरक्षण करणे व दुसरे कार्य म्हणजे वैकल्पिक किंवा पर्यायी कार्ये यामध्ये शिक्षणाच्या सोयी पुरविणे, सार्वजनिक आरोग्य, पाणी पुरविणे, जलसिंचन प्रकल्प इ. होत. यासाठी सरकारला पैसा खर्च करावा लागतो व त्यासाठी सरकारला पैसा उभा करावा लागतो; म्हणून सरकारच्या भूमिकेला महत्त्व प्राप्त होते. अशा प्रकारे आर्थिक पद्धतीत सरकारची भूमिका महत्त्वपूर्ण ठरते.

सराव प्रश्न :

१) सार्वजनिक आयव्ययाची उत्क्रांती स्पष्ट करा.
२) सार्वजनिक आयव्ययासंबंधी आधुनिक विचार स्पष्ट करा.
३) आर्थिक विकासात सरकारची भूमिका स्पष्ट करा.

प्रकरण २

सार्वजनिक आयव्यय : संकल्पना, स्वरूप, महत्त्व, व्याप्ती
(Public Finance : Concept, Nature, Importance & Scope)

२.१ प्रास्ताविक (Introduction)

सार्वजनिक आयव्ययात केंद्र सरकार, राज्य सरकार तसेच स्थानिक स्वराज्य संस्थांचे उत्पन्न आणि खर्च व त्यांच्या तत्त्वांचा अभ्यास केला जातो. सरकारला देशाच्या हिताच्या दृष्टिकोनातून अनेक निर्णय घ्यावे लागतात. हे निर्णय देशातील लोकांच्या गरजा पूर्ण करण्याच्या दृष्टीने घ्यावे लागतात. सरकारला समाजाच्या गरजांच्या दृष्टिकोनातून विविध प्रकारचे कार्य करावे लागते. त्यासाठी उत्पन्नाचे स्रोत शोधावे लागतात. सरकारला मिळालेल्या उत्पन्नातून वेगवेगळ्या प्रकारचा खर्च करावा लागतो. या उत्पन्न आणि खर्चाचा अभ्यास सार्वजनिक आयव्ययात केला जातो. सध्या सरकारांना विविध कार्ये पार पाडावी लागतात. ही कार्ये साधारणत: दोन प्रकारची असतात. एक म्हणजे आवश्यक आणि दुसरे म्हणजे वैकल्पिक. उदा. परकीय आक्रमणापासून जनतेचे रक्षण करणे, देशात शांतता, सुव्यवस्था राखणे इ. कामे आवश्यक असतात; तर शिक्षण आरोग्य, पिण्याचे पाणी,

सिंचन प्रकल्प इ. सवलती पुरविणे ही वैकल्पिक कामे होत. ही कामे पार पाडण्यासाठी सरकारला भरपूर पैशांची गरज असते. सरकार कर आणि इतर मार्गांनी मिळविलेल्या उत्पन्नाच्या साहाय्याने खर्च करते. त्यामुळे सरकारच्या पैसा उभा करण्याच्या आणि त्याचा वापर करण्याच्या कार्याच्या अभ्यासास 'सार्वजनिक आयव्यय' असे म्हणतात. सरकारच्या या व्यवहारांचा संपूर्ण अर्थव्यवस्थेवर परिणाम होतो. सार्वजनिक आयव्ययाचा सामाजिक आणि आर्थिक बदल घडवून आणण्यासाठी वापर करता येतो; म्हणून सार्वजनिक आयव्ययाचा अभ्यास ही एक अर्थशास्त्राची महत्त्वाची शाखा समजली जाते.

१९ व्या शतकापर्यंत सार्वजनिक आयव्ययाला महत्त्वाचे स्थान नव्हते. परंतु १९३० च्या महामंदीनंतर व्यक्ती स्वातंत्र्याला महत्त्व देऊन विकासाचा वेग वाढविण्यासाठी सरकारी हस्तक्षेप हा खासगी क्षेत्रासाठीसुद्धा महत्त्वाचा असतो हे मान्य झाल्याने सार्वजनिक आयव्ययाचे महत्त्व वाढले. तसेच दुसऱ्या महायुद्धानंतर आर्थिक पुनरुज्जीवनासाठी सरकारच्या जबाबदाऱ्या वाढल्या त्यामुळे सार्वजनिक आयव्ययाचे महत्त्व वाढले. सध्याच्या नवीन आर्थिक सुधारणा काळात (खासगीकरण, उदारीकरण, जागतिकीकरण) सरकार मार्गदर्शनाची भूमिका स्वीकारात असूनही सरकारी कार्यात वाढ झाल्याचे दिसून येते. सदरील प्रकरणात सार्वजनिक आयव्यय संकल्पनेचा अर्थ, स्वरूप, मर्यादा, महत्त्व, खासगी आणि सार्वजनिक आयव्यय इ. चा अभ्यास केलेला आहे.

२.२ सार्वजनिक आयव्यय संकल्पना (Concept of Public Finance)

सार्वजनिक आयव्यय यामध्ये सार्वजनिक आय (उत्पन्न) व व्यय (खर्च) यांचा समावेश होतो. सार्वजनिक याचा अर्थ सरकार, लोक, जनता असा घेतला जातो. देशातील लोकांच्या संबंधाविषयी 'सार्वजनिक' हा शब्द वापरला जातो. सार्वजनिक या शब्दात केंद्र सरकार, राज्य सरकार, शाळा, महाविद्यालये, स्थानिक स्वराज्य संस्था इ. चा त्यात विचार केला जातो. आयव्यय म्हणजे 'जमा-खर्च' होय. आयव्यय ही संकल्पना स्पष्ट करण्यासाठी महत्त्वाच्या व्ययांचा विचार करणे आवश्यक आहे. सार्वजनिक आयव्यय म्हणजे सरकारी उत्पन्न आणि खर्च यांचा अभ्यास होय. या संदर्भात काही प्रमुख अर्थशास्त्रज्ञांच्या व्याख्या पहाणे आवश्यक आहे त्यावरून सार्वजनिक आयव्ययाचा अर्थ स्पष्ट होण्यास मदत होईल.

१) अर्मिटेज स्मिथ यांच्या मते, ''सरकारी महसूल आणि खर्च यांचे स्वरूप आणि तत्त्वे यांचे अन्वेषण अथवा समायोजन यालाच सार्वजनिक आयव्यय असे म्हणतात.''

२) प्रा. डाल्टन यांच्या मते, ''सार्वजनिक आयव्यय हा अर्थशास्त्र आणि राज्यशास्त्र या शास्त्रांच्या सीमांवरील अनेक विषयांपैकी एक विषय असून, या विषयाचा संबंध

सार्वजनिक संस्थांच्या उत्पन्नाशी आणि खर्चाशी मेळ घातला जाण्याशी असतो.''

"Public finance is one of those subjects which lies on the border line between economics and politics. It is concerned with the income and expenditure of public authorities and with the adjustment of the one to the other."

३) रिचर्ड ए. मसग्रेव्ह यांच्या मते, ''परंपरेनुसार सरकारच्या उत्पन्न व खर्च यातून निर्माण होणाऱ्या समस्यांचा अभ्यास सार्वजनिक आयव्ययात केला जातो. मात्र, यात आर्थिक बाबी या खऱ्या नसून साधनसामग्रीचे वाटप, उत्पन्नाचे वाटप, पूर्ण रोजगार, किंमत स्थैर्य आणि विकास व वाढ या मुख्य समस्या आहेत. या संदर्भात सार्वजनिक अर्थशास्त्रातील तत्त्वाचा सखोल अभ्यास किंवा सार्वजनिक अंदाजपत्रक तयार करत असताना निर्माण होणाऱ्या बाबी यांचा अभ्यास म्हणजे सार्वजनिक आयव्यय होय.''

मसग्रेव्हची व्याख्या आधुनिक सरकारांना उपयोगी ठरते.

४) प्रा. फिंडले सिराज यांच्या मते, ''सार्वजनिक सत्तांच्या उत्पन्न मिळविण्याच्या व खर्च करण्याच्या पद्धतीशी ज्याचा संबंध आहे त्या शास्त्राला सार्वजनिक आयव्यय म्हणतात.''

("Public finance is the science which is concerned with the manner in which the public authorities obtain their income & spend it.")

सिराज यांनी नगरपालिका, पंचायत समिती, जिल्हा परिषदा, स्थानिक स्वराज्य संस्था या सर्वप्रकारच्या सार्वजनिक सत्तांचा समावेश केलेला आहे.

५) प्रा. पी. ई. टेलर यांच्या मते, ''सरकार या संस्थेत संघटित झालेल्या जनतेच्या अर्थकारणाचे विश्लेषण सार्वजनिक आयव्यय करते. सार्वजनिक आयव्यय फक्त सरकारच्या अर्थकारणाचा विचार करते. सरकारच्या अर्थकारणात सरकारी पैसा गोळा करण्याच्या आणि खर्च करण्याच्या बाबींचा समावेश होतो.'' ("Public finance deals with the finances of the public as an organized group under the institution of Government. The finances of the Government include the raising & disbursement of Government funds.")

६) प्रो. उर्सूला हिक्स (Prof. Ursula Hicks) यांच्या मते, ''सरकारी संस्था ज्या पद्धतीद्वारे इच्छांच्या सामूहिक समाधानाची व्यवस्था करतात व आपल्या उद्दिष्टांच्या पूर्ततेसाठी आवश्यक निधी जमा करतात. त्या पद्धतीचे परीक्षण आणि मूल्यमापन करणे हा सार्वजनिक आयव्ययाचा विषय आहे.'' ("The main content of public finance consists of the examination & appraisal of the methods by which governing bodies provide for the collective satisfaction of wants & secure the necessary funds to carry out their purposes.") यावरून असे दिसून येते की, सार्वजनिक आयव्यय म्हणजे सरकारच्या आयव्ययाच्या विविध साधनांचा अभ्यास होय.

या व्याख्यांवरून सार्वजनिक आयव्यय फक्त सरकारच्या अर्थकारणाचाच विचार करते, असे दिसून येते.

''केंद्र सरकार, राज्य सरकार आणि स्थानिक स्वराज्य संस्था यांचे उत्पन्न आणि खर्च व त्यांची तत्त्वे यांचा अभ्यास म्हणजे सार्वजनिक आयव्यय होय.''

आयव्यय म्हणजे उत्पन्न व खर्च यामध्ये उत्पन्नाचे स्रोत आणि खर्चाचे क्षेत्र यांचा समावेश होतो. सरकार जनतेचे प्रतिनिधित्व करीत असल्याने सार्वजनिक आयव्यय म्हणजे सरकारी उत्पन्न आणि खर्चाचा अभ्यास होय.

व्यक्तिगत आणि सार्वजनिक पातळीवर प्रत्येकास उत्पन्न व खर्चाची बाजू असते. काही मार्गांनी उत्पन्न मिळते; तसेच विविध मार्गांनी पैसा खर्चसुद्धा होतो.

उत्पन्न आणि खर्चाचे भूतकाळ, वर्तमानकाळ व भविष्यकाळ या तिनही काळांमध्ये त्याचे अस्तित्व आहे. आयव्यय या अर्थकारणाच्या दोन बाजू आहेत. त्यांना वेगळे करता येत नाही. त्यांच्यात एक प्रकारचा चक्रीय प्रवाह असतो आणि तो सतत चालू राहतो त्यामुळेच अर्थव्यवस्थेचा प्रवाह चालूच राहतो.

देशाच्या पातळीवर उत्पन्न आणि खर्चाच्या बाजूंचा समग्र पातळीवर जेव्हा विचार केला जातो तेव्हा त्यास 'सार्वजनिक आयव्यय' असे म्हणतात.

२.३ सार्वजनिक आयव्ययाचे स्वरूप (Nature of Public Finance)

सार्वजनिक आयव्यय विषयांत सार्वजनिक महसूल, सार्वजनिक खर्च, सार्वजनिक कर्ज, आर्थिक प्रशासन यामधील कार्यकारण व परिणाम स्पष्ट केला जातो. तसेच सार्वजनिक आयव्ययाची तत्त्वे, नियम, शासनाच्या आर्थिक व्यवहाराचा सांख्यिकी अभ्यास केला जातो. केंद्र सरकार, राज्य सरकार यांच्या आर्थिक साधनसामग्रीचा अभ्यास केला जातो. आर्थिक व्यवस्थेद्वारे सामाजिक न्याय देण्याचा प्रयत्न केला जातो.

सार्वजनिक आयव्ययाचे स्वरूप काळानुसार बदलत आहे. सुमारे अडीच हजार वर्षांपूर्वीचा विचार करता अर्थशास्त्रज्ञांच्या मते, ''अर्थशास्त्र हा राज्यशास्त्र व राजकारणाचा भाग मानला जात होता. राजाने अथवा सरकारने उत्पन्न मिळवून लोकांसाठी व राज्य व्यवस्थेसाठी त्याचा उपयोग करावा अशी एक विचारसरणी होती;'' कौटिल्य या अर्थशास्त्रज्ञाने लोकांच्या उपजीविकेसाठी नवीन मुलूख जिंकावा व स्वत:कडे ठेवावा

याला महत्त्व दिले, आज परिस्थिती बदलली आहे; त्यामुळे सरकारला मुलूख जिंकण्यापेक्षा इतर मार्गाने पैसा मिळवता येऊ शकतो. आज लोकांच्या उपजीविकेऐवजी 'लोककल्याणकारी राज्य' या संकल्पनेला महत्त्व प्राप्त झाले आहे. अर्थशास्त्र आणि राज्यशास्त्र या दोहोंशी संबंधित सार्वजनिक आयव्यय हा विषय आहे. त्यामुळे सरकारने उत्पन्न कसे मिळवावे व खर्च कसे करावे या दोहोंमध्ये मेळ घातला जातो.

निसर्गवादी, व्यापारवादी ॲडम स्मिथ, जे. बी. से. रिकार्डो, मिल, मेकाले यांनी व्यक्तिस्वातंत्र्य आणि निर्हस्तक्षेप धोरण स्वीकारलेले असल्याने सार्वजनिक आयव्ययाचे स्वरूप संकुचित राहिले.

ॲडम स्मिथच्या मते, ''आर्थिक कार्याचे उत्तरदायित्व राज्य सरकारांनी स्वीकारले तर व्यक्तिस्वातंत्र्याचा लोप होईल. त्यामुळे सरकारची कामे फक्त संरक्षण, अंतर्गत कायदा व सुव्यवस्था प्रशासन व न्यायदान एवढ्यापुरतेच मर्यादित असावे. समाजाला आवश्यक वाटणाऱ्या सेवा. उदा. वाहतूक, पाणीपुरवठा, वीज पुरवठा इ. क्षेत्रांत खासगी क्षेत्रापेक्षा सार्वजनिक क्षेत्र कार्यक्षम आणि उपयुक्त असल्याने सरकारने अशा सेवा पुरवाव्यात.'' पूर्वी सार्वजनिक आयव्यय ही व्याख्या सरकारी उत्पन्न खर्च या बाबतीतच केली जात होती. विसाव्या शतकात विशेषत: १९३०च्या जागतिक महामंदीच्या काळात लॉर्ड केन्स आणि जॉन रॉबिन्सन, चेंबरलीन यांसारख्या अर्थशास्त्रज्ञांनी तत्कालीन अर्थव्यवस्थेचे नव्याने विश्लेषण केले. शासकीय कार्यात वाढ करण्याचे सुचविले. थोडक्यात, निर्हस्तक्षेप धोरणाच्या भूमिकेत परिवर्तन होऊन सरकारी हस्तक्षेप स्वीकारला गेल्याने सार्वजनिक आयव्ययाच्या स्वरूपात बदल घडून आला.

सार्वजनिक आयव्ययाची शुद्ध तत्त्वांची संकल्पना सेलिग्मन या अर्थशास्त्रज्ञांनी मांडली. सार्वजनिक उत्पन्न, खर्च आणि सार्वजनिक कार्य याबाबत वस्तुनिष्ठ दृष्टिकोनातून विचार केला जातो. यामध्ये त्याने सार्वजनिक कल्याणाचा दृष्टिकोन मांडला नाही. मात्र, वॅगनर आणि प्रा. पिगू यांनी सामाजिक कल्याणाच्या संदर्भात विचार मांडला. प्रा. पिगू यांच्या मते, ''देशातील लोकांचे सामाजिक कल्याण जास्तीतजास्त प्रमाणात साधण्यासाठी सरकारने राज्यवित्तीय धोरणाच्या आधारे श्रीमंतांकडून गरिबांकडे उत्पन्नाचे व संपत्तीचे हस्तांतरण करावे.''

सार्वजनिक आयव्ययाकडे पाहण्याचा 'कार्यात्मक आयव्यय' हा दृष्टिकोन केन्स, हॅन्सन इत्यादींनी मांडला. कार्यात्मक आयव्ययाच्या संकल्पनेनुसार फक्त महसूल गोळा करण्याच्या हेतूनेच कर आकारणी केली जात नाही तर त्यामागे एक वेगळा आर्थिक आणि सामाजिक हेतू असतो.

सार्वजनिक आयव्ययाकडे पाहण्याचा आणखी एक दृष्टिकोन म्हणजे 'क्रियाशील

आयव्यय' होय. खासगी क्षेत्राकडून केला जाणारा एकूण खर्च सर्वसाधारणपणे अपुरा ठरतो. त्यामुळे प्रत्यक्ष उत्पादन आणि वस्तू व सेवांकरिता असणारी मागणी यामध्ये मोठी तफावत निर्माण होते. हे कार्यात्मक आयव्ययाचे गृहीत असते. ही तफावत भरून काढणे हे कार्यात्मक आयव्ययाचे उद्दिष्ट असते.

कार्यात्मक आयव्ययाच्या दृष्टिकोनात आर्थिक स्थैर्यावर भर दिला जातो; तर क्रियाशील आयव्यय दृष्टिकोनात उत्पादन वाढीच्या दृष्टीने साधनसामग्रीचा चांगला उपयोग करण्यावर भर दिला जातो. क्रियाशील आयव्ययाची संकल्पना विकसनशील देशाच्या दृष्टीने महत्त्वाची ठरते तर पूर्ण रोजगाराची पातळी गाठल्या गेलेल्या प्रगत देशाच्या दृष्टीने सार्वजनिक आयव्ययासंबंधीचा 'कार्यात्मक' दृष्टिकोन योग्य ठरतो.

अलीकडच्या काळात सरकारच्या कार्यक्षेत्रात आणि कर्तव्यात वाढ होत असल्यामुळे सार्वजनिक खर्चात वाढ होऊ लागली आहे. सरकारला भरपूर उत्पन्न मिळाल्याशिवाय ही कामे पार पाडता येणार नाहीत. सार्वजनिक आयव्ययाचे मूलतत्त्व समाजाचे जास्तीतजास्त हित साधणे हे असते. सामाजिक स्थैर्य टिकवणे, देशाचे उत्पादन आणि उत्पन्न वाढविणे, आर्थिक प्रगती घडवून आणणे इ. कार्ये पार पाडण्यासाठी सरकारला उत्पन्न प्राप्त करावे लागते आणि खर्चसुद्धा करावा लागतो; याचाच विचार सार्वजनिक आयव्ययात केला जातो.

अलीकडच्या काळात सार्वजनिक आयव्ययाचे स्वरूपात बदल झाल्याचे दिसून येते. सरकारने सुरक्षितता आणि संरक्षण, शांतता या कार्यांबरोबरच जनहिताची कामे केली पाहिजेत. राज्य हे पोलिसी राज्य न राहता कल्याणकारी राज्य झाले पाहिजे, हे मान्य झाल्यामुळे सार्वजनिक सत्तेच्या कार्यात आणि खर्चात वाढ होत आहे. सरकारने शिक्षणविषयक सोयी वाढविणे, आरोग्यरक्षण करणे, रोजगारात वाढ घडवून आणणे, बेकारीचे निवारण करणे, जनतेच्या राहणीमानाचा दर्जा वाढविणे, तेजी-मंदी चक्राविरुद्ध उपाययोजना करणे, आर्थिक विकास घडवून आणणे, आर्थिक कल्याणकारी राज्याच्या संकल्पनेचा स्वीकार बहुसंख्य देशांनी केल्यामुळे सार्वजनिक आयव्ययाच्या स्वरूपात व व्याख्येत बदल घडवून आणण्यात आले आहेत.

प्रा. शेठ यांच्या मते, ''सार्वजनिक आयव्यय हे शास्त्र आहे, तसेच कलाही आहे. जेव्हा आपण सरकारच्या महसुलाच्या आणि खर्चाच्या तत्त्वांचा व धोरणांचा अभ्यास करतो तेव्हा ते शास्त्र ठरते आणि ही तत्त्वे सरकारच्या समस्या सोडविण्यासाठी वापरली जातात तेव्हा ते कलास्वरूपाचे आहे, असे दिसून येते. शिवाय सार्वजनिक आयव्यय हे पॉझिटिव्ह किंवा प्रत्यक्षानुसारी शास्त्र आहे; कारण त्यात सार्वजनिक महसूल आणि सार्वजनिक खर्चाबाबतची तत्त्वे आणि समस्या यांच्या अभ्यासाचा समावेश होतो, तसेच

सार्वजनिक आयव्यय हे मूल्यवादी किंवा आदर्शवादी शास्त्र आहे; कारण ते सरकारच्या आयव्यय व्यवहारांच्या परिणामांचे मूल्यमापन करते.''

२.४ सार्वजनिक आयव्ययाची व्याप्ती (Scope of Public Finance)

शासनसंस्था निर्धारित केलेल्या कामांसाठी संघटित समाजात अनेक पातळ्यांवर काम करीत असते. भारतासारख्या देशात ग्रामपंचायतीपासून मध्यवर्ती शासनापर्यंत (केंद्र शासनापर्यंत) विविध पातळ्यांवर सामूहिक स्वरूपाची कामे पार पाडली जातात. या सर्व कामांसाठी खर्च करावा लागतो आणि खर्च करण्यासाठी पैसा उभारावा लागतो. या अनुरोधाने अनेक बाबींचा विचार करावा लागतो. त्या दृष्टिकोनातून सार्वजनिक आयव्ययाचा अभ्यास महत्त्वाचा बनतो.

सार्वजनिक आयव्ययाची व्याप्ती गेल्या अडीच दशकात खूपच बदलली आहे. एकोणिसाव्या शतकाच्या शेवटी अर्थशास्त्रज्ञ विशेषत: प्रा. सेलिग्मन यांनी सार्वजनिक आयव्ययाचा शुद्ध सिद्धान्त विकसित केला. या दृष्टिकोनानुसार महसूल गोळा करणे आणि त्याचे विविध खर्चासाठी वाटप करणे या बाबींचा निव्वळ वस्तुनिष्ठ दृष्टिकोनातून अभ्यास केला होता. त्याचा समाजातील सार्वजनिक कल्याणावर काय परिणाम होतो, याचा समावेश केला नव्हता; तरी तो सार्वजनिक आयव्ययाचा सुरक्षित सिद्धान्त म्हणून वर्णन केला जात होता.

२० व्या शतकात त्या सिद्धान्ताऐवजी प्रा. पिगू यांचा कल्याणकारी आयव्यय सिद्धान्त लोकप्रिय होत गेला. या नव्या सिद्धान्तानुसार सार्वजनिक आयव्ययाचे महत्त्वाचे कार्य म्हणजे समाजाच्या आर्थिक कल्याणात वाढ करणे हे असते.

त्यानंतर प्रा. केन्स यांच्या कार्यात्मक आयव्ययाच्या सिद्धान्ताचा १९३०च्या दरम्यान उदय झाला. या सिद्धान्तानुसार सार्वजनिक आयव्ययाचे महत्त्वाचे कार्य म्हणजे फक्त अर्थव्यवस्थेची वृद्धी साधणे हे नसून, त्याशिवाय आर्थिक स्थैर्य प्राप्त करणे व टिकवून धरणे हे असते.

केन्स यांच्या सिद्धान्ताच्या साहाय्याने भांडवलशाही अर्थव्यवस्थेत आढळून येणाऱ्या व्यापारचक्रावर नियंत्रण करता येते. आर्थिक महामंदीच्या काळात तुटीचे अंदाजपत्रक एकूण मागणीस चालना देऊन एकूण उत्पादन आणि एकूण रोजगार यांच्यात वाढ करण्याच्या कामी 'प्रभावी साधन' म्हणून वापरण्यात येते; तसेच तेजीच्या काळात भरमसाट भाववाढ होत असते. तेव्हा शिलकी अर्थसंकल्पाच्या आधारे एकूण मागणीवर नियंत्रण ठेवणे व वाढत्या किमतीवर नियंत्रण ठेवणे शक्य होते. यावरून असा निष्कर्ष काढता येतो की, सार्वजनिक आयव्ययाची व्याप्ती गतिशील स्वरूपाची असते; म्हणून ती वेळोवेळी

अर्थव्यवस्थेच्या गरजेनुसार बदलली जाते.

सार्वजनिक आयव्ययाची सध्याची व्याप्ती पुढीलप्रमाणे सांगता येते -

१) सार्वजनिक उत्पन्न : सार्वजनिक आयव्ययाच्या या शाखेत सरकारच्या उत्पन्नाच्या विविध मार्गांचा अथवा स्रोतांच्या अभ्यासाचा समावेश होतो. केंद्र सरकार, राज्य सरकार, स्थानिक स्वराज्य संस्था यांचे उत्पन्न कोणत्या प्रकारे जमा केले जाते याचा अभ्यास या विभागात केला जातो.

विविध करांपासून सरकारला उत्पन्न मिळते. करांचे प्रकार, करांचा बोजा, करभार पात्रता, करांचे उत्पादन, करांचे विभाजन, रोजगार इ. वर होणारे परिणाम इत्यादींचा अभ्यास केला जातो. सर्व उत्पन्न स्रोतांपैकी कर हे सर्वांत महत्त्वाचे उत्पन्नाचे साधन आहे. या विभागात करविषयक तत्त्वे, करांचा भार व कर आकारणीचे परिणाम इ. विषयांच्या अभ्यासाचा समावेश होतो.

२) सार्वजनिक खर्च : सार्वजनिक आयव्ययाच्या या विभागात सार्वजनिक खर्चाची तत्त्वे, खर्चाचे विविध कार्यासाठी वाटप, त्याचे अर्थव्यवस्थेवर होणारे परिणाम आणि सरकारी खर्चावरचे नियंत्रण, रोजगार, आर्थिक स्थैर्य व वृद्धी तसेच सार्वजनिक खर्च वाढीची कारणे इ. बाबींचा अभ्यास केला जातो.

३) वित्तीय प्रशासन : सार्वजनिक आयव्ययाच्या या विभागात सरकारच्या उत्पन्नाच्या साधनांचा खर्चाच्या बाबींचा प्रशासकीय व व्यवस्थापकीय दृष्टिकोनातून विचार केला जातो. वित्तविषयक धोरणांची आखणी व अंमलबजावणी या दोहोंचे महत्त्व अनन्यसाधारण असते. अंदाजपत्रक हे त्या धोरणाचे माध्यम आहे. त्यामुळे या विभागात अंदाजपत्रक कसे तयार केले जाते, अंदाजपत्रकाचे उद्देश, अंदाजपत्रकाच्या महत्त्वाच्या बाबी, नियंत्रण तत्त्वे, आर्थिक परिणाम इ. चे शास्त्रशुद्ध विवेचन केले जाते. थोडक्यात, या विभागात अर्थसंकल्पाची तयारी व स्वीकृती, खात्याचे लेखापरीक्षण अथवा ऑडिट इ. चा समावेश होतो.

४) सार्वजनिक कर्ज : सार्वजनिक आयव्ययाच्या विभागात सार्वजनिक कर्जाची तत्त्वे, उद्दिष्टे, कर्जप्राप्तीचे मार्ग, कर्जाचे प्रकार, कालावधी, कर्जाचा भार, कर्जप्राप्तीच्या समस्या, अंतर्गत व बाह्य कर्जाचे स्वरूप, परतफेड इ. चा अभ्यास केला जातो. आधुनिक सरकारच्या खर्चात जलदगतीने वाढ होत असल्याने सरकारी महसूल उत्पन्न पुरेसा असत नाही. त्यामुळे सरकारला कर्ज काढणे भाग पडते. विशेषत: तुटीच्या अर्थसंकल्पाच्यावेळी जनतेकडून कर्ज उभारून अर्थसंकल्पातील तूट भरून काढली जाते. त्यामुळे कर्जव्यवस्थापनाचाही सार्वजनिक आयव्ययात समावेश होतो.

५) वित्तीय धोरण : सरकारच्या कार्याचा अर्थव्यवस्थेवर विशेषत: उत्पादन, उपभोग, उत्पन्नाचे वाटप, किमती, रोजगार इ. बाबींवर कोणता परिणाम होतो हाही विषय आयव्यय व्याप्तीमध्ये समाविष्ट केला जातो. सरकारच्या वित्तीय व्यवहारांशी संबंधित सर्व धोरणे ठरविण्याच्या प्रशासकीय पद्धतींचा अभ्यास केला जातो. चलनविषयक धोरणांबरोबरच वित्तीय धोरणांचा पद्धतशीर अभ्यास राज्यवित्तीय धोरणांच्या संदर्भात केला जातो.

वित्तीय धोरणांचा अवलंब आर्थिक स्थैर्य, आर्थिक विकास व इतर उद्दिष्टांच्या पूर्ततेसाठी मार्गदर्शन तत्त्वे ठरविण्यासाठी केला जातो.

६) आर्थिक स्थैर्य व वृद्धी : अर्थव्यवस्थेतील स्थैर्य प्राप्त करणे आणि ते कसे टिकवून ठेवता येईल याचा अभ्यास सार्वजनिक आयव्ययात केला जातो; तसेच तेजी आणि मंदीवर नियंत्रण, किंमत स्थैर्य, आर्थिक वृद्धी, पूर्ण रोजगार इ. चा अभ्यास केला जातो. विकसनशील देशात आर्थिक स्थैर्य व आर्थिक वृद्धी या संदर्भातील धोरणे आखून त्यांची अंमलबजावणी करणे अतिशय महत्त्वाचे असते. त्या संदर्भातील अभ्यास सार्वजनिक आयव्ययात केला जातो.

७) संघीय वित्तपुरवठा : संघराज्याच्या वाढीमुळे केंद्र सरकारला सर्वच कार्ये स्वत:कडे ठेवणे अडचणीचे होते; म्हणून खर्चाची काही तरतूद राज्याकडे सुपुर्द केली जाते. संघीय वित्तव्यवस्थेत केंद्र सरकार व घटकराज्य सरकार यांच्या अर्थविषयक संबंधांचा विचार केला जातो.

अशा रीतीने हे सर्व विभाग एकमेकांशी निगडित असतात व तरीही अभ्यासाच्या दृष्टीने त्यांचा स्वतंत्रपणे विचार करण्यात येतो.

बदलत्या परिस्थितीनुसार सार्वजनिक आयव्ययाची व्याप्ती सतत विस्तारतच असते; कारण सरकारची कामे दिवसेंदिवस वाढतच आहेत. उदा. सरकारच्या सामाजिक जबाबदाऱ्या, संरक्षण व प्रशासनाचा वाढता खर्च इ.

सार्वजनिक आयव्ययाच्या व्याप्तीचा अभ्यासाचा आढावा घेतल्यानंतर असे दिसून येते की, सार्वजनिक आयव्ययाची व्याप्ती सतत विस्तारत आहे. राज्याच्या कार्यामध्ये सतत नवीन भर पडत आहे. आर्थिक प्रश्न व स्वरूप यामध्ये सतत बदल होत आहेत. या सर्व बदलांचा परिणाम सार्वजनिक आयव्ययावर होताना दिसून येतो. १९२९-३० ते १९३५ या काळातील जागतिक मंदी आणि केन्सने रोजगारासंदर्भात केलेले विश्लेषण या दोन घटनांमुळे सार्वजनिक आयव्ययात फार मोठा बदल घडून आल्याचे दिसून येते. सरकारची भूमिका किती महत्त्वाची आहे हे तेव्हापासून दिसून येऊ लागले आहे. तसेच बदलत्या काळात उत्पन्नाची साधने, खर्चाचे मार्ग, कर्जाचे स्रोत, परतफेडीचा उपाय इ.

सर्वच बाबी बदलल्याचे दिसून येते. सरकारचा संरक्षण आणि प्रशासनावरील खर्च मोठ्या प्रमाणात वाढत आहे. या सर्व घटकांचा विचार करता सार्वजनिक आयव्ययाची व्याप्ती विस्तारणे स्वाभाविक आहे. तसेच सध्याच्या खासगीकरण, उदारीकरण व जागतिकीकरणातसुद्धा सार्वजनिक आयव्ययाची भूमिका महत्त्वपूर्ण ठरते.

२.५ सार्वजनिक आयव्ययाचे महत्त्व (Importance of Public Finance)

सनातनवादी अर्थशास्त्रज्ञांच्या मते, भांडवलशाही अर्थव्यवस्था पूर्ण स्पर्धा आणि मुक्त बाजार यंत्रणेद्वारे साधनसामग्रीचा पर्याप्त वापर करून दीर्घकाळात समतोल साधू शकते म्हणून सरकारचे निर्हस्तक्षेपी धोरण आवश्यक असते. परंतु १९३०च्या महामंदीच्या काळात असे दिसून आले की, भांडवलशाही अर्थव्यवस्था आपोआप समाजहिताच्या दृष्टीने कार्य करू शकत नाही. त्यासाठी सरकारी हस्तक्षेपाची गरज पडते; तेव्हापासून सार्वजनिक आयव्ययाचे महत्त्व वाढत गेल्याचे दिसून येते. भारतीय अर्थव्यवस्थेतसुद्धा सार्वजनिक आयव्ययाचे महत्त्व वाढत असल्याचे दिसून येते. सार्वजनिक आयव्ययाचे महत्त्व पुढीलप्रमाणे सांगता येते -

१) आर्थिक नियोजन : देशात आर्थिक योजनांद्वारे आर्थिक विकासाची जलद गती साधण्याच्या कामी सार्वजनिक आयव्यय महत्त्वाची भूमिका बजावते. उदा. भारतीय सरकारने पंचवार्षिक योजनेसाठी आवश्यक असणारे महसूल मिळविण्यासाठी कर पद्धती, देशांतर्गत व परकीय सरकारकडून कर्जाचा विस्तृत प्रमाणावर वापर केला आहे, असे दिसून येते.

२) कर विषयक धोरण : समाजास विघातक अशा वस्तू. उदा. अफू, तंबाखू, दारू इ. च्या उत्पादनांवर आणि उपभोगांवर सरकार जादा कर बसविते कारण त्यामागे जनतेस अशा वस्तूंच्या सेवनापासून परावृत्त करण्याचे सरकारचे धोरण असते.

३) आर्थिक स्थैर्य साधणे व टिकवणे : भांडवलशाही अर्थव्यवस्थेत आर्थिक स्थैर्य प्राप्त करणे व ते टिकवून धरण्याचे महत्त्वाचे कार्य सार्वजनिक आयव्ययाच्या साहाय्याने पार पाडता येते. आधुनिक दृष्टिकोनानुसार सार्वजनिक आयव्यय हे वास्तविक कार्यात्मक किंवा प्रतिपूरक अथवा कॉम्पेन्सेटरी स्वरूपाचे असते. मंदीच्या काळात सार्वजनिक आयव्ययाचे उद्दिष्ट हे चलनसंकोच दूर करण्याचे असते तर तेजीच्या काळात चलनवृद्धीवर नियंत्रण ठेवण्याचे असते. त्यासाठी कर आकारणी, सरकारी खर्च, सार्वजनिक महत्त्वाच्या धोरणांचा उपयोग केला जातो.

४) अर्थसाहाय्य व अनुदान : सर्वसामान्य जनतेच्या उपभोगासाठी आवश्यक असणाऱ्या वस्तू. उदा. अन्नधान्ये इ. उत्पादन करण्यासाठी व रोजगार पुरविण्याच्या

कामी महत्त्वाचे असणारे लघुउद्योग आणि ग्रामीण उद्योगांची वाढ व्हावी म्हणून सरकार मोठ्या प्रमाणावर अर्थसाहाय्य व अनुदान पुरविते.

५) बचत आणि गुंतवणुकीत वाढ करणे : अर्थव्यवस्थेत बचत आणि गुंतवणुकीच्या दराच्या प्रमाणात वाढ करण्याचे महत्त्वाचे कार्य सार्वजनिक आयव्यय करू शकते. उदा. करामध्ये घट केल्यास बचत वाढण्यास मदत होते. तसेच उद्योग संस्थांवरील करांचे प्रमाण कमी केल्याने त्यांची बचतीची क्षमता वाढते. उद्योगांना व व्यवसायांना सवलती व अर्थसाहाय्य पुरविण्यात आल्यास गुंतवणुकीतही वाढ होते.

६) बाल्यावस्थेतील उद्योगांना संरक्षण : देशातील बाल्यावस्थेत असणाऱ्या उद्योगांना परकीय स्पर्धेपासून संरक्षण देण्यासाठी आयातकरांची अंमलबजावणी होते. त्यामुळे हे उद्योग जलदगतीने विकास साधू शकतात व त्यांची स्पर्धाशक्ती वाढण्यास मदत होते.

७) विषमता कमी करणे : अर्थव्यवस्थेतील उत्पन्न व संपत्ती यांच्या वाटपातील विषमता कमी करण्यासाठी सार्वजनिक आयव्ययाचा उपयोग करण्यात येतो व त्या उत्पन्नातून गरीब जनतेस स्वस्त दराने अन्नधान्य पुरविणे इ. उपलब्ध करण्यात येते; अशा रीतीने सरकार सार्वजनिक आयव्ययाच्या साहाय्याने श्रीमंत वर्गाकडून गरीब वर्गाकडे क्रयशक्तीचे हस्तांतर घडवून आणते.

८) रोजगाराच्या संधी उपलब्ध करणे : अर्थव्यवस्थेत रोजगाराच्या संधी उपलब्ध करण्यासाठी सरकार सार्वजनिक आयव्ययाचे साहाय्य घेते. उदा. मंदीच्या काळात तुटीच्या अंदाजपत्रकाचा वापर करून देशातील रोजगाराचे आकारमान वाढविण्यात येते.

९) उपलब्ध साधनसामग्रीचा पर्याप्त वापर : उपलब्ध साधनसामग्रीचा पर्याप्त वापर करण्यासाठी सार्वजनिक आयव्ययाचे महत्त्वाचे स्थान आहे. सरकार हे उपभोग, उत्पादन आणि वाटपावर योग्य प्रकारच्या अंदाजपत्रकाच्या धोरणाच्या साहाय्याने नियंत्रण ठेवून अर्थव्यवस्थेतील समाजकल्याणाची जास्तीतजास्त पातळी गाठण्याचे उद्दिष्ट साधू शकते.

२.६ खासगी आयव्यय आणि सार्वजनिक आयव्यय (Private Finance & Public Finance)

खासगी आयव्यय आणि सार्वजनिक आयव्यय यामधील साम्य तसेच त्यांच्यातील तुलना केल्यास विषयाच्या आकलनास फायदा होतो; कारण तुलनेमुळे विषयाच्या आकलनास अधिक मदत होते. खासगी आयव्ययाशी व्यक्ती परिचित असतेच- परंतु सार्वजनिक आयव्ययाशी खासगी आयव्यय कितपत समान आहे व त्यामध्ये कसा फरक

आहे हे समजले की सार्वजनिक आयव्ययाचे स्वरूप समजते. महत्तम लाभ हे व्यक्ती आणि सार्वजनिक सत्ता यांचे अंतिम उद्दिष्ट असते. अल्पकाळात उत्पन्नापेक्षा खर्च वाढल्यास दोघांनाही कर्जाचा मार्ग स्वीकारावा लागतो. व्यक्तीप्रमाणेच राज्याचीसुद्धा आर्थिक क्रियांची सुरुवात इच्छांमधूनच होते. तसेच उत्पादक क्रियांची प्रेरक शक्तीसुद्धा आर्थिक इच्छा हीच असते.

खासगी आयव्ययामध्ये व्यक्ती, कुटुंब आणि संस्थांच्या वित्तीय व्यवहारांचा समावेश होतो; तर सार्वजनिक आयव्ययामध्ये सार्वजनिक संस्थांच्या वित्तीय व्यवहारांचा समावेश होतो.

खासगी आयव्यय : व्यक्ती आपले आर्थिक व्यवहार स्वत:च्या महत्तम कल्याणाच्या हेतूने करीत असतात; तसेच स्वत:च्या गरजांच्या पूर्ततेसाठी संपत्ती व उत्पन्नाचा वापर करते. ज्यावेळेस आपल्या खर्चासाठी स्वत:चे उत्पन्न अपुरे पडते त्यावेळेस कर्ज घेतात; व नंतर कर्जाची परतफेड करतात, व्यक्ती आपल्या उत्पन्नाचा खर्चाशी मेळ घालण्याचा प्रयत्न करतात.

व्यक्तींना अचानक येणाऱ्या संकटांना सामोरे जाण्यासाठी प्रयत्नशील राहावे लागते.

सार्वजनिक आयव्यय : सरकार लोकांचे जास्तीतजास्त महत्तम कल्याण कसे होईल याकडे लक्ष देते त्यासाठी लोकांच्या गरजांच्या पूर्ततेसाठी आपल्या उत्पन्नाचा उपयोग करते. आपल्या खर्चासाठी ज्यावेळेस उत्पन्न कमी पडते त्यावेळेस सरकार कर्ज घेते. सरकार आकस्मिक संकटांना सामोरे जाण्यासाठी सतत प्रयत्नशील असते.

खासगी आयव्यय आणि सार्वजनिक आयव्यय यामध्ये काही बाबतीत साम्य तर काही बाबतीत भेद दिसून येतो.

साम्य (Similarities)

१) इच्छांची तृप्ती : खासगी आणि सार्वजनिक आयव्यय या दोघांचेही व्यवहार इच्छेमुळे निर्माण होतात. या दोघांचेही उद्दिष्ट एकच असते ते म्हणजे गरजांची अथवा इच्छांची पूर्ती होणे. खासगी इच्छा वैयक्तिक गरजांमधून निर्माण होतात तर सार्वजनिक इच्छा समूहाच्या गरजांमधून निर्माण होतात, दोघांचेही उद्दिष्ट एकच असते ते म्हणजे गरजांची पूर्तता होणे.

२) महत्तम समाधान मिळविणे : व्याप्ती आणि सरकार दोघांचेही उद्दिष्ट महत्तम समाधान साध्य करणे. व्यक्ती आणि सरकार दोघेही आर्थिक व्यवहार, उत्पन्नाचे स्रोत, खर्चाचे मार्ग यांची अशी जुळवाजुळव करतात की त्यांना जास्तीतजास्त समाधान मिळेल.

३) कर्जाचा वापर : व्यक्ती आणि सरकार ही दोघेही खर्चापेक्षा उत्पन्न कमी पडले तर कर्ज घेतात आणि घेतलेल्या कर्जाची परतफेड करतात.

४) उत्पन्न-खर्चाचा ताळमेळ : व्यक्ती आणि सरकार या दोघांनाही आपल्या खर्चाचा आणि खर्चाचा मेळ कसा घालावा या समस्येची सोडवणूक करावी लागते कारण या दोघांनाही अनेक साध्ये आणि मर्यादित साधने यांचा मेळ बसवून आपले उद्दिष्ट साध्य करावयाचे असते.

५) कर्तव्यदक्ष प्रशासन : खासगी कंपन्या आणि सरकार या दोघांनाही कर्तव्यदक्ष प्रशासनाची गरज असते जर खासगी कंपन्या व सरकार या दोहोत प्रशासन अकार्यक्षम आणि भ्रष्टाचारी असेल तर पैशांचा अपव्यय आणि हानी होते.

खासगी आयव्यय आणि सार्वजनिक आयव्ययातील साम्य विविध मुद्द्यांच्या आधारे स्पष्ट करता येते. याची यादी वाढविता येऊ शकते परंतु येथे याची गरज वाटत नाही. व्यक्ती आणि सार्वजनिक या दोन्ही संकल्पना वेगवेगळ्या विचारात घेतल्या जातात. या दोन संकल्पना वेगवेगळ्या असून दोन्हीतील फरक पुढीलप्रमाणे स्पष्ट करता येतो -

खासगी आणि सार्वजनिक आयव्ययातील फरक (Difference between Private & Public Finance)

खासगी आणि सार्वजनिक आयव्ययातील फरक पुढील बाबींवरून दिसून येतो.

	खासगी आयव्यय	सार्वजनिक आयव्यय
१) उद्दिष्टे भिन्न	१) खासगी आयव्ययाचे उद्दिष्ट 'व्यक्तीचे महत्तम कल्याण' हे असते.	१) सार्वजनिक आयव्ययाचे उद्दिष्ट संपूर्ण समाजाचे कल्याण हे असते.
२) क्षेत्र	२) खासगी आयव्ययाचे उद्दिष्ट व क्षेत्र संकुचित असते.	२) सार्वजनिक आयव्ययाचे उद्दिष्ट व क्षेत्र व्यापक असते.
३) उत्पन्नाची साधने	३) व्यक्तीच्या उत्पन्नाची साधने मर्यादित असतात.	३) सरकारच्या उत्पन्नाची साधने अनेक असतात.
४) उत्पन्न शक्ती	४) व्यक्तीची उत्पन्न मिळविण्याची शक्ती मर्यादित असते.	४) सरकारची उत्पन्न मिळविण्याची शक्ती अमर्याद असते.
५) लवचिकता	५) व्यक्तीच्या बाबतीत खर्च अधिक लवचीक असतो.	५) सरकारच्या बाबतीत उत्पन्न अधिक लवचीक असते.

	खासगी आयव्यय	सार्वजनिक आयव्यय
६) उत्पन्न	६) खासगी व्यक्ती सक्ती करून उत्पन्न मिळवू शकत नाही.	६) कर देणे सक्तीचे असल्याने त्यापासून सरकारला उत्पन्न मिळते तसेच सक्तीची बचत योजना इ.
७) उत्पन्न अधिकार	७)व्यक्ती व खासगी उद्योगसंस्थांना उत्पन्न मिळविण्यासाठी अधिकाराचा वापर करता येत नाही.	७) सरकार करापासून उत्पन्न मिळविताना अधिकाराचा वापर करतात.
८) खर्चाचे स्वरूप	८) व्यक्तिगत खर्च टाळता येण्यासारखा किंवा पुढे ढकलता येतो. अर्थात, अन्न, वस्त्र, निवारा इत्यादी प्रकारचा काही खर्च अनिवार्य असतो; परंतु, त्याची तुलना सरकारी अनिवार्य खर्चाशी होऊ शकत नाही.	८)सरकारी खर्च अनिवार्य असतात; ते सरकारला टाळता येत नाही. उदा. संरक्षण, प्रशासन, आरोग्य, पाणी पुरवठा, वीज, रस्ते बांधणी, शिक्षण इत्यादींवर खर्च करावाच लागतो.
९) खर्चाचा उद्देश	९) व्यक्ती फायद्यासाठी खर्च करते. (खासगी व्यावसायिक) स्वार्थ प्रेरणेने प्रेरित होऊन खर्च करतो. नफा मिळविणे हा मुख्य हेतू असतो.	९) सरकार खर्च करते तेव्हा नफा मिळवणे हा हेतू नसतो; तर समाजाचे कल्याण करणे हा हेतू असतो.
१०) खर्च विषयक धोरण व पद्धती	१०) व्यक्तिगत खर्चावर सामाजिक चालीरिती, रीतीरिवाज, प्रथा, सांस्कृतिक व इतर सामाजिक रूढी व मूल्ये यांचा प्रभाव पडतो.	१०)सार्वजनिक खर्च हा हेतुपूर्वक आखलेल्या वित्तीय धोरणाने नियंत्रित केलेला असतो.
११) अंदाज-पत्रकाचे स्वरूप	११) व्यक्ती आपले अंदाजपत्रक तयार करताना उत्पन्नापेक्षा खर्च कमी करण्याचा प्रयत्न	११) सरकारला जमेपेक्षा खर्चाचा जास्त विचार करावा लागतो व सरकारची भूमिका

	खासगी आयव्यय	सार्वजनिक आयव्यय
	करतो. व्यक्तीच्या दृष्टीने अंदाजपत्रक फारसे महत्त्वाचे नसते.	कल्याणकारी शासनाची असल्याने सरकारचे अंदाजपत्रक शिलकीपेक्षा तुटीचेच असते. सरकारच्या दृष्टीने अंदाजपत्रक फार महत्त्वाचे असते.
१२)अंदाजपत्रक कालावधी	१२)व्यक्तीच्या बाबतीत अंदाजपत्रक हे आठवड्याचे, महिन्याचे अथवा वर्षाचेसुद्धा असू शकते.	१२) सरकारच्या बाबतीत नफा-खर्चाचा काळ महत्त्वाचा असतो. सर्वसाधारणपणे एक वर्ष विचारात घेतले जाते. १ एप्रिल ते ३१ मार्च या काळातील सरकारच्या जमा-खर्चाचा विचार केला जातो.
१३)भविष्यकालीन व्यवस्था	१३)व्यक्ती उत्पन्न खर्चाच्या बाबतीत भविष्यकाळापेक्षा वर्तमान काळाचा व अल्पकाळाचा विचार करते व त्या पद्धतीने योजना आखते.	१३) सरकार वर्तमानकाळाबरोबर भविष्यकाळाचासुद्धा विचार करते; व आर्थिक कल्याणाच्या दीर्घकालीन योजना तयार करते. उदा. जलसिंचन, वनसंरक्षण, पर्यावरण संतुलन, शिक्षण, आरोग्य इ.
१४)उत्पन्न खर्चाची गुप्तता	१४) व्यक्ती आपले उत्पन्न, खर्च व कर्ज या बाबतीत गुप्तता राखते. उत्पन्न, बचत व कर्ज इतरांना कळू नये याची सतत काळजी घेत असते.	१४) सरकार आपले उत्पन्न व खर्चाबाबतचे अंदाजपत्रक सभागृहापुढे मांडते. अंदाजपत्रकाद्वारे उत्पन्न व खर्च जनतेसमोर मांडले जातात.
१५) कर्जाचे स्वरूप	१५) खासगी संस्था अथवा व्यक्ती बँका, सावकार यांच्याकडून कर्ज घेते. अटी मान्य करून कर्ज घेते.	१५) सरकार बरेचसे कर्ज जनतेकडून मिळविते तसेच देशांतर्गत व बाह्य कर्ज उपलब्ध होते. सरकार कर्जदार असूनसुद्धा अटी घालू शकते.

थोडक्यात, खासगी आयव्यय आणि सार्वजनिक आयव्यय यामध्ये बराच फरक आहे. त्यामुळे खासगी आयव्ययाला लागू होणारे नियम व सिद्धान्त जसेच्या तसे सार्वजनिक आयव्ययाला लागू करता येत नाहीत. सरकारी निर्णयाचा प्रभाव जसा खासगी व्यक्तिगत निर्णयावर होतो तसाच प्रभाव व्यक्तिगत संघटित निर्णयाचा परिणाम सरकारी निर्णयावर पडतो. त्यामुळे खासगी व्यक्ती व सरकार यांच्यात सुसंवाद असणे अत्यंत आवश्यक असते.

२.७ सार्वजनिक, खासगी वस्तू व गुणवत्ता वस्तू (Public, Private goods & Merit goods)

व्यक्तीच्या गरजा सार्वजनिक व्यक्तिगत अथवा खासगी जशा असतात तशाच प्रकारे सार्वजनिक वस्तू व खासगी वस्तू असे प्रकार केले जातात. ते पुढीलप्रमाणे स्पष्ट करता येतात -

सार्वजनिक वस्तू : अशा काही वस्तू असतात की त्यांचा पुरवठा समाजातील प्रत्येकासाठी खुला असतो. अशा वस्तू शक्यतो सरकारद्वारे उपलब्ध करून दिल्या जातात. सार्वजनिक वस्तूंचे पुढील वर्गीकरण करता येते.

अ) सामाजिक वस्तू : जसे संरक्षण, रस्ते, पूल, न्याय इ. यांचा फायदा व्यक्तिगत बरोबर सामाजिकसुद्धा घेतला जातो. त्यामध्ये कोणत्याही प्रकारे विभाजन करता येत नाही. त्याची व्यक्तिगत किंमत देण्याची गरज नसते. त्याचा सामूहिक उपभोग घेता येतो. सामाजिक वस्तूंसाठी अंदाजपत्रकात आर्थिक तरतूद केली जाते.

ब) गुणवत्ता वस्तू : या वस्तूंचा लाभ सर्वांनाच होतो असे नाही. सरकार त्याची नाममात्र किंमत आकारात असते. या वस्तू खुल्या बाजारात विकत मिळत नाहीत. सरकार स्वत:हून त्या उपलब्ध करून देतात. बऱ्याचदा त्या मोफत पुरविण्याचा प्रयत्न केला जातो. जसे शिक्षण, आरोग्य इ.

खासगी वस्तू : अशा वस्तूंचा उपभोग घेणाऱ्या व्यक्तीलाच उपयोगिता मिळते. ती इतरांना मिळत नाही. अशा वस्तूंना 'खासगी वस्तू' म्हणतात. अशा वस्तू बाजारात उपलब्ध असतात. त्या वस्तूंची किंमत देऊन त्या खरेदी कराव्या लागतात. जे लोक अशा वस्तूंना किंमत देत नाही त्यांना त्या मिळत नाहीत. अशा वस्तूंसाठी अंदाजपत्रकात तरतूद नसते. बाजारयंत्रणेद्वारे त्या वितरित होत असतात. मागणी व पुरवठ्यानुसार त्यांची किंमत कमी-जास्त होत असते. ग्राहकांची मागणी कमी असेल तर पुरवठा वाढण्याची शक्यता कमी असते. व्यक्तिगत फायद्यासाठी अशा वस्तू खरेदी केल्या जातात.

सराव प्रश्न :

१) सार्वजनिक आयव्ययाची संकल्पना स्पष्ट करा.

२) सार्वजनिक आयव्ययाचे स्वरूप स्पष्ट करा.

३) सार्वजनिक आयव्ययाची व्याप्ती व महत्त्व स्पष्ट करा.

४) खासगी व सार्वजनिक आयव्ययातील फरक सांगा.

५) सार्वजनिक, खासगी व गुणवत्ता वस्तूंबाबत माहिती सांगा.

प्रकरण ३ | महत्तम सामाजिक लाभाचे तत्त्व (The Principle of Maximum Social Advantage)

३.१ प्रास्ताविक
३.२ महत्तम सामाजिक लाभाचे दृष्टिकोन
३.३ महत्तम सामाजिक लाभ तत्त्व - डाल्टनचा दृष्टिकोन
३.४ मसग्रेव्ह यांचे महत्तम सामाजिक लाभाचे तत्त्व

३.१ प्रास्ताविक (Introduction)

व्यक्ती स्वत:ची कामे स्वत: करू शकत नाही. त्यासाठी समाजाची मदत घ्यावी लागते. समाजाचे संघटित स्वरूप म्हणजे 'सरकार' होय. व्यक्तीसाठी सरकार काही कार्ये करते. शिक्षण, आरोग्य, संरक्षण, अंतर्गत व्यवस्था इ. अशा अनेक गरजा सरकार पूर्ण करते. अलीकडच्या काळात तर या कार्यांची संख्या वाढत चाललेली आहे. सध्या सरकारांनी कल्याणकारी राज्याची भूमिका स्वीकारल्याने सरकारच्या कार्यात वाढ झालेली दिसनू येते.

सार्वजनिक आयव्यय हे सरकारच्या उत्पन्न आणि खर्चाचे आर्थिक तत्त्वज्ञान आहे. सार्वजनिक आयव्ययाला मूल्यशोधक आणि व्यावहारिक शास्त्र समजून सार्वजनिक सत्तेला सामाजिक लाभाची कार्ये करावी लागतात. त्यासाठी ज्या तत्त्वाचा उपयोग केला जातो त्यास 'महत्तम सामाजिक लाभाचे तत्त्व' असे म्हणतात. सार्वजनिक उत्पन्न आणि खर्चाच्या दृष्टिकोनातून महत्तम सामाजिक लाभाचे तत्त्व हा सिद्धान्त महत्त्वाचा आहे.

प्रा. सेलिग्मन यांनी सरकारच्या राजकोषीय धोरणाच्या बाबतीत सार्वजनिक आयव्ययाचा शुद्ध सिद्धान्त मांडला; तर कल्याणकारी राज्याच्या दृष्टिकोनातून प्रा. पिगू, एजवर्थ, वॅगनर इ. अर्थशास्त्रज्ञांनी सार्वजनिक आयव्ययाचा सामाजिक, राजकीय सिद्धान्त

मांडला तर केन्स यांचे सार्वजनिक आयव्ययाचे विचार प्रा. लर्नर यांनी विकसित केले. आधुनिक अर्थशास्त्रज्ञांच्या दृष्टिकोनातून सरकारने विविध मार्गांनी मिळविलेले उत्पन्न वेगवेगळ्या मार्गांनी खर्च करताना सार्वजनिक उत्पन्न आणि सार्वजनिक खर्च यामध्ये समन्वय साधणे आवश्यक आहे. त्या दृष्टिकोनातून महत्तम सामाजिक लाभाचे तत्त्व मांडले आहे. डॉ. डाल्टन यांच्या या विचारास 'महत्तम सामाजिक लाभाचा सिद्धान्त' असे म्हणतात.

३.२ महत्तम सामाजिक लाभाचे दृष्टिकोन (Maximum Social Advantage Approach)

सार्वजनिक आयव्ययाच्या मूलभूत तत्त्वास 'महत्तम सामाजिक कल्याणाचे तत्त्व' असे म्हणतात. हे तत्त्व मांडण्याचे श्रेय ब्रिटिश अर्थशास्त्रज्ञ डॉ. डाल्टन व प्रा. पिगू या अर्थशास्त्रज्ञांना आहे. अलीकडच्या काळात लोककल्याणकारी राज्यांच्या उद्दिष्टाला महत्त्व प्राप्त झाले त्यातूनच महत्तम सामाजिक लाभाच्या तत्त्वाला सार्वजनिक आयव्ययात महत्त्व प्राप्त झाले. त्याबाबत सनातनवादी अर्थशास्त्रज्ञ आणि आधुनिक अर्थशास्त्रज्ञ भूमिकेमध्ये मतभेद दिसून येतात.

अ) सनातन दृष्टिकोन : सनातन पंथीय अर्थशास्त्रज्ञांनी, 'निर्हस्तक्षेपी भांडवलशाही अर्थव्यवस्थेचा' पुरस्कार केला. ॲडम स्मिथ, जे. बी. से. यांच्या मते, कमीतकमी खर्चाची योजनाही सार्वजनिक आयव्ययाची सर्वोत्तम योजना आहे. ज्या कराची रक्कम सर्वांत कमी असते, तो 'सर्वोत्तम कर' होय. त्यांच्या मते, प्रत्येक कर हा वाईट व प्रत्येक सार्वजनिक खर्च हा अनुत्पादक असतो, असे त्यांनी स्पष्ट केले.

ब) आधुनिक दृष्टिकोन : आधुनिक अर्थशास्त्रज्ञांच्या मते, ''सरकारने आपल्या उत्पन्न खर्चाचा समन्वय साधताना एखादे मार्गदर्शक तत्त्व पुढे ठेवले पाहिजे. त्यातून जास्तीतजास्त लोकांचा लाभ साधला गेला तर त्या तत्त्वाचा अवलंब करायला हवा. म्हणजेच सरकारने आपल्या उत्पन्न-खर्चाचे धोरण निश्चित करताना महत्तम सामाजिक हिताचे तत्त्व विचारात घेतले पाहिजे. सरकारी खर्चाचे 'चांगले' आणि 'वाईट' असे परिणाम होतात. कर आकारणी व इतर प्राप्तीचे बरे-वाईट परिणाम होतात. वाईट परिणाम कमीतकमी होतील आणि चांगले परिणाम जास्तीतजास्त होतील असे धोरण सरकारने स्वीकारायचे असते.''

डाल्टन यांचे महत्तम सामाजिक हिताचे निकष अगर कसोट्या

इंग्लंडचे अर्थमंत्री म्हणून प्रत्यक्ष काम केलेल्या डॉ. डाल्टन यांना महत्तम सामाजिक लाभाच्या तत्त्वाच्या अंमलबजावणीत येणाऱ्या अडचणींची जाणीव झाल्याने त्यांनी

सामाजिक लाभाच्या तत्त्वाच्या अंमलबजावणीसाठी पुढील निकष अगर कसोट्या सुचविल्या आहेत.

१) समाजाचे संरक्षण : समाजाचे परकीय आक्रमणापासून संरक्षण आणि अंतर्गत सुव्यवस्था राखणे हे सरकारचे कर्तव्य आहे. अंतर्गत शांतता व बाह्य सुरक्षितता यामुळे लोकांच्या मनात विश्वास निर्माण होतो. लोकांच्या आर्थिक जीवनात सुधारणा घडून येतात; त्यातून महत्तम सामाजिक हित साध्य होते. त्यासाठी सरकारने न्यायव्यवस्था, पोलिसदल आणि सैन्यदलाची उभारणी करून अंतर्गत व बाह्य शत्रूंपासून जनतेचे यशस्वीपणे संरक्षण करणे आवश्यक आहे. या बाबतीत सरकारला अपयश आले तर हा खर्च अनुत्पादक ठरून सामाजिक हितात घट होईल.

२) उत्पादनात सुधारणा : कर आणि खर्च यांचा परिणाम होऊन उत्पादनात सुधारणा होत असेल तर कर आणि खर्च वाढविण्यास हरकत नाही.

उत्पादनात सुधारणा याचे तीन अर्थ होतात -

अ) उत्पादनक्षमतेत वाढ : एकूण उत्पादनात वाढ होणे असा अर्थ होतो. त्यामुळे लोकांच्या जास्तीतजास्त गरजा पूर्ण होऊन सामाजिक लाभ वाढेल. दरडोई उत्पादनात वाढ झाली तर उत्पादनात वाढ झाली असे समजावे.

ब) उत्पादनसंघटनेत सुधारणा : डाल्टन यांच्या मते, तेजी-मंदीची चक्रे नाहीशी करून पूर्ण रोजगाराच्या पातळीला आर्थिक स्थिरीकरण करणे असा अर्थ होतो; त्यामुळे आर्थिक स्थैर्य आणि पूर्ण रोजगारामुळे सामाजिक लाभात वाढ होते.

क) उत्पादनरचनेत सुधारणा : समाजाच्या दृष्टीने आवश्यक अशा वस्तूंचे उत्पादन वाढले पाहिजे आणि अनावश्यक अशा वस्तूंचे उत्पादन कमी झाले पाहिजे. उत्पादनरचनेत सुधारणा झाल्यास जास्तीतजास्त लोकांच्या गरजा पूर्ण करता येतात व निर्यात वाढते. त्या दृष्टीने उत्पादनाच्या रचनेत सुधारणा झाली पाहिजे.

३) संपत्तीच्या वितरणात सुधारणा : सार्वजनिक आयव्ययाच्या व्यवहारांमुळे संपत्तीच्या वितरणात सुधारणा घडून आली पाहिजे. त्या दृष्टीने :

अ) उत्पन्नातील विषमतेत घट : सार्वजनिक आयव्ययामुळे समाजातील सांपत्तिक विषमतेत घट झाली तर एकूण सामाजिक लाभाचे प्रमाण वाढते. त्यासाठी उच्च उत्पन्न गटावर कर लावून जमा होणारी रक्कम अल्प उत्पन्न गटातील व्यक्तींवर खर्च केली तर विषमतेत घट होईल.

ब) वर्तमान आणि भावी उत्पन्नातील विषमता कमी करणे : व्यक्ती आणि कुटुंबाच्या उत्पन्नातील कालानुसार चढ-उतार नाहीसे करणे किंवा कमी करून विषमता कमी करता येते.

क) आर्थिक स्थैर्य आणि पूर्ण रोजगार : सार्वजनिक आयव्ययाच्या व्यवहारामुळे अर्थव्यवस्थेत आर्थिक स्थैर्य आणि पूर्ण रोजगार निर्माण करणे शक्य झाले पाहिजे.

ड) भविष्याची तरतूद : सरकारचे अर्थकारण हे वर्तमानाबरोबरच भविष्यकाळाचासुद्धा विचार करणारे असावे. वर्तमान पिढीबरोबरच सरकारी कामाचे भावी परिणाम चांगले होणारे पाहिजे.

अशा रीतीने डाल्टन यांनी सुचविलेले निकष अथवा कसोट्या महत्तम सामाजिक लाभासाठी आवश्यक आहे.

३.३ महत्तम सामाजिक लाभ तत्त्व - डाल्टनचा दृष्टिकोन

डॉ. डाल्टन यांनी 'महत्तम सामाजिक हिताचे तत्त्व' सर्वप्रथम मांडले. त्यांच्या मते, सर्वच कर वाईट नसतात. मादक पदार्थ, आरोग्यास विघातक वस्तू. उदा. दारू, अफू, गांजा, चरस इत्यादींवर कर आकारल्यास त्यांचा उपभोग कमी होतो व समाजाच्या कल्याणात भरच पडते; कारण या करापासून सरकारला जे उत्पन्न मिळते ते उत्पन्न सरकार शिक्षण, आरोग्य, सामाजिक सुरक्षा, शेती इ. गोष्टींवर खर्च करू शकते. सार्वजनिक खर्च हा चांगला अथवा उत्पादक असतोच असे नाही. उदा. युद्ध खर्च हा अनुत्पादक असला तरी तो सरकारला करावाच लागतो. अलीकडच्या काळात सरकारच्या कार्यात बरीच वाढ झाली आहे; सरकारला उत्पन्न आणि खर्च या दोन्ही बाजूंचा विचार करावाच लागतो.

महत्तम सामाजिक लाभाचे तत्त्व हे घटत्या उपयोगितेच्या सिद्धान्तावर आधारलेले आहे व हा सिद्धान्त पैशाला लागू होतो. व्यक्ती जवळील पैसा कमी होत जातो तशी त्याची उपयोगिता वाढत जाते. याउलट, पैसा वाढत जातो तसतशी उपयोगिता घटत जाते. हा नियम उत्पन्न व खर्च या दोन्ही बाजूंना स्वतंत्ररीत्या लागू करता येतो.

विविध कारणांमुळे अलीकडच्या काळात सार्वजनिक खर्चात प्रचंड वाढ झालेली आहे. सार्वजनिक खर्चाचे संपूर्ण राष्ट्राच्या, जनतेच्या जीवनावर दूरगामी परिणाम होत असल्याने सार्वजनिक खर्चापासून होणाऱ्या लाभांची चर्चा करणे आणि सार्वजनिक खर्चाबाबत काही निश्चित तत्त्वांचे पालन करणे आवश्यक ठरते. सार्वजनिक खर्चाबाबतचे सर्वांत महत्त्वाचे तत्त्व म्हणजे, 'महत्तम सामाजिक लाभतत्त्व' होय. महत्तम सामाजिक लाभतत्त्व हे सार्वजनिक खर्च आणि सार्वजनिक महसूल (प्राप्ती) या दोहोंबाबत एकत्रितरीत्या अवलंबिले जाणे आवश्यक असते; म्हणूनच प्रा. पिगू यांनी या तत्त्वाला 'सार्वजनिक खर्चाचे तत्त्व' असे म्हटले आहे. कर आकारणी, कर्ज उभारणी, तुटीचा अर्थभरणा आणि सार्वजनिक खर्च या सर्वांच्या व्यवस्थापनासाठी जास्तीतजास्त लोकांचे

जास्तीतजास्त कल्याण साधणे हे सरकारचे उद्दिष्ट असले पाहिजे.

ज्यायोगे प्रत्येक बाबीवर खर्च केलेल्या शेवटच्या रुपयापासून मिळणारे समाधान त्या बाबींवर खर्च केल्या जाणाऱ्या रुपयामुळे समाधानाचा जो त्याग करावा लागतो तितके राहील, अशा रीतीने निरनिराळ्या बाबींवर सार्वजनिक खर्च केला जावा; अशा प्रकारे महत्तम सामाजिक लाभतत्त्व मांडले जाते.

म्हणजेच सार्वजनिक खर्च केला जात असताना त्यापासून लोकांना मिळणारे लाभ लक्षात घेणे ज्याप्रमाणे आवश्यक असते तसेच सार्वजनिक प्रकल्पाकरिता वित्तपुरवठा करताना लोकांना किती त्याग करावा लागतो, याचाही विचार करणे आवश्यक ठरते. ज्यावेळी लोकांना करावा लागणारा सीमान्त त्याग हा त्यांना होणाऱ्या सीमान्त लाभाइतका असतो. त्यावेळेला समाजाला जास्तीतजास्त समाधान मिळते. संपूर्ण देशाचा विचार करताना याबाबत असे म्हणावे लागते की, देशाच्या निरनिराळ्या विभागांवर सार्वजनिक खर्च केला जात असताना खर्चाच्या शेवटच्या रुपयापासून नागरिकांना होणारा लाभ सर्व विभागांच्या बाबतीत सारखाच असला पाहिजे.

प्रा. डाल्टन यांच्या मते, जी सार्वजनिक आयव्यय पद्धती आपल्या व्यवहारामुळे महत्तम सामाजिक लाभ प्राप्त करू शकते, ती सर्वोत्तम आयव्यय पद्धती होय. या तत्त्वास प्रा. पिगू यांनी 'महत्तम समग्र कल्याणाचे तत्त्व' असे नाव दिले आहे. हे तत्त्व करआकारणी, सार्वजनिक खर्च आणि सार्वजनिक कर्ज यांनाही लागू पडते.

महत्तम सामाजिक लाभ प्राप्त करावयाचा असेल तर अटी किंवा काही बाबी किंवा निकष किंवा कसोट्या पूर्ण होणे आवश्यक आहे.

१) करपद्धती आणि सार्वजनिक खर्च हे एका ठरावीक मर्यादेपर्यंत करण्यात यावेत; त्यापेक्षा जास्त प्रमाणात नको.

२) सार्वजनिक खर्च विविध बाबींवर पर्याय पद्धतीनुसार करण्यात यावा.

३) करपद्धतीचे विविध स्रोत अशा पद्धतीने वापरण्यात यावे की, त्यामुळे जनतेचा एकूण त्याग कमीतकमी असेल.

१) सार्वजनिक खर्च आणि विविध करपद्धतींच्या मर्यादा : प्रा. डाल्टन यांच्या मते, प्रत्येक बाबीवर सार्वजनिक खर्च अशा प्रकारे केला जावा की, विशिष्ट बाबींवरच्या खर्चात अगदी अल्प वाढ केल्यामुळे जनतेस जो त्याग करावा लागतो त्यामध्ये जो प्रतितोल राखला जाईल; हे तत्त्व सार्वजनिक खर्चाचा आणि सार्वजनिक उत्पन्नाचा आदर्श दर्शविते.

सरकारने समाजाचा जास्तीतजास्त लाभ होईल अशा रीतीने आपले आयव्यय व्यवहार करावेत. एखाद्या बाबीवर केलेल्या खर्चाची सीमान्त सामाजिक उपयोगिता ही

या खर्चासाठी लादलेल्या कराच्या सीमान्त सामाजिक त्यागाइतकी असावी; कारण सरकारी खर्चामुळे सामाजिक लाभात वाढ होते, तर करआकारणीमुळे सामाजिक त्यागात वाढ होते; म्हणून दोन्ही बाबींमध्ये समतोल राखणे आवश्यक आहे. उदा. एखाद्या बाबीवर खर्च केल्याने लाभाचे प्रमाण करासाठी कराव्या लागणाऱ्या त्यागापेक्षा अधिक असेल तर हे असे दर्शविते की, खर्चाचे प्रमाण या बाबीवर वाढवणे हितकारक आहे. याउलट, त्यागाचे प्रमाण लाभापेक्षा अधिक असेल तर कराचे प्रमाण कमी करणे जरुरीचे आहे. जेव्हा करपद्धती आणि सार्वजनिक खर्च यांच्यामध्ये समतोल असेल तेव्हा सामाजिक कल्याणाची महत्तम पर्याप्त पातळी गाठली आहे, असे म्हणता येईल.

सार्वजनिक आयव्ययाच्या व्यवहारात समाजातील एका गटाकडून दुसऱ्या गटाकडे क्रयशक्तीचे हस्तांतरण होते. जे कर देतात त्यांना त्याग करावा लागतो; तर सार्वजनिक खर्चामुळे जनतेस लाभ प्राप्त होतात, हे लक्षात घेता, ज्या सार्वजनिक आयव्ययाच्या व्यवहारामुळे महत्तम लाभ प्राप्त होतो; म्हणजे एकूण लाभ एकूण त्यागापेक्षा सर्वाधिक असतो, ती आदर्श पद्धती आहे असे मानले जाते. महत्तम सामाजिक लाभ तत्त्वाचा हाच अर्थ आहे.

२) सार्वजनिक खर्च - महत्तम सामाजिक कल्याण : सार्वजनिक खर्च हा संरक्षण, कायदा व सुव्यवस्था, सामाजिक सेवा, विकास योजना इ. बाबींसाठी करण्यात येतो. त्यासाठी खर्चाच्या विविध बाबींची अग्रक्रमानुसार यादी करणे हितकारक ठरते; नंतर सरकारने अशा रीतीने खर्च करावा की, खर्चाच्या प्रत्येक बाबींवर केल्या जाणाऱ्या खर्चाची सीमान्त उपयोगिता किंवा लाभ समान राहील. दुसऱ्या शब्दांत असे म्हणता येते की, ''महत्तम सामाजिक लाभाचे तत्त्व असे स्पष्ट करते की, खर्चाच्या प्रत्येक बाबीची सामाजिक सीमान्त उपयोगिता ही समान स्वरूपाची असेल. सार्वजनिक खर्चामुळे जास्तीतजास्त लोकांचे कल्याण व्हावे, हे सार्वजनिक खर्चाचे तत्त्व होय.''

३) आर्थिक स्थैर्य व पूर्ण रोजगार : साधारणपणे मुक्त अथवा भांडवलशाही अर्थव्यवस्थेत आर्थिक अस्थैर्य दिसून येते तसेच अपूर्ण रोजगार दिसून येतो त्यासाठी सरकारचे उद्दिष्ट अस्थिरता कमी करणे हे असले पाहिजे. तसेच चलनविस्ताराच्यावेळी लोकांकडील पैसा कररूपाने बाहेर काढता आला पाहिजे तर मंदीच्या अथवा चलनसंकोचाच्यावेळी सार्वजनिक उपक्रम / कामे सुरू करून लोकांना अधिक रोजगार मिळवून दिला पाहिजे.

४) भावी पिढ्यांसाठी तरतूद : सरकारने फक्त वर्तमानकाळाचा विचार करू नये तर भविष्यकाळाचासुद्धा विचार करणे आवश्यक आहे, व्यक्ती येतात व जातात परंतु

समाज मात्र कायम असतो. सरकारचे उद्दिष्ट वर्तमान पिढीचा विकास करण्याबरोबरच भावी पिढ्यांचा विकास करणे हे असले पाहिजे. सरकारने आर्थिक व्यवहाराद्वारे भावी पिढ्यांची तरतूद केली पाहिजे; सरकारने वर्तमान कमी लाभाऐवजी भविष्यकालीन अधिक लाभाची निवड केली पाहिजे.

५) कारभाराचे वितरण - न्यूनतम सामाजिक त्याग : कर भरणाऱ्या प्रत्येक व्यक्तीस त्याग करावा लागतो. त्यासाठी सरकारने विविध करांद्वारे निर्माण होणाऱ्या त्यागाची तुलना कर संरचनेची अशी पद्धती स्वीकारावी की, ज्यामुळे समाजाचा एकूण त्याग कमीत कमी पातळीवर असेल. संपूर्ण पद्धती ही समन्यायाची आणि सर्वांना सोयीची असावी. उदा. श्रीमंत वर्गासाठी वाढत्या दराची करआकारणी करण्यात यावी व गरीब जनतेसाठी कमीतकमी करआकारणी केल्यामुळे सामाजिक न्याय जनतेस प्राप्त होतो; यामुळे संपूर्ण समाजावरील कराचा बोजा कमीतकमी राहील आणि संपूर्ण करपद्धती ही महत्तम सामाजिक लाभ प्राप्त करू शकेल.

डॉ. डाल्टन यांच्या मते, सामाजिक तत्त्व म्हणजे, ''ज्यामुळे प्रत्येक बाबीवर केलेल्या खर्चाचा सीमान्त सामाजिक लाभ; सार्वजनिक उत्पन्नाच्या प्रत्येक बाबीच्या सीमान्त सामाजिक त्यागाइतका तंतोतंत होतो. त्या मर्यादेइतकाच सार्वजनिक खर्च केला पाहिजे.''

आकृतीच्या साहाय्याने महत्तम सामाजिक लाभ तत्त्व स्पष्ट करता येते.

महत्तम सामाजिक तत्त्वास दोन बाजू आहेत; एक बाजू करपद्धतीशी संबंधित आणि दुसरी बाजू सार्वजनिक खर्चाशी निगडित आहे. महत्तम सामाजिक कल्याणाचे तत्त्व हे खर्चाच्या बाजूस लागू पडते. न्यूनतम त्यागाचे तत्त्व करपद्धतीत लागू पडते. सरकारी खर्च विविध बाबींवर असा केला जावा की, त्यामुळे जनतेच्या एकूण लाभाची महत्तम पातळी गाठली जाईल. तसेच करप्रणालीच्या बाबतीत न्यूनतम त्यागाचे तत्त्व लागू पडते. जेव्हा जनतेकडून कराद्वारे निधी प्राप्त केला जातो तेव्हा सीमान्त सामाजिक त्यागात वाढ होते; म्हणून सीमान्त सामाजिक त्यागाचा वक्र डावीकडून - उजवीकडे वर चढत जातो. दुसऱ्या बाजूस खर्चात वाढ होते तेव्हा सीमान्त सामाजिक लाभ घटत जातो; म्हणून सीमान्त सामाजिक लाभाचा वक्र डावीकडून - उजवीकडे उतरत जातो हे खालील आकृतीत दर्शविले आहे.

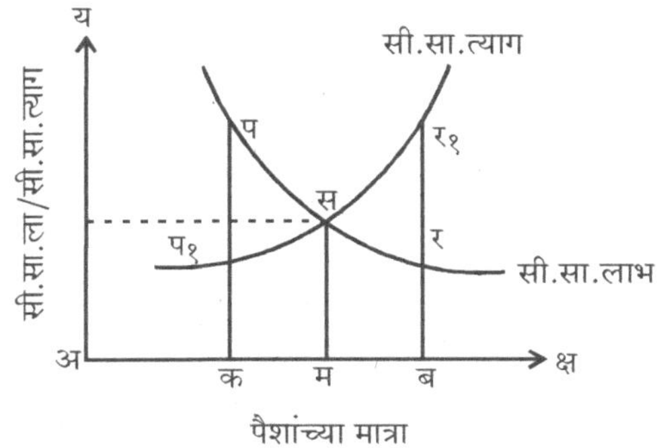

आकृती क्र. ३.१

वरील आकृतीत पैशांचे प्रमाण 'अक्ष' अक्षावर दाखिवले आहे व सीमान्त सामाजिक लाभ आणि सीमान्त सामाजिक त्याग 'य' अक्षावर दर्शविला आहे; जर सरकारच्या खर्चामुळे सीमान्त सामाजिक लाभ हा सीमान्त सामाजिक त्यागापेक्षा अधिक असेल तर सरकारने खर्च वाढविण्यास हरकत नाही. त्यामुळे निव्वळ लाभ अथवा सामाजिक लाभ अधिक प्रमाणात होईल. ज्या ठिकाणी करामुळे निर्माण होणारा सीमान्त सामाजिक त्याग हा खर्चामुळे निर्माण होणाऱ्या सीमान्त सामाजिक लाभाच्या समान असेल तेव्हा सामाजिक लाभ अथवा सामाजिक कल्याण जास्तीतजास्त प्रमाणात होऊ शकते; अशी परिस्थिती आकृतीत 'स' बिंदू दर्शविते; कारण त्या बिंदूत दोन्ही वक्र एकमेकांना छेदतात; यावरून असा निष्कर्ष काढता येतो की, जर 'अम' इतका पैसा कराद्वारे उभा केला तर तो सार्वजनिक खर्चासाठी वापरला, तर निव्वळ सामाजिक लाभ महत्तम स्तरावर राहतो. यावरून पैशांची 'अम' ही मात्रा पर्याप्त सामाजिक मात्रा आहे असे दिसून येते.

जर पैशांचे प्रमाण 'अम' पेक्षा कमी असेल; समजा, 'अक' इतके असेल तर सीमान्त सामाजिक लाभ 'पक' इतका असतो, तर सीमान्त सामाजिक त्याग हा $प_१$ क इतका असतो; म्हणजे खूप कमी असतो, म्हणून पैशांची मात्रा वाढविणे लाभदायक ठरते. ही मात्रा सीमान्त सामाजिक त्याग = सीमान्त सामाजिक लाभ इतक्या पातळीपर्यंत वाढविणे हितकारक असते; कारण ही पर्याप्त स्थिती असते. तसेच पैशांचे प्रमाण 'अम' पेक्षा अधिक असेल म्हणजे 'अब' इतके असेल तर सीमान्त सामाजिक त्याग 'ब $र_१$' इतका असतो; व सीमान्त सामाजिक लाभ फक्त 'बर' इतका कमी असतो. याचा अर्थ असा की, येथे कराचे प्रमाण खूप जास्त आहे; म्हणून ते 'अम' इतके कमी करणे आवश्यक आहे; कारण तेथे सीमान्त सामाजिक लाभ = सीमान्त सामाजिक त्याग असतो. हा पर्याप्त म्हणजे महत्तम सामाजिक लाभाचा किंवा न्यूनतम सामाजिक त्यागाचा बिंदू आहे. येथे

निव्वळ एकूण लाभ अथवा कल्याण जास्तीतजास्त प्रमाणात असते; म्हणून महत्तम सामाजिक लाभाचे तत्त्व याची शिफारस करते.

निष्कर्ष : यावरून असा निष्कर्ष काढता येईल की, महत्तम सामाजिक लाभाचे तत्त्व लागू होण्यासाठी खालील अटी पूर्ण होणे आवश्यक आहे.

१) सरकारी खर्चाच्या प्रत्येक बाबतीत प्राप्त होणारी सीमान्त उपयोगिता आणि कर, उसनवारी इ. मुळे सोसावा लागणारा सीमान्त त्याग हे दोन्ही समान असणे.

२) खर्चाच्या प्रत्येक बाबींची सीमान्त उपयोगिता समान असणे.

३) कराच्या प्रत्येक प्रकाराचा सीमान्त सामाजिक त्याग समान असणे.

मर्यादा : महत्तम सामाजिक लाभ, तत्त्वे सैद्धांतिक पातळीवर योग्य स्वरूपाची असली तरी ही तत्त्वे प्रत्यक्ष व्यवहारात अमलात आणताना अनेक समस्या निर्माण होतात; त्या मर्यादा पुढीलप्रमाणे :

१) सीमान्त सामाजिक लाभ व्यवहारात मोजणे अवघड : सीमान्त सामाजिक लाभाचे तत्त्व हे या गृहीतावर आधारलेले आहे की, खर्चाचे लाभ आणि करांच्या त्यागाची निश्चितपणे मोजणी करता येते; परंतु प्रत्यक्ष व्यवहारात हे शक्य होत नाही; कारण त्यासाठी आवश्यक असणारे मोजमाप करण्याचे साधन उपलब्ध नाही. उदा. विशिष्ट प्रकारच्या शिक्षणावर सरकारने खर्च केल्यास किती लाभ होतो, हे मोजता येत नाही. ही तत्त्वे लाभ आणि त्याग उपयोगितेच्या आधारे मोजतात आणि वेगवेगळ्या व्यक्तींना प्राप्त होणारी उपयोगिता मोजतात; परंतु उपयोगिता ही व्यक्तिगत स्वरूपाची असल्यामुळे तिची व्यक्तिअंतर्गत तुलना शास्त्रीयदृष्ट्या योग्य ठरत नाही. उपयोगिता ही मोजताही येत नाही आणि तिची तुलनाही करता येत नाही. करामुळे होणारा त्याग आणि खर्चामुळे होणारा लाभ मोजता येत नाही; म्हणून ही तत्त्वे प्रत्यक्षात अमलात आणता येत नाही.

२) सीमान्त उपयोगिता सिद्धान्त सार्वजनिक खर्चास लागू करणे अवघड : सीमान्त उपयोगितेचा सिद्धान्त व्यक्तीपातळीवर असतो पण तो सिद्धान्त सार्वजनिक खर्चास लागू पडत नाही; कारण सार्वजनिक खर्च हा विशिष्ट व्यक्तीस लाभ व्हावा म्हणून केला जात नाही, तर त्याचा सर्वांनाच लाभ होतो. त्यामुळे प्रत्येक व्यक्तीस या खर्चापासून किती लाभ झाला, याचे मोजमाप करणे शक्य होत नाही.

३) सार्वजनिक खर्च आणि कर यांचा मोठा आकार : महत्तम सामाजिक लाभाचे तत्त्व असे प्रतिपादन करते की, सार्वजनिक खर्चाचा सीमान्त लाभ प्रत्येक व्यक्तीला

समान प्रमाणात प्राप्त झाला पाहिजे; तसेच विविध व्यक्तींच्या करपद्धतीमुळे होणारा त्यागही समान असला पाहिजे; परंतु प्रत्यक्ष परिस्थितीत हे सीमान्त घटक समान राखणे शक्य होत नाही; कारण शिक्षण, वैद्यकीय सेवा, संरक्षण इ. बाबींवर प्रचंड प्रमाणावर सरकारकडून खर्च केला जातो; त्यामुळे अशा खर्चाचे लाभ व करपद्धतीचे त्याग सीमान्त पातळीवर समान राखणे शक्य होत नाही.

४) कार्यात्मक वित्तपद्धतीचा वापर : आधुनिक अर्थशास्त्रज्ञ महत्तम सामाजिक लाभाच्या तत्त्वापेक्षा 'कार्यात्मक वित्त' या संज्ञेचा वापर करतात. महत्तम सामाजिक लाभाच्या तत्त्वानुसार कराद्वारे सरकारला प्राप्त होणारा महसूल आणि सार्वजनिक खर्च समान असला पाहिजे; याचाच अर्थ असा की, सरकारचे अंदाजपत्रक संतुलित असले पाहिजे. परंतु प्रा. केन्स यांनी स्पष्ट केल्याप्रमाणे संतुलित अर्थसंकल्प अर्थव्यवस्थेच्या हिताच्या दृष्टीने नेहमीच उपयोगी असत नाही. अर्थव्यवस्थेत जेव्हा मोठ्या प्रमाणावर बेकारी असते तेव्हा तुटीचे अंदाजपत्रक लाभदायक ठरते; तसेच अर्थव्यवस्थेत जलद भाववाढ होत असते. तेव्हा वाढाव्याचे अंदाजपत्रक हितकारक असते. यादृष्टीने पाहता, अर्थसंकल्प किंवा अंदाजपत्रकाचे महत्त्व म्हणजे विशिष्ट उद्दिष्टे साध्य करणे हे होय. उदा. बेकारी दूर करणे, भाववाढीवर नियंत्रण आणणे, आर्थिक विकासाच्या प्रक्रियेत वाढ करणे इ. उद्दिष्टे साधण्यासाठी अंदाजपत्रक महत्त्वाचे साधन आहे, असे दिसून येते. अर्थव्यवस्थेच्या आवश्यकतेनुसार तुटीच्या अथवा वाढाव्याच्या अंदाजपत्रकाचा वापर करून उद्दिष्टे गाठणे शक्य होते. त्या दृष्टीने सार्वजनिक खर्च आणि करपद्धती संबंधी धोरणे ठरविली जातात.

वरील चर्चेवरून असा निष्कर्ष काढता येतो की, महत्तम सामाजिक लाभाच्या तत्त्वास समस्या आणि मर्यादा असल्या, तरी हे तत्त्व सार्वजनिक वित्ताचे मूलभूत तत्त्व आहे, असे मानले जाते कारण ते सार्वजनिक वित्तव्यवहार पार पाडण्याच्या कामी महत्त्वाचे मार्गदर्शन करते.

३.४ मसग्रेव्ह यांचे महत्तम सामाजिक लाभाचे तत्त्व

मसग्रेव्ह यांनी सामाजिक लाभासाठी कर आणि खर्च हे दोन घटक महत्त्वाचे मानले आहेत. मसग्रेव्ह यांच्या मते, करांची विभागणी करताना अवलंबलेली न्यूनतम त्यागाचा दृष्टिकोन सरकारी खर्चाच्या संबंधित असलेला महत्तम लाभाच्या दृष्टिकोनातून अंदाजपत्रकाच्या सामान्य सिद्धान्तात दोघांना एकत्र आणले आहे. मसग्रेव्ह यांनी आकृतीच्या साहाय्याने सामाजिक लाभाचे तत्त्व स्पष्ट केले आहे.

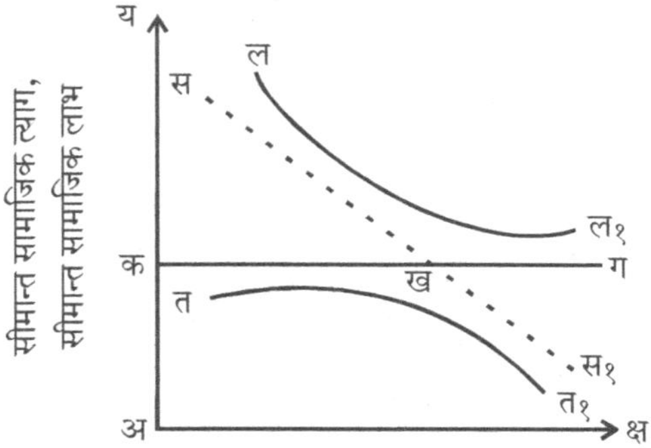

आकृती क्र. ३.२

आकृतीमध्ये 'कग' ही रेषा सरकार सार्वजनिक सेवांवर किती खर्च करणार हे दर्शविलेले आहे. ही पैशांची मात्रा खासगी क्षेत्रांकडून सरकारी क्षेत्राकडे कररोपणामुळे संपत्तीचे हस्तांतरण दर्शविते. त्यामुळे ही पैशांची मात्रा समाजाच्या त्यागाचेही प्रतीक आहे. त्यामुळे आकृतीत 'कग' रेषेचा वरचा भाग सामाजिक लाभाचा दर्शविलेला आहे. हा सामाजिक लाभ सरकारी खर्चामुळे होतो. 'ल$_{१}$' ही रेषा सीमान्त सामाजिक लाभ दर्शविते. ही रेषा डावीकडून-उजवीकडे उतरती आहे. म्हणजेच जसजसा सरकारी खर्च वाढत जातो तसतसा सामाजिक लाभ घटत जातो. या ठिकाणी घटत्या सीमान्त लाभाचा नियम लागू होतो. 'कग' रेषेच्या खालचा भाग कर लादल्यामुळे समाजाला कराव्या लागणाऱ्या त्यागाचा दर्शविलेला आहे. 'त$_{१}$' रेषा सीमान्त सामाजिक त्याग दर्शविते. ही रेषासुद्धा खाली उतरत गेली आहे. म्हणजेच कराच्या रूपाने समाजाकडून अधिकाधिक रक्कम घेत गेल्यास समाजाचा त्याग वाढत जाईल 'स$_{१}$' ही तुटक रेषा 'कग' रेषेच्या वरच्या भागातून खालच्या भागात डावीकडून-उजवीकडे उतरत येते. या रेषेला 'सीमान्त शुद्ध सामाजिक लाभ वक्ररेषा' म्हणतात. शुद्ध लाभ मोजण्यासाठी लाभातून त्याग वजा केला जातो. स$_{१}$ ही रेषा 'कग' या रेषेला 'ख' या बिंदूत छेदते. 'ख' या बिंदूत शुद्ध सामाजिक लाभ महत्तम आहे. त्याचे कारण म्हणजे सीमान्त सामाजिक लाभ हा सीमान्त सामाजिक त्यागाबरोबर आहे. त्यामुळे तो अनुकूल बिंदू आहे.

सध्याच्या काळात अंदाजपत्रकाच्या वाढत्या महत्त्वामुळे मसग्रेव्ह यांचा महत्तम सामाजिक लाभाचा दृष्टिकोन महत्त्वाचा ठरतो.

सराव प्रश्न :

१) महत्तम सामाजिक लाभाचा दृष्टिकोन स्पष्ट करा.

२) डॉ. डाल्टन यांचे महत्तम सामाजिक लाभाचे तत्त्व स्पष्ट करा.

३) मसग्रेव्ह यांचे महत्तम सामाजिक लाभाचे तत्त्व स्पष्ट करा.

प्रकरण ४ | सार्वजनिक खर्च (Public Expenditure)

४.१ प्रास्ताविक (Introduction)

सार्वजनिक खर्च म्हणजे सरकारी खर्च अथवा देशातील सरकारने केलेला खर्च होय. हा खर्च करण्यामागे अनेक उद्दिष्टे दिसून येतात. केंद्र सरकार, राज्य सरकार, स्थानिक सरकार इत्यादींचा खर्च 'सार्वजनिक खर्च' म्हणून ओळखला जातो. हा खर्च संरक्षण, देशांतर्गत शांतता व सुव्यवस्था, शिक्षण, आरोग्य, न्यायव्यवस्था, सामाजिक कल्याण इत्यादी कारणांसाठी केला जातो.

सनातनवादी अर्थशास्त्रज्ञांच्या मते, सरकारने आपली कार्ये व खर्च मर्यादित ठेवायला हवा. ॲडम स्मिथ यांनी सरकारने संरक्षण, अतंर्गत व्यवस्था आणि समाजाला उपयोगी अशी कार्ये करावीत असे स्पष्ट केले. मात्र, अलीकडच्या काळात खर्चाकडे पाहण्याचा दृष्टिकोन बदलला. लोककल्याणकारी राज्याची संकल्पना स्वीकारली गेली; त्यामुळे सरकारी कार्यात वाढ झाली.

विसाव्या शतकात सरकारच्या कामांची संख्या अनेक कारणांनी वाढली. सरकारी खर्च वाढण्याचे कारण म्हणजे सरकारच्या कार्याची व्याप्ती वाढली तसेच सरकारच्या खर्चाचा परिणाम अर्थव्यवस्थेवर होतो. उत्पादन, रोजगार, संपत्तीचे वितरण, आर्थिक स्थैर्य या बाबींवर सरकारी खर्च परिणाम करतो; हे सर्व सरकारला अथवा सार्वजनिक सत्तेला कळते. राजकीय नेत्यांनासुद्धा सार्वजनिक खर्चाचे महत्त्व लक्षात आले.

सध्या खासगीकरण, उदारीकरण आणि जागतिकीकरण यात सरकारची भूमिका बदलली असली तरी सार्वजनिक खर्च वाढतानाच दिसून येतो.

४.२ सार्वजनिक खर्चाचा अर्थ (Meaning of Public Expenditure)

सार्वजनिक खर्चाच्या सर्वसामान्य व्याख्या पुढीलप्रमाणे सांगता येतात -

१) ''देशातील केंद्र सरकार अथवा घटकराज्ये व स्थानिक सरकारे देशातील लोकांचे परकीय अक्रमणापासून रक्षण करण्यासाठी व त्याचप्रमाणे त्यांचे आर्थिक व सामाजिक कल्याण वाढविण्यासाठी जो खर्च करतात त्याला सार्वजनिक खर्च म्हणतात.''

२) ''जो खर्च एकूण लोकांच्या हिताचा विचार करून केला जातो. त्यास 'सार्वजनिक खर्च' म्हणतात.'' सार्वजनिक हित असे सार्वजनिक खर्चाचे ध्येय असते.

३) लोकांचे जीवन सुरक्षित, शांततापूर्ण व संवर्धनाच्या पद्धतीने चालू राहण्यासाठी सरकारद्वारे ज्या विविध कार्यांवर अंदाजपत्रकाच्या माध्यमातून खर्च केला जातो; त्यास 'सार्वजनिक खर्च' म्हणतात.

सार्वजनिक खर्च म्हणजे सरकारी खर्च किंवा सार्वजनिक सत्तेने केलेला खर्च होय. केंद्र सरकार, राज्य सरकार आणि स्थानिक स्वराज्य संस्था यांनी लोकांच्या कल्याणासाठी व गरजा भागविण्यासाठी केलेला खर्च म्हणजे 'सार्वजनिक खर्च' होय. हा खर्च अनेक बाबींवर केला जातो. उदा. लोकांचे संरक्षण, न्यायव्यवस्था, शिक्षण, आरोग्य, रस्ते, धरणे, पाणी पुरवठा, पूल, सामाजिक कल्याण इत्यादी.

अलीकडच्या काळात सरकारच्या कार्यात वाढ झाल्याने सार्वजनिक खर्चातसुद्धा वाढ झाली आहे. १९ व्या शतकापर्यंत सार्वजनिक खर्चाला महत्त्व नव्हते. २० व्या शतकात मात्र अनेक राष्ट्रांनी कल्याणकारी राज्याची संकल्पना स्वीकारली; त्यामुळे सरकारी कार्याची व्याप्ती वाढली. त्यामुळे सरकारी खर्चात वाढ होत आहे. सरकारी खर्चाचा परिणाम उत्पादन, रोजगार, आर्थिक स्थैर्य, संपत्तीचे वितरण इ. बाबींवर होतो. त्यामुळे हा खर्च वाढू लागला आहे. साहजिकच सार्वजनिक खर्चाचे महत्त्व वाढले आहे.

४.२.१ सार्वजनिक खर्चाचे स्वरूप / वैशिष्ट्ये (Nature of Public Expenditure)

सार्वजनिक खर्चाचे स्वरूप / वैशिष्ट्ये पुढीलप्रमाणे सांगता येतात-

१) सार्वजनिक खर्च हा सरकारकडून केला जातो.

२) सार्वजनिक खर्च हा उपभोगासारखा असतो.

३) सार्वजनिक खर्च हा आवश्यक असतो. उदा. संरक्षण, अंतर्गत शांतता व सुव्यवस्था, रेल्वे, रस्ते इ.

४) सरकारी खर्च नागरिकांच्या गरजा पूर्ण करण्यासाठी केला जाते. जसे शिक्षण, आरोग्य, वृद्धापकालीन सोय इ. हा खर्च व्यक्ती करतात परंतु तो पुरेसा नसतो.

५) सार्वजनिक खर्च हा सामाजिक हितासाठी केला जातो. समाजाचे जास्तीतजास्त कल्याण व्हावे हाच त्यामागील हेतू असतो. नफा मिळावा हा त्यामागील हेतू नसतो. जसे शिक्षण, आरोग्य, सामाजिक सुरक्षितता इ. जे खर्च करण्यासाठी खासगी व्यक्ती पुढे येणार नाहीत ते खर्चसुद्धा सरकारने केले पाहिजेत. जसे लोखंड, पोलाद कारखाने, लोहमार्ग, रस्ते, अवजड यंत्रांचे कारखाने, खतांचे कारखाने, तेलांचे कारखाने, धरणे, कालवे, पाणलोट क्षेत्रातील कामे इत्यादी. देशाच्या हितासाठी व समाजाच्या कल्याणासाठी सरकारला असे खर्च करणे आवश्यक असते.

६) सरकारी खर्च अनावश्यक प्रदर्शनीयतेसाठीसुद्धा केला जातो. जसे नेत्यांचे पुतळे, शिलालेख, शिष्टमंडळे, स्वागत समारंभ इतर खर्च केला जातो. या खर्चातून लोकांना कोणताही फायदा होत नाही. परंतु शासनामध्ये असलेल्या विशिष्ट व्यक्तींच्या भावना व कल्पना यामुळे असे खर्च करावे लागतात. हे खर्च म्हणजे पैशांचा अपव्यय होय.

७) जगातील बहुसंख्य देशांनी स्वीकारलेली लोकशाही या पद्धतीत निवडणुका, प्रशासन अंतर्गत व्यवस्था इत्यादींवर खूप मोठ्या प्रमाणात खर्च होतो.

८) कल्याणकारी राज्याची कल्पना अनेक देशांनी स्वीकारली त्यामुळे सार्वजनिक खर्च सतत वाढत आहे.

९) सार्वजनिक खर्च करताना प्राधान्यक्रम महत्त्वाचा असतो.

४.३ सार्वजनिक खर्चाची तत्त्वे (Principles of Public Expenditure)

सरकारने कररूपाने लोकांकडून गोळा केलेला पैसा सरकारला लोकांच्या हितासाठी खर्च करावा लागतो; हा खर्च कसाही करून चालत नाही. समाज सरकारच्या कार्यावर व

खर्चावर लक्ष ठेवून असतो; म्हणून सरकारी खर्च सावधानतेने करावा लागतो. सुयोग्य पद्धतीने खर्च होण्यासाठी काही सर्वसामान्य तत्त्वांचा आधार घेणे आवश्यक असते. विविध अर्थशास्त्रज्ञांनी सार्वजनिक खर्चाची तत्त्वे सांगितलेली आहेत; ती पुढीलप्रमाणे सांगता येतील -

१) महत्तम सामाजिक लाभ तत्त्व : महत्तम सामाजिक लाभ मिळविणे हे सार्वजनिक खर्चाचे उद्दिष्ट असते. सरकारने खर्च करताना अशा प्रकारे करावा की, त्यामुळे जास्तीतजास्त सामाजिक लाभ प्राप्त होईल. प्रा. फिंडले शिरास यांच्या मते, ''सरकारी खर्चामुळे उत्पादनात वाढ होईल. तसेच परकीय आक्रमणापासून संरक्षण, अंतर्गत सुव्यवस्था यापासून समाजाचे संरक्षण होईल.'' प्रा. पिगू यांच्या मते, ''समाजहितासाठी राज्य निर्माण झालेले असणे, समाजाचे हित होईल अशा रीतीने खर्च करणे हे राज्याचे कर्तव्य आहे. समाजाच्या गरजा पूर्ण करणे यासाठी राज्याची आवश्यकता असते. त्यामुळे सार्वजनिक आयव्ययाचे महत्तम सामाजिक लाभ हे तत्त्व आहे.''

बेंथॅम यांच्या मते, ''सार्वजनिक खर्च करताना 'जास्तीतजास्त लोकांचे जास्तीतजास्त सुख' हा आदर्श डोळ्यांसमोर असावा.'' डॉ. डाल्टन यांच्या मते, ''महत्तम सामाजिक हित साधणारी सार्वजनिक आयव्यय ही पद्धती सर्वोत्तम आहे. थोडक्यात म्हणजे, सार्वजनिक खर्चामुळे उत्पन्नात वाढ झाली पाहिजे व उत्पन्नाच्या वाटणीच्याद्वारे आर्थिक विषमता कमी झाली पाहिजे.''

२) काटकसरीचे अथवा मितव्ययता तत्त्व : 'मितव्ययता' म्हणजे काटकसर; काटकसर हा सरकारी खर्चाचा महत्त्वाचा शब्द आहे. काटकसरीत प्रथम खर्चाचा क्रम निश्चित करावा लागतो. क्रम निश्चित झाल्यावर खर्चाचे प्रमाण निश्चित करावे लागते. ते कमीतकमी असावे मात्र खर्च कमी ठेवल्यामुळे कार्याची हानी होऊ नये याची काळजी घेतली पाहिजे. प्रशासकीय खर्चाचे प्रमाण कमी कसे राहिले याची काळजी घेतली पाहिजे; जर खर्च योग्य कारणासाठी झाला, योग्य प्रमाणात झाला तर समाजाचे महत्तम हित साध्य होते. प्रो. शिरास यांच्या मते, ''मितव्यय तत्त्व म्हणजे फक्त करदात्यांच्या हितरक्षणासाठी सार्वजनिक खर्चात काटकसर करावी असा मर्यादित अर्थ नाही; तर सरकारी उत्पन्नात वाढ करणे असाही आहे.''

राष्ट्रीय उत्पन्नात वाढ करण्यासाठी तोटच्यात चालणारे प्रकल्प, अनावश्यक कामगारांची भरती, वारंवार करावी लागणारी तीच ती बांधकामे, प्रतिष्ठेच्या नावाखाली केला जाणारा अनावश्यक खर्च कटाक्षाने टाळला पाहिजे. सरकारी खर्चात काटकसर करणे म्हणजे कंजूषपणा नव्हे तर कमी खर्च करणे व विवेकाने खर्च करणे यातील फरक

लक्षात घेतला पाहिजे. सरकारी खर्च हा योग्य कारणासाठी व योग्य प्रमाणात केला तरच सामाजिक कल्याणाचे उद्दिष्ट साध्य होईल.

जसे जे प्रकल्प खर्चापेक्षा अधिक लाभ प्राप्त करून देतील ते निवडल्याने सरकारी खर्च सार्वजनिक हिताच्या दृष्टीने योग्य रीतीने होत आहे असे म्हणता येते.

३) मान्यता तत्त्व : प्रत्येक सरकारी खर्चाला मान्यता असली पाहिजे. योग्य अशा शासकीय यंत्रणेने मंजुरी दिल्याशिवाय कोणत्याही प्रकारचा शासकीय खर्च करू नये. तसेच ज्या कारणासाठी मंजुरी दिली असेल त्याच कारणासाठी सरकारने खर्च केला पाहिजे व केलेल्या खर्चाचा योग्य पद्धतीने हिशेब ठेवून त्याची लेखापालाकडून तपासणी केली पाहिजे. थोडक्यात, प्रशासकीय यंत्रणेत प्रत्येक खात्याला अर्थखात्याची मंजुरी घ्यावी लागत असल्याने फार वेळ खर्च होतो. त्यामुळे कार्यक्षमता कमी होणे, हे दोष असले तरी अपव्यय टाळण्यासाठी तत्त्वाचे पालन करणे आवश्यक असते.

४) वाढावा अथवा आधिक्याचे तत्त्व : सरकारने आपला खर्च करताना मिळणाऱ्या उत्पन्नावर लक्ष दिले पाहिजे. खर्चापेक्षा उत्पन्न जास्त असले पाहिजे. आपल्या अंदाजपत्रकात उत्पन्न व खर्च यांचा असा समन्वय साधला पाहिजे की, जेणेकरून उत्पन्नाचे खर्चावर आधिक्य निर्माण होईल. सरकारचे अंदाजपत्रक नेहमी आधिक्याचे असले पाहिजे. प्रा. शिरास यांच्या मते, ''सरकारने आपला खर्च शक्यतो चालू उत्पन्नातूनच भागविला पाहिजे तसेच गरीब लोकांसाठी खर्च कराव्या लागणाऱ्या पैशांची तरतूद श्रीमंत लोकांवर जादा कर आकारून करावी, असे सुचविले त्यामुळे आर्थिक विषमता कमी होण्यास मदत होईल.''

सरकारने खर्च कसा करावा यासंबंधी वरील सर्व तत्त्वे मार्गदर्शन करीत असतात. या तत्त्वांशिवाय सध्या पुढील काही तत्त्वांचा विचार केला जातो -

५) लवचिकतेचे तत्त्व : 'लवचिकता म्हणजे परिस्थितीनुरूप, सरकारी खर्चात बदल घडवून आणण्याची क्षमता होय.' सरकारी खर्चात लवचिकता असावी असे काही तज्ज्ञांचे मत आहे. नैसर्गिक आपत्ती, युद्ध, आर्थिक मंदी, भाववाढ इ. सारखी आर्थिक संकटे येतात. त्यामुळे सरकारला अनेक कारणांसाठी खर्च कमी किंवा जास्त करावा लागतो. कित्येक वेळी अशा खर्चाची तरतूद अंदाजपत्रकात नसते अशा वेळी सरकारी खर्चात थोड्या प्रमाणात लवचिकता असणे आवश्यक असते. थोडक्यात, परिस्थितीनुसार कोणत्याही बाबींवरील खर्चात वाढ अथवा घट करणे शक्य झाले पाहिजे.

६) उत्पादकतेचे तत्त्व : सार्वजनिक खर्चामुळे देशाच्या उत्पादन शक्तीत प्रत्यक्ष व अप्रत्यक्षपणे वाढ होईल असा उत्पादक खर्च मानला जातो. ज्या खर्चामुळे उत्पादनाचा

वेग वाढतो, भांडवलात वृद्धी होते; रोजगार वाढतो, श्रमिकांच्या कार्यक्षमतेत वाढ होते अशा उत्पादन खर्चाला प्राधान्य द्यावे, असे हे तत्त्व सांगते. संरक्षणावरील खर्च तत्त्वत: अनुत्पादक खर्चात मोडतो; परंतु या खर्चामुळे बाह्य आक्रमणाचा धोका टळतो.

७) समन्वयाचे तत्त्व : केंद्र सरकार, राज्य सरकारे व स्थानिक स्वराज्य संस्था आपापल्या कार्यावर खर्च करतात. या तिनही प्रकारच्या सरकारच्या खर्चामध्ये समन्वय निर्माण होणे अत्यंत आवश्यक असते. या संस्थांत समन्वय नसेल तर खर्चाचा अपव्यय होण्याची शक्यता असते; म्हणून सरकारने खर्चधोरण निश्चित केले पाहिजे.

८) समान वितरण तत्त्व : सरकारची समान वितरणाची जबाबदारी असते. कराद्वारे समाजाकडून मिळविलेले उत्पन्न खर्चाद्वारे वितरणाचे तत्त्वानुसार वितरीत करता येते. उदा. आरोग्य, मोफत शिक्षण, स्वस्त घरे, आर्थिकदृष्ट्या मागासलेल्यांसाठी विशेष सोयी-सवलती देणाऱ्या योजना असल्यास गरिबांच्या उत्पन्नात भर पडते.

९) सोयीचे तत्त्व : सरकारी खर्च हा विशिष्ट कारणासाठी आणि विशिष्ट वेळी करावयाचा असतो. वेळेचा विचार करताना ती वेळ लोकांना गैरसोईची असू नये. उदा. समजा सरकारला रस्त्यावर पूल बांधावयाचा असेल तर रस्ता दुसरीकडून काढून द्यावा लागतो व रस्ता चालू ठेवावा लागतो.

१०) आर्थिक वृद्धी आणि स्थैर्याचे तत्त्व : सरकारने अशा प्रकारे खर्च करावा की, अर्थव्यवस्थेत विकास अथवा वृद्धी घडवून येईल. तसेच आर्थिक स्थैर्य साधता येईल.

थोडक्यात, वरील तत्त्वांमध्ये महत्तम सामाजिक लाभाचे तत्त्व सर्वोत्तम तत्त्व आहे. महत्तम सामाजिक हितासाठी इतर तत्त्वे राबविली जातात. सरकारी खर्च करताना व तत्त्वांचा तंतोतंत वापर केल्यास देशाचा विकास वेगाने होईल.

४.३.१ सार्वजनिक खर्चाची उद्दिष्टे

विकसनशील देशात सार्वजनिक खर्चाचे उद्दिष्ट म्हणजे अर्थव्यवस्थेची जलदगतीने वाढ घडवून आणून लोकांच्या राहणीमानात सुधारणा घडवून आणणे हे होय. सार्वजनिक खर्चाचे प्रमुख उद्दिष्ट म्हणजे जास्तीतजास्त लोकांचे जास्तीतजास्त कल्याण साधणे हे होय. सार्वजनिक खर्चाची प्रमुख उद्दिष्टे पुढीलप्रमाणे -

१) अर्थव्यवस्थेत आर्थिक विकास व आर्थिक स्थैर्य प्राप्त करणे आणि ते टिकवून धरणे.

२) अर्थव्यवस्थेत उत्पादक कार्यात वाढ करणे.

३) देशात कायदा व सुव्यवस्था राखणे.
४) अर्थव्यवस्थेतील सामाजिक आणि आर्थिक विषमतेचे उच्चाटन करणे.
५) देशात रोजगाराच्या जास्तीतजास्त संधी उपलब्ध करून देणे.

४.४ सार्वजनिक खर्चाचे वर्गीकरण (Classification of Public Expenditure)

सार्वजनिक खर्चाच्या आधारावर परीक्षण केल्यास त्याचे आपोआपच वर्गीकरण करणे शक्य होते; सरकारी कार्ये वेगवेगळी असतात,४७ त्यानुसार खर्चसुद्धा वेगवेगळा असतो. सार्वजनिक खर्चाच्या वर्गीकरणामुळे विशिष्ट वेळी विशिष्ट खर्चाला तुलनात्मकतेने अधिक किंवा कमी महत्त्व प्राप्त होते; याची माहिती आपल्याला मिळते. सरकारने कराच्या व इतर मार्गांनी लोकांकडून गोळा केलेला पैसा योग्य कार्यासाठी खर्च करते की नाही, याची कल्पना सार्वजनिक खर्चाच्या वर्गीकरणावरून येते. वर्गीकरणाचा आधार व ज्या माहितीचे वर्गीकरण करावयाचे त्याचा निश्चित संबंध असला पाहिजे; त्यामुळे वर्गीकरण अर्थपूर्ण होते. खर्चाचे वर्गीकरण कोणत्या तत्त्वानुसार करावे, याबाबतच निश्चित नियम नाही.

वर्गीकरणाचे विविध प्रकार

विविध अर्थशास्त्रज्ञांनी वेगवेगळी आधारभूत तत्त्वे विचारात घेऊन सार्वजनिक खर्चाचे वर्गीकरण केले आहे. एकोणिसाव्या शतकात अर्थशास्त्रज्ञांनी सार्वजनिक खर्चाचे वर्गीकरण लाभाच्या व सरकारी उत्पन्नाच्या आधारे केले आहे.

१) लाभाच्या आधारानुसार केलेले वर्गीकरण

सार्वजनिक खर्चाचा लाभ समाजातील कोणत्या घटकांना कोणत्या प्रमाणात मिळणार हे विचारात घेऊन सार्वजनिक खर्चाचे अमेरिकन अर्थशास्त्रज्ञ प्लेहन व जर्मन अर्थशास्त्रज्ञ कोहेन यांनी पुढीलप्रमाणे वर्गीकरण केले आहे -

अ) सर्व नागरिकांना लाभकारक खर्च : सरकारचे काही खर्च असे असतात की, त्याचा फायदा सर्व नागरिकांना होतो. उदा. संरक्षण, शिक्षण, आरोग्य, वाहतूक, सर्वसामान्य प्रशासन इ.

ब) विशिष्ट वर्गाला लाभ मिळवून देणारा खर्च : हा लाभ समाजातील विशिष्ट वर्गालाच मिळतो. उदा. बेकारी भत्ता, वृद्धांसाठी वेतन, निवृत्ती वेतन, आरोग्य विमा इ.

क) विशिष्ट व्यक्तींना लाभ मिळवून देणारा खर्च : ज्या खर्चाचा लाभ विशिष्ट व्यक्तींना होतो. उदा. पोलीस, न्यायखाते, तुरुंग, पोस्टऑफिस, रेल्वे इ. वरील खर्च.

ड) विशिष्ट लोकांना व संपूर्ण समाजाला लाभदायक खर्च : रुग्णालये व न्यायदान इत्यादींवर सरकारद्वारे केला जाणारा खर्च हा सर्वसामान्य जनतेसाठी केलेला खर्च असतो. मात्र, या खर्चाचा लाभ त्या खर्चाशी संबंधित असलेल्या व्यक्तींनाच मिळतो.

२) उत्पन्नाच्या आधारावर केलेले वर्गीकरण

सार्वजनिक खर्चाचे वर्गीकरण प्रा. एफ. एस. निकोलसन यांनी सरकारी खर्चाच्या उत्पन्न मिळविण्याच्या क्षमतेनुसार केले आहे.

अ) सार्वजनिक खर्च जो सरकारला मुळीच महसूल देत नाही : ज्या पासून सरकारला अजिबात महसूल मिळत नाही अथवा सरकारला कोणत्याही उत्पन्नाची अपेक्षा नसते. उदा. निवृत्ती वेतन, बेकारी भत्ता, युद्ध, अपंग साहाय्य इ.

ब) महसुलात अप्रत्यक्षपणे वृद्धी करणारा सार्वजनिक खर्च : ज्या खर्चापासून सरकारला प्रत्यक्षपणे कोणताही महसूल मिळत नाही किंवा उत्पन्न मिळत नाही. मात्र, अप्रत्यक्षपणे दीर्घकाळात आर्थिक लाभ होतो असे खर्च. उदा. मोफत दवाखाने, मोफत शिक्षण इ.

क) आंशिक महसूल मिळवून देणारा सार्वजनिक खर्च : ज्या खर्चामुळे सरकारला आंशिक महसूल मिळतो असे खर्च. उदा. सरकारी दवाखान्यातील नोंदणी फी, सशुल्क शिक्षण इ.

ड) खर्चापेक्षा अधिक महसूल मिळवून देणारा खर्च : सरकार जो खर्च करते तो पूर्णपणे भरून निघतो व बरेचदा खर्चापेक्षा अधिक महसूल प्राप्त होतो. उदा. रेल्वे, वाहतूक, सार्वजनिक उद्योग, टपालसेवा इत्यादी.

३) कार्यतत्त्वानुसार अथवा कल्याणकारी परिणामांच्या आधारे केलेले वर्गीकरण

ॲडम स्मिथ यांनी सरकार करीत असलेल्या कार्यांना आधार मानून सार्वजनिक खर्चाचे पुढीलप्रमाणे वर्गीकरण केले आहे -

अ) संरक्षणावरील खर्च : देशातील लोकांचे अंतर्गत आणि बाह्य आक्रमणांपासून संरक्षण करण्यासाठी जे विविध खर्च सरकार करते. उदा. लष्कर; शस्त्रास्त्रे व दारूगोळा, पोलिसदल, न्यायालये, तुरुंग यांवर केलेल्या खर्चाला 'संरक्षणावरील खर्च' असे म्हणतात.

ब) व्यावसायिक खर्च : देशातील व्यापार व उद्योग यांच्या विकासासाठी सरकारकडून खर्च केला जातो. उदा. रेल्वे, वीजनिर्मिती, सरकारी उद्योग, वाहतूक व दळणवळण इ. वरील खर्च.

क) विकासकार्यावरील खर्च : या खर्चामुळे देशाच्या राष्ट्रीय उत्पन्नात आणि

देशाच्या सामाजिक कल्याणात भर पडते; तो खर्च या वर्गात येतो. उदा. शिक्षण, आरोग्य, विमा, वाहतूक इ. वरील खर्च.

४) कार्याच्या उपयुक्ततेनुसार अथवा निकडीनुसार केलेले वर्गीकरण

रोशर यांनी सार्वजनिक खर्चाचे पुढील तीन उपप्रकार सांगितले आहेत; ते पुढीलप्रमाणे -

अ) आवश्यक खर्च : केंद्र, राज्य आणि स्थायिक सत्तांचे आवश्यक खर्च वेगवेगळे असतात. परंतु हे खर्च करावेच लागतात. उदा. केंद्र सरकारचे संरक्षण, अंतर्गत सुव्यवस्था, न्याय, संशोधन इ. तर स्थानिक सरकारचे आरोग्य, स्वच्छता, प्राथमिक शिक्षण इ. वरील खर्च.

ब) उपयुक्त खर्च : असा खर्च केल्यास समाजाला सुखसोयींचा लाभ होतो; अशा खर्चापासून समाजाला तसेच सरकारलाही लाभ होतात. उदा. सामाजिक कल्याण, क्रीडांगणे, नगरपालिकेचे बगीचे, आरोग्य, शिक्षण इ.

क) अनावश्यक खर्च : जे खर्च आवश्यक नाहीत तसेच उपयुक्तसुद्धा नसतात. ते खर्च टाळण्याने समाजाला फायदा होतो. उदा. तोट्यातील उद्योग, सरकारी डामडौल, मोठे समारंभ, उधळपट्टीचे खर्च इ.

५) कर्तव्याच्या महत्त्वानुसार अथवा तुलनात्मक महत्त्वानुसार वर्गीकरण

जी. फिंडले शिरास यांनी सरकारच्या कर्तव्याच्या आधारावर सार्वजनिक खर्चाचे वर्गीकरण केले.

अ) प्राथमिक खर्च : सरकारला देशाचे अस्तित्व टिकविण्यासाठी जो खर्च करावा लागतो. त्याला 'प्राथमिक खर्च' म्हणतात; म्हणजेच सरकारला आपल्या प्रधान कार्यावर खर्च करावा लागतो. उदा. संरक्षण, प्रशासन खर्च, विधी व न्यायव्यवस्था, कर्ज फेड, कर्जावरील व्याज इ.

ब) दुय्यम खर्च : प्राथमिक खर्च सोडून इतर सर्व खर्चाला 'दुय्यम खर्च' म्हणतात. दुय्यम खर्चात सामाजिक खर्चांचा समावेश केलेला आहे. उदा. आरोग्य, शिक्षण, बेकारी भत्ता, सामाजिक व कल्याणकारी सेवा इ. वरील खर्च.

६) हस्तांतरणाच्या आधारावर केलेले वर्गीकरण

प्रा. पिगू यांनी हस्तांतरणाच्या आधारावर सार्वजनिक खर्चाचे वर्गीकरण केले आहे.

अ) हस्तांतरणीय खर्च : देशातील लोकांना निव्वळ मदत म्हणून जो खर्च केला जातो तो 'हस्तांतरीत खर्च' होय. थोडक्यात, खरेदी शक्तीचे एका वर्गाकडून दुसऱ्या

वर्गाकडे हस्तांतरण होते. उदा. व्याज, बेकारी भत्ता, निवृत्ती वेतने, अनुदाने इ.

ब) अहस्तांतरणीय खर्च : ज्या खर्चामुळे खरेदी शक्तीचे हस्तांतरण होत नाही त्याला 'अहस्तांतरणीय खर्च' म्हणतात. उदा. नौदल, वायुदल, सैन्यउभारणी, प्रशासन, डाक-तार, न्यायदान इ. वरील खर्च.

७) स्थिर आणि बदलता खर्च

प्रा. जे. के. मेहता यांनी सार्वजनिक खर्चाचे स्थिर आणि बदलते खर्च असे वर्गीकरण केले आहे -

अ) स्थिर खर्च : लोकांच्यासाठी निर्माण करण्यात आलेल्या सेवांवरील खर्च या सेवांचा उपभोग लोकांनी मोठ्या प्रमाणात घेतला अथवा कमी प्रमाणात घेतला तरी त्याचा परिणाम खर्चावर होत नाही, त्याला 'स्थिर खर्च' म्हणतात. उदा. संरक्षणावरील खर्च, विमानतळांवरील खर्च.

ब) बदलता खर्च : सरकारी खर्चाचे प्रमाण लोक त्याचा किती उपभोग घेऊ इच्छितात यावर अवलंबून असते. त्याला 'बदलता खर्च' म्हणतात. उदा. परिवहन सेवा, पोस्ट सेवा इ.

८) उत्पादकतेच्या आधारांवर केलेले वर्गीकरण

प्रा. रॉबिन्सने उत्पादकतेच्या आधारावर सार्वजनिक खर्चाचे वर्गीकरण केले आहे -

अ) उत्पादक खर्च : ज्या खर्चामुळे देशातील उत्पादनात भर पडते त्याला 'उत्पादक खर्च' म्हणतात. उदा. सार्वजनिक उद्योग, कारखाने, रेल्वे, धरणे, पाणलोट क्षेत्र, विकास इ.

ब) अनुत्पादक खर्च : ज्या सरकारी खर्चामुळे उत्पादनात भर पडत नाही त्याला 'अनुत्पादक खर्च' म्हणतात. उदा. प्रशासन, पोलीस, आरोग्य, संरक्षण इ.

वरील वर्गीकरण संदिग्ध स्वरूपाचे दिसून येते.

९) अनुदाने आणि मिळणाऱ्या मोबदल्यानुसार वर्गीकरण

डॉ. डाल्टन यांनी सरकारी खर्चाला मिळणारा मोबदला हा आधार घेऊन वर्गीकरण केले.

अ) अनुदान : ज्या सार्वजनिक खर्चापासून सरकारला कोणत्याही प्रकारचा मोबदला मिळण्याची अपेक्षा नसते, त्याला 'अनुदान' म्हणतात. उदा. सामाजिक विमा; पेन्शन; गरीब मदत निधी, शिक्षण; वैद्यकीय उपचार इ. ज्यांना ही अनुदाने मिळतात, ते सरकारला त्याबद्दल काहीही मोबदला देत नाहीत.

ब) खरेदी किंमत अथवा खरेदीमूल्य : ज्या खर्चाच्या मोबदल्यात सरकारला वस्तू व सेवांची प्राप्ती होते; त्या खर्चाला खरेदी किंमत अथवा 'खरेदी मूल्य' म्हणतात. उदा. सरकारने न्यायाधीश, शिक्षक तसेच कर्मचाऱ्यांसाठी वेतन व मजुरीच्या स्वरूपात केलेल्या खर्चामुळे वस्तू अथवा सेवांच्या स्वरूपात प्राप्ती होते.

१०) आवश्यकतेनुसार केलेले वर्गीकरण

प्रा. जे. एस. मिल यांनी सार्वजनिक खर्चाचे वर्गीकरण पुढीलप्रमाणे केले आहे -

अ) आवश्यक खर्च : जे खर्च करणे सरकारला आवश्यक / अनिवार्य असते त्याचा समावेश या भागात केला जातो. उदा. संरक्षण, न्यायदान, कर्जाची परतफेड इ.

ब) ऐच्छिक खर्च : या प्रकारच्या खर्चात सरकारला निवडीचे स्वातंत्र्य असते; कारण ही कार्ये करणे, न करणे सरकारच्या मर्जीवर अवलंबून असते. उदा. शिक्षण, सामाजिक विकास, आरोग्य इ.

मिल यांचे वर्गीकरण शास्त्रीय वाटत नाही.

११) गरजांच्या स्वरूपानुसार वर्गीकरण

गरजांच्या स्वरूपावरून बॅस्टॅबल यांनी खर्चाचे वर्गीकरण केले आहे -

अ) सामान्य खर्च : सतत निर्माण होणाऱ्या सरकारी गरजांची ज्या खर्चामुळे पूर्ती होते, त्याला 'सामान्य खर्च' म्हणतात. उदा. न्यायदान, संरक्षण, शिक्षण, आरोग्य इ.

ब) असामान्य खर्च : ज्या खर्चामुळे अनपेक्षितपणे निर्माण होणाऱ्या गरजांची पूर्तता होते, त्याला 'असामान्य खर्च' म्हणतात. उदा. महापूर, भूकंप, मंदी, युद्ध, दुष्काळ, अवर्षण, नैसर्गिक आपत्ती इ.

१२) आर्थिक वर्गीकरण

आज जगात बहुतेक देशांत सार्वजनिक खर्चाचे एकाच प्रकारचे वर्गीकरण करण्यात येते. या वर्गीकरणाला 'आर्थिक वर्गीकरण' म्हणतात.

अ) महसुली खर्च : सरकारचा चालू खर्च म्हणजे 'महसुली खर्च' होय. यात सरकारी प्रशासनावरील खर्चाचा समावेश होतो. संरक्षण, रेल्वे, पोस्ट, टेलिफोन इ. सारख्या सार्वजनिक बाबींवर होणारा खर्च तसेच राज्याला देण्यात येणारी अनुदाने.

ब) भांडवली खर्च : यामध्ये भांडवली व्यवहारांचा समावेश होतो. सरकारचा भांडवली व्यवहारावरील खर्च म्हणजे 'भांडवली खर्च' होय. उदा. सरकारच्या इमारती, अवजड यंत्रे, सार्वजनिक उद्योगांना दिलेली कर्जे, राज्ये व केंद्रशासित प्रदेशांना

दिलेली कर्जे इ.

थोडक्यात, प्रत्येक अर्थशास्त्रज्ञाने एका विशिष्ट दृष्टिकोनातून सार्वजनिक खर्चाचे वर्गीकरण केले आहे. प्रत्येक वर्गीकरणात काही ना काही त्रुटी जाणवतात. व्यावहारिक दृष्टीने डाल्टन यांचे वर्गीकरण योग्य वाटते; सर्व देशांत आर्थिक वर्गीकरणाचा आधार घेतला जात आहे.

१३) विकास आणि विकासेतर खर्च

सरकारने विकास कामांवर केलेला खर्च म्हणजे विकास खर्च होय. या खर्चामुळे देशाच्या आर्थिक विकासात भर पडते. उदा. रस्ते, रेल्वे, जलसिंचन, पाणलोट क्षेत्र विकास कार्यक्रम; विमानतळे, वीजनिर्मिती, शेतीविकास, औद्योगिक विकास तसेच आर्थिक सेवा केंद्र आणि राज्याच्या विकासासाठी दिलेली अनुदाने, सामाजिक सेवा इ. चा समावेश होतो.

विकासेतर खर्चात संरक्षण, न्यायव्यवस्था, देशांतर्गत शांतता व सुव्यवस्था, प्रशासकीय सेवा, कर गोळा करणे, निवृत्ती लाभ इ. खर्चांचा समावेश होतो. विकासेतर खर्च म्हणजे आर्थिक विकासात भर पडत नाही परंतु तो करणे आवश्यक असते त्याला 'विकासेतर खर्च' म्हणतात.

१४) सार्वजनिक खर्चाचे नवीन वर्गीकरण (New Classification of Public Expenditure)

१९८७-८८च्या अंदाजपत्रकापासून भारत सरकारने खर्चाचे नवीन वर्गीकरण स्वीकारले. या नव्या वर्गीकरणानुसार एकूण सार्वजनिक खर्चाचे दोन गटात वर्गीकरण केले जाते.

अ) योजनेतर खर्च किंवा बिगर योजना खर्च (Non-plan Expenditure)

ब) योजना खर्च (Plan Expenditure)

अ) योजनेतर खर्च : केंद्र सरकारच्या योजनेतर खर्चाची महसुली खर्च आणि भांडवली खर्च अशी विभागणी करण्यात येते. योजनेतर महसुली खर्चात व्याज, संरक्षणावरील महसुली खर्च, प्रमुख अर्थसाहाय्य (यात अन्नधान्य, खते व निर्यात प्रोत्साहनावरील सवलती इ. चा समावेश होतो.) इतर सवलती, शेतकऱ्यांची कर्ज माफी, पोलीस, निवृत्तीवेतन, इतर सामान्य खर्च (यात कर जमा करणे, परराष्ट्रीय व्यवहार) इ. चा समावेश होतो. सामाजिक सोयी-सुविधा (यात शिक्षण, आरोग्य इ.) आर्थिक सोयी-सुविधा (यात शेती, उद्योग, वाहतूक, ऊर्जा, दळणवळण, विज्ञान व तंत्रज्ञान) इ. चा समावेश होतो. केंद्र सरकारकडून राज्य सरकारांना देण्यात येणारी अनुदाने परकीय सरकारांना

देण्यात येणारी अनुदाने यांचा समावेश होतो.

योजनेतर भांडवली खर्चात संरक्षणावरील भांडवली खर्च, सार्वजनिक प्रकल्पासाठी दिले जाणारे कर्ज, घटकराज्यांना व केंद्रशासित प्रदेशांना दिले जाणारे कर्ज आणि परदेशासाठी दिले जाणारे कर्ज इत्यादींचा समावेश होतो; या खर्चामुळे विकासात कोणतीही भर पडत नाही त्यामुळे या खर्चाला 'विकासेतर खर्च' म्हणतात.

ब) योजना खर्च : योजना खर्चात पुढील बाबींचा समावेश होतो-

अ) केंद्राने तयार केलेल्या योजनांवरील खर्च. उदा. शेती, ग्रामीण विकास, जलसिंचन व पूरनियंत्रण, राष्ट्रीय पाणलोट क्षेत्र विकास कार्यक्रम, ऊर्जा, उद्योग व धातू, वाहतूक व दळणवळण, विज्ञान व तंत्रज्ञान आणि पर्यावरण, सामाजिक सोईसुविधा इ. चा समावेश होतो.

ब) राज्य सरकारांनी तयार केलेल्या योजनांना देण्यात येणारी मदत तसेच केंद्रशासित प्रदेशांना देण्यात येणारी मदत, यांचा समावेश होतो.

योजना खर्चाचेसुद्धा महसुली आणि भांडवली खर्च असे वर्गीकरण केले जाते. या खर्चामुळे विकासाला गती मिळते.

तक्ता क्र. ४.१ : केंद्र सरकारचा योजनेतर आणि योजना खर्च (कोटी रुपये)

	बाकी	१९८९-९० (प्रत्यक्ष)	२००२-०३ (अंदाजपत्रक)	२०१५-१६ (अंदाजपत्रक)
१)	योजनेतर खर्च	६४,५००	२,९६,८१०	१३,१२,२००
	अ) महसुली खात्यावरील खर्च	५२,१३०	२,७०,१७०	१२,०६,०२७
	ब) भांडवली खात्यावरील खर्च	१२,३७०	२६,६४०	१,०६,१७३
२)	योजना खर्च	२८,४००	१,१३,५००	४,६५,२७७
	अ) महसुली खात्यावरील खर्च	१२,०७०	७०,३१०	३,३०,०२०
	ब) भांडवली खात्यावरील खर्च	१६,३३०	४३,१९०	१,३५,२५७
	एकूण खर्च	**९२,९००**	**४,१०,३१०**	**१७,७७,४७७**

(Source : Indian Economy, Ruddar Datt and Sundharam 47th Revised Edition, 53rd Edition, and 72th Edition 2018).

वरील तक्त्यावरून असे दिसून येते की, केंद्र सरकारचा योजनेतर खर्च सन १९८९-९० ते २०१५-१६ या कालावधीत रुपये ६४, ५०० कोटींवरून रुपये १३,१२,२०० कोटींपर्यंत वाढला. याच काळात योजना खर्च रुपये २८,४०० कोटी व रु. ४,६५,२७७ कोटींपर्यंत वाढला. २०१५-१६ च्या केंद्रीय अंदाजपत्रकात एकूण खर्च रु. १७,७७,४७७ कोटींपर्यंत वाढला. यामध्ये महसुली व भांडवली दोन्ही खर्च वाढले आहेत.

भारतातील सार्वजनिक खर्च (Public Expenditure in India)

महसुली खर्च आणि भांडवली खर्च असे भारताच्या सार्वजनिक खर्चाच्या बाबतीत म्हणता येते. सरकारच्या खर्चात खूप मोठ्या प्रमाणात वाढ होताना दिसून येते.

तक्ता क्र. ४.२ : केंद्र सरकारचा खर्च (कोटी रुपये)

वर्ष	महसुली खर्च	भांडवली खर्च	एकूण खर्च
१९५०-५१	३५०	१८०	५३०
१९८०-८१	१४,५४०	९,६३०	२४,१७०
२००१-०२	३,०१,६१०	६०,८४०	३,६२,४५०
२०१४-१५	१५,६८,१११	२,२६,७८१	१७,९४,८९२
२०१७-१८	१८,७८,८३५	२,६३,१४०	२१,४१,९७५
२०१९-२० (अंदाजपत्रक)	२४,४७,९०७	३३,६२,९३	२७,८४,२००

(Source : Indian Economy - Gaurav Datt and Mahajan S. Chand and Co. New Delhi 72th Revised Edition 2018. Pg. 987, Interim Budget 2019-20).

वरील तक्त्यानुसार असे दिसून येते की, केंद्र सरकारचा एकूण खर्च १९५०-५१ मध्ये रुपये ५३० कोटी होता तो २०१७-१८ पर्यंत रुपये २१,४१,९७५ कोटींपर्यंत वाढला. याच काळात महसुली खर्च रु. ३५० कोटींवरून रु. १८,७८,८३५ कोटींपर्यंत वाढला तर भांडवली खर्च रुपये १८० कोटींवरून रुपये २,६३,१४० कोटींपर्यंत वाढला आहे; यावरून असे स्पष्ट होते की, सरकारचा खर्च खूप मोठ्या प्रमाणात वाढलेला आहे.

केंद्र सरकारच्या खर्चाची १९८७-८८ पूर्वी नागरी खर्च, संरक्षण खर्च आणि अनुदाने अशी विभागणी केली जात असे. त्यावेळी सरकार विकास खर्च, संरक्षण खर्च व इतर खर्च अशीसुद्धा विभागणी करत असे. विकास खर्चात सामाजिक सेवा, सामान्य सेवा, आर्थिक सेवा व राज्य आणि केंद्रशासित प्रदेशांची अनुदाने इ. चा समावेश केला जात असे तर संरक्षण खर्चात सैन्य दले, निवृत्त सैनिकांची पेन्शन इ. तसेच इतर खर्चात कर,

वसुली शुल्क, व्याज, पेन्शन, प्रशासकीय सेवा राज्यांची अनुदाने, इ. चा समावेश केला जात असे.

संरक्षण खर्च आणि इतर खर्चाला 'विकासेतर खर्च' म्हटले जात होते.

४.५ भारतातील सार्वजनिक खर्चाची प्रवृत्ती (Trends in Public Expenditure in India)

जगातील बहुतेक देशात खर्चातील प्रवृत्ती दिसून येतात. संशोधकांनी खर्चाच्या बाबतीत काही निष्कर्ष काढले. जर्मन अर्थशास्त्रज्ञ प्रो. ॲडॉल्फ वॅगनर यांनी एकोणिसाव्या शतकाच्या उत्तरार्धात संशोधनाद्वारे असे स्पष्ट केले की, सरकारच्या चालू कार्यात वाढ होत आहे आणि नवीन विस्तृत कार्ये स्वीकारली जात आहेत कारण सरकारला पूर्वनिश्चित अशी सामाजिक व आर्थिक उद्दिष्टे साध्य करावयाची असतात; त्यामुळे सरकारी खर्चात उत्तरोत्तर अधिक वाढ होत जाते. तसेच पिकॉक व प्रा. वाइजमन यांनी १८९१ ते १९५५ या काळातील ब्रिटिश सरकारच्या खर्चाचा आढावा घेतला. त्यांना असे दिसून आले की, काही अस्वस्थतेमुळे सरकारी खर्चात एकदम वाढ होते. उदा. दुष्काळात सरकारी खर्च वाढतो परंतु युद्ध संपले तरी खर्चाची पातळी उतरत नाही. प्रा. मसग्रेव्ह यांच्या मते, सध्याच्या काळात सरकारी खर्चात वाढ होणे अपरिहार्य आहे कारण सरकारला विविध कार्ये पार पाडणे आवश्यक असते. उदा. साधनसामग्रीचे वाटप, पुनर्वाटपाची कार्ये, अर्थव्यवस्थेस स्थैर्य निर्माण करणे व व्यापार, उद्योग विषयक कार्ये इ. करावी लागतात.

भारताच्या बाबतीतसुद्धा अशा प्रवृत्ती दिसून येतात. मुख्यत: स्वातंत्र्य मिळाल्यानंतर भारताने पंचवार्षिक योजनांद्वारे आर्थिक विकास वेगाने करण्याचे धोरण स्वीकारले. विकासाच्या विविध योजनांमुळे सार्वजनिक खर्च मोठ्या प्रमाणात वाढला; तसेच त्यामध्ये सतत वाढ होत आहे. १९६२ आणि १९६५च्या युद्धात सार्वजनिक खर्चात वाढ झाली. भारताच्या सार्वजनिक खर्चाच्या प्रवृत्ती पुढीलप्रमाणे दिसून येतात -

तक्ता क्र. ४.३ : केंद्र सरकारचा खर्च (एप्रिल ते नोव्हेंबर) (लाख कोटी)

	२०१५-१६	२०१६-१७	२०१७-१८
एकूण खर्च	११.४२	१२.८७	१४.७९
महसुली खर्च	९.८३	११.४४	१२.९५
भांडवली खर्च	१.५९	१.४२	१.८४

(संदर्भ : आर्थिक सर्वेक्षण २०१७-१८, पा. ३१).

भारत सरकारचा महसुली आणि भांडवली खर्च दोन्हीही वाढत असताना दिसून येतो.

तक्ता क्र. ४.४ : खर्चाच्या बाबीतील वाढ (टक्के) (एप्रिल ते नोव्हेंबर)

	२०१४-१५	२०१५-१६	२०१६-१७	२०१७-१८
एकूण खर्च	५.२	६.३	१२.६	१४.९
महसुली खर्च	६.४	३.२	१६.४	१३.१
भांडवली खर्च	-३.२	३०.८	-१०.४	२९.३

(संदर्भ : आर्थिक सर्वेक्षण २०१७-१८, पान ३१).

भारताचा एकूण खर्च (महसुली + भांडवली) २०१४-१५ या वर्षात ५.२ टक्के होता, तो २०१७-१८ पर्यंत १४.९ टक्क्यांपर्यंत वाढला.

तक्ता क्र. ४.५ : महसुली खर्चाचे काही मोठे घटक
एप्रिल ते नोव्हेंबर (टक्के)

	२०१५-१६	२०१६-१७	२०१७-१८
व्याज देणे	५५.४	५४.१	५९.२
अन्न अनुदाने	८१.४	९१.३	९३.१
खते अनुदाने	८५.४	७९.७	७०.५
पेट्रोल अनुदाने	८२.६	६५.२	८५.७
मोठी अनुदाने	८२.९	८५.३	८५.७
वेतन आणि पेन्शन	५२.९	५२.५	६१.६

(संदर्भ : आर्थिक सर्वेक्षण २०१७-१८, पा. ३२).

भारतात २०१५ ते २०१७-१८ पर्यंत व्याज देणी वाढत आहेत, वेतन आणि पेन्शन यावर खर्चात वाढ होत आहे. अन्न अनुदाने, खते अनुदाने, पेट्रोल अनुदाने इ. वर मोठ्या प्रमाणात खर्च वाढला आहे.

१) महसुली खर्चात जलद वाढ : भारताच्या महसुली खर्चात मोठ्या प्रमाणात वाढ होताना दिसून येते. सन १९५०-५१ ते सन २०१८-१९ या काळात केंद्र सरकारचा महसुली खर्च रु. ३५० कोटींवरून रु. २१,४१,७७२ कोटींपर्यंत प्रचंड वाढला. महसुली

खर्च वाढण्याच्या बाबी म्हणजे संरक्षण सिद्धता, शिक्षण, आरोग्य, प्रशासनाचा विस्तार, आंतरराष्ट्रीय वचनबद्धता, भाववाढ विविध संस्थांचे कामकाज इ. बाबीं संदर्भात सरकारचा महसुली खर्च वेगाने वाढला.

२) विकासेतर खर्चात वाढ : भारताचा विकासेतर खर्च अजूनही वाढताना दिसून येतो त्यामध्ये संरक्षण, प्रशासनावरील खर्च, कर्जसेवा, व्याज देणे, पेन्शन व इतर निवृत्ती लाभ व राज्यांना दिलेली अनुदाने इत्यार्दींवरील खर्च सतत वाढत राहिल्याने विकासेतर खर्च उच्च पातळीला राहिला.

३) योजनेतर खर्चात वाढ : अलीकडे भारत सरकारच्या योजनेतर खर्चात मोठ्या प्रमाणात वाढ झाली आहे, ते पुढील तक्त्यावरून दिसून येते.

तक्ता क्र. ४.६ : केंद्र सरकारचा निवडक योजनेतर खर्च (रु. कोटी)

बाबी	१९८५-८६ (प्रत्यक्ष)	१९९०-९१ (प्रत्यक्ष)	२०१५-१६ अंदाजपत्रक
१) व्याज देणी	७,५००	२१,५००	४,५६,१४५
२) संरक्षण	७,०००	१०,८७०	१,५२,१३९
३) अर्थसाहाय्य	४,९००	१२,१६०	२,४३,८११
४) सामान्य आर्थिक आणि सामाजिक सेवा	२,०६०	६,८५०	३,५३,९३२
एकूण	**२४,४६०**	**५०,३८०**	**१२,०६,०२७**

(Source : Indian Economy Gaurav Datt and Ashwini Mahajan 72th Edition 2018).

वरील एकत्रित खर्च योजनेतर खर्चाच्या ८०% राहिला. व्याजाची देणी, संरक्षणावरील खर्च, अर्थसाहाय्य, सामान्य आर्थिक व सामाजिक सेवा इ. चा त्यात समावेश होतो; वरील तक्त्यावरून योजनेतर खर्चाच्या संदर्भात पुढील निष्कर्ष निघतात -

१) सार्वजनिक कर्जावरील व्याजासाठी खर्च वाढला. सन १९८५-८६ मध्ये रु. ७५०० कोटींवरून सन १९९०-९१ मध्ये रु. २१,५०० कोटींपर्यंत गेल्याने, सार्वजनिक खर्च वाढला तर २०१५-१६च्या अंदाजपत्रकानुसार व्याजावरील खर्च रु. ४,५६,१४५ कोटींपर्यंत प्रचंड वाढला. तर २०१९-२० च्या अंदाजपत्रकात ६६५०६१ कोटींपर्यंत प्रचंड वाढला.

२) संरक्षणावरील खर्च वेगाने वाढत आहे, भारतीय उपखंडात तणाव वाढल्याने युद्ध साहित्यात खर्च वाढला. सन १९८५-८६मध्ये रु. ७००० कोटी संरक्षणावरील खर्च २०१५-१६ पर्यंत १,५२,१३९ कोटी रुपयांपर्यंत वाढला. २०१९-२० च्या अंदाजपत्रकात ३०५२९६ कोटींपर्यंत वाढला आहे.

३) खते, अन्न, निर्यात, प्रोत्साहन इ. वरील अर्थसाहाय्यावरील खर्च सतत वाढत गेल्याने योजनेतर खर्चात वाढ झाली. सन १९८५-८६मध्ये रुपये ४९०० कोटींवरून २०१५-१६ पर्यंत २,४३,८११ कोटींपर्यंत वाढला.

४) कर वसुली; निवृत्ती वेतन, पोलीस, महागाई भत्त्यात वाढ इ. मध्ये सुधारित वेतन आयोगानुसार वाढ होत गेल्याने सेवांवरील खर्च वाढला. प्रशासकीय खर्चात मोठ्या प्रमाणात वाढ झाली. १९८५-८६मध्ये रुपये २०६० कोटींवरून सन २०१५-१६ पर्यंत रुपये ३,५३,९३२ कोटींपर्यंत प्रचंड वाढ झाली.

अशा रीतीने संरक्षण, व्याज, सेवा, अर्थसाहाय्य इ. वरील खर्चात मोठ्या प्रमाणात वाढ झाली. या खर्चावर सरकारला नियंत्रण ठेवण्यात यश आले नाही.

४) व्याजावरील खर्च मोठ्या प्रमाणात वाढला : भारताच्या एकूण सार्वजनिक खर्चातील व्याजावरील खर्चाचे प्रमाण १९५०-५१मध्ये ११% होते. १९८५-८६मध्ये ते २०% झाले तर २०१४-१५मध्ये ते २३.८% अपेक्षित होते. व्याजावरील खर्च २०१५-१६ मध्ये रुपये ४,५६,१४५ कोटींपर्यंत वाढला आहे. कर्जसेवा हा विकासेतर खर्चाचा भाग असला तरी त्याचा संबंध देशाच्या विकासाशी जोडला जातो; अलीकडच्या काळात आपला महसुली खर्च भागविण्यासाठीसुद्धा सरकारला कर्ज उभारणी करावी लागते; कर्जावरील व्याजाचे देणे वाढत आहे. भारत सरकारचे कर्ज १९५०-५१मध्ये रु. २८६० कोटी होते ते मार्च २०१५मध्ये ६१,३२,९४४ कोटींपर्यंत पोहोचले.

५) आर्थिक विकास आणि कल्याणकारी राज्याचे उद्दिष्ट यामुळे सार्वजनिक खर्चात वाढ : आर्थिक नियोजन काळात विकासावर आणि कल्याणकारी राज्याच्या स्थापनेवर भर दिला गेल्याने सार्वजनिक खर्च वाढत आहेत. संरक्षणावरील खर्चात मोठ्या प्रमाणात वाढ झाली. महसुली आणि भांडवली खात्यावरील एकूण संरक्षण खर्च वाढला.

सन १९५०-५१ ते २०१७-१८ (अंदाजपत्रक) या काळात काही कारणाने योजनेतर संरक्षणावरील एकूण खर्च रुपये १६० कोटींवरून रु. ३,५९, ९०० कोटींपर्यंत वाढला.

४.६ विकसनशील अर्थव्यवस्थेत सार्वजनिक खर्चाची भूमिका (Role of Public Expenditure in Developing Economy)

विकसनशील अर्थव्यवस्थेत मुख्यत: भांडवलाची कमतरता असते. आर्थिक विकास करण्यासाठी विविध क्षेत्रात भांडवल खर्च करण्याची गरज असते. तसेच अशा अर्थव्यवस्थेत दारिद्र्य, बेकारी, आर्थिक विषमता दिसून येते. तसेच उपभोक्त्यांची क्रयशक्ती कमी असते. खासगी क्षेत्रात उद्योजक मोठ्या प्रमाणात गुंतवणूक करण्यास तयार नसतात. त्यासाठी सार्वजनिक खर्चाकडे आर्थिक विकासाचे साधन म्हणून पाहिले जाते. त्यामुळे सार्वजनिक खर्चाची भूमिका महत्त्वाची ठरते.

अ) कृषी आणि उद्योगाचा विकास : कृषीक्षेत्र आणि औद्योगिक क्षेत्राच्या विकासासाठी सरकार मोठ्या प्रमाणावर खर्च करते. कृषी क्षेत्राच्या विकासासाठी जलसिंचन, बी-बियाणे, खते, औषधे, वीज इ. वर सार्वजनिक खर्च केला जातो; तर उद्योग क्षेत्राच्या विकासासाठी सिमेंट, लोखंड व पोलाद, वीजनिर्मिती, अवजड यंत्रसामग्री, अभियांत्रिकी उद्योग तसेच वाहतूक दळणवळण, बँका, विमा, पर्यटन इ. पायाभूत सेवांसाठी सरकार मोठ्या प्रमाणावर गुंतवणूक खर्च करते. अशा खर्चामुळे विकासाला चालना मिळते.

ब) आर्थिक व सामाजिक वरकड खर्च : सरकार पायाभूत संरचनेसाठी वरकड खर्च करते जसे रस्ते, रेल्वे, जलसिंचन, वीज, बंदरे, विमानतळ इ. त्याचबरोबर सामाजिक सुविधांवरसुद्धा वरकड खर्च करते. जसे शिक्षण, आरोग्य, स्वच्छता, पाणीपुरवठा, प्रशिक्षण इ. अशा खर्चामुळे आर्थिक विकासाला गती मिळते.

क) नैसर्गिक साधनसंपत्तीचा विकास : सरकार लोह, अभ्रक, जस्त, खनिज तेले, कोळसा इ. खनिजांचे उत्खनन व शुद्धीकरण यासाठी सरकार मोठ्या प्रमाणावर खर्च करते. त्यामुळे खनिज उत्पादने उपलब्ध होतात.

ड) अर्थसाहाय्य व अनुदाने : सरकार कृषी आणि औद्योगिक उत्पादने वाढविण्यासाठी शेतकऱ्यांना आणि उद्योजकांना अर्थसाहाय्य व अनुदान दिले जाते. तसेच केंद्र सरकार राज्यांना तसेच स्थानिक स्वराज्य संस्थांना आर्थिक साहाय्य व अनुदान देते. सरकारच्या अशा आर्थिक खर्चामुळे आर्थिक विकासाला चालना मिळते.

इ) प्रादेशिक संतुलन : सरकार अविकसित आणि मागासलेल्या भागाचा विकास करण्यासाठी मोठ्या प्रमाणात खर्च करून आर्थिक विकासातील असमतोल दूर करून प्रादेशिक संतुलन निर्माण करण्याचा प्रयत्न करत असते. जसे औद्योगिक, कृषी, पायाभूत सुविधा इ. च्या विकासावर खर्च करून अशा रीतीने सरकार सार्वजनिक खर्चाच्या आधारे आर्थिक विकासाला चालना देत असते.

४.७ सार्वजनिक खर्चाच्या वाढीची कारणे (Causes of Growth in Public Expenditure)

अलीकडच्या काळात जगातील सर्वच देशात शासकीय खर्च वाढत असल्याचे दिसून येते. शासकीय कार्यक्षेत्रात वाढ होत असल्याने शासकीय खर्च अधिकाधिक वाढत आहे. १९ व्या शतकापर्यंत सरकारची कामे आणि खर्च मर्यादित होता. १९ व्या शतकाच्या शेवटी आणि २० व्या शतकाच्या सुरुवातीस समाजवादी विचारसरणी उदयाला आली. तसेच कल्याणकारी राज्याची संकल्पना मूळ धरू लागली. अनेक देशांनी लोकशाही पद्धती स्वीकारली तसेच अर्थव्यवस्थेत सरकारची भूमिका महत्त्वाची असते, हा दृष्टिकोन मान्य झाला; त्यामुळे सरकारच्या कार्यात वाढ झाली.

तसेच २१ व्या शतकातील विकासाच्या योजना व खासगीकरण, उदारीकरण व जागतिकीकरणातसुद्धा सरकारच्या खर्चात वाढ होत आहे.

स्वातंत्र्यानंतर भारताने मिश्र अर्थव्यवस्थेचा स्वीकार केला. पंचवार्षिक योजनांद्वारे देशाचा आर्थिक विकास करण्याचे योजल्यामुळे सरकारी खर्चात सतत वाढ होत आहे. भारताच्या सार्वजनिक खर्चात सतत वाढ होत गेली.

१) लोकसंख्येतील वाढ व वाढते नागरीकरण : गेल्या काही वर्षांत जगातील सर्वच देशांची लोकसंख्या वाढत आहे. विशेषत: आर्थिकदृष्ट्या मागासलेल्या देशांमध्ये लोकसंख्येच्या वाढीचा वेग फारच भयानक आहे. वाढत्या लोकसंख्येचे केंद्रीकरण शहरामध्ये व्हायला लागले आहे. यामुळे नगराच्या सोयीसाठी सार्वजनिक सत्तांना फार मोठा खर्च करावा लागत आहे. दिवाबत्ती, पाणीपुरवठा, स्वास्थ्यसेवा, स्वच्छता, सडका, संरक्षण इत्यादी अनेक सेवा, सवलती सरकारला उपलब्ध करून द्याव्या लागतात. यामुळे सरकारांचा प्रतिव्यक्ती खर्च सतत वाढत आहे. नागरी क्षेत्र जसजसे वाढत जाते तसतशी सार्वजनिक सत्तांच्या कार्यामध्ये सतत भरच पडत आहे. महानगरांचे प्रश्न तर अधिकाधिक जटिल बनत चालले आहेत. लहान गावांमध्ये जे प्रश्न व्यक्ती स्वत: सोडवू शकते तेच प्रश्न महानगरांमध्ये सार्वजनिक सत्तेला सोडवावे लागतात. खाद्यपदार्थांची तपासणी, आवश्यक वस्तूंचे वाटप, सामाजिक सेवांची व्यवस्था, इस्पितळे, शाळा, परिवहन व्यवस्था इत्यादींवर सार्वजनिक सत्तांना खर्च करावा लागतो. या सर्वांचा परिणाम सरकारी खर्चावर होतो व तो वाढतच जातो.

उदा. भारताची लोकसंख्या १९५१मध्ये ३६.५ कोटी होती, ती २०११मध्ये १२१.०२ कोटींपर्यंत वाढली. साहजिकच वेगाने वाढणारी लोकसंख्या सार्वजनिक खर्चाच्या वाढीस कारणीभूत ठरली.

२) कल्याणकारी राज्याची कल्पना : गेल्या काही दशकांमध्ये जगातील सर्वच देशांमध्ये कमी-अधिक प्रमाणात कल्याणकारी राज्याची (Welfare State) कल्पना स्वीकारली गेली आहे. एकोणिसाव्या शतकातील पोलीस राज्याची जागा आता विसाव्या शतकात कल्याणकारी राज्याने घेतली आहे. यामुळे आता प्रत्येक सरकार आपल्या नागरिकांच्या संरक्षणाबरोबर त्यांच्या कल्याणाचेही कार्य अत्यंत महत्त्वाचे आहे असे मानते. नागरिकांचे महत्तम कल्याण साधण्यासाठी अनेक योजना प्रत्यही आखल्या जात आहेत व अंमलातही आणल्या जात आहेत. पूर्ण रोजगार, सर्वांगीण विकास, महत्तम कल्याण ही ध्येये आजची सरकारे आपल्या पुढे ठेवतात. ही ध्येये पार पाडण्याच्या दृष्टीने सरकारला जी कार्ये करावी लागतात त्यांचा खर्चही मोठाच असतो. रोजगार हमी; वेतन, वृद्धापकाळ वेतन, औषधांसाठी मदत, आरोग्य वेतन, शैक्षणिक सवलती, नि:शुल्क शिक्षण, महागाई भत्ता, घरभाडे भत्ता इत्यादी सरकारी खर्चाची यादी खूपच मोठी आहे; या यादीत सतत भरच पडत आहे. त्यामुळे सर्वच सरकारच्या एकूण खर्चात सर्व दृष्टींनी वाढ होत आहे.

३) लोकशाही प्रवृत्तीत वाढ : जगातील बहुसंख्य देशांनी लोकशाही पद्धतीचा स्वीकार केला आहे. लोकशाही पद्धतीने केलेल्या राज्यकारभाराला फार मोठा खर्च येतो. लोकशाही विकेंद्रीकरणाची क्रिया देशात सुरू झाली की, सर्व स्तरांवर 'सरकारे' निर्माण होतात. ग्रामपंचायत, जिल्हा परिषद, राज्य सरकार, केंद्र सरकार ही सगळी सरकारे चालवायची, म्हणजे प्रचंड खर्चाचे काम होय. या सर्व सरकारांची स्थापना निवडणुका घेऊन केली जाते. निवडणुकांप्रीत्यर्थ सरकारला खूप खर्च करावा लागतो. केंद्र सरकारच्या लोकसभा, राज्यसभा, राज्य सरकारांच्या विधान सभा, विधान परिषदा, जिल्हा परिषदा व त्यांच्या पंचायत समित्या या संस्थांवर अवाढव्य खर्च होतो. त्याचप्रमाणे परदेशातील राजदूतावास, शिष्टमंडळे, संयुक्त राष्ट्र संघ, आंतरराष्ट्रीय नाणेनिधी, जागतिक बँक इत्यादी आंतरराष्ट्रीय संस्थांचे सदस्यत्व या सर्व गोष्टींचा परिणाम सरकारी खर्चावर होतो व तो वाढतच जातो.

४) औद्योगिकीकरण : औद्योगिक क्रांतीनंतर सर्वच देशांमध्ये औद्योगिकीकरणाची लाट पसरली. याच्यामुळे औद्योगिक परिवर्तनाबरोबर सामाजिक व राजकीय परिवर्तनही घडून आले. शास्त्रीय शोध, उत्पादनपद्धतीत सुधारणा, यांत्रिकीकरण, विशाल प्रमाणावरील उत्पादन, श्रमविभाजन इत्यादी गोष्टींचा परिणाम म्हणून उत्पादनात फार मोठ्या प्रमाणात वाढ झाली. जगातील बहुतेक सर्व देशांचे उत्पादन वाढले व त्यामुळे दरमाणशी उत्पन्न वाढले. लोकांचे जीवनमानही वाढले आहे; पण त्याचबरोबर औद्योगिक समस्याही निर्माण झाल्या आहेत. कामगारांसंबंधीच्या योजनांवर सरकारला बराच पैसा खर्च करावा लागतो.

उद्योगातील विविध प्रश्न सरकारलाच सोडवावे लागतात. बालोद्योगांना संरक्षण, उपभोक्त्यांचे संरक्षण, श्रमिकांचे कल्याण, श्रमिक-मालक संघर्ष इ. गोष्टींकडे लक्ष पुरविणे आजच्या सरकारला अगत्याचे झाले आहे, त्यामुळे या गोष्टींवर सरकारला खर्चही वाढत्या प्रमाणात करावा लागतो.

५) उद्योगांचे व सेवांचे राष्ट्रीयीकरण : समाजवादी विचारांचा पगडा असलेली सरकारे आपल्या देशात विभिन्न उद्योगांचे, व्यवसायांचे व सेवांचे राष्ट्रीयीकरण करताना दिसून येतात. राष्ट्रीयीकरणाचा मुख्य हेतू या उद्योगांवर जनतेची मालकी प्रस्थापित करून जनतेला वस्तू व सेवा शक्यतोवर कमी खर्चात पुरविणे हा असतो. खासगी उद्योगांपुढे आदर्श निर्माण करणे हादेखील उद्देश असू शकतो; पण तो साध्य होतोच असे नाही. राष्ट्रीयीकरणामुळे प्रथम या उद्योगांना नुकसानभरपाई म्हणून फार मोठी रक्कम द्यावी लागते. नंतर हे उद्योग चालवायला बराच खर्च येतो. या उद्योगांमधून फायदा होईलच याची खात्री नसते. तोट्यातसुद्धा हे उद्योग चालवावे लागतात. हा तोटा सरकारलाच सहन करावा लागतो. यामुळे सरकारचा खर्च फार वाढतो.

६) विकास व नियोजन : आर्थिकदृष्ट्या अप्रगत देशांच्या सरकारांपुढे आपल्या देशाच्या आर्थिक विकासाचा फार मोठा प्रश्न असतो. त्यांना जलद आर्थिक विकास हवा असतो. यासाठी करावयाची पायाभरणी खासगी संस्थांकडे सोपविली जात नाही, ती सरकारलाच करावी लागते. आर्थिक विकास सर्वांगीण व जलद होण्यासाठी नियोजनाचे तंत्र आजकाल सर्व देशात वापरले जाते. नियोजनाचे तंत्र समाजवादी देशांनी लोकप्रिय केले. आता भांडवलप्रधान देशही काही क्षेत्रांत या तंत्राचा अवलंब करू लागले आहेत. नियोजनाच्या या तंत्रात सरकारलाच पुढाकार घ्यावा लागतो. उद्योगांचा बहुमुखी विकास, लोकांच्या जीवनमानात वाढ, नैसर्गिक साधनांचा विकास व उपयोग, राष्ट्रीय उत्पन्नात वाढ इ. उद्दिष्टे नियोजनाचा कार्यक्रम हाती घेताना समोर ठेवली जातात. अल्पकालीन व दीर्घकालीन योजना तयार करून त्या कार्यान्वित केल्या जातात. या योजना पार पाडण्यासाठी देशात व देशाबाहेर पैसा प्राप्त केला जातो, कर्ज काढले जाते व हितार्थ प्रबंधनही केले जाते. योजनांचा अवाढव्य खर्च सरकारलाच करावा लागतो. योजनांच्या आकाराबरोबर हा खर्चही वाढत जातो. भारताच्या पहिल्या पंचवार्षिक योजनेच्या जवळ जवळ चौपट आकार चौथ्या पंचवार्षिक योजनेचा होता; म्हणजे १९५१ पासून पुढील वीस वर्षांच्या कालावधीत भारत सरकारच्या नियोजनामुळे एकूण व्ययात सुमारे १६,००० कोटी रुपयांची भर पडली असे म्हणावे लागेल.

७) किमतीमानात वाढ : जगातील बहुतेक सर्व देशांमध्ये किमतीची पातळी सतत वाढत असलेली दिसते. एकोणिसाव्या शतकाच्या उत्तरार्धात किमतीची वाढ सुरू

झाली व ती अजून चालूच आहे. विशेषत: १९३९-४६च्या दुसऱ्या महायुद्धानंतर किमतीमध्ये फार झपाट्याने वाढ होत गेली. वाढणाऱ्या किमतीचे दोन प्रकारचे परिणाम होतात- एक म्हणजे, सरकारला सर्व वस्तू व सेवा यांची जास्त किंमत द्यावी लागते. दुसरे म्हणजे, या वाढलेल्या खर्चाची तोंडमिळवणी करण्यासाठी सरकारला अधिक उत्पन्न-साधनांचा शोध घ्यावा लागतो. सरकारचा वाढलेला खर्च पुन:किमतीमध्ये वाढ करताना दिसतो, हे एक दुष्ट वर्तुळ सुरू होते. यातील अवांछनीय भाग असा की, या वाढलेल्या खर्चाचा परिणाम आर्थिक व्यवहारांवर झालेला दिसत नाही. सरकारी खर्चात किमतीच्या वाढीमुळे दिसून येणारी वृद्धी खरी नसून काहीशी आभासात्मकच असते. भारतात गेल्या चार दशकांत किंमतपातळी दरवर्षी पाच ते सहा टक्के वाढलेली दिसून येते, त्यामुळे सार्वजनिक खर्चात वाढ होत आहे.

८) संरक्षणखर्चात वाढ : विसाव्या शतकात बहुतेक सर्व देशांच्या संरक्षणखर्चात फार तीव्रतेने वाढ झालेली दिसून येते. एकूण खर्चाच्या पन्नास टक्के खर्च संरक्षणावर केलेला असतो. युद्ध असो वा नसो, युद्धाची तयारी मात्र असली पाहिजे; असे प्रत्येक देशातील सरकारला वाटते. युद्धाचे शास्त्र व शस्त्रास्त्रांचे स्वरूप या गोष्टी फार झपाट्याने बदलत आहेत. त्यामुळे नवनवीन शस्त्रास्त्रे बनविणे व विकत घेणे फार महाग होऊ लागले आहे. अण्वस्त्रांच्या शोधामुळे प्रत्येक राष्ट्राला आपणही केव्हातरी अण्वस्त्रसंपन्न व्हावे असे वाटते. अण्वस्त्रे निर्माण करणे हे केवळ श्रीमंत देशांचेच काम आहे; पण गरीब देशदेखील आपल्या उत्पन्नाचा फार मोठा भाग अणुशक्तीच्या उत्पादनावर खर्च करीत आहेत. त्यामुळे प्रत्येक सरकारचा संरक्षणखर्च वाढला आहे, संरक्षणखर्चात कपात करायला वावच नाही. भारतासारख्या शांतिप्रिय देशालासुद्धा मनाविरुद्ध चिनी व पाकिस्तानी आक्रमणांना तोंड द्यावे लागते. या दोन देशांविरुद्ध सतत युद्धसज्ज राहण्यासाठी युद्ध व संरक्षणावरील खर्चात अनेक पटींनी वाढ करावी लागली. १९५१मध्ये भारताचा संरक्षणखर्च १६४ कोटी रुपये होता. १९८५-८६मध्ये तो ७००० कोटी झाला तर २०१७-१८मध्ये ३,५९,९०० कोटींपर्यंत वाढला.

९) मुलकी शासन खर्च : प्रत्येक सरकारला राज्य चालविण्यासाठी व अंतर्गत सुव्यवस्थेसाठी प्रशासकीय खर्च करावा लागतो. सरकारच्या कार्यांमध्ये वाढ झाल्यामुळे अनेक मंत्रालये, अनेक खाती, प्रत्येक अधिकारी व त्यांचा मोठा नोकरवर्ग या गोष्टी निर्माण झाल्या. सरकारी यंत्रणा दिवसेंदिवस अधिक गुंतागुंतीची होत आहे. प्रत्येक सरकारला दुसऱ्या देशांमध्ये राजदूतावास निर्माण करावे लागतात. त्यांच्यावरही खर्च फार येतो. वाढत्या महागाईमुळे सरकारी अधिकारी व कर्मचारी अधिक वेतन, महागाई भत्ता मागतात. सरकारला तो द्यावा लागतो. केंद्र सरकारने एकदा अधिक वेतन व महागाई

भत्ता दिला की, राज्य सरकारांना, जिल्हा परिषदांना व नगरपरिषदांनाही तो द्यावा लागतो. सर्वच सार्वजनिक सत्तांचा नागरी प्रशासनावरील खर्च वाढत जातो. १९५१मध्ये केंद्र सरकारचा प्रशासकीय सेवांवरील खर्च २१ कोटी रुपये होता. १९७३-७४मध्ये हा खर्च २८० कोटी रुपयांपर्यंत वाढला. विविध राज्यांचा हाच खर्च १९५१मध्ये १०६ कोटी रुपये होता व १९७३-७४मध्ये तो ५८३ कोटी रुपयांपर्यंत वाढला.

१०) सरकारकडे पाहण्याच्या दृष्टिकोनात बदल : आजकाल सरकारकडे पाहण्याची लोकांची दृष्टी बदललेली आहे. पूर्वीच्या काळी सरकारचे भय सामान्य माणसांना वाटत असे. सरकार म्हणजे जुलूम करणारी, छळ करणारी संस्था असे समजले जात असे; पण आज तसे वाटत नाही. ही गोष्ट चांगली आहे. सरकारच्या साहाय्याशिवाय सामान्य माणसाचे जीवन समृद्ध होणार नाही, याची जाणीव प्रत्येकाला झाली आहे. हा बदल काही कारणांमुळे घडून आला आहे. तांत्रिक प्रगतीमुळे सामान्य जनांमध्ये आपली असमर्थता व परावलंबित्व यांची जाणीव निर्माण झाली आहे. आपल्या आवाक्याबाहेरील प्रश्नांची सोडवणूक करण्यासाठी त्यांना सरकारची गरज भासू लागली आहे. आर्थिक व्यवस्थेत होणारे बदल अस्थैर्य निर्माण करतात, या अस्थैर्याचा परिणाम सामान्य जनांवर होतो. त्यामुळे सरकारने आर्थिक अस्थैर्याला प्रतिबंध करण्याचे कार्य केले पाहिजे अशी अपेक्षा आज बाळगली जाते. मानवतेच्या दृष्टिकोनातून पाहता दु:ख, दैन्य व दारिद्र्य यांचे अस्तित्व नाहीसे करणे हे सरकारला मुळीच भूषणावह नाही. यांचे प्रमाण कमी करणे, शक्यतोवर त्यांचे अस्तित्वच नाहीसे करणे हे सरकारचे कर्तव्य आहे अशी मागणी लोकांकडून आज केली जाते. सरतेशेवटी, राजकीय व आर्थिक प्रश्नांची संकीर्णता वाढल्यामुळे नागरिकांना या प्रश्नांना तोंड देण्यास सिद्ध करण्याची जबाबदारीही सरकारचीच आहे, असे मत काही लोक व्यक्त करतात. थोडक्यात, असे दिसून येते की, बऱ्या-वाईट सर्व गोष्टींची जबाबदारी सरकारची असल्यामुळे सरकारनेच पुढाकार घेऊन जनतेच्या जीवनात सर्वांगीण विकास साधला पाहिजे असे जनतेचे मत आहे; याचा परिणाम म्हणजे आज कोणत्याही क्षुल्लक प्रश्नाच्या सोडवणुकीकरता सरकारकडे पाहण्याची प्रवृत्ती निर्माण झाली आहे. आंदोलनवादी उपायांच्या साहाय्याने सरकारकडे दडपणे आणली जातात व सरकारला खर्च करायला भाग पाडले जाते. हळूहळू असे अनेक खर्च सरकारच्या अंगवळणी पडल्यासारखे झाले आहेत. त्यामुळे केंद्र सरकारचा खर्च, राज्यसरकारांचा खर्च, जिल्हा परिषदा व नगरपरिषदा यांचे खर्च असे सर्व स्तरांवरील खर्च वाढण्याची प्रवृत्ती दिसून येते.

याप्रमाणे अशी अनेक कारणे सरकारी खर्चात सतत वृद्धी का होते हे दाखविण्यासाठी लक्षात घेतली जातात. सरकारी व्ययात वृद्धी होणे हे वाईट नाही; पण ही वाढ अपेक्षित

परिणाम साधत असेल तरच इष्ट समजली पाहिजे. देशातील उत्पादनाच्या प्रमाणात वाढ, संपत्तीच्या वितरणात सुधारणा, आर्थिक स्थैर्य, भावी पिढ्यांच्या सुखसोयींची उपलब्धता इत्यादी उद्दिष्टे या व्ययामुळे व त्यातील वाढीमुळे साध्य होत असतील तर त्या वाढीचे स्वागतच केले पाहिजे.

११) आर्थिक मंदीची आरिष्टे दूर करणे : सार्वजनिक कल्याणाच्या दृष्टिकोनातून आर्थिक मंदीवर मार्ग काढण्यासाठी सरकारला आर्थिक क्षेत्रांत हस्तक्षेप करावा लागतो. १९३०च्या जागतिक महामंदीच्या काळात निरनिराळ्या देशातील सरकारांना प्रचंड खर्च करावा लागला. आर्थिक मंदीच्या काळात निराशाजनक वातावरण पसरलेले असते. मंदीतून देशाला बाहेर काढण्यासाठी व्यापार व औद्योगिक क्षेत्रांत मोठ्या प्रमाणात खर्च करावा लागतो. शेती, सार्वजनिक उपक्रमांत गुंतवणूक वाढवावी लागते. सतत निर्माण होणाऱ्या आर्थिक मंदीच्या संकटावर उपाययोजना करण्यासाठी सार्वजनिक खर्च वाढत आहे.

१२) सामाजिक सुरक्षिततेवरील खर्च : जगातील इतर देशांप्रमाणे भारतानेसुद्धा सामाजिक सुरक्षा योजनांवर भर दिला आहे. लोकांना बेकारी, अपघात, अपंगत्व, आजार, वार्धक्य, अचानक मृत्यू इ. संकटांना आणि आपत्तींना तोंड द्यावे लागते; त्यासाठी सरकारला लोकांना मदत करावी लागते. सामाजिक सुरक्षा योजनेद्वारे लोकांना आर्थिक साहाय्य, आरोग्य, विमा, निवृत्तीवेतन, बेकारी भत्ता इ. मार्गांनी मदत द्यावी लागते. त्यामुळे भारतातील सार्वजनिक खर्च वाढत आहे.

१३) शासकीय कर्ज सेवांवरील वाढ : सरकारला विकास योजनांवरील खर्च भागविण्यासाठी देशात व परदेशात मोठ्या प्रमाणावर कर्ज उभारावे लागते. भारत सरकारचे कर्ज १९५०-५१मध्ये रु. २८६० कोटी होते. ते मार्च २०१६ पर्यंत ६८,९४,९९१ कोटींपर्यंत वाढले. सार्वजनिक खर्चात व्याजावरील खर्चाचे प्रमाण वाढले. भारतातील कर्ज सेवांवरील खर्च वाढल्याने सार्वजनिक खर्च वेगाने वाढत आहे. १९८५-८६मध्ये सार्वजनिक कर्जांवरील व्याज ७५०० कोटी होते ते २०१५-१६मध्ये ४,५६,१४५ कोटींपर्यंत वाढले.

१४) आर्थिक स्थैर्य टिकविणे : जगातील बहुतेक देशांनी आर्थिक आणि वित्तीय धोरण आखून ते टिकवून ठेवण्याची जबाबदारी स्वीकारलेली आहे; भारतानेसुद्धा तसे धोरण स्वीकारले. गरिबांना अर्थसाहाय्य, रोजगार व उत्पन्नपातळीत वाढ घडवून आणणे, संपत्ती व उत्पन्नातील विषमता कमी करणे इ. दृष्टिकोनातून सरकारला वित्तीय धोरणाची अंमलबजावणी करावी लागते. त्यामुळे देशांत आर्थिक स्थैर्य टिकविण्यासाठी विविध

धोरणांच्या अंमलबजावणीसाठी मोठ्या प्रमाणावर खर्च करावा लागतो; त्यामुळे भारताच्या सार्वजनिक खर्चात मोठ्या प्रमाणावर वाढ झाली आहे.

१५) खासगी क्षेत्रांत उत्पादन वाढीला उत्तेजन : खासगी क्षेत्रांत मोठ्या प्रमाणात उत्पादन करावे तसेच १००% निर्यात वस्तूंचे उत्पादन करावे यासाठी सरकार निर्यातदारांना मोठ्या सोयी-सुविधा देत आहे. अनुदानाबरोबरच उत्पादन कर तसेच आयात जकातीत सवलती देत आहे; तसेच नवीन उद्योग स्थापनेसाठी तसेच स्थापित उद्योगांच्या विकासासाठी छोटे-मोठे शेतकरी व उद्योजकांना सर्वप्रकारचे आर्थिक, तांत्रिक साहाय्य करीत आहे. त्यामुळे सरकारचा खर्च वाढत आहे.

१६) सरकारच्या कार्यक्षेत्रात वाढ : सरकारच्या कार्यात सतत वाढ होत आहे. विशेषत: समाज कल्याणाच्या कार्यात जलद वाढ होताना दिसून येते. उदा. देशातील गरीब जनतेस शिक्षण, औषधोपचार, सार्वजनिक बागबगिचे, क्रीडांगणे इ. मोफत अथवा सवलतीच्या दराने पुरविली जातात. तसेच सार्वजनिक कामावरचा खर्चही वाढत आहे. उदा. रेल्वे, रस्ते, पूल, पाटबंधारे योजना इ. बाबतीत वाढ होत आहे. शिवाय बेरोजगारी कमी करण्यासाठी आणि दारिद्र्य निर्मूलनासाठी अनेक प्रकल्प राबविले जात आहेत. त्यामुळे सरकारी खर्चात जलद गतीने वाढ होत आहे.

१७) शेतीविकास : भारतासारख्या विकसनशील देशांत आर्थिक विकास जलद गतीने घडवून आणण्यासाठी शेतीविकास हा महत्त्वाची भूमिका पार पाडतो. शेती क्षेत्राच्या इतर क्षेत्रांशी निकटचा संबंध आहे याची सरकारला जाणीव झालेली आहे. शेतीचा विकास होताच बिगरशेती क्षेत्रास विकासाची चालना मिळते. त्यामुळे अर्थव्यवस्थेचा विकास साधणे सुलभ जाते म्हणून सरकार शेती क्षेत्रातवर वाढत्या स्वरूपाचा खर्च करीत आहेत असे दिसून येते.

१८) केंद्राचा सामान्य सेवांवरील खर्च : केंद्र सरकार राज्यांसाठी करत असलेला खर्च, करांची वसुली करण्यासाठी केला जाणारा खर्च; निवृत्ती वेतनावरील खर्च इ. साठी मोठ्या प्रमाणात केंद्र सरकारचा खर्च वाढत आहे. वेतनवाढ व महागाई भत्ते सतत वाढत असल्याने केंद्र सरकारच्या खर्चात सतत वाढ होत आहे.

१९) आंतरराष्ट्रीय संघटना व संस्था : देशातील सरकारला आंतरराष्ट्रीय संघटना व संस्थांच्या संमेलनात सहभाग घ्यावा लागतो. तसेच शिष्टमंडळेसुद्धा पाठवावी लागतात त्यासाठी सरकारला मोठ्या प्रमाणात खर्च करावा लागतो जसे आंतरराष्ट्रीय नाणेनिधी, जागतिक व्यापार संघटना, युनो, जागतिक बँक, जी-२०, सार्क, एशियन विकास बँक इ. अशा अनेक वित्तीय व व्यापारी समुदायांची वर्गणी देशाला भरावी लागते. या सर्व

कारणांसाठी सरकारला खर्च करावा लागतो.

२०) विकसनशील देशांना मदत : आर्थिक विकासासाठी, नैसर्गिक आपत्ती निवारणासाठी विकसित देश विकसनशील देशांना मदत करत असतात. जसे सवलतीच्या व्याज दराने कर्ज देणे, बिन व्याजाने कर्ज देणे, विकास योजनांसाठी अनुदान देणे इ. मुळे सरकारी खर्चात वाढ होते. भारतसुद्धा विकसनशील देशांना कर्ज, मदत, अनुदान देत असल्याने भारताच्या खर्चात वाढ होत आहे.

२१) आकस्मिक संकटे : नैसर्गिक संकटांबरोबरच काही देश शेजारील देशांत दहशतवाद माजविण्याचा प्रयत्न करतात जसे पाकिस्तान भारतात दहशतवाद निर्माण करून अशांतता निर्माण करण्याचा प्रयत्न करतो त्यामुळे भारताच्या खर्चात वाढ होत आहे.

२२) सामूहिक गरजांची पूर्तता : सरकारला सामूहिक पातळीवर काही गरजा पूर्ण कराव्या लागतात. त्यामुळे लोकांची गैरसोय दूर होते. जसे शहरी भागात बस सेवा; वीज, पाणीपुरवठा इ. साठी सरकारला खर्च करावा लागतो. त्यामुळे सरकारी खर्चात वाढ होते.

२३) अनुदान, सवलत, मदतीचा भार : राजकीय फायद्यासाठी राजकारणी व्यापारी, उद्योजक, शेतकरी यांना अनेक सवलती देतात. उदा. स्वस्त वीज, पाणीपुरवठा, कमी व्याज दराने कर्ज, विविध अनुदाने, सवलती इ. या सवलती व मदतीचा काही भार सरकारला उचलावा लागतो त्यामुळे सरकारी खर्चात वाढ होते.

सराव प्रश्न :

१) सार्वजनिक खर्चाचा अर्थ सांगून स्वरूप स्पष्ट करा.

२) सार्वजनिक खर्चाची तत्त्वे सांगा.

३) सार्वजनिक खर्चाचे वर्गीकरण थोडक्यात स्पष्ट करा.

४) सार्वजनिक खर्चाच्या प्रवृत्ती स्पष्ट करा.

५) विकसनशील अर्थव्यवस्थेतील सार्वजनिक खर्चाची भूमिका स्पष्ट करा.

६) सार्वजनिक खर्च वाढीची कारणे विशद करा.

प्रकरण ५ | सार्वजनिक खर्चाचे परिणाम (Effects of Public Expenditure)

५.१ प्रास्ताविक (Introduction)

सार्वजनिक खर्च म्हणजे फक्त कोरडा, तटस्थ आणि यांत्रिक व्यवहार असे आजचे अर्थशास्त्रज्ञ मानत नाहीत. सार्वजनिक खर्चाचे अर्थव्यवस्थेवर दूरगामी परिणाम होतात याची जाणीव आता सर्वांना झालेली आहे. सार्वजनिक खर्च हे आता साध्य नसून साधन बनलेले आहे. अर्थव्यवस्थेच्या कोणत्याही क्षेत्रात योग्य तो आर्थिक बदल घडवून आणण्याचे काम सार्वजनिक खर्चाद्वारे केले जाते. सनातनवादी अर्थशास्त्रज्ञांच्या मते, सार्वजनिक खर्चाचा संपत्तीच्या उत्पादनाशी अथवा वाढीशी काहीही संबंध नाही. त्यांनी सरकारची तीन कार्ये सांगितली- न्यायदान, अंतर्गत शांतता आणि सुव्यवस्था व संरक्षण या तीन कार्यांशिवाय केलेला खर्च हा निव्वळ व्यर्थ आहे असे ॲडम स्मिथचे मत होते.

सरकारने आपला खर्च मर्यादित ठेवावा असेच त्यांचे मत होते. परंतु सध्या सार्वजनिक खर्चाकडे पाहण्याचा दृष्टिकोन बदललेला आहे. सार्वजनिक खर्च सतत वाढत आहे. विकसनशील देशात व कल्याणकारी राज्यात सार्वजनिक खर्च सतत वाढत आहे; त्यामुळे सार्वजनिक खर्चाचे विविध परिणाम पहाणे आवश्यक आहे.

५.२ सार्वजनिक खर्चाचे परिणाम (Effects of Public Expenditure)

वेगवेगळ्या काळात सार्वजनिक खर्चाची गरज निर्माण झाली. अलीकडे निरंकुशता नीतीचा दृष्टिकोन सरकारने स्वीकारला त्यावर असे उत्तर दिले जाते की, सर्वच क्षेत्रांत सरकार निर्णय घेऊ शकत नाही, विशेषत: खासगी क्षेत्रांत.

अर्थव्यवस्थेत सरकारला काही उपक्रम राबविणे आवश्यक असते. व्यावसायिकदृष्ट्या ते फायदेशीर नसतानासुद्धा राज्याच्या न्यायाच्या दृष्टीने असे उपक्रम राबविणे आवश्यक असते. उदा. संरक्षण, अंतर्गत कायदा व सुव्यवस्था, न्याय, प्रशासन, सामाजिक सेवा इ.

अशा दृष्टीने सरकारला सामाजिक न्यायाच्या दृष्टीने बाजारयंत्रणेत राज्याला हस्तक्षेप करण्याची गरज निर्माण झाली. सार्वजनिक आणि खासगी क्षेत्राच्या खर्चाशिवाय जलद आर्थिक विकास होऊ शकणार नाही; त्या दृष्टीने वेगळा विचार करण्याची गरज निर्माण झाली. (त्या दृष्टीने सार्वजनिक खर्चाचे प्रमाण अर्थव्यवस्थेच्या कार्यपद्धतीत उपयोगी आणि परिणामकारक ठरले.) अर्थव्यवस्थेच्या स्थैर्यासाठी सार्वजनिक खर्च हा महत्त्वपूर्ण साधन ठरल्याने उत्पन्न आणि रोजगार वाढविण्याला मदत झाली; जर सार्वजनिक खर्चाचा अपव्यय झाला तर अर्थव्यवस्थेला त्याचा बोजा निर्माण होतो.

आता सार्वजनिक सरकारी क्षेत्रांत सार्वजनिक खर्च ही प्रक्रिया मान्यता पावली आहे. ती एक अर्थव्यवस्थेचा भाग बनली आहे. ही बाब वेगळी मानल्यास अर्थव्यवस्थेच्या वेगवेगळ्या क्षेत्रांत एकमेकांवरचे अवलंबित्व तसेच शासकीय क्षेत्रांत अंतर्रचना निर्माण झाली आहे. परंतु महत्त्वाचे म्हणजे अर्थव्यवस्थेत बाजारयंत्रणेत खासगी क्षेत्र हे व्यावसायिक पातळीवर मार्गदर्शन करीत असते. त्यामुळे सार्वजनिक / शासकीय क्षेत्रांत विविध बदल करण्याची गरज निर्माण झाली. विशिष्ट मर्यादेपर्यंत सार्वजनिक क्षेत्राचे नियम व्यावसायिकतेप्रमाणे करण्याची आवश्यकता निर्माण झाली. प्रत्यक्षात तशी गरज निर्माण झाली; त्याचा सार्वजनिक क्षेत्रावर अंतर्गत परिणाम होत आहे.

सार्वजनिक खर्चाचे परिणाम पुढीलप्रमाणे स्पष्ट करता येतात -

५.२.१ उत्पादनावरील परिणाम

उत्पादन आणि उत्पादनवाढीची पातळी उच्च ठेवण्यासाठी सार्वजनिक खर्च हा विविध मार्गांपैकी एक मार्ग आहे. सार्वजनिक खर्चाचे विकसित देश आणि विकसनशील देशांवर वेगवेगळे परिणाम दिसून येतात.

विकसित अर्थव्यवस्थेत परिणामकारक मागणीत उणीव निर्माण झाल्यास सार्वजनिक खर्चाद्वारे परिणामकारक मागणी वाढते, त्यामुळे प्रत्यक्ष बाजारव्यवस्थेत उत्पादनवाढीसाठी तो महत्त्वाचा ठरतो. बाजारात पुरवठ्याच्या दृष्टिकोनातून सार्वजनिक खर्चामुळे खरेदीशक्तीत वाढ होऊन परिणामकारक मागणीच्या वाढीसाठी सार्वजनिक खर्च आणखी भर टाकणारा घटक आहे.

परंतु उत्पादनवाढीच्या तंत्रामुळे उत्पादनाचा पुरवठा वाढतो. त्यामुळे पूर्ण रोजगार पातळी गाठली जाते, पैसारूपी उत्पन्न वाढते. मात्र, वास्तव उत्पन्न वाढत नाही; कारण वास्तव उत्पन्न हे वास्तव साधनांवर (Resources) अवलंबून असते.

सार्वजनिक खर्च हा उत्पादनवाढीसाठीचा रेटा निर्माण करतो; कारण विकसित अर्थव्यवस्थेत वेगवेगळ्या प्रकारचा ताठरपणा असतो. उदा. काही उद्योगसंस्थेत उत्पादनवाढीची अमर्यादक्षमता नसते. काही संस्थांची मक्तेदारी असते; तसेच कामगार संघटना प्रबळ असतात. वेगवेगळा तांत्रिक आणि इतर प्रकारचा ताठरपणा हा मागणीच्या वाढाव्याला जबाबदार असतो. यासाठी सार्वजनिक खर्चाचा उपयोग केल्यास काही प्रमाणात उत्पादन वाढून मागणी वाढते.

विकसित देशात ज्यावेळी वेगवेगळ्या क्षेत्रांत अंतर्गत मागणीची कमतरता निर्माण होते. तसेच भाववाढ आणि बेरोजगार नियंत्रणात नसते अशा वेळी सार्वजनिक खर्चामुळे अतिरिक्त मागणी निर्माण होते, त्यामुळे सर्व खर्च महत्त्वाचा असतो.

विकसनशील देशाच्या अर्थव्यवस्थेचे वैशिष्ट्य म्हणजे, बचतपातळी आणि गुंतवणूक प्रवृत्ती कमी असते. अशा वेळी वैयक्तिक बचत आणि गुंतवणुकीला प्रेरणा देणे आवश्यक असते. विकसनशील देशात सामाजिक बाबी, श्रमिकांचे कौशल्य, भांडवली सामग्री, यंत्रसामग्री इ. ची कमतरता असते. त्यामुळे पायाभूत उद्योगांची वाढ किंवा विस्तार होत नाही. सार्वजनिक खर्च सामाजिक बाबींवर करता येतो; तसेच मानवी कौशल्य वाढविण्यासाठी शिक्षण आणि प्रशिक्षणावर खर्च करता येतो.

भारतात प्रादेशिक असमानता दिसून येते. काही जिल्हे आर्थिकदृष्ट्या मागासलेले आहेत. त्यासाठी अशा प्रदेशात उद्योगांसाठी करांमध्ये सवलती आणि कर्ज सुविधा उपलब्ध करून दिल्या जातात. तसेच सार्वजनिक खर्चाचा उपयोग पायाभूत सुविधांसाठी केला जातो. त्यामुळे विविध उपक्रमांच्या फायद्यात वाढ होते, तसेच भांडवल गुंतवणुकीला

चालना मिळते. परकीय मदत / साहाय्य मिळाल्यास आर्थिक वाढीला मदत होते.

अशा प्रक्रियेत भांडवल संचय वेगाने वाढण्यासाठी काळजी घेणे आवश्यक ठरते. सार्वजनिक खर्चामुळे अधिकाधिक नफा होण्याला मदत होते. त्यासाठी सार्वजनिक खर्चाच्या परिणामांकडे गांभीर्याने पाहाणे आवश्यक आहे.

प्रथम वेगवेगळ्या प्रकल्पात सार्वजनिक खर्च दीर्घकाळापर्यंत करावा लागतो. उदा. शिक्षणावर केल्या जाणाऱ्या खर्चामुळे त्याचा फायदा दीर्घकाळाने होतो. अल्पकाळात भाववाढीची शक्यता असते म्हणून विकासाच्या प्रक्रियेत भाववाढीच्या स्थितीची काळजी घ्यावी लागते.

दुसरे म्हणजे, चुकीचे नियोजन आणि चुकीच्या अंमलबजावणीमुळे सार्वजनिक खर्चाचा अपव्यय होतो, असे होणार नाही याची काळजी घेणे.

तिसरे म्हणजे, गरजेच्या मानाने साधने मर्यादित असतात. त्यासाठी प्रकल्पांची योग्य पद्धतीने निवड करणे आवश्यक असते. तसेच त्यांची उत्पादन मूल्यं सर्व प्रमाण यांची सांगड घालावी लागते. उद्योगात आदान-प्रदानात समतोलपणा असावा. उद्योगात आर्थिक आणि सामाजिक कारणे महत्त्वाची ठरतात. सर्वांत जास्त प्राधान्य उत्पादन मूल्य खर्चाला दिले पाहिजे.

चवथे म्हणजे, काळजीपूर्वक निणर्य घेणे; कारण सार्वजनिक खर्चामुळे वेगवेगळ्या प्रकल्पात वेगवेगळ्या उपयोगासाठी उपाययोजनांमुळे खासगी गुंतवणुकीला चालना मिळते. विकसनशील देशात साधनांचा मर्यादित वापर केला जातो; त्याचा सार्वजनिक खर्चाशी संबंध असतो.

विकसनशील अर्थव्यवस्थेत सार्वजनिक खर्च हा बाजार क्षेत्रास प्रेरणादायी ठरतो. सार्वजनिक खर्चामुळे आर्थिक वाढ होते. सार्वजनिक खर्च हा खासगी गुंतवणूक आणि उत्पादन वाढीला साहाय्य करतो; त्यामुळे उत्पादनाचा खर्च कमी होतो. उत्पादन खर्च कमी होऊन कार्यक्षमतेत सुधारणा होते, त्यामुळे नफा आणि उत्पादनात वाढ होते.

सार्वजनिक गुंतवणूक ही पायाभूत विकासासाठी, उद्योगांसाठी, ऊर्जा, जलसिंचन आणि खाणी इ. विकासासाठी महत्त्वाची ठरते.

सार्वजनिक खर्च हा मागणी निर्माण करण्यासाठी, वेगवेगळ्या उत्पादनांसाठी, खासगी उत्पादनाला चालना देण्यासाठी उपयोगी ठरतो. सार्वजनिक खर्चामुळे रोजगार उपलब्ध होऊन बेरोजगारी कमी होते.

सार्वजनिक खर्च प्रादेशिक असमतोल कमी करण्यासाठी उपयोगी ठरतो. विशेषत: वेगवेगळ्या प्रकारच्या उद्योगांना साहाय्य करण्यासाठी कर्ज पुरवठा केला जातो.

संशोधन आणि विकासासाठी सार्वजनिक खर्च महत्त्वाचा ठरतो.

सरकारी खर्चाचा बहुतेक भाग हा प्रत्यक्ष आणि अप्रत्यक्ष रीतीने उत्पादक स्वरूपाचा असतो. मात्र, तो सर्वसाधारणपणे उत्पादक असतो असे म्हटले जाते.

प्रा. डाल्टन यांनी सरकारी खर्चाचे उत्पादनावर होणारे परिणाम पुढीलप्रमाणे स्पष्ट केले आहेत-

अ) काम करण्याची शक्ती व बचत व गुंतवणुकीवरील परिणाम : सार्वजनिक खर्च हा शिक्षण, वैद्यकीय, सार्वजनिक आरोग्य इ. बाबी पुरविण्यासाठी केला जातो. त्यामुळे श्रमिकांची क्षमता वाढते, त्यामुळे ते अधिक कार्यक्षमतेने काम करू शकतात. त्यांच्या उत्पादकतेत वाढ झाल्यामुळे त्यांच्या उत्पन्नात वाढ होते. त्यामुळे त्यांची बचत प्रवृत्ती वाढते तसेच शेती, उद्योगधंदे, वाहतूक, दळणवळण इ. वरील सरकारी खर्चात वाढ झाल्याने देशांची उत्पादनक्षमता वाढते त्यामुळे राष्ट्रीय उत्पन्नात वाढ होते व दरडोई उत्पन्नात सुधारणा होते, जनतेच्या बचतीच्या पातळीत वाढ होते. थोडक्यात, सार्वजनिक खर्चाच्या परिणामांमुळे उत्पादन आणि बचत पातळीत लक्षणीय वाढ होते.

डॉ. डाल्टन यांनी तीन प्रकारच्या अनुदानांचा काम करण्याच्या शक्तीवर (कार्य) सार्वजनिक खर्चाचा परिणाम होतो असे स्पष्ट केले आहे-

१) पैशांच्या स्वरूपातील अनुदान : पैशांच्या स्वरूपात ज्या व्यक्तीला अनुदान मिळते त्या व्यक्तीच्या उत्पन्नात प्रत्यक्षपणे भर पडते. त्यामुळे व्यक्तीची क्रयशक्ती वाढते. अधिक वेतन व भत्ते देऊनसुद्धा व्यक्तीच्या उत्पन्नात भर पडते. त्यामुळे व्यक्तीचे उत्पन्न वाढून व्यक्तीचे जीवनमान व तिची कार्यक्षमता वाढण्यास मदत होते. ज्यांचे जीवनमान खालच्या पातळीवर आहे त्यांना जास्त फायदा होतो.

जसे विधवा वा परित्यक्त्या परिवारांना मिळणारी निवृत्तीवेतने समर्थनीय ठरतात. परंतु जर व्यसनाधीन व्यक्तींना रोख अनुदान दिल्यास त्यांनी जर मद्यपान व जुगार इ. सारख्या दुष्कृत्यांवर खर्च केल्यास त्यांची कार्यक्षमता घटून उत्पादनही घटेल, म्हणून पैशांतील अनुदाने एकदम न देता वेळोवेळी थोडी थोडी द्यावीत.

२) वस्तू व सेवा रूपातील अनुदान : मदत ही पैशांच्या स्वरूपात न देता वस्तू व सेवा या रूपात द्यावी. त्यामुळे वास्तव उत्पन्नात म्हणजे वस्तूरूपी उत्पन्नात भर पडते. वस्तूच्या स्वरूपाने भर पडल्यास तिच्या कार्यक्षमतेवर अनुकूल परिणाम होतो. जसे कमी किमतीत धान्य व गरजेच्या वस्तू, पुस्तके, औषधे, घरे, शिक्षण, आरोग्य सुविधा इत्यादी. त्यामुळे व्यक्तीच्या कार्यक्षमतेत वाढ होऊन उत्पादनात वाढ होते.

३) सोयींची उपलब्धता : सरकार अनेक प्रकारच्या सोयी उपलब्ध करून देऊन व्यक्तींची कार्यक्षमता वाढवून उत्पादन वाढीला चालना देते. जसे रस्ते, पाणीपुरवठा, वाहतूक व्यवस्था इत्यादी.

बचत व गुंतवणूक करण्याची शक्ती

सरकारच्या पैशांच्या स्वरूपात अथवा वस्तू स्वरूपातील मदत असो त्यामुळे व्यक्तीची बचतशक्ती वाढणे तसेच अनुदानामुळे प्रत्यक्ष व अप्रत्यक्षपणे उत्पन्नात वाढ होते. वस्तू व सेवा कमी दरात उपलब्ध झाल्यास व्यक्तीची बचतशक्ती वाढते. व्यक्तीची गुंतवणूक करण्याची क्षमतासुद्धा सार्वजनिक खर्चामुळे वाढते.

सरकारी खर्च प्रत्यक्ष अथवा अप्रत्यक्षपणे गुंतवणूक वाढवू शकतो.

सरकारने लोकांकडून घेतलेले कर्ज व्याजासह परत केले तर लोक मिळालेले पैसे गुंतवणुकीसाठी वापरतात. म्हणजेच गुंतवणुकीत वाढ होते. सार्वजनिक खर्च योग्य प्रमाणात, योग्य पद्धतीने व योग्य दिशेने झाला तरच बचत व गुंतवणुकीवर अनुकूल परिणाम होऊन उत्पादनात वाढ होईल.

ब) काम करण्याची इच्छा आणि बचत व गुंतवणुकीवरील परिणाम : आधुनिक सरकारे आपल्या खर्चाचा काही भाग सार्वजनिक सुरक्षितता सेवांवर खर्च करतात. उदा. वृद्धावस्थेत निवृत्ती वेतन, बेरोजगारी भत्ता, मोफत वैद्यकीय साहाय्य इ. मात्र या सुविधा विशेष काळजी व खबरदारी न घेता पुरविण्यास कर्मचारी आपल्या भविष्याविषयी बेपर्वा होतात आणि बचत करण्याकडे दुर्लक्ष करतात; कारण त्यांना भविष्याबाबत चिंता वाटत नाही. याउलट, या सामाजिक सुरक्षिततेच्या सेवा काळजीपूर्वक, निव्वळ गरजू व्यक्तींना व अपंग व्यक्तींना पुरविल्यास या सुविधांचा प्रतिकूल परिणाम कामगारांच्या काम करण्याच्या इच्छेवर आणि उत्पन्न बचतीवर होऊ शकत नाही. काम करण्याची इच्छा, बचत व गुंतवणुकीवर तीन प्रकारच्या अनुदानांचा परिणाम महत्त्वाचा ठरतो.

१) निश्चित मुदती व बिनशर्त स्वरूपाची अनुदाने : या प्रकारची अनुदाने मिळविण्यासाठी भविष्यात कोणत्याच प्रकारच्या अटी पूर्ण कराव्या लागत नाही. विनाशर्त अनुदाने दिल्याने व्यक्तीची काम करण्याची इच्छा व बचत करण्याची इच्छा कमी होते. उदा. निवृत्तीवेतन, भविष्य निर्वाह निधी इ. या अनुदानांमुळे व्यक्ती भविष्यात निश्चिंत बनते. त्यासाठी सरकारने सरकारी खर्च नियंत्रित व नियमित करून इच्छेवर विपरीत परिणाम होणार नाही याची काळजी घेतली जाते.

२) सशर्त अनुदाने : व्यक्तीकडून काही अटी पूर्ण झाल्यावरच व्यक्तीला ही अनुदाने मिळतात. त्यामुळे अशा अनुदानांचा फायदा घ्यायचा असेल तर अटी पाळाव्या लागतात. त्यामुळे व्यक्तीची काम करण्याची व बचत करण्याची इच्छा वाढते. उदा. अंशदायी भविष्य निर्वाह निधी, वैद्यकीय भत्ता, नवीन पेन्शन योजना (२००५ नंतरची), अंशदायी विमा योजना इत्यादी.

३) व्यक्तीचे प्रयत्न व अनुदाने : अशा प्रकारच्या अनुदानांमुळे व्यक्तीची काम करण्याची इच्छा, बचत व गुंतवणूक करण्याच्या इच्छेवर अनुकूल परिणाम होतो. व्यक्तीच्या प्रयत्नात जसजशी वाढ होत जाते तसतशी अनुदानातसुद्धा वाढ होते. त्यामुळे व्यक्ती अधिक काम करण्यास, बचत व गुंतवणूक करण्यास प्रोत्साहित होते.

सामाजिक सुरक्षेवरील खर्चामुळे लोकांच्या काम करण्याच्या बचत व गुंतवणूक करण्याच्या इच्छेवर प्रतिकूल परिणाम न होता अनुकूल परिणाम झाल्याचे दिसून येते, जसे इंग्लंड, अमेरिका, जर्मनी, फ्रान्स या देशात सामाजिक सुरक्षिततेच्या उपाययोजना लागू केलेल्या आहेत.

क) आर्थिक साधनसामग्रीच्या स्थानांतरावरील परिणाम : सार्वजनिक खर्चामुळे देशातील आर्थिक साधनांची विविध प्रकारची स्थानांतरे होतात. बऱ्याचदा सरकार सार्वजनिक खर्चाद्वारे ही स्थानांतरे घडवून आणते. या स्थानांतराचे परिणाम उत्पादनावर होतात. उत्पादन साधनांची स्थानांतरे पुढील प्रकारची असतात -

१) विविध उपयोगांमधील स्थानांतरे : सार्वजनिक खर्चाच्या साहाय्याने आर्थिक साधनांचे स्थानांतरण एका उपयोगातून दुसऱ्या उपयोगात केल्यास उत्पादनात वाढ होते, जसे सरकारने वेगवेगळ्या उद्योगांना अनुदान दिले तर उत्पादनाला हातभार लागतो व देशातील उत्पादक साधनांची स्थानांतरे होऊ शकतील.

रस्ते, कालवे, जलसिंचन इ. मूलभूत प्रकल्पांवर सरकारने खर्च केल्यास आर्थिक विकासाची गती वाढते, या खर्चामुळे उत्पादन साधनांचे स्थानांतरण हे खासगी क्षेत्राकडून सार्वजनिक क्षेत्राकडे होते. तसेच सरकारच्या प्रशासनावरील खर्चामुळे उत्पादनाला अप्रत्यक्षपणे चालना मिळते. परंतु खर्चसुद्धा योग्य प्रमाणात असावा. संरक्षणावरील खर्चामुळेसुद्धा उत्पादन साधने खासगी क्षेत्राकडून सार्वजनिक क्षेत्राकडे वळतात. देशाचे संरक्षण तसेच अंतर्गत शांतता व सुव्यवस्था असल्याशिवाय देशाची प्रगती होत नाही. संरक्षणावरील खर्च आवश्यक असून तो फार जास्त असू नये.

सार्वजनिक खर्च जेव्हा शिक्षण, आरोग्य, सामाजिक सुरक्षेवर होतो तेव्हा लोकांची कार्यक्षमता वाढून उत्पादनाला गती मिळते. अशा रीतीने सार्वजनिक खर्चामुळे उत्पादन साधनांचे स्थानांतरण खासगी क्षेत्राकडून सार्वजनिक क्षेत्राकडे होते.

या खर्चातून सार्वजनिक मत्ता (Assets) वाढून गुंतवणुकीत वाढ होऊन उत्पादन व आर्थिक विकासाला चालना मिळते.

२) भविष्यकालीन तरतुदीसाठी स्थानांतरे : व्यक्ती भविष्यकालीन तरतुदीला महत्त्व देताना दिसून येतो. जसे घर, जमीन, वस्तू इ. तर ज्ञानार्जन, शिक्षण, संशोधन इ. अभौतिक गोष्टींचे महत्त्व लक्षात घेऊन मानवी घटकांमध्ये गुंतवणूक करणे महत्त्वाचे

ठरते. सरकारला वर्तमान काळाबरोबरच भविष्यकाळाचासुद्धा विचार करणे आवश्यक ठरते. त्यामुळे सरकारने भौतिक व अभौतिक गुंतवणुकीत समन्वय साधणे आवश्यक आहे.

३) खासगी उपभोगाकडून सार्वजनिक बचतीकडे केलेली स्थानांतरे : समाजाचा कल साधारणपणे उपभोगाकडे असतो. समाजाचा उपभोग खर्च हा समाजाच्या कार्यक्षमतेत वाढ घडवून आणू शकत नसेल तर हा उपभोग खर्च कमी केला पाहिजे. त्यामुळे खासगी क्षेत्रात बचत होऊन भांडवल निर्मिती होईल अथवा सार्वजनिक भांडवलाची निर्मिती होईल. अशा स्थानांतरासाठी खासगी मालकीचे भांडवल खरेदी करणे व सार्वजनिक क्षेत्रात उद्योग निर्माण करणे ही कामे सरकारने केली पाहिजेत.

४) उत्पादक साधनांची विविध स्थानांमधील स्थानांतरे : सरकार सार्वजनिक खर्चाद्वारे उत्पादक साधनांची विविध स्थानांमध्ये स्थानांतरे घडवून आणू शकते; कारण उत्पादनात वाढ करणे हा त्या मागील उद्देश असतो. तसेच प्रादेशिक असमतोल दूर करण्याचा त्याद्वारे प्रयत्न केला जातो. देशातील सर्व भागांचा विकास सारख्याच पद्धतीने जेव्हा होत नाही तेव्हा सरकार स्वत: पुढाकार घेऊन आर्थिक विकासात विभागीयदृष्ट्या समानता आणण्यासाठी सरकारी खर्चाचा उपाय योजते. सरकार वसाहतींचा विकास स्थानिक सरकारकडून करून घेते, त्यासाठी सरकार अनुदान देते. त्याशिवाय आर्थिक साहाय्य व कर्ज देऊन वसाहतींचा विकास करते.

केंद्र सरकारने राज्य सरकारला आणि राज्य सरकारने स्थानिक स्वराज्य संस्थेला अनुदाने द्यावीत त्यामुळे मागास भागातील आर्थिक विकासाला गती मिळते. तसेच मागास भागात सरकारने उद्योगधंदे सुरू करावेत.

५) गुंतवणूक व बचतीमध्ये समानता आणणे : सार्वजनिक खर्चाद्वारे बचत व गुंतवणुकीतील समानता आणल्यास तेजी व मंदी सारख्या व्यापार चक्रावर नियंत्रण ठेवण्याचे कार्य सार्वजनिक खर्च करू शकतो. भारतात मिश्र अर्थव्यवस्था असल्याने सार्वजनिक आणि खासगी खर्चाचा उत्पादन साधनांच्या स्थानांतरणावर बचत व गुंतवणूक करण्याच्या शक्तीवर आणि इच्छेवर महत्त्वपूर्णरीत्या परिणाम होत असतो. त्याचा देशाच्या एकूण राष्ट्रीय उत्पादनावर व आर्थिक विकासावर प्रभाव पडतो.

विविध उद्योग आणि व्यापार यांच्या सामग्री वाटपावर सरकारी खर्चाचे परिणाम दिसून येतात. उदा. जर सरकार दुर्लक्षित परंतु आवश्यक असणाऱ्या उद्योगांच्या विकासासाठी अर्थसाहाय्य पुरविण्यावर खर्च करीत असेल तर सामग्रीचे पुनर्वाटप होऊन, अशा उद्योगांकडे सामग्री आकर्षित केली जाईल. तसेच उद्योजकांना देशाच्या मागासभागात उद्योग स्थापन करण्यासाठी, प्रोत्साहन देण्यासाठी खर्च करील. त्यामुळे सामग्रीचे पुनर्वाटप

होते आणि उत्पादन सामग्री मागास भागाकडे अधिक प्रमाणात पुरविली जाते.

थोडक्यात म्हणजे सार्वजनिक खर्च उत्पादनात पुढीलप्रमाणे वाढ घडवून आणू शकतो -

१) कामगारांची उत्पादनाबाबतची कार्यक्षमता वाढवून.

२) आर्थिक आणि सामाजिक सुविधा पुरवून.

३) सवलतीच्या दराने कर्ज आर्थिक साहाय्य व तांत्रिक आणि व्यवस्थापकीय सल्लामसलतीच्या साहाय्याने प्रत्यक्ष साहाय्य पुरवून.

४) सार्वजनिक उपक्रमात गुंतवणूक करून, सरकार सार्वजनिक खर्चाद्वारे उत्पादनात वाढ घडवून आणू शकते.

अशा रीतीने सार्वजनिक खर्च फक्त उत्पादनाच्या पातळीवर परिणाम करीत नाही तर उत्पादनाचे स्वरूप आणि उत्पादनाच्या रचनेवरही आवश्यक तो परिणाम करताना दिसून येतो.

५.२.२ सार्वजनिक खर्चाचे वाटपावर परिणाम

समाजात उत्पन्न आणि संपत्तीचे पुनर्वाटप करून वाटपात समानता साधण्यासाठी महत्त्वाचे साधन म्हणून 'सार्वजनिक खर्चा'चा उल्लेख केला जातो. समाजातील श्रीमंत वर्गावरील लोकांची कर भरण्याची क्षमता अधिक असल्यामुळे त्यांच्यावर जादा कर बसवून जे उत्पन्न मिळते त्यातून गरीब जनतेसाठी विविध सवलती पुरविण्यात येतात. गरीब जनतेस मोफत शिक्षण, स्वस्त अन्नधान्य, घरासाठी अर्थसाहाय्य, वृद्धापकाळासाठी निवृत्तीवेतन, बेकारी भत्ता इ. सुविधा पुरविण्यात येतात. या सुविधांचा गरीब जनतेस लाभ झाल्यामुळे एक प्रकारे त्यांच्या उत्पन्नात वाढ होते; अशा रीतीने सरकार आपल्या करविषयक धोरणांद्वारे आणि सार्वजनिक खर्चाच्या धोरणांच्या साहाय्याने श्रीमंत वर्गातील जनतेकडून गरीब वर्गातील जनतेकडे उत्पन्नाचे हस्तांतर घडू शकते. त्यामुळे समाजातील उत्पन्न आणि संपत्ती यांच्या वाटपातील असमानता कमी करण्यास मदत होते.

वित्त पुरवठ्याची पद्धत हीसुद्धा वाटपावर परिणाम करते. उदा. कर पद्धती प्रगतिशील असेल तर तीसुद्धा परिणामकारक होते. त्याचप्रमाणे तुटीचा अर्थभरणा हासुद्धा सार्वजनिक खर्चासाठी महत्त्वाचा ठरतो. मात्र, चलनवाढ होणार नाही याची काळजी घेणे आवश्यक आहे. उत्पन्नाचे समान वाटप हा महत्त्वाचा घटक आहे. प्रसारमाध्यमे त्यासाठी आवाज उठवितात व समतोलासाठी दबाव निर्माण करतात. तसेच परकीय मदतीचा / साहाय्याचा उपयोग होतो; परंतु ही मदत / साहाय्य कमीतकमी त्रासदायक असावी.

डाल्टन यांनी सार्वजनिक खर्चाचे तीन प्रकारांत वर्गीकरण केले आहे -

१) प्रगतिशील खर्च : जेव्हा सरकार ज्या लोकसमूहांचे उत्पन्न कमी असेल त्यांना अधिक प्रमाणात अर्थसाहाय्य करते. यावरील खर्च हा 'प्रगतिशील खर्च' असतो.

२) प्रमाणशीर खर्च : सरकार जेव्हा लोकांना त्यांच्या उत्पन्नाच्या प्रमाणात अर्थसाहाय्य पुरविण्यावर खर्च करते त्याला 'प्रमाणशीर खर्च' म्हणतात. उदा. सरकार सर्व नोकरांना त्यांच्या पगाराच्या २५% अर्थसाहाय्य देण्यावर खर्च करते, तो प्रमाणशीर खर्च होय.

३) प्रतिगामी खर्च : सरकार जेव्हा कमी उत्पन्न असणाऱ्या लोकांस कमी अर्थसाहाय्य पुरविण्यासाठी खर्च करते तो खर्च 'प्रतिगामी खर्च' होय. उदा. खासगी बचतीच्या प्रमाणात सरकार अर्थसाहाय्य पुरवित असेल तर तो खर्च प्रतिगामी स्वरूपाचा असतो.

यावरून असा निष्कर्ष निघतो की, जर सरकारचे उद्दिष्ट समाजातील आर्थिक विषमता दूर करण्याचे असेल तर प्रगतिशील खर्चाचा अवलंब करणे योग्य ठरेल.

डॉ. डाल्टन यांनी खर्चातील पुरोगामित्व जेवढे जास्त तीव्र असेल तेवढी विषमता कमी होण्याला मदत होते, असे स्पष्ट केले.

पुरोगामी खर्चाचे स्वरूप : प्रत्यक्ष पुरोगामी खर्च करण्याचे स्वरूप विविध रीत्या दिसून येते. ते पुढीलप्रमाणे सांगता येते -

i) रोख खर्च : जेव्हा सरकार रोख पैशांच्या स्वरूपात वेगवेगळ्या कारणांसाठी खर्च करते तेव्हा तो पैशांच्या स्वरूपातील खर्च म्हणता येतो. जसे वृद्धापकाळ वेतन, बेकारी भत्ता, अपघात भरपाई, विधवांना आर्थिक वेतन, स्त्रियांना प्रसूती वेतन, मुलांना आरोग्य व शिक्षणासाठी भत्ते इत्यादी. हा खर्च पैशांच्या स्वरूपात गरजू व्यक्तींवर केला जातो. हा सर्व खर्च पुरोगामी स्वरूपाचा आहे; कारण त्यामुळे कमी वेतन असणाऱ्या वर्गाचे उत्पन्न वाढून संपत्तीच्या वितरणातील विषमता कमी होण्याला मदत होते. असा खर्च गरजू लोकांना अडचणीच्या वेळी मोठी मदत होते. या खर्चाची सांगड व्यक्तीच्या कुटुंबाच्या आकाराशी व व्यक्तीच्या आयुष्यातील वेगवेगळ्या कालावधीतील गरजांशी घातल्यास तो खर्च अधिक उपयुक्त होऊ शकेल. सध्या अनेक देशांनी सामाजिक सुरक्षेसंबंधी जे कायदे केलेले आहेत त्या कायद्यात पुरोगामी खर्चाचा अंतर्भाव केलेला आहे. त्यामुळे आधुनिक देशात कमी वेतन मिळणाऱ्या वर्गाला वृद्धापकाळ पेन्शन, अपघात भरपाई, बेकारी भत्ता, स्त्रियांना प्रसूती वेतन, विधवांना आर्थिक वेतन इ. अनेक रोख स्वरूपात पैसारूपी मदत मिळत आहे.

ii) वस्तूरूप खर्च : सरकार कमी किमतीत किंवा मोफत वस्तू व सेवा गरीब व्यक्तींना पुरविते. तेव्हा त्यांच्या वास्तव उत्पन्नात वाढ होऊन आर्थिक विषमता काही प्रमाणात कमी होते. जसे नि:शुल्क प्राथमिक शिक्षण, मुलींसाठी मोफत शिक्षण, औषधांची मदत, गरीब विद्यार्थ्यांना शिष्यवृत्त्या, शाळेतील विद्यार्थ्यांना मोफत दूध व जेवण, स्वस्त धान्ये, स्वस्त घरे इत्यादी. अशा वस्तूरूप खर्चामुळे श्रीमंतांपेक्षा गरीब वर्गाला अधिकाधिक फायदा होतो. अशा प्रकारच्या खर्चामुळे गरीब व श्रीमंतांमधील दरी कमी होण्याला मदत होते. संपत्तीच्या वितरणातील विषमतेमुळे निर्माण झालेले दु:ख, कष्ट, अडचणी बऱ्याच कमी होण्याला मदत होते. गरीब वर्गाला आपले जीवन सुसह्य होण्याला थोडीफार मदत होते.

५.२.३ पुरोगामी खर्चाचे अनुदानाचे अप्रत्यक्ष परिणाम

सरकारी खर्चाचे परिणाम वेगवेगळ्या स्थितीत वेगवेगळे होताना दिसून येतात.

१) सरकार अनुदानाद्वारे जी पैशांच्या स्वरूपात आणि पैशांव्यतिरिक्त लोकांना जी मदत करते त्या मदतीचा उपयोग करून त्यांना आपल्या बाजूला वळविण्याचा प्रयत्न करत असेल तर लोकांच्या व्यक्तिस्वातंत्र्यावर गदा येईल.

२) उद्योजकांची कार्यक्षमता शासनाच्या आर्थिक मदतीमुळे कमी होण्याचा धोका असतो. तसेच ते त्यांच्यातील स्वावलंबन व धडाडी या गुणांचासुद्धा ऱ्हास होण्याची शक्यता असते.

३) अल्प उत्पन्न असणाऱ्यांना खात्रीपूर्वक अनुदाने दिल्यास या वर्गावर आळशी व परावलंबित्व वाढण्याचा धोका असतो. स्वत:च्या उत्पन्नात कष्टाने वाढ करण्याची प्रेरणा कमी होते.

४) काही विश्लेषकांच्या मते, लोकांना अनुदाने देऊन / आर्थिक मदत करून आर्थिक स्थैर्य व त्यातून लोकसंख्या वाढण्याची प्रवृत्ती दिसून येते.

५) अशी टीका केली जाते की, आर्थिक मदतीचा लोकांना तात्पुरता परिणाम होतो. परंतु तो टिकाऊ स्वरूपाचा नसतो. ज्याला आर्थिक मदत मिळते त्याच्या कार्यक्षमतेवर परिणाम होऊन बचतसुद्धा कमी होते, असेही म्हटले जाते. गरीब वर्गात आर्थिक तसेच आर्थिकेतर खर्च केला जातो. तो समाजाचा उपभोग खर्च असतो त्यामुळे अशा खर्चात जसजशी वाढ होते तसतशी समाजाच्या एकूण बचतीत घट होते; जर ज्या समाजात आपोआप बचत होत असेल तर तेथे उपभोग खर्च वाढला तरी त्याचा कोणताही परिणाम होत नाही, उलट उपभोग खर्च वाढविणे योग्य असते.

६) संपत्तीच्या वाटपातील विषमता कमी करण्यासाठी सार्वजनिक खर्चाचे चांगले व वाईट असे प्रकार दिसून येतात परंतु यावरून असा निष्कर्ष काढता येतो की, खर्च

करताना तो जबाबदारीने व कार्यक्षमतेने करावयास पाहिजे. तसेच ज्यांना खर्च केला जातो त्यांची पात्रता व खर्चाकडे पाहण्याचा दृष्टिकोनही महत्त्वाचा असतो.

उत्पादन विरुद्ध विभाजन : संपत्तीचे विषम विभाजन कमी करण्यासाठी जे आर्थिक साहाय्य दिले जाते त्यातील निश्चित आणि विनाशर्त दिलेल्या आर्थिक साहाय्याचा व्यक्तीच्या कार्य व बचत करण्याच्या शक्तीवर विपरीत परिणाम होतो. कोणत्याही अटीशिवाय निश्चित रक्कम मिळत असेल तर काम का करावे? निश्चित वेतनाची खात्री असेल तर बचत करण्याची काय आवश्यकता आहे? आणि कार्य व बचत करण्याची इच्छा कमी झाली की कार्यक्षमता कमी होते व उत्पादनात पाहिजे तेवढी वाढ होत नाही.

अनेकदा आर्थिक मदतीचा दुरुपयोग होताना दिसून येतो. दारूचे व्यसन, जुगार, अमली पदार्थांचे सेवन इ. बाबींवर खर्च केला जातो. त्यामुळे अशा व्यसनाधीनतेमुळे व्यक्तीची कार्यक्षमता कमी होते व उत्पादनात भर घालण्यास असमर्थ ठरतो.

विकसनशील देशात श्रीमंत व्यक्तीकडून कराच्या रूपाने जमा केलेला पैसा उत्पादक कार्यात गुंतविला गेला नाही तर उत्पादनात वाढ होणार नाही. परंतु हा पैसा उत्पादक कार्याऐवजी गरीब वर्गाच्या कल्याणासाठी व संपत्तीच्या विभागणीतील विषमता कमी करण्यासाठी खर्च केला तर संपत्तीत वाढ झाली नाही तर त्यामुळे विभागणीसाठी पुरेशी संपत्ती राहणार नाही व शेवटी संपत्तीचे वाटप न होता गरिबीचे वाटप होईल. उत्पादनात वाढ झाली तरच विभागणी खऱ्या अर्थाने साध्य होईल आणि विषमताही कमी होईल.

उत्पन्नातील विषमता कमी करण्याचे कार्य करता येईल का? या प्रश्नाचे उत्तर सरकारच्या नीतीवर अवलंबून असेल.

५.२.४ उत्पन्न व रोजगार पातळीवर होणारे परिणाम

सार्वजनिक प्रकल्पावरील खर्चाच्या साहाय्याने अर्थव्यवस्थेतील मंदीच्या काळातील विस्तृत प्रमाणावरील बेकारी कशी दूर करता येते, त्याचे विश्लेषण केले जाते; अशा प्रकारच्या खर्चामुळे उत्पन्न आणि रोजगार मोठ्या प्रमाणात वाढविता येतो. तसेच तेजीच्या काळात सार्वजनिक खर्चात कपात केल्यास भाववाढीचे प्रतिकूल परिणाम टाळता येतात; अशा रीतीने सार्वजनिक खर्च हा अर्थव्यवस्थेतील व्यापारचक्रे टाळण्यासाठी आणि आर्थिक स्थैर्य प्राप्त करण्यासाठी महत्त्वाचे प्रभावी साधन म्हणून वापरणे शक्य होते.

विकसित आणि विकसनशील देशात बेकारीचे स्वरूप वेगवेगळे असते. विकसित देशात हंगामी स्वरूपाची बेकारी / तात्पुरत्या स्वरूपाची असते तर विकसनशील देशात सततची बेकारी असते. विकसनशील देशातील बेकारी कमी करण्यासाठी व नाहीशी करण्यासाठी जलद गतीने आर्थिक विकास करण्याची गरज असते. त्यासाठी मोठ्या

प्रमाणात गुंतवणूक व सार्वजनिक खर्च करण्याची गरज असते. जलद आर्थिक विकासासाठी सरकारला नियोजन करावे लागते. नियोजनात लहान, मध्यम, मोठ्या योजना आखाव्या लागतात त्यासाठी मोठ्या प्रमाणावर खर्च करावा लागतो. सार्वजनिक खर्चाद्वारे हंगामी बेकारी कमी करण्याचा प्रयत्न केला जातो, म्हणजेच भरपाई खर्च करावा लागतो.

विकसनशील देशात कृषी क्षेत्राचे स्थान महत्त्वपूर्ण मानले जाते. तेथे छुपी बेकारी, हंगामी बेकारी मोठ्या प्रमाणात असते ती दूर करण्यासाठी आर्थिक विकास कार्यावर सार्वजनिक खर्च महत्त्वपूर्ण मानला जातो. सार्वजनिक खर्चाचा उत्पादनावर अनुकूल परिणाम होऊन रोजगार वाढण्याला मदत होते. त्यामुळे सार्वजनिक खर्च जसा वाढेल तशी रोजगाराची पातळी वाढते.

मंदीच्या काळात विस्तृत स्वरूपाची बेकारी असते ती दूर करण्यासाठी सरकारने मोठ्या प्रमाणात गुंतवणूक केली तर आर्थिक व्यवहार वाढून रोजगारसुद्धा वाढतो. मंदीच्या काळात सरकारने खर्चाचे प्रमाण वाढवून रस्ते, दवाखाने, शैक्षणिक संस्था उभारल्यास रोजगारात वाढ होऊ लागते. केन्सने सरकारी खर्चाला समतोल राखणारा घटक म्हटले आहे.

५.२.५ आर्थिक स्थैर्यावर परिणाम

मुक्त बाजारयंत्रणेच्या अर्थव्यवस्थेत उत्पन्न, रोजगार आणि किमती कमी-जास्त (दोलायमान) होतात. परिणामी भांडवलशाहीच्या मुक्त अर्थव्यवस्थेत मोठ्या प्रमाणात व्यापारचक्रे निर्माण होतात. त्यासाठी परिणामकारक उपाययोजना करणे आवश्यक असते. १९२९च्या जागतिक महामंदीच्या कारणासंदर्भात केन्सने आपले विचार मांडले, "विकसित बाजार व्यवस्थेत मागणीची कमतरता, गुंतवणुकीय सीमान्त बचत प्रवृत्ती, कमी सीमान्त कार्यक्षमता असल्याचे दिसून आले." त्यावर उपाय म्हणून बाजारामध्ये खरेदीशक्ती वाढविणे आवश्यक असल्याचे केन्सने दाखवून दिले. प्रत्यक्ष सार्वजनिक गुंतवणूक करणे हा सार्वजनिक गुंतवणुकीचा भाग आहे, त्यामुळे बाजारात परिणामकारक मागणी वाढते आणि उच्च किंमत कमी होऊन लोकांची सीमान्त उपभोगप्रवृत्ती वाढते त्यामुळे मागणी वाढते तसेच प्रत्येक टप्प्यात गुंतवणूक वाढून मंदी आटोक्यात येईल. मंदीवर उपाय सुचविले आहेत. मंदीच्या काळात राज्याने जाणीवपूर्वक एकूण खर्च वाढविला पाहिजे आणि ते करणे आवश्यक आहे मग तूट निर्माण झाली तरी चालेल, असे केन्सने सांगितले.

तसेच तुटीच्या वित्तपुरवठ्याची पद्धत अधिक पैसा उपलब्ध होण्यासाठी आवश्यक ठरते. सार्वजनिक खर्च हा एकूण खर्चात निव्वळ वाढ आणि मागणीचा प्रवाह वाढणे यासाठी आवश्यक ठरतो; तर दुसऱ्या बाजूला तेजीची स्थिती निर्माण होते. त्यावेळेस

पैसा हा कर आणि घेतलेल्या कर्जावर खर्च होते. त्यामुळे लोकांची क्रयशक्ती कमी होते. भावफुगवटारूपी दाब कमी करण्यासाठी सार्वजनिक खर्च कमी करावा लागतो.

सार्वजनिक खर्च हा व्यापारचक्राच्या उपाययोजनेचे मंदीच्या काळातील साधन आहे; त्यामुळे अर्थव्यवस्थेत स्थैर्य निर्माण होण्याला मदत होते.

विकसनशील अर्थव्यवस्थेबाबत असे बोलले जाते की, अलवचिक मागणी, निर्यात मात्र अतिशय कमी असते. परिणामी निर्यातीमुळे जागतिक किमती पडतात. त्याचा विक्रीवर परिणाम होतो. आयात वस्तूंच्या किमती वाढतात. त्यांची किंमतपातळी वर जाते. विकसनशील देशात अशा प्रकारात अस्थैर्याबाबत संरक्षण नसते, अशा स्थितीत सार्वजनिक खर्च हा पुरेसा उपाय नसतो. सर्वसाधारणपणे आयात-निर्यात शुल्कामुळे आयत-निर्यातीत बदल घडवून आणता येतो, मात्र कठीण परिस्थितीत ते पुरेसे नाही.

थोडक्यात, विकसनशील देश आर्थिक स्थैर्यासाठी सार्वजनिक खर्चाच्या साधनांचा मर्यादित वापर करतात. प्रकल्पांच्या पूर्ततेसाठी, सर्वसाधारण समस्येसाठी सार्वजनिक खर्च कमी पडतो. त्यासाठी सार्वजनिक खर्च काळजीपूर्वक केला पाहिजे; तसेच आयात-निर्यात, अनुदाने, शुल्क आणि इतर बाबींचा उपयोग केल्यास त्याचा योग्य परिणाम होईल.

५.२.६ आर्थिक विकास / वृद्धीवरील परिणाम

याचा विचार आर्थिक विकासात सार्वजनिक खर्चाची भूमिका यासंदर्भात केला आहे. विकसित देशात आर्थिक स्थैर्य, गुंतवणुकीत प्रेरणा निर्माण होण्यासाठी सार्वजनिक खर्च उपयोगी आहे. विकसनशील देशात प्रादेशिक असमतोलता कमी करणे, सामाजिक विकास करणे, आर्थिक विकासासाठी पायाभूत सुविधा निर्माण करणे त्यासाठी रस्ते आणि वाहतूक, दळणवळण सुविधा, शिक्षण आणि प्रशिक्षण, औद्योगिक भांडवली वस्तूत वाढ, पायाभूत मूलभूत उद्योग, संशोधन आणि विकास इ. साठी सार्वजनिक खर्चाची भूमिका महत्त्वाची ठरते. सार्वजनिक खर्चाची भूमिका बचत आणि भांडवलाला प्रेरणादायी ठरते. सार्वजनिक खर्चामुळे आर्थिक विकासासाठी लोकांची इच्छाशक्ती आणि कार्यक्षमता वाढते त्यामुळे बचत आणि गुंतवणूक वाढते.

तसेच सार्वजनिक खर्चामुळे आर्थिक विकासाची स्थिती निर्माण होते. सार्वजनिक खर्च हा आर्थिक वाढीला उपयोगी ठरतो. उदा. कृषी उत्पादनासाठी प्रेरणादायी ठरतो अथवा मागासलेल्या प्रदेशांमध्ये असमतोल कमी करण्यासाठी हा खर्च महत्त्वाचा ठरतो. अनुदान हासुद्धा बेरोजगारी दूर करण्यासाठी एक पर्यायी मार्ग आहे. किंमत स्थिर ठेवण्यासाठी तसेच भांडवली वस्तूंच्या आयातीसाठी हा मार्ग उपयोगी ठरतो.

सार्वजनिक खर्च हा शिक्षण, विविध सामाजिक सेवा इ. वर केल्यास काही वेळा

उपभोगापेक्षा बचत वाढते. दुसऱ्या बाजूला वाढत्या सार्वजनिक खर्चामुळे उच्च कार्यक्षमता आणि उत्पादकता वाढते; बचतक्षमता वाढते. सार्वजनिक खर्च न्यायभावनेने करणे आवश्यक आहे.

सर्व बाबींचा विचार करता सार्वजनिक खर्च हा देशाच्या आर्थिक धोरणातील एक महत्त्वाचा मार्ग आहे. कर, परवाना पद्धत आणि वेगवेगळी धोरणे यांचा साधन म्हणून वापर करताना सार्वजनिक खर्च हा त्यापेक्षा वेगळा मार्ग आहे. वेगवेगळ्या संस्थांमध्ये अयोग्य नियोजनामुळे मूळ हेतू बाजूला राहतो त्यामुळे सार्वजनिक खर्च हा योग्य पद्धतीने करणे आवश्यक ठरते.

५.२.७ सार्वजनिक खर्चाचा राष्ट्रीय उत्पन्नावर परिणाम

सरकार विविध प्रकारचे खर्च करते, या खर्चाचा देशाच्या एकूण उत्पन्नावर परिणाम होत असतो. सार्वजनिक खर्चाचा परिणाम देशाच्या उपभोगावर व गुंतवणुकीवर होतो. उपभोग व गुंतवणूक यांचा परस्पर संबंध आहे. सार्वजनिक खर्च गुणकतत्त्व आणि 'प्रवेगतत्त्व' याद्वारे देशाच्या उत्पन्नावर परिणाम करतो.

वस्तू व सेवेची मागणी : सरकार खर्च करते तेव्हा वस्तू व सेवांची मागणी वाढते तर आर्थिक साहाय्य सरकारने केल्यास लाभधारकाकडून ती खर्च केली जातात. त्यातून उपभोग्य वस्तूंना मागणी वाढते; जर सरकारने रस्ते बांधण्यासाठी खर्च केला तर रस्तेबांधणीच्या साहित्याचे उत्पादन वाढते म्हणजे वस्तू व सेवांच्या परिमाणात वाढ होते.

सार्वजनिक खर्चातून वस्तू व सेवा यांची निर्मिती होते त्यासाठी कोणत्या खर्चातून वस्तू व सेवा निर्माण होतात ते प्रकार पहाणे आवश्यक ठरते.

अ) सरकारी कामगारांचा पगार : सरकारी कामगार लगेच उपभोग्य वस्तू व सेवांवर खर्च करतात.

ब) वस्तू खरेदी : कृषी वस्तू, युद्ध साहित्य, इ. या खर्चामुळे खासगी उद्योजकांना पैसा मिळतो. तो पैसा खंड, व्याज, वेतन यांवर खर्च होतो व काही भाग बचत रूपाने बाजूला ठेवला जातो.

क) साहाय्यक अनुदाने / आर्थिक साहाय्य

ड) लोक कार्यावरील खर्च : येथे सरकार खरेदीसुद्धा करते आणि पगारही देते.

वरीलपैकी 'अ' आणि 'ब' प्रकारचा खर्च वस्तू व सेवा यांच्या परिमाणात वाढ करू शकतो.

५.३ उपभोग व गुणकतत्त्व

सार्वजनिक खर्चाचा परिणाम उपभोगावर आणि गुंतवणुकीवर होतो.

उपभोगावर परिणाम पहाताना असे दिसून येते की, सरकार एका विशिष्ट परिमाणात खर्च करते असे मानल्यास सरकार विशिष्ट खर्च करते. तेव्हा तेवढी भर एकूण उत्पन्नात पडते व त्यातील काही भाग बचत केला जातो व राहिलेला खर्च केला जातो तसेच मूळ रक्कम संपलेली दिसत असली तरी एकूण निर्माण झालेले उत्पन्न मूळ रकमेपेक्षा अधिक असते असे दिसून येते. प्रत्येक टप्प्यातील खर्च घटत्या दरानेसुद्धा उत्पादनात भरच टाकत असतो. यालाच 'गुणकतत्त्व' म्हटले जाते. जसे सरकारने एक लाख रुपये खर्च करावयाचे ठरविले. समजा त्यांपैकी एक दशांश भाग बचत केला जात असेल तेव्हा प्रथम एक लाख रुपयांची भर राष्ट्रीय उत्पन्नात पडेल. त्यातील एक दशांश भाग जाऊन ९० हजार रुपये पुन्हा खर्च होतील. त्यातील एक दशांश भाग जाऊन उरलेले ८१ हजार रुपये पुन्हा खर्च होतील त्याप्रमाणे पहिल्या १ लाख रुपयांपासून नवीन एक लाख अधिक ९० हजार अधिक ८१ हजार इतके म्हणजे दोन लाख ७१ हजार रुपये उत्पन्न झाले. ही क्रिया अशीच चालू राहते. समजा उत्पन्नात पडणाऱ्या प्रत्येक भरीचा विचार केल्यास मूळ रकमेच्या दस पट होईल; म्हणजेच मूळ एक लाख रुपयांचे शेवटी १० लाख रुपये झालेले दिसतील. याचा अर्थ असा की, सुरुवातीस थोड्या प्रमाणात खर्च केला तर शेवटी मोठ्या प्रमाणात भर पडते.

उपभोग्य वस्तूंवरील खर्च : राष्ट्रीय उत्पन्नाचा किती भाग उपभोगावर खर्च होतो हेसुद्धा महत्त्वाचे आहे. साधारणपणे एकूण उत्पन्नाचा एक दशांश भाग उपभोगावर खर्च होतो असे मानल्यास व जसजसे राष्ट्रीय उत्पन्न वाढते तसतसे खर्चाचे शेकडा प्रमाण थोडेसे घटताना दिसते. काही उत्पन्न गटांमध्ये सर्व उत्पन्न उपभोगावर खर्च केले जाते आणि जसजसे उत्पन्न वाढेल तसतसे उपभोगाचे शेकडा प्रमाण कमी होताना दिसेल.

बचत : बचत म्हणजे अशी रक्कम की जी उपभोगावर खर्च केली जात नाही. बचत साठविली की त्यामुळे कर्जाच्या रकमेचा पुरवठा वाढतो असे आपण म्हणतो. परंतु जोपर्यंत बचतीद्वारे भांडवली वस्तूंची खरेदी केली जात नाही, तोपर्यंत गुंतवणुकीला विशेष महत्त्व नाही. सरकारी खर्च वाढला तर कर्जाऊ रकमेचा पुरवठा वाढू शकतो; त्यामुळे सरकारी खर्च व बचत यांचे स्थान स्पष्ट होते.

सरकारी खर्च आणि गुंतवणूक : वस्तूंची मागणी ही मूलभूत मागणी असते. ज्या वस्तूंची निर्मिती होते त्यांच्या मागणीतून भांडवली वस्तूंची मागणी होते. निर्माण होणाऱ्या उपभोग्य अथवा भांडवली वस्तू असोत जेव्हा शासनाचा खर्च वाढतो तेव्हा उपभोग्य वस्तूंची मागणी वाढते. जेव्हा सर्व उपयोगी भांडवली वस्तूंचा पूर्ण उपयोग

होण्याची प्रवृत्ती वाढते तेव्हा भांडवली वस्तूंची मागणी वाढते. त्यामुळे उद्योगातील गुंतवणूक आणि देशाच्या राष्ट्रीय उत्पन्नात वाढ झालेली दिसून येते.

५.४ प्रवेगतत्त्व

मूलभूत मागणीचे सुधारित रूप म्हणजे 'प्रवेगतत्त्व' होय. प्रवेगतत्त्वानुसार गुंतवणुकीतील बदलाचे कारण उपभोग्य वस्तूतील बदल होय.

भांडवली वस्तूंची मागणी उपभोग्य वस्तूंच्या आणि सेवांच्या मागणीतून अशी निर्माण होते की, भांडवली वस्तूंच्या मागणीतील बदल उपभोगाच्या बदलाच्या दरातील बदलावर अवलंबून असतो.

उपभोग्य वस्तूंची मागणी वाढली नाही तर उपभोग्य वस्तूंच्या उद्योगात नवीन गुंतवणूक होणार नाही. फक्त प्रतिस्थापना खर्चच होईल; जर उपभोगाच्या परिमाणात वाढ झाली तरच नवीन गुंतवणूक करण्याचा प्रश्न निर्माण होईल. जसे उपभोग्य वस्तूंच्या उत्पादनात १०% वाढ झाली तर वस्तू उत्पादनासाठी लागलेल्या भांडवली वस्तूंमध्येसुद्धा १०% वाढ करावी लागेल; जर प्रतिस्थापनेचा खर्च एकूण भांडवलाच्या १०% असेल तर एकूण भांडवलाचे उत्पादन १०% पासून २०% पर्यंत जाईल; म्हणजे दुप्पट होईल. याचा अर्थ असा की, उपभोगातील १०% वाढ ही भांडवली वस्तूंच्या उत्पन्नात १००% वाढ होण्यास (दुप्पट होण्यास) कारणीभूत ठरते.

जसे उपभोगाचे ५० कोटी रुपयांवरून ५५ कोटी रुपयांपर्यंत वाढला म्हणजे ५ कोटी रुपयांनी वाढला तर त्यासाठी गुंतवणूक १० कोटी रुपयांनी म्हणजे पाच कोटींच्या दुप्पट वाढेल.

उपभोगातील बदल आणि गुंतवणुकीचे परिणाम यांच्या परस्पर प्रमाणाला 'प्रवेगतत्त्व' असे म्हणतात. प्रवेगतत्त्वाला अनेक मर्यादा पडताना दिसून येतात. दोन भांडवली वस्तूंच्या उद्योगातच प्रवेगतत्त्व दिसून येते. त्यात भिन्नता असेल तर प्रवेगतत्त्वाचा उपयोग होत नाही; तसेच उद्योग उपभोग्य वस्तूंचा असेल तर हा परिणाम दिसत नाही.

सरकारी खर्चाचा राष्ट्रीय उत्पन्नावरील परिणाम पहाण्यासाठी गुणकतत्त्व व प्रवेगतत्त्वाचा उपयोग होतो परंतु ही तत्त्वे एका मर्यादेच्या पलीकडे दिसून येत नाही.

सराव प्रश्न :

१) सार्वजनिक खर्चाचे उत्पादनावरील परिणाम स्पष्ट करा.
२) सार्वजनिक खर्चाचे उत्पन्न व रोजगारावरील परिणाम सांगा.
३) सार्वजनिक खर्चाचे आर्थिक विकासावरील परिणाम सांगा.
४) उपभोग व गुणकतत्त्व स्पष्ट करा.
५) प्रवेगतत्त्व स्पष्ट करा.
६) सार्वजनिक खर्चाचे परिणाम थोडक्यात स्पष्ट करा.

प्रकरण ६

सार्वजनिक खर्चाचे नियंत्रण (Control of Public Expenditure)

६.१ प्रास्ताविक (Introduction)

सध्या अनेक देशांनी लोकशाही पद्धत स्वीकारली असून अनेक देशात कल्याणकारी राज्याची भूमिका स्वीकारलेली दिसून येते. त्यामुळे सरकारला बराच मोठा खर्च करावा लागतो. लोकशाही व कल्याणकारी राज्य व्यवस्थेत खर्चात वाढ होणे स्वाभाविक असले तरी सार्वजनिक खर्चावर नियंत्रण ठेवणे लोकशाहीच्या वृद्धीसाठी ते आवश्यक आहे. सरकारने खर्च केलेला पैसा सत्कारणी लागून लोकांचे कल्याण साधले जाणे महत्त्वाचे आहे.

६.२ नियंत्रणाचा अर्थ (Meaning of Control)

सार्वजनिक खर्चाचे नियंत्रण म्हणजे नियमन असा अर्थ घेणे सयुक्तिक ठरेल. नियंत्रणाचा अर्थ घट असा नसून सार्वजनिक खर्चाचे योग्य पद्धतीने नियमन केले तर त्यातून महत्तम कल्याण साधले जाते. काटकसरीचा नियमनात अंतर्भाव होतो.

सरकारचे उत्पन्नाचे स्रोत मर्यादित असते. त्यामुळे त्यांचा वापर अशा पद्धतीने व्हावा की आवश्यक कार्यासाठी आणि आवश्यक तेवढ्या प्रमाणात ते वापरले जाईल.

सरकारी खर्चाचे नियंत्रण करावयाचे म्हणजे सरकारी स्रोतांची, पैशांची, संपत्तीची उधळपट्टी थांबवून काटकसर निर्माण करणे होय.

सार्वजनिक खर्चाच्या नियंत्रणाची जबाबदारी ही सरकारी अधिकारी आणि नागरिकांच्या सहकार्याशिवाय यशस्वी होऊ शकत नाही. कोणत्याही योजनेचे यश हे मानवी घटकांवरच अवलंबून असते.

६.३ खर्च नियंत्रणाचे घटक / पैलू

सार्वजनिक खर्च वाढण्याला अनेक कारणे अथवा घटक जबाबदार आहेत. एका दृष्टिकोनातून सार्वजनिक खर्चाचे नियंत्रणाचे स्वरूप हे अंशत: राजकीय दिसून येते.

१) यामध्ये शासनाची वेगवेगळी रूपे, उपयोग, राजकीय संस्था, शासकीय यंत्रणा इ. चा विचार करावा लागतो.

२) खर्चाचे नियंत्रण हे अंशत: आर्थिक दिसून येते; कारण शासनाला त्यासाठी अंदाजपत्रक तयार करावे लागते. त्याची अंमलबजावणी करावी लागते. हिशेब ठेवावे लागतात. त्यासाठी कार्यक्षम अधिकारी नेमावा लागतो.

३) तसेच खर्च नियंत्रणाचा बराचसा भाग मनोवैज्ञानिक स्वरूपाचा असतो; कारण सार्वजनिक खर्च हा लोकांच्या गरजा पूर्ण करण्यासाठी केला जातो. समाजाच्या गरजांचे नियंत्रण केल्याशिवाय सरकारी खर्चावर नियंत्रण होऊ शकत नाही. लोकांच्या सहकार्याने ते घडते. त्यासाठी शासन लोकांना बरोबर घेण्याचा प्रयत्न करते.

४) खर्च नियंत्रणाला शैक्षणिक बाजूचासुद्धा विचार करावा लागतो. खर्च नियंत्रणासाठी करदाते, मतदार, अधिकारी व सामान्य लोक यांना योग्य माहिती व शिक्षण देणे आवश्यक असते. खर्चाच्या नियंत्रणाची गरज काय, कोणती पद्धत वापरणे आवश्यक आहे आणि खर्च नियंत्रण यशस्वी कसे होईल या सर्वांची उत्तरे खर्च नियंत्रित करणाऱ्यांना माहिती पाहिजेत.

५) खर्च नियंत्रणाची नैतिक बाजूसुद्धा विचारात घेणे आवश्यक आहे. जसे मोठ्या उद्योगात आणि व्यवसायात उच्च दर्जाची नैतिकता आवश्यक असते तशीच शासनाच्या

कार्यपद्धतीतसुद्धा असणे आवश्यक असते. सरकारी यंत्रणेतील भ्रष्टाचारी, लोभी व्यक्तींची संख्या कमी होणे आवश्यक आहे. तरच खऱ्या अर्थाने खर्चाचे नियंत्रण होईल. सार्वजनिक खर्च नियंत्रणाच्या या विविध बाबींचा विचार करता हे सर्व वेगवेगळे घटक एकमेकांत असे गुंतलेले असतात की ते एकमेकांपासून वेगळे करता येत नाहीत. त्यामुळे आर्थिक, सामाजिक, शैक्षणिक, मनोवैज्ञानिक व नैतिक अशा सर्व बाजूंनी खर्चाची कोंडी केल्याशिवाय खर्चाला नियंत्रण घालण्यात यश येणार नाही.

पद्धती :

सार्वजनिक खर्च नियंत्रणासाठी औपचारिक आणि अनौपचारिक पद्धतींचा अवलंब करणे आवश्यक असते. औपचारिकतेची पद्धत ही सरकारच्या नीतीशी संबंधित असते. तर अनौपचारिक पद्धत ही लोकांच्या सहकार्याशी संबंधित आहे. त्याचे विश्लेषण पुढीलप्रमाणे करता येते-

६.३.१ औपचारिक खर्च नियंत्रण

सरकारी क्षेत्रात बदल घडवून आणण्यासाठी घटनेत बदल, यंत्रणेत बदल आणि अधिकाऱ्यांच्या स्तरात बदल इ. मध्ये बदल घडून आल्यास त्याचा परिणाम सरकारी खर्चावर होतो. सरकार स्वत: पुढाकार घेऊन (लोकांच्या दबावामुळे) काही बदल घडवून आणते. सार्वजनिक क्षेत्रात हे बदल घडवून आणले जातात. काही विश्लेषकांच्या मते, सार्वजनिक खर्चाचे नियोजनपूर्वक व हेतूपुरस्सर नियंत्रण करण्याची गरज नसते. त्यांच्या मते खर्चाचे नियंत्रण आपोआप होते. जनता व जनतेचे प्रतिनिधी यांच्या समन्वयातून सार्वजनिक खर्चाचे परस्पर नियंत्रण होते. समजा, सार्वजनिक खर्च वाढला तर करसुद्धा वाढतील. त्यामुळे जनता राजकर्त्यांना खर्च कमी करायला लावतील. तसेच सरकारी खर्चाला आपोआपच आळा बसेल, असेतरी कोणालाच वाटत नाही. दुसरे म्हणजे, सार्वजनिक खर्चाच्या नियंत्रणासाठी गंभीर विचार केलेला दिसत नाही. खर्च नियंत्रणासाठी सरकार आणि जनता या दोघांनी दूरदृष्टी, सर्वसामान्यांचे हित व सखोल अभ्यास यांचा विचार केला पाहिजे.

खर्च नियंत्रण म्हणजे कमीतकमी खर्चात जास्तीतजास्त कार्यक्षम सरकारी सेवांचा लाभ घेऊन समाजाचे महत्तम कल्याण साधणे होय. त्यासाठी निश्चित उपाय व पद्धतींचा अवलंब करणे आवश्यक आहे.

६०-६५ वर्षांपूर्वीची सरकारे फक्त वर्तमानकालीन खर्चाचाच विचार करत होती. भविष्यकालीन खर्चाचा विचार फारसा करत नव्हती. मध्यंतरीच्या काळात भांडवलशाही व साम्यवादी देशातील सरकारे योजना स्वीकारू लागल्या. अल्पकालीन आणि दीर्घकालीन

योजना तयार करून अंमलबजावणी करू लागले. अंदाजपत्रकांद्वारे नियोजन सुरू झाले. अंदाजपत्रकाची अंमलबजावणीसाठी प्रत्यक्ष खर्चाची तरतूद केली जाते.

सरकारी खाती स्वतंत्रपणे स्वत:ची खरेदी करत असतात. वेगवेगळ्या खरेदीसाठी अधिक खर्च होतो. त्यामुळे सर्व खात्यांसाठी स्वतंत्र केंद्रीय खरेदी खाते अथवा संस्था निर्माण केल्यास खरेदी काटकसरीने आणि कार्यक्षमतेने करता येईल. सध्या तज्ज्ञ व्यक्तींच्या साहाय्याने वस्तू, सेवा, संपत्ती, सामग्री, यंत्रे खरेदी केली जातात. त्याचे काही फायदे निश्चितच मिळतात. परंतु केंद्रीय खरेदीमुळे मोठ्या प्रमाणात वस्तू मिळतात. तज्ज्ञांचे साहाय्य मिळते; कमी किमतीत वस्तू मिळते. खर्च कमी होतो, मजुरी कमी होते, वस्तूंचा अचूक हिशेब ठेवता येतो व भ्रष्टाचाराचे प्रमाण कमी करता येते. हे फायदे केंद्रीय खरेदी व्यावसायिक पद्धतीने होऊ शकतात. परंतु अशी स्वतंत्र यंत्रणा प्रामाणिकपणे राबविली तर अशा योजनांना यश येऊ शकते. परंतु या योजनेतसुद्धा अनेक दोष दिसून येतात. व्यवस्थापकाला बऱ्याचदा वस्तू व सेवा कोणत्या गरजेच्या व कोणत्या कमी गरजेच्या यातील फरक कळत नाही, असा आरोप अनेकदा केला जातो. वस्तूची नाहक खरेदी केली जाते व ती बऱ्याचदा वाया जाते. राजकीय हस्तक्षेप वाढला की भ्रष्टाचारसुद्धा त्या पाठोपाठ येतो. परंतु गुणदोषांचा विचार करता गुणांचे प्रमाण अधिक असल्याने सरकारी क्षेत्रात त्याचा वापर केला जातो. खासगी उद्योगात केंद्रीय पद्धतीने राबविली जाते. परंतु सरकारी क्षेत्रात त्यासाठी काही पथ्ये पाळणे आवश्यक आहे.

६.३.२ अधिकारी नियंत्रण

सरकार कर्मचाऱ्यांच्या पगारावर मोठ्या प्रमाणात खर्च करते त्यामुळे कर्मचाऱ्यांची संख्या व दर्जा या दोन्हींचे नियंत्रण करणे सरकाचे कर्तव्य असते. वस्तूंच्या दर्जाची व राज्याची जेवढी काळजी सरकार घेते तेवढीच काळजी सरकारी कर्मचारी व अधिकाऱ्यांनी घेणे आवश्यक असते. विकसित अथवा विकसनशील देशात सरकारी कर्मचाऱ्यांचे प्रश्न सोडविण्यात ते देश यशस्वी झालेत असे म्हणता येत नाही. कर्मचारी भरती अथवा बढती देताना निकष लावणे आवश्यक असते. जे कसोट्यांना उतरतील त्यांनाच पदोन्नती दिली पाहिजे. त्यासाठी परिपक्वता महत्त्वाची असते. अनुभव, अभ्यास, अवलोकन इत्यादीने ती येते. बऱ्याचदा निकष पाळण्याऐवजी ते टाळण्याकडेच राज्यकर्त्यांचा कल दिसून येतो. राजकारण, पक्षनिष्ठा, पैसा, भाषा, जात, धर्म, आप्त इ. अनेक कारणांमुळे नेमणुका व बढत्या आदर्श पद्धतीने होत नाहीत. असे सर्व देशातील लोकांना व अभ्यासकांना दिसून आले आहे. या अभ्यासकांनी पुढील निष्कर्ष काढले आहेत-

अ) खासगी कर्मचाऱ्यांच्या पेक्षा सरकारी कर्मचाऱ्यांची कार्यक्षमता कमी असते, असे नेहमी म्हटले जाते. वास्तवत: सरकारी कर्मचाऱ्यांच्या नेमणुका या स्पर्धा-परीक्षा, लेखीपरीक्षा, मुलाखती, आरोग्य परीक्षा इ. अनेक कसोट्या पार करूनच होत असते.

बढती देताना अर्हतेतील वाढ, अनुभव, परिपक्वता इ. निकष लावले जातात. त्यामुळे जेव्हा सरकारी कर्मचाऱ्यांना काढले जाते तेव्हा अकार्यक्षमता अथवा अप्रामाणिकपणा यातील कारणे पुढे केली जातात. सरकारी नोकरांच्या कार्यक्षमतेत वाढ होण्यासाठी जी प्रोत्साहने आवश्यक असतात ती अभावानेच दिसतात.

खासगी उद्योगातील कर्मचाऱ्यांना आव्हान देणारी अनेक प्रोत्साहने असतात त्यामुळे त्यांची कार्यक्षमता वाढते. खासगी उद्योगात स्पर्धा असते व स्पर्धेत टिकून राहणे आवश्यक असते. त्यामुळे अकार्यक्षम अशी कोणतीच गोष्ट टिकत नाही. सध्या खासगीकरण, उदारीकरण, जागतिकीकरणाच्या काळात कार्यक्षमतेला महत्त्व प्राप्त झालेले आहे. त्यामुळे सरकारी उद्योग व खासगी उद्योगात कार्यक्षमता, स्पर्धात्मकता वाढीस लागलेली दिसून येते.

सरकारी कर्मचाऱ्यांचे वर्गीकरण करून कर्मचाऱ्यांचे पगाराचे व नोकरीचे प्रमाणीकरण करायला हवे. पात्रता व कामाचे स्वरूप यांची सांगड पगाराशी घालावयास हवी. वर्गीकरण केल्यास कार्यक्षमता वाढते व त्यामुळे निवड आणि भरती करणे सोपे होते. त्यामुळे सरकारी खर्चात बचत होते.

अनेकदा अकार्यक्षम व्यक्तींचीच भरती झालेली दिसून येते. त्यामुळे कामचुकार नोकरांना नोकरीवरून दूर करणे सोपे नसते. प्रत्येक देशातील सरकार आपल्या कर्मचाऱ्यांवर नियंत्रण करून खर्चात कपात करण्यास तयार असतात. परंतु अतिरिक्त, अकार्यक्षम व अडचणीत टाकणाऱ्या कर्मचाऱ्यांचे प्रश्न अतिशय गंभीर आहेत. ते जोपर्यंत सोडविले जात नाहीत तोपर्यंत सरकारी पैशांची उधळपट्टी आणि अपव्यय टाळता येणार नाही.

६.३.३ सरकारी यंत्रणा

सार्वजनिक खर्चाच्या नियंत्रणासाठी सरकारी खात्यांची पुनर्रचना करणे आवश्यक आहे. स्थानिक स्वराज्य संस्था, राज्य शासन, केंद्र सरकार या सर्वांनाच खर्चाच्या दृष्टीने पुनर्रचना करणे आवश्यक आहे. या सर्व सत्तांचे आर्थिक स्रोत मर्यादित असूनही खर्च काटकसरीने होताना दिसून येत नाही. कमी खर्चात सोयी उपलब्ध करणे महत्त्वाचे आहे.

स्थानिक स्वराज्य संस्थांमुळे लोकशाहीचे विकेंद्रीकरण होते. परंतु स्थानिक स्वराज्य संस्थांमध्ये अकार्यक्षम कारभारच अधिक दिसून येऊ लागला आहे. त्यामुळे तो प्रगत देशात महत्त्वाचा प्रश्न दिसून येत आहे. त्यामुळे अशा संस्थांची संख्या कमी करणे महत्त्वाचे आहे.

भारतासारख्या विकसनशील देशात तर लोकशाहीच्या नावाखाली अनेक अकार्यक्षम व अनावश्यक संस्था देशात कार्यरत असताना दिसून येतात. त्या संस्थांवरील मोठ्या प्रमाणातील खर्च विकसनशील देशांना परवडणारा नाही. त्यासाठी अनावश्यक, अकार्यक्षम व महागड्या संस्थांची संख्या कमी करणे गरजेचे आहे आणि सुदृढ आर्थिक पायावर त्यांची पुनर्रचना करणे आवश्यक आहे.

स्थानिक स्वराज्य संस्थांपेक्षा राज्य सरकारे थोडी बरी म्हणावी लागतात. राज्य

सरकारची कार्ये बदलत गेल्यामुळे त्यांच्या जुन्या रचनेत दोष दिसून येऊ लागले आहेत. त्यामुळे २० व्या व २१ व्या शतकात राज्यांच्या कारभाराची पुनर्रचना करण्यासाठी काही पावले उचललेली दिसून येतात.

केंद्र सरकारविरुद्ध अनेक तक्रारी असून केंद्राची पुनर्रचना करणेसुद्धा महत्त्वाचे आहे. ज्या देशात संघराज्य पद्धत आहे. अशा देशात केंद्र सरकारची अनेक खाती असतात. अनेक अधिकारी असतात. आपत्कालीन व्यवस्थेसाठी काही खाती सुरू केली जातात. ती अडचण दूर झाली तरी ती खाती सुरूच राहतात. तसेच सारखीच कामे करणारी अनेक खाती आहेत. केंद्रात दोन गृहांची योजना अधिक खर्चाची आहे. केंद्रात पुनर्रचना करणे आवश्यक आहे, परंतु ती होताना दिसत नाही. केंद्राच्या खर्चावर नियंत्रणासाठी वैधानिक कामे व अंमलबजावणीची कामे कशी कार्यक्षमतेने होतील तशी उभारणी करणे आवश्यक आहे, त्यासाठी त्वरित सुधारणा करणे आवश्यक आहे.

वरील विश्लेषणाचा आधार घेता केंद्रीकरण करूनसुद्धा कार्यक्षमता वाढेल असे म्हणणे धाडसाचे आहे. केंद्रीकरणामुळे काही अधिकाऱ्यांच्या हातात सत्तेचे केंद्रीकरण, अधिकाराचे केंद्रीकरण होऊन त्याचा दुरुपयोग होण्याची शक्यता असते, त्यामुळे सरकारी खर्चाला आळा घालण्याचा जो मूळ प्रश्न आहे तो कितपत सोडविला जाईल ते सांगणे अवघड आहे.

केंद्रीकरणामुळे कार्यक्षमता वाढण्याची शक्यता कमी असल्याने सोयीसाठी तिन्ही विभागात कार्याची विभागणी करणे सोईस्कर ठरेल. जे विभाग कार्यक्षमपणे जी जी कामे करेल त्यांनाच ती कामे द्यावीत. विकेंद्रीकरण व केंद्रीकरणाचे दोन्हींचेही फायदे-तोटे आहेत. परिस्थितीनुसार जे योग्य असेल ते धोरण आखणे आवश्यक आहे.

६.३.४ कर्ज व कर नियंत्रण

स्थानिक स्वराज्य संस्थांना खर्चावर नियंत्रण ठेवता येत नाही. त्यामुळे आपल्या उत्पन्नाच्या मर्यादेतच खर्च ठेवता येत नाही. कर आणि कर्जाच्या साहाय्याने खर्चाचे नियंत्रण केले जाते. परंतु राज्य सरकारे स्थानिक स्वराज्य संस्थांना कर आणि कर्जावर मर्यादा आणतात. परंतु स्थानिक स्वराज्य संस्थांना उत्पन्नाच्या मानाने खर्च अधिक असल्याचे दिसून येते.

राज्य सरकारे स्थानिक स्वराज्य संस्थांचा चालू खर्च मर्यादित करण्यासाठी कर्जाच्या नियंत्रणाचा उपाय करतात. परंतु स्थानिक स्वराज्य संस्थांना उत्पन्न कमी असल्याने राज्य आणि केंद्राच्या नियंत्रणामुळे फायद्यापेक्षा तोटाच दिसून येतो.

६.३.५ इतर उपाय

वैधानिक आणि राजकोषीय धोरणाचा खर्च नियंत्रणाचा उपाय करण्याबरोबरच

इतरही काही उपाययोजना येतात.

६.३.५.१ भ्रष्टाचार निर्मूलन

जगातील कोणत्याही देशातील लोकांना विशेषत: प्रामाणिक लोकांना अनैतिक उत्पन्न आणि भ्रष्टाचार यांचे प्रमाण वाढणारे दिसून येते. सत्तेचा दुरुपयोग करणाऱ्यांची संख्या कमी नाही. हा वर्ग गरजू लोकांची कामे सेवा करण्याच्या आमिषाने पुढे येऊन त्यांच्याकडून मोबदला घेतात. असे व्यवहार चुपचाप होत असतात. काही वेळा ते उघडेही होतात. जगातील सर्वच देशात अशा गैरप्रकारांना आळा घालण्याचा प्रश्न निर्माण झालेला आहे. काही विचारवंतांच्या मते, भ्रष्टाचार हा शिष्टाचार होत असल्याने लोकांची जाणीव बोथट होत असल्याचे दिसून येते. तरीही शासन व लोकांच्यात काही जागरूक लोक दिसून येतात. त्यांना असे प्रकार बंद व्हावेत असे वाटते त्यासाठी उपाययोजना करणे आवश्यक ठरते. सरकारने आपल्या कामातील गुप्तता कमी करून कामाची वाटणी अधिकाऱ्यांमध्ये केली पाहिजे. त्यांची जबाबदारी त्यांच्यावर टाकली पाहिजे. तरच कार्यक्षमता आणि प्रामाणिकपणा यामध्ये वाढ होईल.

केंद्र सरकार आणि राज्यशासनानी देशाच्या व राज्याच्या पातळीवर सेवा निर्माण करून त्यांच्याकडे कारभार सोपविला पाहिजे. स्वागत मंडळाचा सरकारचा उद्देश चांगला आहे परंतु ही महामंडळे राजकारणी लोकांची वर्णी लावण्यासाठी निर्माण झालेली दिसून येतात. ती नष्ट करून त्यांचा कारभार विशिष्ट खात्याकडे व अधिकाऱ्यांकडे सोपविल्यास भ्रष्टाचार आणि अपप्रवृत्तींना आळा बसेल.

तसेच लोकांची उदासीनता नष्ट करून लोकांना अधिक जागरूक व निष्ठावंत बनविणे आवश्यक आहे. त्यांचा नैतिक स्तर उंचावला पाहिजे. शिक्षण संस्था, न्याय संस्था, सहकारी संस्था, धर्म संस्था, गृह संस्था इ. मधून लोकांचा नैतिक पाया पक्का झाला पाहिजे. भ्रष्टाचाराचे व गैरमार्गाने संपत्ती जमा करण्याचे प्रमाण किती आहे हे सांगणे कठीण असले तरी या उपायांच्या साहाय्याने ते कमी करता येईल.

६.३.५.२ शिक्षण

सरकारी खर्चाला आळा घालण्यासाठी लोकांना शिक्षण देणे गरजेचे आहे. सरकारच्या विविध कार्याची तसेच योजनांची माहिती देणे आवश्यक आहे. सरकार विविध माध्यमातून आपल्या योजनेची जाहिरात करत असते. अशा वेळी सरकारी खर्च, उधळपट्टी इ. विषयी लोकांमध्ये जागृती निर्माण करणे संस्थांना व प्रबोधनकारांना अवघड होते. सरकार, शिक्षण संस्था, करदात्यांच्या संघटना, वर्तमान पत्रे, व्यापारी संघटना इ. राजकारभाराविषयी शिक्षण देऊ शकतात. परंतु या संस्थांमध्ये सुसूत्रता नसते. ती एकमेकांना मदत करीत नाहीत. त्यामुळे लोकांना महत्त्वाची माहिती मिळत नाही. लोकांना सरकारी

कामकाजातील खरी माहिती मिळाली पाहिजे. प्रशासनाची तत्त्वे माहिती पाहिजेत. त्यांना सरकारी कामात भाग घेण्यास उद्युक्त केले पाहिजे.

६.३.५.३ संशोधन

संशोधनाद्वारेसुद्धा सार्वजनिक खर्चावर नियंत्रण ठेवता येते. राजकोषीय संशोधन, सर्वेक्षण, प्रयोग इ. उपायांच्या आधारे आदर्श सरकार शोधता येते. लोक प्रशासन संस्था स्थापन करून संशोधन केले पाहिजे. राज्य व स्थानिक स्तरांवर संशोधन व्हावयास हवे. संस्थांनी केलेल्या निष्कर्षाचा विचार करून त्याची अंमलबजावणी करणे आवश्यक आहे. संशोधन संस्था, विद्यापीठे, ग्रंथालये इ. संस्थांनी प्रशासनाच्या संदर्भातील मते निर्भीडपणे लोकांपुढे व सरकारसमोर मांडली पाहिजेत. त्यामुळे सरकारी खर्चात कपात होऊन सरकारी कामकाजाची कार्यक्षमता वाढेल.

६.३.५.४ कर जागृती

ज्या करांमुळे सरकारचे उत्पन्न वाढेल आणि सरकारचा खर्च कमी होईल अशा करांचा प्रचार करणे आवश्यक आहे; तर लोकांना व उद्योगांना त्रासदायक खर्चाविरुद्ध लोकमत तयार करून ते कर रद्द केले पाहिजे किंवा ते कमी केले पाहिजेत. भारतात जून २०१७ पासून वस्तू व सेवा कर (GST) लागू केला परंतु काही वस्तू व सेवांच्या बाबतीत अधिक कर लादला होता तो लोकांच्या व संघटनांच्या दबावामुळे सरकारला कमी करावा लागला. काही प्रकल्प अल्प उत्पन्न असणाऱ्यांसाठी असतात. हा वर्ग कर देत नाही. तर जे कर देतात त्यांना काही सेवांचा लाभ मिळत नाही त्यामुळे कर जागृती आणि खर्च जागृती लोकांच्यामध्ये करणे आवश्यक आहे. त्यामुळे कर आणि खर्च लोकांच्या लक्षात येईल; जर लोकसेवेची किंमत उपयुक्ततेपेक्षा अधिक द्यावी लागत असेल तर त्यात सुधारणा केली पाहिजे.

६.३.५.५ करदात्यांच्या संघटना

करदात्यांच्या संघटना प्रबळ असतील तर सरकारी खर्चावर नियंत्रण येऊ शकेल. निष्पक्षपणे करदात्यांच्या संघटनेचे दडपण सरकारला झुगारून देणे शक्य नसते. या संघटनांद्वारे लोकशाही मार्गाने खर्चात कपात करता येऊ शकते. त्यासाठी संघटनांचे अस्तित्व सरकारला दाखवून देणे आवश्यक असते व सरकारला संघटनांद्वारे जागृत ठेवता येते.

सराव प्रश्न :

१) सार्वजनिक खर्चाच्या नियंत्रणाचा अर्थ स्पष्ट करा.

२) सार्वजनिक खर्च नियंत्रणाचे घटक थोडक्यात स्पष्ट करा.

३) सार्वजनिक खर्च नियंत्रणाच्या इतर उपायांवर चर्चा करा.

विभाग २

सार्वजनिक महसूल आणि कर

प्रकरण ७ | सार्वजनिक महसूल (उत्पन्न) - स्त्रोत (Public Revenue - Sources)

७.१ प्रास्ताविक
७.२ सार्वजनिक उत्पन्नाचा अर्थ
७.३ सार्वजनिक उत्पन्नाचे स्त्रोत
  ७.३.१ कर
  ७.३.२ शुल्क
  ७.३.३ किंमत / मूल्य
  ७.३.४ विशेष आकार
  ७.३.५ दंड
  ७.३.६ अनुदाने आणि देणग्या

७.१ प्रास्ताविक (Introduction)

जगातील बहुतेक देशांनी कल्याणाची संकल्पना स्वीकारल्याने त्यांना नेहमीच्या कार्याबरोबरच समाजकल्याणाची विविध कामे पार पाडावी लागतात; त्यामुळे सरकारला मोठ्या प्रमाणात खर्च करावा लागतो त्यासाठी सरकारला विविध मार्गांनी महसूल प्राप्त करावा लागतो. त्यात मुख्यत: कर आकारणी, सरकारी प्रकल्पांचा नफा, विविध सेवांवरील शुल्क इ. चा समावेश होतो; कर आकारणी करताना कारभाराची विभागणी योग्य तत्त्वानुसार होणे आवश्यक असते तसेच सरकारने विविध मार्गाने मिळविलेला महसूल पुरेसा पडत नसल्याने सरकारला कर्ज उभारावे लागते. त्यामुळे तुटीच्या अर्थभरण्याचे साहाय्य घ्यावे लागते.

सध्या प्रत्येक सरकारच्या कार्यक्षेत्रात वाढ होताना दिसून येते. त्यामुळे सरकारचा खर्चसुद्धा वाढताना दिसून येतो. खासगीकरण, उदारीकरण आणि जागतिकीकरणाच्या काळात सरकारची भूमिका मार्गदर्शकाची असली तरीही सरकारचा खर्च वाढताना दिसून

येतो. या वाढत्या खर्चासाठी सरकारला विविध मार्गाने पैसा गोळा करणे गरजेचे असते. त्यामुळे सरकारला उत्पन्न वाढीचे स्रोत शोधून काढावे लागतात. तसेच खर्चाची योजना तयार करताना उत्पन्नाचे मार्गसुद्धा तयार करावे लागतात. त्यामुळे सार्वजनिक उत्पन्नाला महत्त्व प्राप्त होते.

७.२ सार्वजनिक उत्पन्नाचा अर्थ (Meaning of Public Revenue)

सरकारला विविध मार्गांनी उत्पन्न प्राप्त होते. यामध्ये कर, शुल्क, दंड, अनुदान, देणगी इत्यादींबरोबरच सरकारी कर्ज व सरकारी संपत्तीच्या विक्रीपासून मिळणारी प्राप्ती इ. चा समावेश होतो.

सरकारला सर्व स्रोतांपासून मिळणारे एकूण उत्पन्न म्हणजे 'सार्वजनिक उत्पन्न' होय. सार्वजनिक मालमत्तेत सार्वजनिक उत्पन्नाशिवाय सार्वजनिक कर्ज, सरकारी कर्जरोखे, बँकांकडून आणि व्यक्तींकडून उधार घेतलेली रक्कम इ. चा समावेश होतो. या मर्यादित अर्थाने विचार केल्यास उत्पन्नाचा विविध अंगाने विचार करावा लागतो.

कोणतीही व्यक्ती अथवा खासगी संस्था उत्पादक कार्यामध्ये भाग घेऊन उत्पन्न मिळवत असते. काही व्यक्तींना देणग्या अथवा दाने मिळतात आणि तीच त्यांची उत्पादने होतात. परंतु या देणग्या अथवा दाने ही बहुसंख्य व्यक्तींना मिळत नाहीत आणि ज्यांना मिळतात त्यांना ती निश्चित मिळत नाहीत. सरकारलासुद्धा उत्पादक कार्यापासून उत्पन्न मिळते. ज्या अर्थव्यवस्थेत उत्पादनाची क्रिया मुख्यत: खासगी संयोजकांकडून केली जाते, तेथे सरकारचे उत्पादनाच्या क्रियेतील प्रत्यक्ष कार्य मर्यादितच असते. त्यामुळे उत्पन्नसुद्धा थोडेच मिळते. काही वेळेस सरकारला दुसऱ्या सरकारकडून अर्थसाहाय्य मिळते; पण या स्रोतापासून उत्पन्न खूपच कमी मिळते. महानगरपालिका, नगरपालिका, ग्रामपंचायती इ. सारख्या लहान सत्तांना केंद्र सरकार अथवा राज्य सरकार जी अनुदाने देतात ती त्या सत्तांच्या उत्पन्नाचा फार मोठा भाग असतो. या सर्व स्रोतांचा विचार केल्यास सरकारला या स्रोतांपासून फार थोडे उत्पन्न मिळते; त्यामुळे या स्रोतांचा शोध घेणे आवश्यक असते. सरकार मुख्यत: लोकांच्या उत्पन्नाचा काही भाग स्वत:कडे हस्तांतरीत करून घेत असते. सरकार आणि स्वत:चे उत्पन्न तयार करत असते. प्रत्येक देशातील सरकारचा आपल्या लोकांच्या उत्पन्नावर हक्क असतो. सरकार लोकांच्यासाठी जी कार्ये करते, त्यामुळेच हा हक्क निर्माण होतो. या हक्काचा उपयोग करून सरकार लोकांच्या उत्पन्नाचा, संपत्तीचा आणि मालमत्तेचा काही भाग कायदे करून स्वत:कडे हस्तांतरीत करते. सरकारला खर्च करण्यासाठीसुद्धा उत्पन्न हवे असते. त्यामुळे सरकार लोकांच्या उत्पन्नावर आणि संपत्तीवर अवलंबून असते आणि हक्काने लोकांच्याकडून ते काढून घेते.

७.३ सार्वजनिक उत्पन्नाचे (महसुलाचे) स्रोत (Sources of Public revenue)

सरकारला उत्पन्नाच्या स्रोतांच्या विचार करताना दोन बाबी विशेषत: दिसून येतात. एक बाब म्हणजे, सरकार उत्पादनाच्या कार्यात स्वत: सहभागी होते आणि त्यातून उत्पन्न मिळविते. दुसरी बाब म्हणजे, सरकारला उपलब्ध असलेला वर्ग असतो. या वर्गाकडून सरकारला फार मोठे उत्पन्न मिळते. सरकारच्या दृष्टीने बहुतेक स्रोत याच वर्गात समाविष्ट असतात. कर, शुल्क इ. चा समावेश या वर्गात केला जातो. या दुसऱ्या स्रोतावरच सरकारचे लक्ष केंद्रित झालेले होते. पहिल्या बाबीकडे लक्ष केंद्रित केलेले नव्हते.

देशातील उत्पादन कार्यात सहभागी झाले तर त्यापासून सरकारला उत्पन्न मिळते. सरकारने स्वत:च जर उत्पादनात स्रोतांचा उपयोग केल्यास सरकारला त्यापासून उत्पन्न मिळते अथवा ते स्रोत खासगी उत्पादकांना उपलब्ध करून दिले तर त्यापासून मोबदला मिळू शकतो; जर उत्पादक स्रोतांचा खासगी उत्पादकांना पुरवठा केल्यास सरकारला खंड, व्याज, शुल्क, लाभ इ. उत्पन्न मिळते. देशातील जमीन व नैसर्गिक स्रोत सरकारच्याच मालकीचे असते. हे स्रोत सरकार वापरू शकते; जर सरकारने हे स्रोत स्वत: वापरले नाहीत तर सरकार खासगी उद्योगांना ते हस्तांतरीत करू शकते. त्या मोबदल्यात सरकार व्यक्तीकडून अथवा संस्थांकडून खंड अथवा इतर प्रकारचा मोबदला घेऊ शकते. परंतु हे उत्पन्न जास्त नसते. आधुनिक काळात अनेक लोकांना श्रमाच्या साहाय्याने वेतनाच्या रकमेत उत्पन्न मिळते. लोकांना मिळणाऱ्या या वेतनाच्या स्वरूपातील उत्पन्न सरकारला मिळू शकत नाही; कारण श्रमिकांना मिळणारे वेतन हे त्यांचे खासगी उत्पन्न असते; त्यावर सरकारचा कोणताही हक्क नसतो. सरकारी कामगारांना दिलेले वेतन हे सरकारचा खर्च असते त्यामुळे देशातील श्रमिक वर्गापासून सरकारला उत्पन्न मिळत नाही.

सरकारला व्याजाच्या स्वरूपात उत्पन्न मिळते. परंतु हे उत्पन्न अतिशय कमी असते. सरकारला स्वत:च्या व्यापारी आणि औद्योगिक क्षेत्रापासून उत्पन्न मिळते. देशातील सर्व उपक्रम खासगी क्षेत्रानेच चालवावेत असा आग्रह धरला जातो. परंतु काही उपक्रम चालवण्यासाठी खासगी क्षेत्र पुढे येत नाही, ते उपक्रम सरकार चालवते. अशा उपक्रमांपासून सरकारला फारसा फायदा होत नाही; कारण हे उपक्रम व्यावसायिक पद्धतीने केले जात नाहीत. परंतु काही उपक्रम सरकार व्यावसायिक पद्धतीने चालवू शकते मात्र सरकारने नफा मिळवावा की जनतेला रास्त भावात माल व सेवा पुरवून कल्याण साधावे याबाबत वाद निर्माण होतो. काही उपक्रम सरकार व्यावसायिक पद्धतीने चालविते. परंतु त्यातून नफा किती होतो हा प्रश्नच आहे. या उपक्रमांचे व्यवस्थापन कुशलतेने व कार्यक्षमतेने केल्यास फायदा मिळू शकतो. त्यामुळे सरकारला विविध अशा व्यावसायिक व औद्योगिक

उपक्रमांपासून एकूण मिळणारे उत्पन्न फार कमी असते.

वरील विश्लेषण खासगी उद्योगांना महत्त्व दिल्यास अशाच अर्थव्यवस्थांना वरील विश्लेषण लागू होते. साम्यवादी अर्थव्यवस्थेत सर्व उद्योग सरकारी क्षेत्रात असतात. खासगी क्षेत्र अस्तित्वात नसते. अशा वेळी सरकारला स्वत:च्या उपक्रमातून मोठ्या प्रमाणात उत्पन्न मिळते. परंतु मिश्र अर्थव्यवस्थेत खासगी उद्योगांना अधिक स्थान दिले जाते. त्यामुळे सरकारला स्वत:च्या उद्योगातून कमी उत्पन्न मिळते. जगात काही थोडे देश सोडल्यास सर्वच देशात मिश्र अर्थव्यवस्था दिसून येते. या देशात सरकारी उपक्रमांपासून मिळणाऱ्या उत्पन्नाचे एकूण उत्पन्नाशी असलेले प्रमाण अतिशय कमी असते.

वरील विश्लेषणावरून असे दिसून येते की, सरकारच्या मालकीच्या उपक्रमांपासून सरकारला फारसे उत्पन्न मिळत नाही. तसेच सरकारी मालकीची उत्पादन साधने खासगी उपक्रमांच्या साहाय्याने सरकारी कामात उपयोगात आणली तरी सरकारला पुरेसे उत्पन्न मिळत नाही. त्यामुळे सरकारला या स्रोतांवर अवलंबून राहता येत नाही. इतर पर्यायी क्षेत्रांचा विचार करावा लागतो. हे स्रोत खासगी संस्थेला अथवा व्यक्तीला वापरता येत नाहीत. या स्रोतांमध्ये कर व कर सदृश्य इतर स्रोतांचा समावेश होतो.

सार्वजनिक उत्पन्नाच्या विश्लेषणात 'कर' या स्रोताला जास्त महत्त्व देण्यात येते. करांमुळे अधिक उत्पन्न मिळते त्यामुळे करांना महत्त्व प्राप्त झाले आहे. सरकार आपल्या उत्पन्नासाठी करांवरच मुख्यत: अवलंबून असते. सरकार जेव्हा जेव्हा उत्पन्न वाढविण्याचा प्रयत्न करते तेव्हा तेव्हा करांचाच आधार सरकारला घ्यावा लागला आहे. सरकार नव्या कराची निर्मिती आणि जुन्या करात वाढ करून उत्पन्न मिळविते. सरकार आपला वाढता खर्च भागविण्यासाठी कराचाच मोठ्या प्रमाणात अवलंब करते. हे सध्या दिसून येते त्यावरून 'कर' या स्रोताचे महत्त्व दिसून येते. त्यामुळे कराचा प्रथम विचार करणे महत्त्वाचे ठरते.

सरकारच्या उत्पन्नाचे दोन मार्ग आहेत - १) करापासून मिळणारे उत्पन्न आणि २) बिगरकरापासून किंवा करेतर उत्पन्न. केंद्र सरकारच्या अंदाजपत्रकाचे दोन भाग असतात. एक म्हणजे 'महसुली अंदाजपत्रक' व दुसरे म्हणजे 'भांडवली अंदाजपत्रक' महसुली अंदाजपत्रकात महसुली जमा व महसुली खर्च यांचा समावेश होतो; तर भांडवली अंदाजपत्रकात भांडवली बाबींपासून मिळणारे उत्पन्न आणि भांडवली बाबींवरील खर्चाचे अंदाज समाविष्ट केलेले असतात.

महसुली अंदाजपत्रकात महसुली जमेच्या बाबी दोन गटांत समाविष्ट केल्या जातात- कर महसूल व करेतर महसूल / उत्पन्न.

१) कर उत्पन्नात प्राप्तीकर, निगमकर, संपत्तीकर, भांडवली व्यवहारातील कर,

वस्तू व सेवांवरील कर, आयात-निर्यात कर इ. प्रत्यक्ष-अप्रत्यक्ष करांचा समावेश होतो.

२) करेतर महसुलात / उत्पन्नात राज्यवित्तीय व अन्य सेवा सरकारी, औद्योगिक प्रकल्पांचा फायदा, व्याजाच्या रूपाने मिळणारे उत्पन्न, लाभांश व नफा इ.

थोडक्यात, सरकारचे उत्पन्न मिळविण्याचे कर हे महत्त्वाचे साधन आहे त्यामुळे करांच्या संदर्भात अभ्यास महत्त्वाचा ठरतो.

७.३.१ कर (Tax)

आजच्या काळात उत्पन्न मिळवून देणारा महत्त्वाचा स्रोत म्हणजे 'कर' होय. कर फक्त सरकारच लादू शकते. सरकार आपली सामाजिक आणि आर्थिक उद्दिष्टे साध्य करण्यासाठी कराचा वापर करते. त्यामुळे करांच्या अभ्यासाला विशेष महत्त्व प्राप्त होते. करांच्या संकल्पनेत कालपरत्वे अनेक बदल झालेले आहेत आणि कराची संकल्पना विकसित होत गेली आहे. पूर्वीच्या काळात अर्थशास्त्रज्ञ नागरिकांनी सरकारला सरकारी सेवांबद्दल दिलेला मोबदला असे कराबाबत समजत असे.

मॉन्टेक्स यांच्या मते, नागरिक सरकारला कर म्हणून आपल्या संपत्तीचा काही भाग देत असे; कारण त्याला आपल्या संपत्तीचा उपभोग बिनधोक घ्यायचा असतो. म्हणजेच संपत्ती बाबत त्याला सुरक्षितता हवी असते तर ब्लॅक स्टोन यांच्या मते, सरकारला कराच्या रूपाने संपत्तीतील काही भाग सरकारला देऊन त्या मोबदल्यात इतर संपत्तीचा वापर करण्यास त्याला खात्री मिळत होती.

या दोन्ही संकल्पनांवरून असे दिसून येते की, कराचे लाभ तत्त्व हेच दिसून येते. सनातनवादी अर्थशास्त्रज्ञांचासुद्धा थोड्याफार फरकाने असाच दृष्टिकोन दिसून येतो.

आधुनिक अर्थशास्त्रज्ञांनी कराची संकल्पना थोडी वेगळी मांडली आहे. कराच्या संदर्भात विविध व्याख्यांवरूनसुद्धा त्याची कल्पना येते. प्रा. बॅस्टॅबल यांच्या मते, व्यक्तीने वा संस्थेने स्वत:च्या संपत्तीचा सरकारच्या सेवेसाठी दिलेला सक्तीचा भाग होय. या विचारात त्यांचा लाभ-तत्त्व असा आधार नाही. कर हा सेवेसाठी दिला जातो असा आधार नाही. तर सेलिग्मन यांच्या मते, कर हा व्यक्तीकडून सक्तीने घेतला जातो आणि त्याचा उपयोग सर्वांच्या हितासाठी केला जातो. त्याचा उपयोग वैयक्तिक फायद्यासाठी केला जात नाही असे त्यांचे मत होते. तर टॉसिंग यांच्या मते, करदाता व सरकार यांच्या मध्ये प्रत्यक्षपणे जशासतसे हा नियम दिसून येत नाही. यामुळे यावरून असे दिसून येते की, कर हे इतर स्रोतांपासून वेगळे आहेत. करदाता व सरकार यांच्यामध्ये कोणताही करार झालेला नसतो. त्यामुळे जेवढा कर दिला असेल तेवढ्या किमतीच्या सेवा अथवा लाभ अथवा वस्तू त्या व्यक्तीला मिळत नाहीत; म्हणजेच येथे कोणत्याही प्रकारचा लाभ अभिप्रेत नाही असे स्पष्ट होते.

डाल्टन यांच्या मते, कर हे सक्तीचे देणे असून त्याचा सममूल्य सेवेशी काहीही संबंध नसतो. तसेच त्यांच्या मते, कर हा कोणत्याही गुन्ह्यासंदर्भात लावलेला दंड नसतो. या सर्व व्याख्यांवरून आणि मतांवरून असे दिसून येते की, कर हा मूल्य, शुल्क आणि दंड या तिन्ही स्रोतांपेक्षा वेगळा आहे. सेलिग्मन आणि डाल्टन यांचे विचार आणि व्याख्या या आधुनिक काळातील प्रातिनिधिक समजल्या जातात. कराबाबत आधुनिक दृष्टिकोन त्यावरून दिसून येतो. या सर्व व्याख्यांवरून करांची लक्षणे / वैशिष्ट्ये दिसून येतात.

१) कर सक्तीचे देणे : कर म्हणजे सक्तीची वर्गणी आहे. वर्गणी ही कोणत्याही सामुदायिक खर्चासाठी अंशत: भार सहन करण्यासाठीच दिली जाते. कोणत्याही मंडळाच्या सभासदाला त्या मंडळाची वर्गणी द्यावी लागते. सभासद असेपर्यंत वर्गणी द्यावी लागते तसेच करदातासुद्धा समाजाचा सभासद असतो. हे सभासद पद आपोआप मिळते व सभासद पद सोडतासुद्धा येत नाही. त्यामुळे सरकारला जी सक्तीची वर्गणी तो देतो ती वर्गणी म्हणजेच 'कर' असतो. ही वर्गणी इच्छा असो अथवा नसो ती द्यावीच लागते. परंतु काही अर्थशास्त्रज्ञांना हे मान्य नाही. उदा. जे. के. मेहता यांच्या मते, सक्ती अथवा अनिवार्य हे कराचे महत्त्वाचे लक्ष नाही. त्यांच्या मते, कर हे सक्तीचे नसते ते ऐच्छिकसुद्धा असू शकते; जर एखाद्या व्यक्तीला आयकर एखाद्या मर्यादेनंतर द्यावा लागत असेल अशा वेळी तो व्यक्ती आपले उत्पन्न त्या मर्यादेपेक्षा कमी ठेवण्याचा प्रयत्न करून आयकरापासून तो सुटका करू शकतो. परंतु व्यक्ती उत्पन्न अधिक मिळविते त्याचा उद्देशसुद्धा लक्षात घेणे महत्त्वाचे असते. आपल्या कुटुंबाचे जीवन सुखाने घालविता यावे यासाठी तो अधिक उत्पन्न मिळविण्याचा प्रयत्न करतो. अशा वेळी कराचा विचार तो करत नाही. किती कर लावायचा हे सरकारच्या हाती असते. व्यक्तीच्या हाती नसते व व्यक्तीचे मतसुद्धा विचारात घेतले जात नाही. त्यामुळे कर ही सक्तीची वर्गणी आहे, असे म्हणता येते. प्रा. मेहता हे कर सक्तीची वर्गणी नाही असे म्हणतात तेव्हा ते आर्थिक पातळीवर प्रश्न सोडवू शकत नाहीत. त्या ऐवजी ते नैतिकता आणि राजकीय उत्तरदायित्व यांच्याशी संबंधित आहे असे म्हणता येते.

२) करापासून मिळणारे उत्पन्न सर्वांसाठी खर्च केले जाते : कर गोळा करताना विशिष्ट कार्यासाठी खर्च केला जाईल अशी माहिती दिली जात नाही; जर विशिष्ट उद्दिष्टासाठी कर लावला तर तो खऱ्या अर्थाने कर नव्हे. महानगरपालिकेने जर विशिष्ट कार्यासाठी 'दर' लावला. त्याला व्यवहारात आपण 'कर' म्हणतो. तो खऱ्या अर्थाने कर नसतो. करांच्या संकल्पनेत समाजाचे हित लक्षात घेतले जाते. कर लावताना आणि वसूल करताना सर्वसामान्यांचे हित लक्षात घेतले जाते. त्यामुळे व्यक्तीसुद्धा कर देताना कराच्या रकमेशी आपला संबंध लावत नाही. सर्वांचे हित साधले जात असताना

व्यक्तीचेसुद्धा हित अप्रत्यक्षपणे साधले जाते.

३) करदाता आणि सरकार या दोघांत कोणताही करार झालेला नसतो : करदाता सरकारबरोबर कोणताही करार कर देताना करत नाही. करदाता सरकारला जो कर देतो तो सरकारकडून मिळणाऱ्या सेवांची किंमत म्हणून देत नाही.

प्रो. डिमार्को यांच्या मते, कर ही किंमत आहे. प्रत्येक व्यक्ती एकूण सेवांपैकी त्यांच्या वाट्याला ज्या सेवा येतात, त्याची किंमत म्हणून 'कर' देतो. त्यांच्या मते, प्रत्येक व्यक्तीचे कर देणे हे कर्तव्य असते. तसेच सरकारनेसुद्धा विविध सेवा उपलब्ध करून देणे हे सरकारचे कर्तव्य आहे. परंतु यामध्ये करदाता विशिष्ट प्रमाणात सेवा मिळावीच असा हट्ट धरू शकत नाही; तर सरकारच्या बाजूने कर कोणी दिले किंवा दिले नाहीत अथवा कर्ज दिले अथवा जास्त दिले. या बाबींकडे सरकार लक्ष देत नाही. सरकार कर देणाऱ्या सर्वांसाठी सेवा उपलब्ध करून देणे, त्यामुळे 'कर' ही किंमत आहे. हे डिमार्को प्रमाणेच हॉब्ज आणि इतर अर्थशास्त्रज्ञांचे मत मान्य करता येत नाही.

सरकारने आपल्या एकूण खर्चातून निर्माण केलेल्या सेवांचा आणि लोकांच्या कराच्या रूपाने दिलेल्या एकूण पैशांचा सामुदायिक संबंध आहे. कर देताना प्रत्येक व्यक्ती त्याग करतो. सर्व लोकांना ज्यावेळी कर द्यावा लागतो, त्यावेळी संपूर्ण समाजाचा एकूण त्याग निर्माण होतो. एकूण त्यागाची परतफेड करण्याची जबाबदारी सरकारची असते. जे करापासून जेवढी रक्कम जमा झाली असेल तेवढ्याच रकमेच्या सेवा लोकांना उपलब्ध करून देणे हे सरकारचे कर्तव्य असते. सर्व लोकांचे जास्तीतजास्त कल्याण करणे हे सरकारचे कर्तव्य असते. समाज आणि सरकार यांचे परस्पर संबंधाचा विचार करता समाजाने आपल्या घटकांद्वारे दिलेले कर त्यांना सरकारकडून सेवा मिळविण्यास पात्र ठरतात. अशा प्रकारे करांचा आणि सामाजिक सेवांचा सामुदायिक संबंध निर्माण होतो. व्यक्तीने सरकारला कर दिल्यामुळे तिला मोबदला मागता येत नाही. परंतु व्यक्ती ही समााजाची घटक असल्याने सरकारी सेवांचा हक्काने लाभ घेऊ शकते. येथे व्यक्ती ही कर देणारी आहे अथवा नाही हे महत्त्वाचे नसते. व्यक्तीच्या दृष्टीने कर देणे आणि सार्वजनिक सेवांचा लाभ घेणे या दोन बाबी वेगवेगळ्या आहेत. परंतु सरकार अथवा समाज यांच्यासाठी त्या दोन स्वतंत्र बाबी नाहीत. सरकार जेव्हा कर रूपाने लोकांच्याकडून पैसा घेते व तो लोकांच्या कल्याणासाठी वापरत नाही तेव्हा तो कररूपी पैसा न्याय्य वाटत नाही. वास्तविक पहाता ज्या करांची रक्कम लोकांच्या कल्याणासाठी खर्च केली जात नाही ते कर नव्हतेच. अनेक उदाहरणे अशी आहेत की, उदा. राजे, हुकूमशहा अथवा सत्ताधारी पक्ष हे जुलूम-जबरदस्तीने कर गोळा करून समाजाच्या कल्याणासाठी खर्च न करता स्वत:च्या फायद्यासाठी अथवा पक्षाच्या कार्यासाठी खर्च केला आहे.

वरील वेगवेगळ्या विश्लेषणावरून असे दिसून येते की, कराचा महत्त्वाचा उद्देश म्हणजे सरकारला उत्पन्न मिळवून देणे हाच आहे, असे आपले विचार होतात. सार्वजनिक आयव्ययात कर हे सरकारला उत्पन्न मिळवून देण्याचेच महत्त्वाचे उद्दिष्ट दिसून येते. परंतु या मुख्य उद्देशालाच सध्या आव्हान दिले जात आहे. सध्या कोणतेही सरकार करांकडे उत्पन्नाचे साधन म्हणून पाहत नाही.

धोरणात्मकदृष्ट्या आणि तात्त्विकदृष्ट्या सरकारने करांना फक्त उत्पन्नाचे साधन समजावे हे आता मान्य होणारे नाही. त्यामुळे नव्या वादाला आता सुरुवात झालेली आहे. कराचा उद्देश कोणता असावा? कराचा उद्देश उत्पन्न मिळविणे हा नसेल तर दुसरा कोणता असावा, या प्रश्नांची उलटसुलट उत्तरे मिळतात. त्यातील काही मते पुढीलप्रमाणे -

सार्वजनिक आयव्यय विचारवंतांचा असा एक वर्ग आहे की, करांचा उद्देश उत्पन्नाशिवाय दुसरा असूच शकत नाही. या मताची भूमिका काही प्रमाणात विशुद्धतेची व काही जुन्या काळातील राज्याच्या मर्यादित भूमिकेशी आहे. कर आणि खर्च ही दोन्ही साधने सार्वजनिक आयव्ययाची उद्दिष्टे पूर्ण करण्यासाठीच वापरली जातात. महत्तम सामाजिक कल्याण हेच करांचे अंतिम उद्दिष्ट आहे, त्यामुळे करांचे अंतिम उद्दिष्ट महत्तम सामाजिक कल्याण साधणे हेच आहे. महत्तम सामाजिक कल्याण हे आपोआपच साध्य होईल की ते साध्य करण्यासाठी उत्पन्नाच्या उद्दिष्टाचा त्याग करावा लागेल. याचा अर्थ कराची दोन उद्दिष्टे एकाचवेळी दिसून येतात. करांपासून सरकारला उत्पन्न मिळाले पाहिजे आणि समाजाचे कल्याणसुद्धा झाले पाहिजे. ही दोन जुळी उद्दिष्टे समजण्यात गैर असे काहीच नाही. सरकारी खर्चामुळे समाजाचे हित साधले जाते आणि सरकारी खर्च करामुळे शक्य होतो अशा रीतीने कराचा उत्पन्न उद्देश कल्याण उद्देशाशी प्रत्यक्षपणे संबंध आहे असे दिसून येते; त्याशिवाय इतर प्रकारेसुद्धा करांचा प्रभाव सामाजिक कल्याणावर पडतो. उदा. वेगवेगळी कर आकारणी करून उत्पन्न आणि संपत्तीतील विषमता कमी करता येते आणि सामाजिक कल्याण साधता येते. येथे सामाजिक कल्याणासाठी उत्पन्नावर थोडीशी मर्यादा घालावी लागते.

सार्वजनिक आयव्ययाच्या काही विचारवंतांना असे वाटते की, करांचा उपयोग उत्पन्न मिळविण्याऐवजी अर्थव्यवस्था नियमित आणि नियंत्रित करण्यासाठी करावा. सर्वसाधारणपणे सध्या करांचे उद्देश म्हणजे देशातील संपत्तीच्या उत्पादनाला चालना देणे, देशातील संपत्तीचे योग्य आणि न्याय्य वितरण करणे आणि उपभोगाला योग्य दिशा देणे हे दिसून येतात. केन्सच्या संप्रदायातील काही विचारवंतांनी करांचा उपयोग वर स्पष्ट केलेली उद्दिष्टे साध्य करण्यासाठीच करायला पाहिजे. उत्पन्न मिळविण्यासाठी नाही असे स्पष्ट केले; तर लर्नर यांच्या मते, करांचा उद्देश सरकार स्वत:साठी पैसा निर्माण करते

तेव्हा अर्थव्यवस्थेला योग्य वळण लावणे हाच असला पाहिजे, असे स्पष्ट केले. दोन्हीही मते अतिशयोक्ती स्वरूपाची वाटतात. कराशिवाय इतर कोणतेही प्रभावी साधन सरकार जवळ नाही. सरकार त्याचा उपयोग करून पैसा उभारू शकते. सरकारचा वाढता खर्च विचारात घेता पैसा उभा करणे हे इतर कोणत्याही उद्दिष्टासाठी योग्य होणार नाही; पण दुसरे कल्याणकारी उद्दिष्ट विसरून चालणार नाही. उत्पन्न आणि नियंत्रण यासाठी योग्य समन्वय ठेवणे आवश्यक आहे त्यासाठी कराची व्याख्यासुद्धा थोडी बदलली पाहिजे. यामध्ये कराची उद्दिष्टे स्पष्ट व व्यवहार्य असणे आवश्यक आहे. या सर्व विश्लेषणावरून कराचे स्वरूप आणि महत्त्व समजण्याला मदत झाली व कराचे विश्लेषण पूर्ण झाले.

७.३.२ शुल्क (Fees)

सरकार समाजाला विविध प्रशासकीय सेवा देते. त्या सेवांचा खर्च अंशत: भरून काढण्यासाठी शुल्क आकारले जाते. शुल्क हा सरकारचा उत्पन्नाचा एक मार्ग आहे. शुल्क हे ऐच्छिक देणे असते. ज्या व्यक्तीला एखादी विशिष्ट सेवा हवी असेल त्याने शुल्क देऊन ती प्राप्त करावी. शुल्क न दिल्यास ती सेवा मिळत नाही. उदा. ज्यांना आरोग्य सुविधेचा लाभ घ्यावयाचा आहे. त्यांना शुल्क द्यावे लागते. या सेवेचा लाभ घ्यावयाचा की नाही हे त्या व्यक्तीवर अवलंबून असते. मात्र, हे शुल्क अनिवार्य असते. विशिष्ट सेवा घेण्यासाठी व्यक्तीला शुल्क द्यावेच लागते. उदा. विवाहाची नोंदणी ही अनिवार्य केलेली आहे त्यामुळे विवाहाची नोंदणी करण्यासाठी शुल्क हे अनिवार्य आहे. तीच विविध प्रकारचे दस्तऐवज नोंदणीसाठी नोंदणी ही सक्तीचीच केलेली आहे. त्यामुळे नोंदणी शुल्क सक्तीचेच झालेले आहे. तसेच गृहनिर्माण संस्था, सहकारी संस्थांची नोंदणी इत्यादी.

सरकारला आरोग्य शुल्क, नोंदणी शुल्क, परवाना शुल्क, शिक्षण शुल्क इ. अनेक प्रकारच्या शुल्कांपासून उत्पन्न प्राप्त होते.

शुल्क आणि मूल्य यामध्ये थोडासा सारखेपणा आहे. शुल्क आणि मूल्य दोन्हीही ऐच्छिक देणीच असतात. शुल्क आणि मूल्य यांचे काही बाबतीत सारखेपणा दिसून येतो. उदा. शासनाच्या शैक्षणिक सुविधेचा लाभ घ्यावयाचा असेल तर शिक्षण शुल्क द्यावे लागते आणि बसने जावयाचे असेल तर बसचे भाडे द्यावयाचे या व्यवहाराशी जुळता आहे. या दोघांत फरक एवढाच आहे की, शुल्काच्या मोबदल्यात मिळणारी सेवा समाजाच्या कल्याणासाठी केलेली सामाजिक व प्रशासकीय सेवा असते तर मूल्याच्या मोबदल्यात मिळणारी सेवा व्यावसायिक स्वरूपाची सेवा असते.

शुल्क भरून सेवा मिळणारी सेवा सक्तीची होते. तेव्हा शुल्कसुद्धा सक्तीचे देणे असते. अशा वेळी शुल्कसुद्धा कराप्रमाणे अनिवार्य असते; म्हणजेच सेवा घेतल्यानंतर शुल्कसुद्धा द्यावेच लागते. येथे करांप्रमाणे शुल्काच्या रकमेइतका लाभ मिळण्याची खात्री

नसते यावरून कर आणि शुल्क यातील फरक दिसून येतो. कर हे लोकांच्या कल्याणासाठी लावले जातात. शुल्क मात्र विशिष्ट सामाजिक आणि प्रशासकीय सेवेसाठीच लावले जाते. शुल्क देणाऱ्या व्यक्तीलाच विशिष्ट सेवेचा लाभ होतो. तसेच कराचा आणि व्यक्तीला मिळणाऱ्या सेवेच्या लाभाचा काही संबंध नसतो. सेवा हवी असेल तर शुल्क द्यावे लागते. परंतु सेवा मिळाली अथवा न मिळाली तरी कर हा द्यावाच लागतो.

७.३.३ किंमत / मूल्य (Price)

कर आणि शुल्काचा विचार केल्यानंतर सरकारच्या उत्पन्नाचे इतर स्रोत कोणते आहेत त्याचा विचार केल्यास 'मूल्य' या स्रोताला महत्त्व असल्याचे दिसून येते. प्रत्येक देशातील सरकार कोणत्या ना कोणत्या वस्तू व सेवांची निर्मिती करते आणि त्यांची विक्रीसुद्धा करते, त्यासाठी त्यांचे मूल्य ठरविले जाते. त्या वस्तू व सेवांची किंमत ठरवावी लागते. या विक्रीतून सरकारला उत्पन्न मिळते. परंतु हे उत्पन्न व्यावसायिक स्वरूपाचे असते. त्यामुळे विशिष्ट अशा वस्तू वा सेवांची खरेदी करावीच अथवा सेवेची खरेदी सरकारकडून केली तरच मूल्य द्यावयाचे असा अर्थ होतो. हा एक व्यापारी व्यवहार होतो; जर व्यक्तीला सेवा अथवा वस्तूची खरेदी करावयाची नसेल तर मूल्य द्यावे लागणार नाही. मूल्यामध्ये बसचे भाडे, रेल्वेचे भाडे, विजेचे दर, डाक-तार दर, दुधाचे मूल्य इ. मूल्यांचा समावेश होतो. या स्रोतांपासून मिळणारे उत्पन्न आधिक्याचे नसते आणि जरी आधिक्याचे असले तरी त्याला विशेष महत्त्व दिले जात नाही. मूल्य हे ऐच्छिक आहे. कर आणि मूल्याची तुलना केल्यास असे दिसून येते की, कर हे सक्तीचे देणे आहे. ज्यावर ते लादले जाते त्यालाच ते द्यावे लागते. मूल्यात अशी सक्ती नसते. सरकार निर्मित ज्याला वस्तू व सेवा घ्यावयाच्या असतील त्यांनाच मूल्य द्यावे लागते. मूल्य हे ऐच्छिक असते. एस. टी. अथवा रेल्वेने प्रवास केला नाही तर ऐच्छिक द्यावे लागणार नाही. करामुळे लाभ होईलच असे सांगता येत नाही. परंतु मूल्यांचा विचार करता व्यक्ती वस्तू अथवा सेवांची खरेदी करू शकतो. तुलनात्मकदृष्ट्या खासगी उद्योगातील वस्तूपेक्षा सरकारी उद्योगातून जास्तीतजास्त मोबदला मिळेल अशी उपभोक्त्याची खात्री असते आणि असे झाले नाही तर सरकारला तो जाब विचारू शकतो.

प्रा. टेलर यांच्या मते, मूल्य हा व्यावसायिक स्रोत आहे. तो इतर स्रोतांपासून वेगळा आहे. त्याचे वेगळेपण हे त्याच्या प्रत्यक्ष प्राप्तीत असते. मूल्य दिल्यासच वस्तू अथवा सेवेचा लाभ मिळतो. एवढेच नाही तर दिलेल्या पैशांशी वस्तू अथवा सेवेशी पडताळून पाहण्याचा कल असतो. कर आणि मूल्य यांच्यात काहीवेळेस गल्लत होते. डॉ. डाल्टन यांच्या मते, महापालिका जेव्हा पाणीपट्टी आकारते तेव्हा ती पाणी पुरविण्याची जबाबदारी घेत असते. आज अनेक ठिकाणी मीटर लावून पाणी दिले जाते आणि पाणी

मोजून त्याचप्रमाणे पैसे दिले जातात. अशा वेळी पाणीपट्टी ही मूल्यासारखीच असते. जेवढ्या प्रमाणात पाणी घेतले त्या प्रमाणात पैसे दिले जातात. या ठिकाणी पाणीपट्टी कराच्या प्रकारची नसते. याउलट, जर मीटर न लावताच पाणी दिले तर आणि पाणीपट्टी आकारली तर ती कराच्याच प्रकारची असते.

७.३.४ विशेष आकार

रस्ते, रेल्वे मार्ग, सांडपाण्याची सोय इ. सोयीसुविधा सार्वजनिक सत्तेने केल्या तर त्याचा फायदा समाजाला होतो. त्याचबरोबर त्या भागातील संपत्ती धारकांना विशेष फायदा होतो. त्यामुळे सरकार अशा संपत्तीधारकांकडून सुधारणांच्या खर्चाच्या प्रती सक्तीचे विकास शुल्क वसूल करते. त्यालाच 'विशेष आकार' असे म्हटले जाते. अशा प्रकारचा आकार हा सार्वजनिक सत्तांनी केलेल्या सुधारणांमुळे व्यक्तींच्या संपत्तीची किंमत वाढते. चांगल्या प्रकारच्या रस्त्याच्या कडेला असणाऱ्या घरांची भाडी वाढतात आणि त्यांच्या किमती वाढलेल्या दिसून येतात. त्यामुळे सार्वजनिक सत्तेने केलेल्या सुधारणांमुळे व्यक्तीच्या संपत्तीची किंमत वाढत असते. त्यामुळे सुधारणांच्या खर्चाचा काही भाग वसूल केल्यास काही हरकत नाही. विशेष आकार / निर्धारण हे सक्तीचे देणे आहे. यामध्ये लोकांच्या हितासाठी समाजातील भौतिक संपत्तीची वाढ करणे हाच उद्देश असतो. परंतु सुधारणांचा ज्यांना फायदा होतो त्यांच्याकडून विकास खर्चाचा काही भाग वसूल करण्याचा सरकारचा हेतू असतो.

विशेष आकारामुळे स्थानिक संपत्तीत निश्चितच वाढ होते.

७.३.५ दंड (Fine)

दंड लावण्याचा मुख्य उद्देश म्हणजे व्यक्तीला जरब बसविणे हा असतो. सार्वजनिक नियमांचे पालन न करणाऱ्यांना पैशांच्या स्वरूपात शिक्षा म्हणून जी रक्कम द्यावी लागते तिला 'दंड' म्हणतात. दंड हे सरकारच्या उत्पन्नाचे साधन होऊ शकत नाही. प्रशासनाच्या खर्चाशी दंडाचा काहीच संबंध नसतो. मोठ्या अपराधाला अधिक दंड लावला जातो. कर आणि दंड दोन्हीतील सारखेपणा म्हणजे या दोन्ही साधनात फक्त अनिवार्यता दिसून येते. कराप्रमाणे दंडसुद्धा सक्तीचे देणे असते. दंडामागे शिक्षेचा उद्देश असल्यामुळे दंडाची तीव्रता अधिक असते.

कर हा दंडासारखा आणि दंड हा करासारखा बऱ्याचदा झालेला दिसून येतो. यासाठी डॉ. डाल्टन यांनी एक उदाहरण दिले आहे. त्यांच्या मते, एका मोटारवाल्याला वेगाने मोटार चालविल्याबद्दल एक पौंड दंड केला आणि तो विशिष्ट कालावधीत वसूल केला तर हा दंड त्याला कराप्रमाणेच वाटेल. परंतु त्यातील फरक एवढाच की, त्या पेट्रोल ऐवजी हा कर वेगावर लावला असे तो समजेल. परंतु पुढे त्या मोटारवाल्याला

जोराने मोटार चालविल्यामुळे त्याला जास्त दंड आकारून शेवटी तुरुंगात टाकले आणि दंड मिळणे बंद झाले तर आधी गोळा केलेली दंडाची संपूर्ण रक्कम दंडातच जमा होईल. ती कर समजली जाणार नाही. अशा रीतीने दर आणि कर यामध्ये सरमिसळ झालेली दिसून येते.

७.३.६ अनुदाने आणि देणग्या

सरकारला अनुदाने व देणग्या स्वरूपात उत्पन्न मिळत असते. लोकांना ही कामे आपली वाटावीत त्यासाठी त्याच्यावरील खर्चाचा भार कमी व्हावा त्यामुळे सरकार व्यक्तीकडून आणि खासगी संस्थांकडून देणग्या स्वीकारते. हॉस्पिटल्स्, शाळा, महाविद्यालये, वाचनालये इ. संस्थांच्यासाठी सरकार देणग्या स्वीकारते. याशिवाय, काही विशेष प्रसंगी लोकांकडून सरकार देणग्या स्वीकारते. उदा. दुष्काळ निवारण फंड, आपत्कालीन प्रसंग, युद्धासाठी इ. देणग्या अपेक्षित असतात. भारताने भारत-पाक युद्धाच्या वेळी सरकारने लोकांकडून अशा देणग्या घेतल्या होत्या. देशभक्ती, दया इ. भावनांना आव्हान केल्यास लोकांकडून सरकारला देणग्या मिळतात.

अनुदाने ही सार्वजनिक सत्ता अथवा राज्यांची उत्पन्नाची साधने आहेत. केंद्र सरकार राज्य सरकारांना राज्य सरकारे स्थानिक स्वराज संस्थांना अनुदाने देतात. अनुदाने ही सामान्य आणि विशेष स्वरूपाची असतात. विशेष अनुदाने विशेष कार्यासाठीच दिली जातात. विकसित देश विकसनशील देशांना विविध प्रकारची मदत देतात; त्यामुळे विकसनशील देशांच्या विकासाला मदत होते. विशेष अनुदाने कामांसाठीच दिली जातात. उदा. शिक्षण, आरोग्य, महागाई भत्ता, रस्ते बांधणी, सांडपाण्याची व्यवस्था इ. अशा अनेक कारणांसाठी अनुदाने देण्यात येतात. एखादा देश दुसऱ्या देशाला जी अनुदाने देतात, ती मदत म्हणूनच येते. विकसित देश विकसनशील देशांना मदत देते. या मदतीमुळे विकसनशील देशांचा विकास होतो. परकीय मदत सशर्त असते या शर्ती व अटी उघड सांगितल्या जात नाहीत; जर एखाद्या देशाला मदत करावयाची नसल्यास ती मदत अचानक बंदसुद्धा करतात. तरीसुद्धा मदतीला सार्वजनिक आयव्ययात महत्त्वाचे स्थान आहे.

सराव प्रश्न :

१) सार्वजनिक उत्पन्नाचा अर्थ स्पष्ट करा.
२) सार्वजनिक उत्पन्नाचे स्रोत थोडक्यात स्पष्ट करा.
३) कर आणि शुल्कातील फरक सांगा.
४) मूल्य व दंड स्पष्ट करा.
५) अनुदाने आणि देणग्यांबाबत विवेचन करा.

प्रकरण ८ — सार्वजनिक उत्पन्नाचे (महसुलाचे) वर्गीकरण / प्रकार

(Classification of Public Revenue)

८.१ प्रास्ताविक (Introduction)

सार्वजनिक उत्पन्न विविध मार्गाने मिळविले जाते. त्याचे विविध अर्थशास्त्रज्ञांनी विश्लेषण केलेचे दिसून येते. जसे ॲडम स्मिथ, सी. एफ. बॅस्टॅबल, सेलिग्मन, डॉ. डाल्टन, प्रो. टेलर इ. प्रत्येक अर्थशास्त्रज्ञाने शासनाचा महसुलांचा स्रोत दर्शवून देण्याचा प्रयत्न केलेला आहे. तसेच सरकारला जास्तीतजास्त महसूल कोणत्या मार्गाने प्राप्त होऊ शकतो या संदर्भात विश्लेषण केलेले आहे. परंतु सरकार उत्पन्नाचे निरनिराळे स्रोत नेहमीच शोधण्याचा प्रयत्न करत असते. उत्पन्नावरच खर्च अवलंबून असल्याने सरकार जास्तीतजास्त महसूल कसा मिळेल याचाच विचार करते. भारतातही जास्तीतजास्त महसूल कोणत्या मार्गाने मिळेल याचाच विचार केला जातो. सार्वजनिक उत्पन्नाचे वर्गीकरण पुढील विचारवंतांनी केलेले आहे. ते पुढीलप्रमाणे सांगता येते-

८.२ ॲडम स्मिथचे वर्गीकरण

ॲडम स्मिथ यांनी सार्वजनिक उत्पन्नाचे राज्याच्या संपत्तीपासून मिळणारे उत्पन्न आणि लोकांवर लादलेल्या करांपासून मिळणारे उत्पन्न असे दोन प्रकारे उत्पन्नाचे वर्गीकरण केलेले आहे. स्मिथ यांनी राजा अथवा सरकारची मालमत्ता म्हणजे शेते, जमीन, भांडवल आणि इतर संपत्ती यांचा विचार केला. या संपत्तीतून जास्त उत्पन्न मिळणार नाही म्हणून दुसरा प्रकार म्हणजे ती नागरिकांकडून मिळणारा कर असा विचार स्मिथ यांनी मांडला. लोकांचे उत्पन्न जसजसे वाढेल तसतसे देशाचे उत्पन्नसुद्धा वाढेल आणि सरकारचे उत्पन्नसुद्धा वाढेल. सरकारचे कर भरल्यामुळे व्यक्ती अधिक संपत्ती मिळवण्यासाठी प्रयत्न करील. व्यक्तीने स्वत: उत्पन्न मिळविल्याने त्यावरच सरकार कर लादेल व त्या करांच्या साहाय्याने सरकार आपले उत्पन्न वाढवेल. त्यामुळे स्वत:चे स्रोत निर्माण करून उत्पन्न मिळविलेल्यापेक्षा अनेक पटीने उत्पन्न जास्त राहिल, असे ॲडम स्मिथचे मत होते. स्मिथच्या कालखंडात सरकारची कार्ये मर्यादित ठेवण्यावरच भर होता आणि व्यक्तीच्या सर्वांगीण विकासावर त्यांनी भर दिला होता. ॲडम स्मिथला आजच्या काळातील सरकारची वाढती कार्ये याची कल्पना येणे शक्य नव्हते. सध्याच्या काळातील उद्योग आणि व्यवसायाचे वाढते प्रमाण पहाता खासगी व्यक्तीकडून करापासून उत्पन्न वाढताना दिसून येते. त्यामुळे कर या स्रोतापासूनच उत्पन्नात वाढ होत आहे आणि कराचे महत्त्व वाढताना दिसून येते. सध्या सरकारला आपला वाढता खर्च भागविण्यासाठी जास्तीतजास्त कर लावावे लागत आहेत. आजच्या काळात राज्याची उत्पन्नाची साधने वाढली तरीही कराचे महत्त्व अद्यापही कमी झालेले नाही.

८.३ सी. एफ. बॅस्टॅबल यांचे वर्गीकरण

बॅस्टॅबलने उत्पन्नाचे स्रोताबाबत दोन प्रकार स्पष्ट केले. एक म्हणजे, सरकार आपल्या विविध कार्यांपासून उत्पन्न मिळवते आणि दुसरे म्हणजे, सरकार म्हणून सरकारला मिळालेली सर्व प्रकारची उत्पन्ने. बॅस्टॅबल यांनी पहिल्या प्रकारात सरकारच्या व्यवसायापासून मिळालेली उत्पन्ने म्हणजे उदा. जमिनी, भांडवल आणि शुल्क इ. चा यामध्ये समावेश केला तर दुसऱ्या प्रकारात सर्वप्रकारचे कर आणि सक्तीची देणी इ. चा समावेश केला आहे. बॅस्टॅबल यांच्या मते, जेव्हा सरकारचे उत्पन्न सामाजिक कार्यासाठी कमी पडते तेव्हा कर आकारून उत्पन्न मिळविणे आवश्यक असते असे मत मांडले. आजच्या काळाचा विचार करता हे वर्गीकरण / प्रकार पूर्णपणे योग्य धरता येत नाही. या विश्लेषणाला कोणताही तात्त्विक आधार दिसत नाही.

८.४ सेलिग्मन यांचे वर्गीकरण

प्रा. सेलिग्मन यांनी उत्पन्नाचे तीन प्रकार केलेले आहेत. पहिल्यात बिनखर्चाचे उत्पन्न यामध्ये सरकारला मिळालेल्या देणग्या, अनुदाने आणि बक्षिसे यांचा समावेश केला आहे. दुसऱ्या प्रकारात करारी उत्पन्नाचा समावेश केला त्यामध्ये सरकारच्या व्यापारविषयक आणि उद्योगविषयक व्यापारातून मिळणाऱ्या उत्पन्नाचा समावेश केला आहे. तिसऱ्या प्रकारात सक्तीच्या उत्पन्नाचा समावेश केला आहे. त्यामध्ये सरकार लोकांकडून जी सक्तीची देणी वसूल करते त्याचा समावेश होतो.

सेलिग्मन यांनी पहिल्या प्रकारात सरकार कोणताही खर्च न करता उत्पन्न मिळवत असते; कारण ती स्वयंस्फूर्तीने लोकांनी दिलेली असतात. युद्ध, राष्ट्रीय संकट, नैसर्गिक आपत्ती इ. च्या वेळी लोकांना भावनिक अथवा राष्ट्रीय भावनेतून आवाहन केल्याने लोक सरकारला मदत म्हणून देणग्या आणि अनुदाने देतात. देणग्या, अनुदाने इ. चे वेगळे महत्त्व ओळखून सेलिग्मन यांनी वेगळा प्रकार / वर्गीकरण केले आहे.

दुसऱ्या प्रकारात सेलिग्मन यांनी सरकार आणि व्यक्ती यांच्यामध्ये खरेदी-विक्रीच्या व्यवहारातून सरकारला उत्पन्न मिळते याला 'करारी उत्पन्न' म्हणतात. पहिल्या प्रकारापेक्षा हा वेगळा प्रकार दिसून येतो. ठरावीक मूल्यांच्या मोबदल्यात वस्तू अथवा सेवा पुरविण्याला सरकार बांधील असते. सरकारांनी अनेक वस्तू अथवा सेवांची उत्पादने स्वत:च सुरू केल्याने या प्रकाराचे महत्त्व वाढले.

सेलिग्मन यांनी तिसऱ्या प्रकारात सरकार लोकांकडून सक्तीची देणी वसूल करते, त्याचा समावेश केला. ही देणी मिळविण्यासाठी सरकारला अधिकार मिळालेले असतात. या देण्यात तीन प्रकार असून पहिल्यात लोकांच्या संपत्तीचे सक्तीने वसूल करणे. युद्ध, राजकीय अस्थैर्य इ. काळात लोकांच्या कडून संपत्ती मिळविली जाते. त्यामुळे सरकारला उत्पन्न व संपत्ती मिळते तर दुसरा प्रकार म्हणजे लोकांवर कर लावणे व त्यातून उत्पन्न मिळविणे. प्रत्येक सरकारला आपल्या नागरिकांवर कर लावण्याचा अधिकार असतो. त्या मार्गाचासुद्धा सरकार उपयोग करते; तर तिसऱ्या प्रकारात गुन्हेगारांना दंड आकारून त्याद्वारे उत्पन्न मिळविण्याचा सरकार प्रयत्न करते. हे तिन्ही प्रकार वेगवेगळे असले तरी त्यामध्ये 'सक्ती' हा सामान्य घटक दिसून येतो. दंड हा गुन्ह्याबद्दल घेतला जातो; त्यामुळे कायद्याची पायमल्ली करणाऱ्यांना आळा बसतो. त्यातील खरा उद्देश आहे, तर कर हा सक्तीने वसूल केला जातो, परंतु तो लोकांच्या कल्याणासाठी वापरला जातो. तर सक्तीने वसुली ही नेहमीच केली जात नाही आणि जेव्हा केली जाते तेव्हा देशाच्या अथवा समाजाच्या विरोधी भूमिका घेणाऱ्यांना आळा बसावा म्हणून केली जाते हा उद्देश असतो. सेलिग्मन यांचे वरील विश्लेषण पूर्वीच्या प्रकारांपेक्षा थोडे अधिक व्यापक स्वरूपाचे

असले तरी ते पूर्णपणे समाधानकारक आहे असे वाटत नाही. सेलिग्मनच्या या प्रकारात वर्गीकरणातसुद्धा काही दोष दिसून येतात. करारी उत्पन्न आणि सक्तीच्या उत्पन्नात फारसा फरक केलेला नाही. करारी उत्पन्नाला 'मूल्य' व सक्तीच्या उत्पन्नाला 'शुल्क' अशी नावे दिली आहेत. यामध्ये फरक करण्यात सेलिग्मन यशस्वी झाल्याचे दिसत नाही.

८.५ डॉ. डाल्टन यांचे वर्गीकरण / प्रकार

डॉ. डाल्टन यांनी सार्वजनिक उत्पन्न म्हणजे सरकारची सर्वप्रकारची मालमत्ता असा अर्थ घेतला आहे. सार्वजनिक उत्पन्नाचे दोन प्रकार केलेले आहेत. पहिल्या प्रकारास 'कर' हे नाव दिलेले आहे. तर दुसऱ्या प्रकारास 'मूल्ये' हे नाव दिलेले आहे. कर म्हणजे सरकारने लोकांवर लादलेले देणे. तर मूल्य म्हणजे लोकांनी स्वखुशीने दिलेले देणे होय. जेव्हा लोक वस्तू अथवा सेवेबद्दल करार करतात ते सरकारला मूल्य देतात. डॉ. डाल्टन यांच्या मते, कर हे सक्तीचे असते तर मूल्य हे करारी देणे असते. कराचे डॉ. डाल्टन यांनी चार उपप्रकार केलेले आहेत- अ) सर्वसाधारण कर ब) युद्ध अथवा इतर कारणाने तयार झालेली नुकसान भरपाई क) सक्तीची कर्जे ड) न्यायालयांनी गुन्ह्यांबद्दल लावलेला पैशांचा दंड होय, तसेच मूल्याचेसुद्धा उपप्रकार केलेले आहेत- अ) सरकारी जमिनीचा खंड ब) सरकारच्या उपक्रमापासून मिळणारे उत्पन्न क) शासकीय अधिकाऱ्यांनी दिलेल्या सेवेचा मोबदला ड) लोकांनी स्वत:हून घेतलेली सरकारी कर्जे इ. चा समावेश मूल्यात केलेला आहे. या स्रोताच्या समावेश कर आणि मूल्य या वर्गात करता येत नाही. परंतु तरीही या प्रत्येक स्रोताचा करात अथवा मूल्यात काही अंश दिसून येतो. सरकारच्या उद्योगातील उत्पन्नात कर आणि मूल्य या दोन्हींचा अंश दिसून येतो.

लोकांनी स्वखुशीने दिलेल्या देणग्यांमध्ये कर अथवा मूल्याचा काहीही अंश नाही. सध्याच्या काळाचा विचार केल्यास डॉ. डाल्टन यांचे विश्लेषण थोडेफार समाधानकारक आहे. मात्र, आर्थिक विश्लेषण, तुलनात्मक अभ्यास इ. बाबत हे प्रकार / वर्गीकरण साध्य होताना दिसत नाही.

८.६ पी. ई. टेलरचे प्रकार / वर्गीकरण

प्रो. पी. ई. टेलर या अमेरिकन अर्थशास्त्रज्ञाने सार्वजनिक उत्पन्नाचे प्रकार करताना त्याचे चार वर्गात विभाजन केले आहे. त्यामध्ये त्यांनी अ) अनुदाने आणि देणग्या ब) प्रशासकीय देणग्या क) व्यावसायिक उत्पन्न ड) कर इ. चा समावेश केला आहे.

अ) अनुदाने आणि देणग्या : केंद्र सरकार राज्य सरकारांना आणि राज्य सरकारे स्थानिक स्वराज्य संस्थांना अनुदानाच्या साहाय्याने मदत करतात. अनुदाने ही विशेष

आणि सर्वसाधारण या प्रकारची असतात. विशेष अनुदानेही रस्ते, शिक्षण, आरोग्य इ. साठी दिली जातात. अनुदान हा सरकारचा खर्च असतो तर ज्या सरकारला अनुदान मिळते ते त्या सरकारचा उत्पन्नाचा स्रोत असतो. अनुदानाची रक्कम घेणाऱ्या सरकारला ते परत करण्याचे बंधन नसते. मग ते विशेष अथवा सर्वसाधारण प्रकारचे असो.

टेलर यांच्या मते, देणग्या या लोक स्वत:च्या मर्जीने देत असतात. उदा. भूकंप, दुष्काळ, युद्ध इ. संकटाच्या काळात लोक स्वत: पुढाकार घेऊन देणग्या देत असतात; तर सर्वसामान्य परिस्थितीतसुद्धा लोक देणग्या देत असतात. उदा. वाचनालये, दवाखाने, वसतिगृहे इ. साठी लोक स्वखुशीने देणग्या देत असतात. परंतु अनुदानाच्या तुलनेत देणग्यांची रक्कम अधिक दिसून येत नाही. अनुदाने आणि देणग्या यामध्ये 'स्वखुशी' हा मूलभूत घटक आहे. दोन्हींमध्ये परतफेडीची अपेक्षा दिसून येत नाही. देणगी देताना लोकांना सामाजिक ऋणाची परतफेड केल्याचे समाधान दिसून येते. अनुदानाच्या बाबतीत एक सरकार दुसऱ्या सरकारला मदत करण्याच्या हेतूने प्रेरित झालेले असते.

ब) प्रशासकीय उत्पन्न : प्रशासकीय उत्पन्नात वसुली परवाने, दंड, शुल्क, विशेष आकार इ. चा समावेश होतो. हे स्रोत व्यक्तीवर अवलंबून असते. व्यक्तीला सेवा द्यायची की नाही यावर अवलंबून असते. तसेच काही स्रोतांच्या बाबतीत मिळणारा लाभ किती आहे त्यावर आकारणी निश्चित केली जाते. उदा. जेवढा लाभ जास्त तेवढी आकारणी जास्त असते. हे विशेष आकारणीत घडून येते. तसेच जर शिक्षा अधिक करावयाची असेल तर अशा वेळी दंडाची रक्कम वाढविली जाते. थोडक्यात, शिक्षेच्या स्वरूपावर दंडाची रक्कम अवलंबून असते. तसेच आणखी एक वैशिष्ट्य म्हणजे, द्यावयाच्या रकमेचे अथवा लाभाच्या मूल्याचे कोणतेही परस्पर संबंध नसतात. तसेच आणखी एक वैशिष्ट्य म्हणजे प्रशासकीय कार्यातून हे स्रोत निर्माण होत असल्याने त्याला दुय्यम स्थान प्राप्त झालेले आहे. हे कार्य करत असताना शासनाला विशिष्ट उत्पन्न मिळत असते. परंतु हे उत्पन्न मिळविणे हे प्रशासनाचे खरे उद्दिष्ट नसते. उदा. काही शुल्क असे असते की ते व्यक्तीने दिलेच पाहिजे असेही नाही. परंतु व्यक्तीला ती शासनाची विशिष्ट सेवा मिळते त्यासाठी तो एक शासनाच्या प्रशासकीय कार्याचा एक भाग असतो. शुल्क दिल्यानंतर व्यक्तीवर काही बंधने येत असतात व तिला काही नियम पाळावेच लागतात. वकील अथवा डॉक्टर यांना शुल्क भरून सनद मिळते परंतु व्यवसाय करत असताना त्यांना व्यवसायांचे नियमसुद्धा पाळावेच लागतात. तसेच मोटारवाहकाला वाहक परवान्या-बाबतसुद्धा नियम पाळावेच लागतात. थोडक्यात, व्यक्तीला द्यावे लागणारे शुल्क आणि त्याला मिळणारे फायदे याचा कोणताही समसंबंध निर्माण करण्याचा प्रयत्न केला जात नाही.

क) कर : सरकारला दिलेले सक्तीचे देणे म्हणजे 'कर' होय, असे टेलर यांचे मत होते. करदात्याला कोणताही लाभ मिळणार नसला तरीही तो कर देणे आवश्यक असते. जर आयकर भरावयाचा नसेल तर उत्पन्न हे कमीतकमी ठेवले पाहिजे आणि जर कर आकारला जाऊ नये असे वाटत असेल तर संपत्ती मिळवूच नये आणि वस्तूवरील कर टाळावयचा असेल तर ती वस्तू खरेदीच करू नये म्हणजे कर द्यावयाचा प्रश्नच येणार नाही, यातील कोणतीही निवड करता येते. प्रत्येक करांच्या बाबतीत सक्तीची तीव्रता कमी-अधिक आहे.

सध्या असे दिसून येते की, करांपासून मिळणारे उत्पन्न हे सर्वसाधारण खर्चासाठीच वापरले जाते, असे टेलर यांचे मत होते.

ड) व्यावसायिक उत्पन्न : टेलर यांच्या मते, व्यावसायिक उत्पन्न हे सरकारला किमतीच्या स्वरूपात मिळालेले उत्पन्न असते. सरकारी उपक्रमापासून मिळालेले उत्पन्न हे व्यावसायिक उत्पन्न असते. उदा. पोस्टाची सेवा, जकातीचे उत्पन्न, शासनाच्या शिक्षण संस्थांच्या माध्यमातून आकारलेले शुल्क, शासनाच्या कारखान्यातून निर्माण झालेल्या वस्तूंपासून मिळालेले उत्पन्न इ. प्रकारची उत्पन्ने ही व्यावसायिक उत्पन्ने होय. व्यावसायिक उत्पन्नाचे वैशिष्ट्य म्हणजे पैशांच्या मोबदल्यात व्यक्तीला वस्तू अथवा सेवा मिळते. तसेच दिलेल्या पैशांचा आणि सेवेचा मिळणाऱ्या लाभाशी काहीही संबंध नसतो. व्यावसायिक मूल्य ठरविताना व्यावसायिक दृष्टिकोन नसतो तर तो सामाजिक कल्याणाचा दृष्टिकोन असतो त्यामुळे अनेकदा असे दिसून येते की, वस्तू निर्मितीचा खर्च प्रति वस्तूपेक्षा थोडासा जास्तच असतो. शासनाच्या काही मक्तेदारी उद्योगातून नफा हमखास मिळतो. सध्या अनेक देशातील सरकारे अनेक उद्योग स्वत:च्या मालकीकडे ठेवत आहेत. सरकार अनेक कारणांमुळे वस्तू व सेवांची निर्मिती स्वत:कडे ठेवत असते. उद्योजक अनेक उद्योग चालवू शकत नाहीत, असे उद्योग चालविणे त्यांना शक्य होत नाही. उदा. सिंचन प्रकल्प, पोस्ट व तार सेवा इ. अशा सेवा फक्त सरकारच स्वस्तात देऊ शकतात.

८.७ मेहता यांचे प्रकार / वर्गीकरण

प्रा. मेहता यांनी सार्वजनिक उत्पन्नाचे विभाजन तीन प्रकारात केलेले आहे. कर, शुल्क आणि जकात हे होत. यातील प्रत्येक प्रकारचा उद्देश आणि स्वरूप भिन्न आहे. प्रा. मेहता यांच्या मते, सरकार जेव्हा फक्त पैसे मिळविण्याच्या उद्देशाने एखादे देणे नागरिकांवर लावते त्याला 'कर' असे म्हणतात. प्रा. मेहता यांनी ज्या ज्या साधनांपासून आणि मार्गांपासून सरकारला उत्पन्न मिळते त्यांचा समावेश करामध्ये केलेला आहे; तर शुल्क आणि जकात या दोन प्रकारांचा उद्देश सरकारला उत्पन्न मिळवून देणे हा नसला

तरी त्यांच्यापासून सरकारला काही प्रमाणात उत्पन्न मिळते. प्रा. मेहता यांच्या मते, शुल्क म्हणजे असे देणे असते की, सरकारने निर्माण केलेल्या वस्तू व सेवांच्या उपभोगाला केलेली आकारणी होय; तर जकात म्हणजे खासगी क्षेत्रातून निर्माण झालेल्या वस्तूंचे उत्पादनाला लगाम घालण्याची कृती हा सरकारचा उद्देश असतो. प्रा. मेहता यांचे विश्लेषण गोंधळात टाकणारे दिसून येते. शुल्क आणि जकात यातील फरक स्पष्ट नाही. प्रा. मेहतांच्या स्पष्टीकरणात असे दिसून येते की, जेव्हा खासगी उद्योजकांनी निर्माण केलेल्या मापक पदार्थांवर जकात असते तर तोच उद्योग सरकारने केल्यास त्याला 'शुल्क' म्हटले जाते आणि ज्यावेळी सरकार व्यावसायिक पद्धतीने औद्योगिकदृष्ट्या वस्तूंची निर्मिती करून बाजारात विकते त्याला मूल्य मिळत असते असे म्हटले जाते.

एकाचवेळी खासगी आणि सरकारी वाहतूक सेवा निर्माण असतील आणि दोन्हींमध्ये दर आणि दर्जा सारखेच असतील तर सरकारी दराला शुल्क आणि खासगी दराला जकात असे म्हणणे म्हणजे गोंधळ निर्माण करणे होय.

तसेच एकाचवेळी शुल्क आणि कर यातील हिस्सा किती आहे हे सांगणे कठीण आहे. उदा. रेल्वे प्रवासात प्रथम श्रेणीच्या भाड्यात काही भाग शुल्क आहे आणि काही भाग करसुद्धा आहे. यामध्ये रेल्वे सेवा देण्याच्या मोबदल्यात आकारलेले शुल्क असते तर प्रथम श्रेणीतून जाण्याच्या क्षमतेनुसार अधिक प्रमाणात लावलेला आकार हा 'कर' असतो. या प्रकाराच्या द्वारे स्पष्टीकरण करणे आणि उत्पन्न व खर्च यांची तुलना करणे अतिशय अवघड होऊन बसते. या सगळ्या समस्या आणि अडचणींचा विचार करता प्रा. मेहतांचे हे प्रकार / वर्गीकरण इतर प्रकारांप्रमाणेच संदिग्ध आणि असमाधानकारक वाटते.

वरील सर्व विश्लेषणांचा विचार करता या सर्व प्रकारांमध्ये अभावानेच गुण दिसून येतात. डॉ. डाल्टन यांचे प्रकार बरेचसे समाधानकारक आहेत. परंतु ते पूर्णपणे आदर्शवत दिसून येत नाही. परंतु समग्रपणे विचार करण्यास हरकत नाही. येथे एकच बाब महत्त्वाची दिसून येते. कर या स्रोताचे असणारे महत्त्व आणि देशातील कर पद्धतीचा अभ्यास करून त्या देशाच्या आर्थिक स्थितीचा अंदाज वर्तविता येतो. त्यामुळे कर आणि करेतर उत्पन्न असे दोन मार्ग येथे दिसून येतात.

८.८ आधुनिक प्रकार / वर्गीकरण

सरकारच्या उत्पन्नाबाबत तात्त्विक विशेषणात कोणते ना कोणतेतरी दोष दिसून येतात. परंतु सर्वसाधारणपणे असे दिसून येते की, सरकारला उपयोगाचे असणारे प्रकार / वर्गीकरणच तयार करण्यावर भर देण्यात येतो. सरकारच्या अंदाजपत्रकाच्या नीतीचा

उपयोग देशाच्या आर्थिक स्थितीवर होताना दिसून येतो. भारतात १९५७-५८ पासून या वर्गीकरणाचा आधार घेतलेला आहे. या वर्गीकरणात सरकारचे उत्पन्न महसुली आणि भांडवली खात्यात विभागलेले आहे. महसुली खात्यामध्ये करापासून मिळालेले उत्पन्न तर भांडवली खात्यात कर्जापासून होणारी परकीय मदत आणि व्याजाचे उत्पन्न इ. चा समावेश होतो. सध्या याच पद्धतीने कोणत्याही देशाचे अंदाजपत्रक मांडले जाते. या पद्धतीमुळे महत्त्वाच्या अडचणी दूर झालेल्या आहेत. व्याख्यांची संदिग्धता कमी झालेली दिसून येते. तुलनात्मक अभ्यास करता येतो तसेच सामाजिक हिशेब आता करता येतो. उत्पन्न आणि खर्च यांचे विश्लेषण तसेच मांडणी आता करता येते. यामध्ये काही दोष असले तरी ते दूर करता येतात. मूळ साचा यामध्ये बदलण्याची गरज निर्माण होत नाही.

सराव प्रश्न :

१) सार्वजनिक उत्पन्नाचे ॲडम स्मिथचे वर्गीकरण स्पष्ट करा.
२) सार्वजनिक उत्पन्नाबाबत बॅस्टॅबल यांचे वर्गीकरण थोडक्यात सांगा.
३) डॉ. डाल्टन यांचे सार्वजनिक उत्पन्नाबाबतचे वर्गीकरण स्पष्ट करा.
४) टेलर यांचे वर्गीकरण विशद करा.
५) सार्वजनिक उत्पन्नाबाबतचे आधुनिक वर्गीकरण विशद करा.

प्रकरण ९ | सरकारी व्यवसायापासून मिळणारे उत्पन्न / महसूल (Revenue for Government Enterprises)

९.१ प्रास्ताविक (Introduction)

सरकारला वेगवेगळ्या स्रोतांपासून उत्पन्न मिळते. सरकार काही उत्पन्न व्यवसायांपासून मिळवते. स्वत: वस्तू व सेवांची निर्मिती करून सरकार त्यांची विक्री करते. केंद्र सरकार, राज्य सरकारे, स्थानिक स्वराज्य संस्था या तीनही सरकारची मालकी वेगवेगळ्या उत्पादन संस्थांवर असते. केंद्र सरकार स्वत: काही कारखाने चालविते, तर अनेक राज्य सरकारे स्वत: उद्योग चालवित असतात. त्यांच्या वस्तू व सेवा लोकांना विकतात. मोठे अवजड उद्योग केंद्र सरकार चालविते. उदा. खते, यंत्रे, लोखंड, पोलाद इ. तसेच रेल्वे, पोस्ट सेवा इ. केंद्र सरकार चालविते. तर राज्य सरकार दुध उत्पादन केंद्र, कापड गिरण्या, सूत गिरण्या यांच्या साहाय्याने वस्तूंची आणि एस.टी. सेवा (वाहतूक), वीज इ. सेवांची निर्मिती आणि विक्री केली जाते; तर नगरपालिका अथवा स्थानिक स्वराज्य संस्था आपल्या वस्तू अथवा सेवांची निर्मिती व विक्री करीत असतात. अशा प्रकारे सर्वच देशांमध्ये सार्वजनिक शासनाद्वारे स्वत:च्या मालकीच्या वस्तू व सेवांची निर्मिती करून विक्री केली जाते. सरकारचा हा व्यवसाय उत्पन्नाचा एक विभाग असतो. त्या द्वारे उत्पन्न मिळविण्याचा प्रयत्न केला जातो.

१.२ व्यावसायिक उत्पन्न

देशातील सरकार लोकांना आवश्यक असणाऱ्या वस्तू व सेवांची निर्मिती करतात. लोकांना त्यापासून लाभ मिळावा हा सरकारचा हेतू असतो त्यामुळे वस्तू व सेवांचे उत्पादन सरकारला आवश्यक वाटते. वस्तू व सेवा गरज असणाऱ्या लोकांना वाटून टाकीत नाही कारण सरकारकडून वस्तू व सेवांची विक्री झाल्यास ज्यांना त्या वस्तू व सेवांची आवश्यकता असते अशाच व्यक्ती त्या विकत घेतात आणि जर सर्वांनाच अशा वस्तू दान केल्यास सरकारचा मूळ उद्देश सफल होणार नाही. सरकार अशा वस्तू व सेवा खासगी उपक्रमांप्रमाणेच व्यावसायिक तत्त्वांचा अवलंब करते. येथे वस्तू व सेवांच्या उत्पादनाचा खर्च या उत्पादनाच्या विक्रीतून निघाला पाहिजे.

उपभोक्ते खासगी अथवा सरकारी वस्तू व सेवा असा फरक करत नाहीत. उपभोक्ता नेहमी एकाच बाबीचा विचार करतो तो म्हणजे, पैशांच्या मोबदल्यात जी वस्तू खरेदी केली जाते तिची पुरेपूर उपयोगिता मिळाली पाहिजे; जर किमतीपेक्षा उपयोगिता जर अधिक असेल तर मग खूपच चांगले होते आणि जर उपयोगितेपेक्षा किंमत अधिक असेल तर तो ती वस्तू घेणार नाही. मग ती वस्तू सरकारची असो अथवा खासगी असो. स्वत:चा फायदा लक्षात घेऊनच उपभोक्ता तो खरेदी करीत असतो. व्यावसायिक उत्पन्न हे यावरून दिसून येत असले तरी सरकार आणि खासगी उद्योजक यांची नीतीमूल्ये सारखी नसतात. सरकार आपले आर्थिक धोरण ठरवून उद्योगांची रचना करते. काही वेळेस सरकारची एखाद्या उद्योगात मक्तेदारीसुद्धा निर्माण केली जाते. काही वेळेस वस्तूची किंमत कमी ठेवली जाते; कारण लोककल्याण ही भावना त्यामागे असते. सरकार कर अथवा प्रशासकीय उत्पन्नापेक्षा व्यावसायिक उत्पन्न हे निराळे असते. उपभोक्त्याला लाभ मिळणे यामध्ये अपेक्षित असते आणि त्यासाठी द्यावी लागणारी किंमत याचा समसंबंध दिसून येतो.

१.३ सरकारचा उद्योग चालविण्याचा उद्देश

सरकारी उद्योग चालविण्यामागे समाजहित हे एक कारण असते. लोकांचे जास्तीतजास्त हित साधणे यासाठी सरकार नेहमीच प्रयत्नशील असते. खासगी उद्योगांना ज्या वस्तू व सेवा पुरविता येत नाहीत त्या सरकारी उद्योगांद्वारे पुरविल्या जातात. त्यामागे समाजाचे जास्तीतजास्त कल्याण साधणे हा उद्देश असतो. तसेच वस्तू निर्माण करून त्याचे वाटप योग्य पद्धतीने केले जाते. त्या द्वारेसुद्धा समाजाचे हित साधले जाते. तसे खासगी उद्योगांचे नसते. खासगी उपक्रम हे नफ्याच्या अपेक्षेने प्रेरित झालेले असतात. त्यामुळे त्यांच्याकडून लोकहिताची अपेक्षा करणे चुकीचे ठरते. त्यामुळे सरकारलाच गरजेच्या वस्तूंचे उत्पादन करून वितरण योग्य पद्धतीने करावे लागते. उपभोक्ते आणि

खासगी उत्पादक यांच्यामध्ये दुरावा निर्माण होतो तेव्हा सरकारला लक्ष घालून लोकांच्या हिताला प्राधान्य द्यावे लागते.

सरकार काही उपक्रम स्वत:कडे ठेवण्यामागील आणखी एक उद्देश म्हणजे सरकारी नियमांचा निरुपयोगीपणा. सरकार खासगी उद्योगांबाबत वेगवेगळे नियम करते व त्या आधारे या उद्योगांवर नियंत्रण ठेवते. हे कार्य सरकारला करावे लागते परंतु सध्या उदार आर्थिक धोरणामुळे सरकारची भूमिका मवाळ झाल्याचे दिसून येते. तरीही सरकारी उपक्रमांद्वारे लोकांचे राहणीमान सुधारण्यासाठी प्रयत्न केले जातात. सरकारने लोकांकडून सेवांची निर्मिती करून त्यांचे वाटप सरकारने करावे अशी समाजाची मागणी असते आणि सरकारला अशा वस्तू अथवा सेवांची निर्मिती आणि वाटप हाती घ्यावे लागते. उदा. पाणी पुरवठा, रेल्वे, वीज पुरवठा, वाहतूक व्यवस्था इ. सेवांची निर्मिती व वितरण सरकार करत आहे. परंतु भारताने १९९१मध्ये नवीन आर्थिक धोरण स्वीकारल्याने खासगी संस्थांचा सहभाग रस्ते, वीज, वाहतूक इ. मध्ये वाढल्याचे दिसून येते. तरीही शासनाची भूमिका त्यामध्ये अद्यापही महत्त्वपूर्ण मानली जाते व लोककल्याणाची भूमिका शासन सध्या नव्या पद्धतीने निभावत आहे.

जेव्हा सरकारच्या लक्षात येते की, खासगी उद्योगांची नीतीमूल्ये लोकांच्या दृष्टीने हानिकारक आहे अशा वेळी सरकार तो उपक्रम स्वत:कडे घेते आणि सरकार स्वत:ची मालकी त्या उद्योगात प्रस्थापित करते.

खासगी उपक्रमातील नीतीमूल्ये लोकांना जाचक वाटतात असे जेव्हा सरकारला वाटते तेव्हा सरकार असे उपक्रम हाती घेते. जेव्हा खासगी उद्योजक लोकांची पिळवणूक करतात. त्यांनी वस्तूंसाठी ठेवलेल्या किमती अधिक असतात आणि नफासुद्धा अधिक मिळविण्याचा प्रयत्न करतात. अशी नीती समाजाला बाधक वाटते त्यामुळे सरकार हस्तक्षेप करते, असे उपक्रम सरकार स्वत: ताब्यात ठेवते. उदा. वीज पुरवठा, वाहतूक व्यवस्था या सेवांची मालकी आणि एकाधिकार सरकारकडे आहे; जरी यामध्ये भारतात खासगी उपक्रमांना सहभागी करून घेतले असले तरी मुख्यत: आज तरी ही जास्तीतजास्त मालकी सरकारकडेच असल्याचे दिसून येते.

तसेच खासगी उद्योजकांची जोखीम स्वीकारण्याची इच्छा, तसेच त्यातून मिळणारा नफा या कारणामुळेसुद्धा सरकारला काही उद्योगांवर स्वत:ची मालकी प्रस्थापित करावी लागते. खासगी भांडवलदार काही वेळेस भांडवल स्वत:जवळ असूनही ते जोखीम स्वीकारण्यास तयार नसतात. त्यामुळे अनेक महत्त्वाची उत्पादने आणि गरजेच्या सेवा सरकारचा पुढाकार घेऊन सुरू करते. किंबहुना, त्याशिवाय सरकारला पर्याय नसतो. जेव्हा खासगी उद्योजक नफ्याला प्राधान्य देतात तेव्हा लोककल्याणाचा जास्त विचार

करत नाहीत. अशा वेळी सरकारला पुढाकार घ्यावा लागतो आणि एखादी विशिष्ट वस्तू अथवा सेवा यांची निर्मिती करावी लागते. उदा. भारतात धरण अथवा कालवे बांधण्यासाठी खासगी उद्योजक सध्या तयार नसल्याकारणाने सरकारला यामध्ये गुंतवणूक करून उभारणी करावी लागते. तर कॅनडा या देशात खासगी उद्योजक रेल्वेबांधणी करण्यास तयार नाहीत असे दिसून आल्याने सरकारने स्वत: रेल्वेची बांधणी केली. तसेच अमेरिकेतसुद्धा खासगी भांडवलदारांनी पनामा कालवा अपूर्ण ठेवला तेव्हा सरकारने ते बांधकाम स्वत:कडे घेऊन पूर्ण केले. महाराष्ट्रात खासगी उद्योगांच्या साहाय्याने एका धरण बांधणी व कालव्याची कामे सोपविली होती परंतु त्या खासगी उद्योगांनी ते काम पूर्ण केले नाही. (लाभ व व्यय या कारणास्तव) त्यामुळे सरकारने ते हाती घेतले. अशी अनेक उदाहरणे सांगता येतात. भारतात वीज, वाहतूक सेवा, धरणे व कालवे, इ. सेवांची वाढ खासगी उद्योजकांनी केली नाही. मात्र, सरकारने या कामात सहभाग घेतल्याने ती झपाट्याने होऊ लागली. सध्या भारतात रस्ते, पूल इ. ची कामे बांधा-वापरा-हस्तांतरीत करा या तत्त्वावर खासगी उपक्रमांकडून करून घेत आहोत, त्यामुळे खासगी व सार्वजनिक तत्त्वावरील भागीदारीला महत्त्व वाढत असताना दिसून येते. लोखंड, पोलाद इ. सारख्या मोठ्या गुंतवणूक क्षेत्रात खासगी गुंतवणूक मोठ्या प्रमाणात वाढल्याचे दिसून येते. बॅस्टॅबल यांच्या मते, विकसनशील देशात भांडवलाची आणि साहसाचा अभाव दिसून येतो. त्यामुळे आर्थिक विकासात प्राथमिक अवस्थेत अल्प विकसित देशात अनेक वस्तू आणि सेवांची निर्मिती सरकार करते. सरकारने यातून बाहेर पडणे आवश्यक असते. भारतात सरकारने २००० पासून निर्गुंतवणुक धोरण स्वीकारल्याने अनेक सरकारी उपक्रमात खासगी उद्योजकांचा सहभाग वाढलेला आहे व अत्यंत महत्त्वाची उत्पादने आणि सेवाच सरकारने स्वत:कडे ठेवलेली आहेत. थोडक्यात, सरकारच्या भूमिकेत कल्याणाचा हेतू असून सध्या खासगीकरणाला प्राधान्य देण्यात येत आहे. परंतु सरकारनेसुद्धा उत्पादने व सेवा खासगी उत्पादकांकडे सोपविताना त्यांच्याकडून योग्य दरात वस्तू व सेवा पुरविण्याचे आश्वासन व जबाबदारी घेणे गरजेचे आहे.

सरकार नैसर्गिक स्रोतांचे आणि संपत्तीचे संरक्षण आणि विकास करण्यासाठी मालकी जमिनी, खाणी, जंगले इ. वर हक्क प्रस्थापित करते. खासगी उपक्रमांना जर नैसर्गिक संपत्तीचा मुक्तपणे उपयोग करून दिला आणि त्यांच्याकडून काही मोबदला घेतला तरी संपत्तीची हानी झाल्याचे दिसून येते. जंगलांची सर्रास तोड करून नाश केल्याचे दिसून येते. जमिनीचा आणि खाणीचा गैरवापर झाल्याचे दिसून येते. त्यामुळे सरकार नैसर्गिक संपत्तीवर मालकी निर्माण करते. जंगलांतील लाकडाचा लिलाव केला जातो. तसेच खाणीतील खनिज काढण्याचे काम स्वत: करते. भारतात राज्यांकडे जंगलांची मालकी

सोपविलेली आहे.

सरकार देशाच्या संरक्षणाच्या दृष्टीने काही महत्त्वाच्या क्षेत्रांत मालकी प्रस्थापित करते. दारूगोळा तयार करण्यासाठी खनिज तेले, गंधक, पोटॅश इ. ची मालकी सरकार स्वत:कडे ठेवते.

तसेच धरणे, कालवे, रेल्वे, राष्ट्रीय महामार्ग इ. ची बांधणी व्यवस्था सरकार पाहत असते; कारण सुरक्षितता हाच हेतू सरकारचा असतो; जर खासगी संस्थांकडे या संपत्तीची व्यवस्था केल्यास नफ्याच्या हेतूने स्वत:च्या स्वार्थासाठी या संपत्तीचा उपयोग केला जाईल. त्यामुळे या संपत्तीचा उपयोग देशाच्या रक्षणासाठी करण्यासाठी या संपत्तीवर सरकार मालकी निर्माण करते.

कल्याणकारी योजना राबविण्यासाठी खासगी संस्था अथवा लोक स्वत: पुढाकार घेत नसल्याने सरकार कल्याणकारी योजना राबविते. उदा. सार्वजनिक बागबगिचे, सार्वजनिक वाचनालये, खेळाची मैदाने इ. लोककल्याणकारी सेवा, तसेच स्वस्त घरबांधणी, स्वस्त घर पुरवठा, स्वस्त धान्य दुकान इ. लोककल्याणकारी कार्ये करण्यासाठी सार्वजनिक संस्थांनी पुढाकार घ्यावा लागतो. या सेवा देण्यासाठी खासगी संस्था पुढे येत नसल्याने सार्वजनिक संस्थांना सहभागी व्हावे लागते. परंतु जेव्हा सरकारला उत्पन्न मिळावे ही अपेक्षा असते आणि करसुद्धा कमी करावयाचे असतात तेव्हा सरकार उपक्रम स्थापन करते; अथवा काही उद्योगांचे सरकारीकरण केले जाते आणि सरकार मक्तेदारी निर्माण करते. उदा. इटलीमध्ये मिठाची मक्तेदारी, अमेरिकेत दारूची तर फ्रान्समध्ये तंबाखूची मक्तेदारी ही उत्पन्न मिळावे या अपेक्षेने केली आहे. तर मोठ्या शहरात महानगरपलिका अथवा नगरपरिषदांमध्ये परिवहन, वीजपुरवठा इ. स्थानिक लोकांच्या उपयोगी सेवांची मक्तेदारी स्वत:कडे घेतात. सरकार अथवा स्थानिक स्वराज्य संस्था उपक्रमांपासून नफा अथवा उत्पन्न यांची प्राप्ती व्हावी हा एक हेतू असतो. परंतु हा हेतू जास्त महत्त्वाचा मानला जात नाही. परंतु सरकारने उत्पन्नाचा विचारच करू नये, असा अर्थ घेऊ नये. या उपक्रमातील झालेला तोटा हा भरून काढावा लागतो. त्यामुळे अशा उपक्रमांची निर्मिती करताना आर्थिक बाजूंचासुद्धा विचार करावा लागतो. समाजाचे कल्याण साधताना उपक्रमांपासून नफा झाला नाहीतरी तोटा होऊ नये याची काळजी घेणे आवश्यक असते. सरकारने लोकांचे कल्याण कशात आहे हे पाहिले पाहिजे.

९.४ सरकारी उपक्रम

सरकार जेव्हा एखादा उपक्रम स्वत: चालविते तेव्हा त्यामागे विशिष्ट अशी परिस्थिती असते. सरकार असे उपक्रम सामाजिक दडपणामुळे सुरू करत असते. त्यामुळे सरकारला काही तत्त्वे बाजूला ठेवावी लागतात. सर्व उपक्रम सरकारी मालकीच्या व्यवस्थापनाखाली

येण्यासारखे नसतात. मात्र, कोणत्या उपक्रमाची आवश्यकता आहे हे लक्षात घ्यावे लागते. एखादा उपक्रम सरकारी नियंत्रणाखाली येण्यासाठी ॲडम स्मिथ यांनी तीन वैशिष्ट्ये सांगितलेली आहेत. एक म्हणजे, कमी भांडवल. दुसरे म्हणजे, चालविण्यास सोपा आणि सोयीस्कर. तिसरे म्हणजे, मोबदल्याची निश्चित आणि ताबडतोब प्राप्ती ही होय. यामध्ये अधिक भर कोणी टाकल्याचे दिसत नाही. परंतु ॲडम स्मिथ यांनी अधिक उत्पन्नाची शक्यता हे वैशिष्ट्य लक्षात घेतले आहे. बॅस्टॅबल यांनी अनुभव या वैशिष्ट्याला महत्त्व दिले.

त्यांच्या मते, एखाद्या ठिकाणी चांगला अनुभव आला म्हणून सर्वच ठिकाणी सरकारी मालकी लागू करू नये. असा इशारासुद्धा त्यांनी दिला. या सर्व वैशिष्ट्यांचा विचार करता कोणत्या एकाची निवड करावी हा सरकारपुढील मुख्य प्रश्न असतो. त्यामुळे या प्रश्नाचे उत्तर हे सोयीचे तत्त्व असेच घ्यायला हवे. येथे भांडवलवादी अथवा समाजवादी विचारसरणीचा विचार करून चालणार नाही; कारण अशा विचारसरणीत वाद निर्माण होतो. त्यासाठी सरकारने योग्य ते धोरण ठरविले पाहिजे.

सरकार एखादा उपक्रम चालविण्याचे ठरविते तेव्हा त्या उपक्रमापासून उत्पन्न मिळवावयाचे आहे की लोकांचे कल्याण साधावयाचे आहे याचा निर्णय सरकारला घ्यावा लागतो. सरकार आपल्या तिजोरीत अशा उपक्रमांपासून अधिक उत्पन्नाची भर घालू शकेल. सरकारचा खर्च भरून निघेल असा उपक्रम चालवू शकते. या पर्यायाचा सरकारला विचार करावा लागतो अथवा खर्चाचा विचार न करता समाजसेवेच्या भूमिकेतून उपक्रम चालवू शकते. या पर्यायांचा विचार करता जर सरकारने उत्पन्नाचा हेतू समोर ठेवला तर उत्पन्न हे खर्चापेक्षा अधिक कसे राहिले याकडे लक्ष दिले जाईल अथवा सरकारने गुंतविलेल्या भांडवलापासून जास्तीतजास्त मोबदला कसा मिळेल हे पाहिले जाईल. जास्तीतजास्त मोबदला मिळण्यासाठी सरकार मक्तेदारी निर्माण करण्याचा प्रयत्न करेल. परंतु तोसुद्धा नेहमीच यशस्वी होईल हे सांगता येत नाही. बऱ्याचदा सरकारी उपक्रमांना तोटाच होतो. अशा वेळी मात्र कर्ज आणि कराद्वारे उत्पन्न प्राप्त करून घ्यावे लागते व तोटा भरून काढावा लागतो.

तर उद्योग हा स्वत:च्या पायावर उभा राहणे महत्त्वाचे असते, त्यासाठी तशी व्यवस्था निर्माण करणे आवश्यक असते. परंतु एखाद्या उद्योगापासून खर्च भरून निघत असेल आणि तो उद्योग स्वावलंबी होत असेल तर असा उद्योग हाती घेण्याला काहीच हरकत नसते. समाजातील प्रत्येक नागरिकाला सरकारी उपक्रमापासून पैसे किती प्राप्त होतात याची माहिती होणे आवश्यक असते. लोकांना मिळणारा लाभ यासाठी सरकारला किती खर्च होतो हेसुद्धा समजणे आवश्यक असते. जे उपक्रम सतत तोट्यात जातात मात्र

समाजाच्या हिताचे असतील तर अशा उपक्रमांचा विचार करणे आवश्यक असते. सध्या भारतात सार्वजनिक तोट्यातील उद्योगांचे खासगीकरण करण्याचे सरकारने ठरविले आहे व ही प्रक्रिया सुरूसुद्धा आहे. थोडक्यात, सरकारची भूमिका यामध्ये महत्त्वाची ठरत आहे. येथे 'सामाजिक कल्याण' या संकल्पनेचा अर्थ आणि उपयोग योग्य पद्धतीने करणे आवश्यक आहे. उदा. मोठ्या महानगरपालिकेत जलविहार, स्नानगृहे, बगिचे इ. उपक्रम सुरू केले. मात्र, ते तोटा सहन करून चालवित असतील तर अशा वेळी समाजकल्याणाच्या दृष्टीने या तोट्यातील उपक्रमांचे समर्थन केले जाईल परंतु वीज, वायू, इंधनाचे उपक्रम तोट्यात असतील तर त्या तोट्यातील उपक्रमांचे समर्थन करता येणार नाही. खासगी आणि सार्वजनिक क्षेत्रातील वस्तू व सेवांची मूल्ये तीच आहेत. प्रत्यक्षात या तत्त्वांचा उपयोग करताना फरक केला जातो. खासगी क्षेत्रात उपभोक्त्याच्या दृष्टीने उपयोगिता लक्षात घेतली जाते तर उत्पादकाच्या दृष्टीने खर्च आणि नफा या बाबी लक्षात घेतल्या जातात. ग्राहक खासगी अथवा सरकारनिर्मित कोणतीही वस्तू घेऊ शकतो. त्यावर कोणाचेही बंधन नसते.

खासगी उपक्रम आणि सरकारी उपक्रमातील वस्तूंच्या किमती ठरविण्याच्या पद्धती वेगवेगळ्या असतात. खासगी उपक्रमात वस्तूंच्या किमती करासह उत्पादनाचा खर्च आणि भांडवलासह मोबदला दीर्घकाळात भरून निघेल अशा पद्धतीने आकारल्या जातात. परंतु सरकारी उपक्रमात आपल्या उपक्रमातील वस्तूंच्या किमती निश्चित करताना व्यावसायिक दृष्टिकोनापेक्षा इतर दृष्टिकोनालाच जास्त महत्त्व दिले जाते आणि आपली कार्ये करताना लोककल्याणाच्या वाढीला महत्त्व दिले जाते. त्यामुळे काही वेळेस सरकारी किमती खासगी उपक्रमांनी आकारलेल्या किमतीपेक्षा अधिक असू शकतात; तर बऱ्याचदा सरकारी उपक्रमातील वस्तूंच्या किमती खासगी किमतीपेक्षा कमी असतात. याला कारण म्हणजे वस्तूच्या किमतीतून खर्च भरून निघावा असे वाटत असते तसेच उद्योग स्वयंपूर्ण असावा असेच वाटत असते. जेव्हा आपण खासगी आणि सरकारी उपक्रमांची तुलना करतो तेव्हा असे म्हटले जाते की, सरकारी उपक्रमांना नफा मिळाला नाही तरी चालेल परंतु तो स्वयंपूर्ण असावा. सरकारी उपक्रम तोट्यात नसावेत असे म्हटले जात असले तरी सरकारी उपक्रमांचे निकष लावले जातात आणि त्याच आधारावर सरकारी उद्योग कार्यक्षम आहेत किंवा नाही हे ठरविले जाते. सार्वजनिक उपक्रमांचे स्वरूप आणि वैशिष्ट्ये यांचा विचार करता त्यांच्या समग्र तत्त्वांच्या आधारावर मूल्यमापन करता येत नाही, असे दिसून येते. परिणामी सरकारी उपक्रम तोट्यात असले तरी समाजाच्या कल्याणासाठी उपयोगी ठरतात. जसे समाजाला स्वस्त वाहतूक, स्वस्त पाणी, स्वस्त वस्तू इ. चा पुरवठा करून सरकारी उपक्रम समाजाच्या वास्तव उत्पन्नात वाढच करीत असतात.

सरकारी उपक्रमांचा तोटा आणि सामाजिक कल्याणातील वाढ यांची तुलना केल्यास समाजाच्या कल्याणातील वाढ ही केव्हाही चांगलीच मानावी लागेल. त्यामुळे येथे एकच म्हणता येते की, सरकारी उपक्रम हा स्वयंपूर्ण असा असावा. त्याला अपवाद म्हणजे व्यावसायिक दृष्टिकोनातून तो फारच महत्त्वाचा आहे का याचा विचार करूनच तो अपवाद केला पाहिजे.

सरकारी उपक्रमातील वस्तू ही दुहेरी वस्तू असते. एका दृष्टीने उपभोक्त्याला वैयक्तिक उपयोगिता प्रदान करते तर दुसऱ्या दृष्टीने ती समाजाला अधिक सामाजिक कल्याणाच्या स्वरूपात सामाजिक उपयोगिता देत असते. येथे वैयक्तिक उपयोगिता महत्त्वाची असून सामाजिक कल्याण दुय्यम मानले जाते आणि जेव्हा सामाजिक कल्याणाला मुख्य आणि वैयक्तिक उपयोगितेला दुय्यम स्थान दिले गेले असले तर ती वस्तू अथवा सेवा समाजाला नि:शुल्क द्यायला पाहिजे अथवा अत्यल्प शुल्क घेतले तरी चालते. सरकारी उपक्रमातील वस्तूंना येणारा उत्पादन खर्च हा व्यक्ती आणि समाजात विभागून घेता येतो. उपभोक्त्यांना कमी किमतीत वस्तू दिल्यामुळे येणारा तोटा लोकांवर कर बसवून भरून काढता येतो. ही सोय फक्त सरकारी उपक्रमांबाबत असते. तसे खासगी उपक्रमात नसते. खासगी उद्योजक दीर्घकाळामध्ये वस्तूच्या उत्पादनाचा खर्च भरून निघाला तरच त्या वस्तूचे उत्पादन करीत असतात.

सरकारी उपक्रमात नीतीमूल्याचा विचार केल्यास उपभोक्त्यांना एक प्रकारे आर्थिक मदत होते. कमी किंमत ही अप्रत्यक्षपणे आर्थिक मदतच असते. जेव्हा सरकारी सेवेचा खर्च आणि उत्पन्न समान असतात तेव्हा आर्थिक मदत सेवा विकत घेणाऱ्या लोकांकडूनच होते. उदा. पोस्टसेवा ही लोकांच्या कल्याणासाठी सरकार करीत असते. पोस्टकार्डाचे दर हे अनेकदा त्यांच्या खर्चापेक्षा कमी असतात. परंतु पोस्टसेवेचा खर्च आणि उत्पन्न समान असेल व पोस्ट सेवेतील व इतर संबंधितांना काही मदत सरकार करीत असेल तर त्या मदतीचा भार सामान्य लोकांवरच असतो कारण तेच या सेवा खरेदी करतात.

वरील विश्लेषणात आपण सरकारी उपक्रमातील मूल्य आणि खर्चासंबंधी विवेचन केले, यावरून असे दिसून येते की, सरकारी उपक्रमांचे व्यवस्थापन हे वेगवेगळ्या परिस्थितीत केले जाते. सरकारी उपक्रम विशिष्ट अशा रचनेत बसविणे योग्य होत नाही. तसेच खासगी उपक्रमांची तत्त्वे जशीच्या तशी सरकारी उपक्रमांना लावता येत नाही. त्यासाठी वेगळी तत्त्वे तयार करावी लागतात.

सराव प्रश्न :

१) सरकारी व्यवसायापासून कोणत्या स्वरूपाचे उत्पन्न मिळते ?

२) सरकारचा उद्योग चालविण्याचा उद्देश स्पष्ट करा.

३) सरकारी उपक्रमासंदर्भात विवेचन करा.

प्रकरण १०

कर - अर्थ, तत्त्वे, संकल्पना व करांचा भार (Taxation : Meaning, Principal & Concept & Incidence of Taxation)

१०.१ प्रास्ताविक (Introduction)

जेव्हा सरकार कर आकारते तेव्हा कर ज्या व्यक्तीवर आकारला असेल ती व्यक्ती भरते. परंतु वस्तूवर आकारलेला कर सुरुवातीस एक व्यक्ती भरते परंतु नंतर तो कर

किमतीत मिळवून वसूल केला जातो. या संदर्भात कराघात, करभार व कर संक्रमण या संज्ञा वापरतात. करभाराचा अभ्यास करताना सरकारने कराची आकारणी कोणावर करावी तसेच कर सरकारच्या खात्यात कोणी व कसा जमा करावा. सरकारने ज्या करदात्यावर कर आकारला जातो त्या करदात्याने सरकारी खात्यात जमा केला अथवा नाही. तसेच सरकारने करदात्यावर आकारलेला कर इतरांकडून वसूल केला आहे किंवा काय या बाबतचे प्रश्न करांच्या भारात येतात.

जगातील अनेक देशांनी विसाव्या शतकात कल्याणकारी राज्याची संकल्पना स्वीकारली. त्यामुळे सरकारच्या जबाबदाऱ्या वाढल्या. त्या पूर्ण करण्यासाठी सार्वजनिक आयव्ययाची व्याप्ती वाढली. सार्वजनिक कार्यांची व्याप्ती वाढल्यामुळे जादा खर्च करण्याची तरतूद उत्पन्नातून करणे गरजेचे ठरते. सरकार कराच्या साहाय्याने उत्पन्न मिळविण्याचा प्रयत्न करते. सरकार करांची आकारणी न्याय, समता व कल्याण या तत्त्वानुसार करते. त्यामुळे करभाराच्या वेगवेगळ्या संकल्पना महत्त्वाच्या ठरतात.

प्रथम कर म्हणजे काय? कराची उद्दिष्टे, वैशिष्ट्ये आणि तत्त्वे यांचा अभ्यास करणे क्रमप्राप्त आहे.

१०.२ करांचा अर्थ व व्याख्या (Meaning and Definition of Taxation)

उत्पन्न मिळविण्याचा सर्वांत महत्त्वाचा मार्ग म्हणजे 'कर' होय. केंद्र सरकार, राज्य सरकार व स्थानिक स्वराज्य संस्था कर आकारू शकतात. अनेक वर्षांपासून कर संकल्पनेत बदल होत गेलेला आहे. कर आकारण्याचा अधिकार सरकारला असतो; कर हा सक्तीने वसूल केला जातो.

करासंबंधी व्याख्या :

१) ''जनतेच्या कल्याणासाठी सरकार खर्च करते तो भागविण्यासाठी सरकार जनतेकडून रक्कम घेते त्यालाच 'कर' असे म्हणतात.''

२) प्रो. बॅस्टॅबल यांच्या मते, ''व्यक्ती किंवा संस्था यांच्याकडून सरकारने सक्तीने वसूल केलेली रक्कम म्हणजे कर होय.''

(A tax as a compulsory contribution of the wealth of a person or a body of persons for the service of the public powers - Bastable.)

वरील व्याख्येवरून कराची वैशिष्ट्ये पुढीलप्रमाणे दिसून येतात -

१) कर हे सक्तीचे देणे असते. त्यास पर्याय नसतो.

२) सार्वजनिक खर्च भागविण्यासाठी सरकार जनतेकडून कर्जाद्वारे उत्पन्न मिळविते.

३) व्यक्तीने दिलेला कर आणि सरकारी खर्चामुळे त्या व्यक्तीला होणारा लाभ यामध्ये प्रत्यक्ष आणि प्रामाणिक असा संबंध नसतो.
करामुळे केवळ उत्पन्नच मिळते असे नाही तर अपायकारक वस्तूंच्या सेवनांवर बंदी घालण्यासाठी किंवा समाजातील विषमता कमी करण्यासाठीही करांचा वापर केला जातो.

३) ॲडम स्मिथ यांच्या मते, ''कर म्हणजे राज्यासाठी लोकांनी केलेले योगदान होय.''

४) डॉ. डाल्टन यांच्या मते, ''कर हे सक्तीचे देणे असून त्याचा सममूल्य सेवेशी काही संबंध नसतो.''

कर हा कोणत्याही गुन्ह्याबद्दल लावलेला दंड नव्हे तर तो मूल्य, शुल्क, दंड या तिन्ही साधनांपेक्षा वेगळा आहे.

५) सेलिग्मन यांच्या मते, ''कर म्हणजे विशिष्ट लाभ विचारात न घेता सर्वांच्या हितासाठी खर्च करता यावा म्हणून व्यक्तीकडून सरकारला मिळणारे सक्तीचे अंशदान होय.''

६) फेड्रिक टेलर यांच्या मते, ''कोणत्याही लाभाची अपेक्षा न करता नागरिकांनी सरकारला केलेले सक्तीचे शोधन होय.''

७) ''व्यक्ती, मालमत्ताधारक यांच्याकडून सरकारला मदत व्हावी यासाठी जी रक्कम घेतली जाते.'' अशी कराची व्याख्या ऑक्सफर्ड डिक्शनरीमध्ये केली आहे.

विविध अर्थशास्त्रज्ञांनी कराच्या व्याख्यांबाबत केलेल्या विचारांवरून असे दिसून येते की, कर हे सरकारच्या उत्पन्नाचे साधन आहे. मात्र, अलीकडच्या काळात महत्तम सामाजिक हिताचा विचार केला जात आहे त्यामुळे सरकारला करापासून उत्पन्न मिळाले पाहिजे व समाजाचे हितही साधले पाहिजे ही संकल्पना रूढ होत आहे. करामुळे सरकारला खर्च करता येणे शक्य होते. त्यामुळे कराचा उद्देश सरकारला उत्पन्न मिळवून देण्याबरोबरच समाजाचे कल्याण साधणेही शक्य होते आणि हीच पद्धत आदर्श मानली जाते.

१०.३ कर आकारणीची उद्दिष्टे (Objectives of Taxation)

सरकारला करापासून उत्पन्न मिळते; त्यामुळे उत्पन्न मिळविणे हे कर आकारणीचे

उद्दिष्ट असते. सरकारला विविध प्रकारच्या बाबींसाठी खर्च करावा लागतो. त्या खर्चासाठी वेगवेगळ्या मार्गांनी उत्पन्न मिळवावे लागते. विशेषत: विकसनशील देशांत उत्पादनात वाढ घडवून आणणे, रोजगार पातळी उंचावणे, साधनसामग्रीचा जास्तीतजास्त वापर करणे इ. उद्दिष्टे गाठण्यासाठी सरकारला विशेष प्रयत्न करावे लागतात. त्यासाठी कर आकारणी आणि शासकीय खर्च या संबंधाच्या धोरणाची आखणी काळजीपूर्वक करावी लागते; कररोपणाची पुढील उद्दिष्टे सांगितली जातात-

१) उत्पन्न मिळविणे : आर्थिक विकासाचे उद्दिष्ट साध्य करण्यासाठी तसेच समाजहितासाठी वेगवेगळ्या योजना राबवाव्या लागतात. त्यासाठी मोठा खर्च करावा लागतो. तो खर्च भागविण्यासाठी कराद्वारे पैसा उभा करणे आवश्यक असते हे कररोपणाचे उद्दिष्ट असते.

२) आर्थिक विकासाचा वेग वाढविणे : आर्थिक विकासाचा वेग वाढविण्यासाठी कर विषयक धोरणांची आखणी केली जाते. विकसनशील अर्थव्यवस्थेत भांडवली साधनसामग्रीची टंचाई असते. अशा अर्थव्यवस्थेत भांडवल संचयाचा व भांडवल निर्मितीचा वेग कमी असतो; म्हणून भांडवल निर्मितीला मदत होण्याच्या दृष्टीने करविषयक धोरणांची आखणी केली पाहिजे.

३) आर्थिक विषमता कमी करणे : उत्पन्न आणि संपत्तीतील विषमता कमी करण्यासाठी कर पद्धतीचा अवलंब केला जातो. कर आकारणीने उत्पन्नाचे व संपत्तीचे अधिक न्याय्य वाटप करणे; तसेच कर आकारणीद्वारे उत्पन्नाचे अधिक न्याय्य स्वरूपाचे विभाजन करून लोकांचे एकूण आर्थिक कल्याण वाढविण्याचा प्रयत्न केला जाणे आवश्यक असते. सरकार संपत्ती कर, मालमत्ता कर, उत्पन्न कर इत्यादींद्वारे समाजातील श्रीमंत व्यक्तींकडून अतिरिक्त पैसा काढून घेते व जमा झालेला पैसा सर्वसामान्य लोकांसाठी उदा. शिक्षण, आरोग्य व समाजकल्याणाच्या विविध योजना इ. साठी खर्च केल्यास गरिबी दूर होण्यास मदत होते.

४) अर्थव्यवस्थेतील वाढावा गोळा करणे : विकसनशील अर्थव्यवस्थेत विकासासाठी आवश्यक असणारा आर्थिक वाढावा गोळा करण्याचे कार्य करविषयक धोरणाच्या साहाय्याने केले पाहिजे. चालू उत्पादन आणि चालू उपभोग यांमधील फरक म्हणजे 'आर्थिक वाढावा' होय. हा वाढावा जमीनदार, सावकार, व्यापारी यांच्या वाट्याला जातो. हा वाढावा गोळा करणे हे सरकारचे करविषयक धोरणाचे उद्दिष्ट असावे हा आर्थिक वाढावा कर आकारणीच्याद्वारे खासगी उपभोगाकडून शासकीय गुंतवणुकीकडे वळविल्यास भांडवल निर्मितीचा दर उंचावला जाण्यास मदत होईल.

तसेच आर्थिक विकासाची गती वाढविणे हे एक प्रमुख उद्दिष्ट असले पाहिजे.

५) अनावश्यक उपभोग कमी करणे : समाजहिताला बाधा पोहोचेल अफू, गांजा, दारू, गर्द, सिगारेट, अमली पदार्थ इ. समाजविघातक वस्तूंच्या उत्पादनावर व विक्रीवर कर आकारून त्या वस्तूंचा उपभोग कमी करता येतो. तसेच चैनीच्या वस्तूंवर अधिक कर आकारून अतिरिक्त पैसा करांच्या साहाय्याने काढून घेता येतो.

६) भाववाढ रोखणे : वित्तीय गुंतवणुकीत वेगाने वाढ घडवून आणली जात असताना उपभोग्य वस्तूंच्या उत्पादनात होणारी वाढ प्रमाणशीर नसते. परिणामत: भाववाढ स्थिती निर्माण होते अशी भाववाढ स्थिती आटोक्यात आणण्यासाठी कर विषयक धोरणांचा अवलंब करणे आवश्यक ठरते. सरकार भाववाढ रोखण्यासाठी सार्वजनिक खर्चात कपात, अनावश्यक खर्च टाळणे इ. उपाय करू शकते. तसेच सरकार प्रत्यक्ष कर चैनीच्या व सुखसोयींच्या वस्तूंवर कर आकारणी करून वस्तूंची मागणी कमी करू शकते; अशा रीतीने भाववाढ रोखणे हे कर आकारणीचे उद्दिष्ट ठरते.

७) उत्पन्न पातळी उंचावणे : विकसनशील अर्थव्यवस्थेत लोकांचे दरडोई उत्पन्न कमी असते. रूढी, परंपरा यांमुळे लोकांचा अनावश्यक व अनुत्पादक खर्च होत असतो त्यामुळे बचत कमी असते. सरकारने बचत आणि गुंतवणूक वाढावी यासाठी कर सवलती दिल्यास लोकांची बचत व गुंतवणूक करण्याची प्रवृत्ती वाढण्यास मदत होते; बचत व गुंतवणूक वाढल्यास एकूण रोजगार पातळी, उत्पादन पातळीत वाढ होऊन राष्ट्रीय उत्पन्नात वाढ होते.

८) निर्यात वाढीस मदत : सरकारने निर्यात वाढवण्यासाठी करामध्ये सवलती दिल्यास निर्यात वस्तूंचे उत्पादन करणाऱ्या उत्पादकांना व निर्यात व्यापाऱ्यांना प्रोत्साहन मिळते व निर्यात वाढीला मदत होते.

९) लोकांमध्ये विश्वासाचे वातावरण निर्माण करणे : लोकांमध्ये ज्यायोगे विश्वासाचे वातावरण निर्माण होईल अशा रीतीने करविषयक धोरणांची आखणी व अंमलबजावणी केली पाहिजे. एकाच उत्पन्न गटातील व कर भरण्याची कुवत सारखी असणाऱ्या लोकांमध्ये कराच्या ओझ्याचे समान वाटप घडवून आणणारी कर आकारणी असावी. तसेच सरकारने मिळणारे उत्पन्न जास्तीतजास्त लोकांच्या जास्तीतजास्त कल्याणासाठी वापरले जाईल याची काळजी घेणे आवश्यक आहे.

१०.४ कर आकारणीची वैशिष्ट्ये / लक्षणे

वरील करांच्या व्याख्या आणि उद्दिष्टांचा अभ्यास केल्यानंतर कराची काही वैशिष्ट्ये

पुढीलप्रमाणे सांगता येतील-

i) कराची रक्कम सक्तीने घेतली जाते.

ii) सार्वजनिक सत्ताच कर आकारू शकते.

iii) कर हा लोकांकडून आकारला जातो.

iv) सरकार करांपासून मिळणाऱ्या उत्पन्नातून दैनंदिन खर्च भागविण्यासाठीसुद्धा वापर करू शकते.

v) सरकार करांचा विनियोग कसा करावा हे ठरविते तसा अधिकार सरकारलाच असतो.

vi) कराची रक्कम लोककल्याण आणि सार्वजनिक कामांसाठी वापरली जाते.

vii) कर भरणाऱ्या व्यक्तीला मोबदला देण्याची कोणतीही जबाबदारी सरकारची नसते.

viii) कोणत्या व्यक्तीने किती कर भरला, त्या प्रमाणात त्याला लाभ उपलब्ध करून दिला जात नाही. कर आणि लाभ यांचा समसंबंध नसतो.

१०.५ कर आकारणीची सूत्रे (Canon of Taxation)

कर कसा आकारावा कोणत्या सूत्रानुसार कर पद्धती लागू करावी याचा सर्व दृष्टीने अभ्यास म्हणजेच कर आकारणीची सूत्रे / कर कसोट्यांचा अभ्यास होय. ॲडम स्मिथ यांनी कर आकारणीबाबत काही सूत्रे सांगितली आहेत. ती सरकारला कर आकारणीच्या संदर्भात मार्गदर्शक ठरतात. डॉ. डाल्टन यांनीसुद्धा कर कसोट्या सांगितलेल्या आहेत. तसेच इतरही काही शास्त्रज्ञांनी त्यात भर टाकलेली आहे. सध्या प्रत्येक देशाला करकसोट्या / सूत्रे ठरवावी लागतात. ॲडम स्मिथ यांनी सांगितलेली कर आकारणीची सूत्रे पुढीलप्रमाणे -

१) समतेचे सूत्र : ॲडम स्मिथ यांनी कर क्षमतेच्या तत्त्वाचा स्वीकार केला. त्यांच्या मते, देशातील लोकांनी सरकारला आपल्या क्षमतेनुसार आर्थिक साहाय्य पुरविणे आवश्यक आहे. प्रत्येक व्यक्तीने आपल्या क्षमतेनुसार कर भरला पाहिजे. करक्षमता ठरविताना त्यांच्या उत्पन्नाचा विचार केला पाहिजे. उत्पन्न जेवढे जास्त तेवढी कराची क्षमता अधिक असते. वाढत्या उत्पन्नावर वाढत्या दराने कर आकारणी केली पाहिजे.

२) निश्चिततेचे सूत्र : करदात्याला कराची रक्कम, कर भरण्याची वेळ आणि कर भरण्याची पद्धत इ. बाबी निश्चित असाव्यात. त्यामुळे करदात्याला स्वत:च्या पैशांचे योग्य नियोजन करता येते आणि योग्य वेळी कर भरण्याची तरतूद करता येते.

३) सोयीचे सूत्र : कर गोळा करताना करदात्याची सोय पहाणे आवश्यक असते.

प्रत्येक कर अशा प्रकारे आकारण्यात यावा की, तो कर भरणे व्यक्तीच्या सोयीचे होईल; म्हणजे ज्यावेळी व्यक्तीच्या हातात पैसा येतो त्यावेळी कराची वसुली केली जावी. हप्त्याहप्त्याने कर भरता आला पाहिजे. अशा प्रकारची कररचना ही सोईस्करपणाच्या कसोटीत येते.

४) कमी खर्चाचे सूत्र : कर वसूल करताना अशी व्यवस्था असावी की, कमीतकमी खर्चाची असावी. कर वसुलीच्या तुलनेने वसुलीचा खर्च जास्त पडत नाही. परंतु लोकांना करभार सोसावा लागतो.

याशिवाय काही अर्थशास्त्रज्ञांनी पुढील सूत्रे सुचविलेली आहेत-

५) लवचिकतेचे सूत्र : कर आकारताना कराचे स्वरूप लवचीक असले पाहिजे. कराची लवचिकता म्हणजे सरकारच्या गरजेनुसार आणि करदात्याच्या क्षमतेनुसार उत्पन्नात वाढ अथवा उत्पन्नात घट करता येणे होय. कर अशा पद्धतीने आकारण्यात यावा की, त्याचा दर अर्थव्यवस्थेच्या गरजेनुसार बदलणे शक्य व्हावे. उदा. प्राप्तीकरात असा बदल करणे शक्य होते. परंतु जमीन महसुलाच्या बाबतीत ही शक्यता दिसून येत नाही.

६) उत्पादकतेचे सूत्र : कर अशा पद्धतीने आकारावेत की, त्यामुळे पुरेसे उत्पन्न सरकारला मिळाले पाहिजे. या करापासून भरपूर उत्पन्न मिळाले पाहिजे. बॅस्टॅबलच्या मते, करवसुली ही उत्पादक प्रक्रिया आहे.

७) विविधतेचे सूत्र : या पद्धतीत कोणत्याही एकाच प्रकारच्या करावर अवलंबून चालत नाही. तर विविध प्रकारचे कर असणे आवश्यक असते. त्यामुळे एका करापासून मिळणारे उत्पन्न कमी झाल्यास दुसऱ्या करापासून जास्त उत्पन्न प्राप्त होऊ शकेल. याशिवाय करदात्याने एक कर चुकविल्यास दुसरा कर भरणे भाग पडेल. त्यामुळे कराच्या कामी आढळून येणार चुकारपणा टळू शकेल.

८) सुलभतेचे तत्त्व : कर आकारणी सुलभ असावी म्हणजे लोकांना ती सहज समजणे शक्य होईल. कर पद्धत किचकट असल्यास लोक कर भरण्यास टाळाटाळ करतात. कर पद्धती साधी, सोपी, सुलभ व सुटसुटीत असावी. त्यामुळे सरकारलासुद्धा अपेक्षित उत्पन्न मिळू शकते.

९) परिवर्तनीयतेचे सूत्र : कर पद्धती ही अर्थव्यवस्थेच्या गरजेनुसार सहजपणे बदल करता येईल अशा स्वरूपाची असावी. जशी गरज असेल तशा पद्धतीत हवा तसा बदल करता आला पाहिजे. त्यामुळेच कर पद्धतीत परिवर्तनीयता असणे गरजेचे आहे.

१०) धोरणाचे सूत्र : प्रत्येक देशाची स्वतंत्र आर्थिक धोरणे असतात. त्या सर्वांमध्ये समन्वय साधणारी कार्यपद्धती असणे आवश्यक असते. देशाचा सामाजिक आणि

सांस्कृतिकपणा कर पद्धतीत दिसून आला पाहिजे. अशा धोरणामुळे लोकांकडून कर वसूल होऊन लोक नाराज होत नाहीत. देशाच्या धोरणांशी मिळतीजुळती कर पद्धती असावी.

११) समन्वयाचे सूत्र : एकच कर अनेकांकडून लावला जाणार नाही याची काळजी घेणे आवश्यक असते. भारतात कर आकारणी करताना केंद्र, राज्य आणि स्थानिक स्वराज्य संस्था यांच्याकडून करांची आकारणी केली जाते. त्यामध्ये समन्वय असणे आवश्यक आहे.

१०.६ कर आकारणीची तत्त्वे (Principles of Taxation)

आधुनिक सरकारांना करांपासून खूप मोठे उत्पन्न मिळते. त्यामुळे या करांपासून मिळणाऱ्या उत्पन्नाच्या बाबतीत अधिक विश्लेषण होऊ लागले तसेच आपले उद्दिष्ट साध्य होण्यासाठी 'कर' या साधनाला महत्त्व प्राप्त झाले; गेल्या काही वर्षांत कराचा अर्थ, स्वरूप आणि लक्षणे बदललेली दिसून येतात. परंतु त्याचा मूळ उद्देश सरकारला पैसा मिळवून देणे हाच राहिला आहे. परंतु काळानुसार बदल मात्र झालेला आहे. कोणत्याही सरकारचे करआकारणीचे धोरण पूर्वीसारखे राहिलेले नाही. 'कल्याणकारी राज्य' ही संकल्पना स्वीकारल्याने सार्वजनिक जमा-खर्चाला व म्हणून करआकारणीला महत्त्वाचे स्थान प्राप्त झाले आहे. दिवसेंदिवस सरकारची कार्ये आणि जबाबदाऱ्या वाढताना दिसून येतात. त्यासाठी सरकारला कर उत्पन्नातसुद्धा वाढ करावी लागत आहे. कर आकारणीची तत्त्वे कोणती असावीत, हा प्रश्न अर्थशास्त्रज्ञ व राज्यकर्ते या दोघांनाही सारखाच महत्त्वाचा वाटत आहे त्यामुळे कर आकारणीच्या तत्त्वांचा अभ्यास फक्त सैद्धांतिक राहिलेला नसून तो प्रत्यक्ष प्रशासनाशी निगडित झालेला आहे.

सरकारने उत्पन्न मिळविण्यासाठी कर आकारल्याने सरकारचे काम संपत नाही तर कर हा ज्या करदात्याकडून घ्यावयाचा आहे त्याचा विचार सरकारला करावा लागतो. कर दिल्यामुळे करदात्याला त्याग करावा लागतो. स्वतःच्या सुखाचा व समाधानाचा त्याग करण्याची ही बाब दुःखदायक असते; करदात्याची कराकडे पाहण्याची दृष्टी ही अशी असते; सरकारच्या दृष्टीने करांपासून सरकारला उत्पन्न मिळते. परंतु या करांपासून करदात्यांना त्याग करावा लागतो. समाजाला त्याग करावा लागतो परंतु यामध्ये करदाता व सरकार यांमध्ये योग्य सांगड घातल्यास सरकारची करनीती यशस्वी होते. कर आकारणीचा प्रश्न सोडविताना सरकारने हे लक्षात घेतले पाहिजे की, कर हे त्रासदायक आहेत आणि जरी सारखाच कर सर्वांवर लावला तरी वेगवेगळ्या कर पद्धतीमुळे सर्वांना सारखाच त्याग करावा लागणार नाही. कर आकारणीमुळे करदात्यांवर भार निर्माण होतो

व त्यांना त्याग सहन करावा लागतो याची जाणीव जुन्या आणि नव्या अर्थशास्त्रज्ञांना होती व आहे. ॲडम स्मिथने देशाची कर पद्धती कशी असावी, त्यासाठी चार प्रमुख तत्त्वे सांगितली. त्यातील समतेचे तत्त्व हे समतेचे आधारभूत तत्त्व. याला कर आकारणीत आधारभूत तत्त्व समजले जाते यालाच न्यायाचे तत्त्व म्हटले जाते तसेच कर आकारणीची समान विभागणी होण्यासाठी लाभ तत्त्व आणि क्षमता तत्त्व अशी अनेक तत्त्वे सांगितलेली आहेत.

कर आकारणीमुळे समता अथवा न्याय कशा प्रकारे निर्माण करता येईल याचे उत्तर शोधण्यासाठी ॲडम स्मिथसह त्या नंतरच्या अनेक अर्थशास्त्रज्ञांनी प्रयत्न केलेला आहे.

१०.६.१ लाभतत्त्व अथवा लाभ दृष्टिकोन (Benefit Approach)

लाभ दृष्टिकोन म्हणजे सरकारी सेवांची किंमत होय. ॲडम स्मिथच्या आधी जवळजवळ शंभर वर्षे सर विल्यम पेटी यांनी असे स्पष्ट केले की, प्रत्येक व्यक्तीने सरकारी खर्चात आपले योगदान दिले पाहिजे आणि हे योगदान त्याला मिळणाऱ्या लाभानुसार व्हायला पाहिजे. ॲडम स्मिथनेसुद्धा जवळजवळ याच शब्दांत आपले मत मांडले.

सरकारने पुरविलेल्या सेवांपासून लोकांना मिळणाऱ्या लाभाच्या प्रमाणात त्यांच्याकडून कर आकारणी करावी, हे लाभ दृष्टिकोन स्पष्ट करतो म्हणजे करदात्याने सरकारच्या सेवा अथवा सामाजिक वस्तूंच्या घेतलेल्या लाभाच्या प्रमाणात त्यांच्यावर कर आकारणीची वाटणी करावी असे या दृष्टिकोनातून / तत्त्वातून स्पष्ट होते. करदाते आणि सरकार यांमधील देवघेवीवर हा दृष्टिकोन / तत्त्व आधारित आहे. या दृष्टिकोनानुसार सरकारने पुरविलेल्या सेवांच्या प्रमाणात नागरिकांनी कर दिल्यास करआकारणीच्या बाबतीत समानता राखली जाते. लाभ दृष्टिकोनानुसार सरकारची भूमिका व्यावसायिकतेची दिसून येते. १९ व्या शतकाच्या शेवटी इटलीमध्ये पॅटॅलिओनी, मेझोला आणि डिमार्को यांनी असे स्पष्ट केले की, व्यक्ती आणि सरकार यामध्ये विनिमयाचा संबंध असला पाहिजे व सरकारी सेवांची विक्री कराच्या स्वरूपात किंमत घेऊन सरकारने करावी त्यामुळे सरकारला कर देण्याचे कर्तव्य नागरिक एका बाजूला पार पाडतात तर दुसऱ्या बाजूला सरकार नागरिकांना सेवा पुरविण्याचे आपले कर्तव्य पार पाडते. लाभ दृष्टिकोनात / तत्त्वात आधुनिक दृष्टिकोनही याच आधारावर मांडण्यात आला आहे की, कर ही एक प्रकारची किंमत आहे आणि तिची आकारणी अशा रीतीने करावी की, व्यक्तीला देण्यात आलेल्या सरकारी आणि बिगर सरकारी सेवांची प्राप्ती तिला महत्तम कल्याण देणारी ठरली पाहिजे.

लाभ दृष्टिकोनाचे / तत्त्वाचे मूल्यमापन

लाभ दृष्टिकोन / तत्त्वाचे गुण

सरकारी सेवांच्या द्वारे देण्यात आलेल्या लाभामुळे या सेवांसाठी द्यावे लागणारे कर न्याय्य दिसून येतात तसेच या दृष्टिकोनात सरकारी उत्पन्न आणि सरकारी खर्च या दोन्हींच्या समन्वयाचा विचार केला जातो. त्यामुळे सरकारी सेवा व करांचा हिस्सा हे दोन्हीही एकाचवेळी निर्धारित केले जाते तसेच या दृष्टिकोनानुसार कर आकारणी फक्त त्याच कार्याशी संबंधित असते की, ज्यामध्ये व्यक्तींना मिळालेल्या लाभाचे मोजमाप होऊ शकते. उदा. रस्त्यांचा उपयोग करणाऱ्यांवर पेट्रोलकर, स्थानिक संपत्तीकर, अग्नी सुरक्षा, सांडपाण्याच्या योजना इ. सेवांकरिता स्थानिक सार्वजनिक कर इ. कर आकारणीच्या लाभ दृष्टिकोनाबाबत अनेक दोष अथवा उणिवा आहेत. त्या पुढीलप्रमाणे -

१) अवास्तव गृहतत्त्व : लाभत्व ज्या गृहीतावर आधारित आहे ते अवास्तव आहे, कारण लाभतत्त्व अथवा दृष्टिकोन यामध्ये सरकारच्या विविध व संकीर्ण क्रियांची गणना केली जाते आणि प्रत्येक व्यक्तीला मिळणाऱ्या लाभाच्या आधारावर या क्रियेचे मूल्यमापन करून कर दिला जाऊ शकतो. त्यामुळे हे गृहीतकृत्य प्रत्यक्ष व्यवहारात लागू करणे अतिशय कठीण आहे.

२) लाभ दृष्टिकोन / तत्त्व : हे राज्य व व्यक्ती यांचा संबंध विनिमयाचे आदान-प्रदान लक्षात घेऊन निश्चित केले जाते. सरकार नागरिकांसाठी काही सेवा देत असे आणि त्या नागरिकांना सरकारला कर द्यावा लागत असे परंतु आज नागरिक व सरकार यांच्यामध्ये असा कोणताही संबंध मान्य केला जात नाही; आज सरकार कोणत्याही विशिष्ट नागरिकाला काही सेवा देण्याऐवजी संपूर्ण नागरिकांसाठी सेवांची व्यवस्था करते, या अनेक सेवांचे मापन करता येत नाही आणि त्याचे वितरणही वेगवेगळ्या नागरिकांमध्ये करता येत नाही.

संरक्षणासारख्या सेवांचा खर्च काढला तरी प्रत्येक नागरिकावर तो वाटून देण्याची समस्या शिल्लक राहते.

३) लाभाचा दृष्टिकोन सारखा नसणे : सरकारने कल्याणकारी राज्याचे ध्येय समोर ठेवून सर्व कल्याणकारी सेवा आपल्या हातात ठेवल्या तरी प्रत्येक व्यक्तीच्या लाभाचा विचार जो लाभ दृष्टिकोनात अभिप्रेत आहे, तो करता येत नाही जर सरकारला मिळणारा लाभ सामूहिक स्वरूपाचा असेल तर करही सामूहिक स्वरूपानेच भरावा लागेल.

४) कर आकारणी सारखीच अन्यायकारक : लाभ दृष्टिकोनाचे आंधळेपणाने अनुकरण केल्यास लाभाऐवजी अन्यायच जास्त होण्याची शक्यता आहे. जसे, समाजातील

गरीब व दुर्बल लोकांना सरकारकडून शिक्षण, आरोग्य इ. सेवांचा लाभ अधिक प्रमाणात मिळतो जरी त्यांना लाभ मिळत असला तरी करांचा भार सहन करण्याची त्यांची परिस्थिती नसते जर त्यांना लाभाच्या प्रमाणात कर आकारला तर त्यांच्यावर तो अन्याय होईल. तसेच गरीब व श्रीमंत यांना एकाच मापाने मोजणे योग्य ठरत नाही कारण दोघांना सारखाच कर आकारला तर त्याचा भार गरिबांवर अधिक पडेल, हे अन्यायकारक आहे.

५) वितरण व स्थिरीकरण सोडवणूक नाही : लाभ दृष्टिकोनातून वितरण व स्थिरीकरण या प्रश्नाची सोडवणूक होत नाही कारण वितरण व स्थैर्य या सरकारच्या बाजू मानल्या जातात. जसे लाभावर आधारित कर आकारणीचा उपयोग उत्पन्नाचे समान वितरण आणि अर्थव्यवस्थेचे स्थिरीकरण / स्थैर्य यासाठी होऊ शकत नाही.

६) लाभ दृष्टिकोन मर्यादित : लाभ दृष्टिकोनाचा उपयोग फक्त मर्यादित स्वरूपात करायला पाहिजे, हे दिसून येते, जेव्हा सरकार एखाद्या खासगी उत्पादन संस्थेप्रमाणे कार्य करते तेव्हा लाभ दृष्टिकोन लागू केला जाऊ शकतो परंतु संपूर्ण देशाच्या कर आकारणीचा विचार केल्यास लाभ दृष्टिकोन लागू करता येत नाही कारण तो दृष्टिकोन व्यावहारिक नाही आणि तो समतेच्या दृष्टीनेसुद्धा स्वीकार्य नाही.

७) लाभ दृष्टिकोन व्यवहारात पूर्णपणे लागू शकत नाही : लाभ दृष्टिकोनाचा अनेक वर्षे अर्थशास्त्रज्ञांनी पुरस्कार केला कारण या दृष्टिकोनामुळे न्याय्य आणि समता निर्माण होईल परंतु पुढे असे दिसून आले की, हा दृष्टिकोन व्यवहारात पूर्णपणे लागू शकत नाही; जसे सरकारला शिक्षण, आरोग्य इ. आवश्यक सेवा सोडून देण्याची वेळ येईल, परंतु याचा अर्थ असा नाही की, हा दृष्टिकोन पूर्णपणे निरुपयोगी आहे. मर्यादित स्वरूपात हा दृष्टिकोन उपयोगी ठरतो जसे रस्त्यांची सोय, पाण्याची सोय इ. सेवांचा लाभ घेणाऱ्यांवर हा कर आकारला जाऊ शकतो; तसेच हा दृष्टिकोन क्षमता दृष्टिकोनाच्या आत्यंतिक व अव्यवहार्य उपयोगाला प्रतिबंधक म्हणून उपयोगी ठरू शकतो.

१०.६.२ समतेचे तत्त्व

कराचा भार जेव्हा योग्य पद्धतीने विभागून दिलेला असतो तेव्हा समता अथवा न्याय्य प्रस्थापित होतो. समान स्थितीचा विचार करता सर्व व्यक्तींवर कराचा सारखाच भार टाकायला पाहिजे. त्याला 'समतल न्याय' असे म्हटले जाते. दुसरी बाजू म्हणजे, वेगवेगळ्या स्थितीतील व्यक्तींवर वेगवेगळा कर आकारायला हवा. आर्थिकदृष्ट्या जे अधिक सक्षम आहेत त्यावर अधिक भार टाकला पाहिजे. परंतु जेव्हा दोन व्यक्तींमध्ये उत्पन्नात फार मोठी तफावत असते तेव्हा असमानता स्पष्ट होते. ज्याच्यावर कर आकारायचा तो कोणत्या प्रमाणात आकारायचा हेसुद्धा महत्त्वाचे असते. स्वकष्टाने मिळविलेल्या

उत्पन्नावर लावलेल्या करामुळे कराचा भार अधिक जाणवेल; तर वडिलोपार्जित संपत्तीतून मिळालेल्या उत्पन्नावर कर आकारणी केल्यास तुलनेने कमी भार जाणवेल. त्यामुळे अशा गुंतागुंतीच्या प्रश्नामुळे समतेच्या / न्यायाच्या तत्त्वाची अंमलबजावणी करताना अडचणी निर्माण होतात. त्यामुळे करदात्यावरील भार योग्य पद्धतीने वितरीत झाला पाहिजे. ॲडम स्मिथ यांनी समतेचे तत्त्व प्रथम मांडले व त्यानंतर या तत्त्वाचा स्वीकार केल्याचे दिसून येते. कराच्या भाराच्या न्याय्य वितरणासाठी काही सिद्धान्त विकसित झाले आहेत.

क्रय सिद्धान्त : क्रय सिद्धान्तानुसार कर आकारताना सरकारने लोकांना ज्या सेवा पुरविल्या त्यांचा खर्च लक्षात घेतला पाहिजे. करदात्याने त्याला उपलब्ध झालेल्या सेवेच्या खर्चाइतका कर सरकारला दिला पाहिजे. सरकारचा सेवेवरील खर्च जास्त असेल तर करसुद्धा जास्त भरला पाहिजे. या सिद्धान्तानुसार सरकारची भूमिका ही उत्पादकासारखी असते. मध्ययुगात संरक्षण, प्रशासन व्यवस्था, न्याय इ. साठी सरकार लोकांकडून देणे वसूल करीत असे. आजचा काळ बदलला आहे. त्यामुळे हा सिद्धान्त जसाच्या तसा लागू होत नाही. या सिद्धान्तानुसार खर्चाच्या प्रमाणात त्या व्यक्तीकडून कर वसूल करणे अत्यंत अवघड आहे. प्रशासन व्यवस्था, संरक्षण, न्याय इ. बाबतच्या सेवेचा खर्च काढणे अतिशय अवघड आणि कठीण आहे आणि असा खर्च वसूल करणे हा माणसामाणसांत भेदभाव करण्यासारखे आहे. उलट, सरकार हे लोकांचेच आहे; असे कराचे हे तत्त्व कोणतेही सरकार मान्य करत नाही. सध्या कल्याणकारी राज्याची भूमिका स्वीकारल्याने त्यामुळे राज्यात सेवेच्या खर्चाचा आधार होऊ शकत नाही. कर हे सक्तीचे देणे आहे कर दिल्याने कोणताही मोबदला मिळवायचा नसतो. या सिद्धान्तातून 'फक्त लोकांच्या करांच्या मोबदल्यात सेवा मिळवावयाची' असा अर्थ या सिद्धान्तातून निघाल्याचे दिसून येते. जर हा सिद्धान्त सरकारने मान्य केल्यास अनेक लोककल्याणाची कामे सरकार करू शकणार नाही. उदा. दुष्काळ, भूकंप, महापूर इ. संकटाच्या वेळी मदत, मोफत शिक्षण, आरोग्य इ. अनेक सेवा करण्याची तयारी सरकार दाखविणार नाही; कारण या कार्याच्या मोबदल्यात कर आकारता येणार नाही. या सर्व कारणास्तव सेवेच्या खर्चाचा सिद्धान्त हा कररोपणाचा आधार होऊ शकत नाही.

१०.६.३ क्षमता दृष्टिकोन / तत्त्व (Ability to Pay Approach / Principle)

क्षमता दृष्टिकोनानुसार प्रत्येक व्यक्तीने आपल्या क्षमतेनुसार कर दिला पाहिजे. कर आकारणी हा दृष्टिकोन मोठ्या प्रमाणात स्वीकारण्यात आला. ज्यांचे उत्पन्न अधिक आहे त्यांनी सरकारला अधिक कर दिला पाहिजे आणि ज्यांचे उत्पन्न व संपत्ती कमी

आहे, त्यांनी कमी कर दिला पाहिजे, क्षमता दृष्टिकोनानुसार करांची आकारणी वेगवेगळ्या व्यक्तींवर पडणारा करांचा भार समान करणारी असली पाहिजे. स्मिथच्या मते, सरकारने कर आकारणी करताना लोकांची कर देण्याची क्षमता विचारात घेतली पाहिजे म्हणजेच लोकांची आर्थिक क्षमता विचारात घेऊन कर आकारावेत.

सर्वसाधारणपणे व्यक्तीचे उत्पन्न हेच तिच्या क्षमतेचे मुख्य सूचक मानण्यात आले आहे. व्यक्तीची संपत्ती अथवा मालमत्ता व व्यक्तीचा उपभोग खर्च यांनाच उत्पन्नाचे पूरक मापदंड मानले आहे. आज या तीन मापदंडांवरच आधारित प्रत्यक्ष कर पद्धती दिसून येते.

व्यक्तीच्या कर देण्याच्या क्षमतेचे मापन करण्याचे दोन दृष्टिकोन आहेत. एक व्यक्तिनिष्ठ दृष्टिकोन - यामध्ये मनोवैज्ञानिक विचार करून निरनिराळे त्याग दृष्टिकोन स्पष्ट केले आहेत. दुसरा वस्तुनिष्ठ दृष्टिकोन - यामध्ये मालमत्ता व उत्पन्न या वस्तुनिष्ठ निकषांचा विचार केला आहे.

व्यक्तीच्या क्षमतेनुसार कर आकारणी हे फार पूर्वीच मान्य झालेले होते. प्रथमत: संपत्तीला ही संज्ञा वापरली जात असे. त्यानंतर ती उत्पन्नाला लावली गेली. इटालियन विचारवंत गिकी आर्डिनी यांनी सोळाव्या शतकाच्या पूर्वार्धात क्षमतेनुसार प्रगतिशील कर आकारणी करण्याबाबतचे समर्थन केले आणि त्यानंतर जीन् बोडीन यांनी क्षमतेच्या आधारावर प्रमाणानुसार कर आकारणीचा पुरस्कार केला. यानंतर अनेक विचारवंतांनी त्याचा स्वीकार करून त्यात सुधारणा घडवून आणल्या. त्यात बोडीन्, रूसो, सिस्माँडी, से, मिल इत्यादींसारखे उदारमतवादी तसेच ॲडॉल्फ वॅगनर, प्रो. रूझवेल्ट इ. चा समावेश होतो. जे. एस. मील यांनी क्षमता तत्त्वाचा स्वीकार करताना करार आणि संरक्षण यामध्ये फरक असल्याचे स्पष्ट केले. त्यांच्या मते, कर आकारणी ही संरक्षणाच्या आधारावर नसावी कारण गरिबांना संरक्षणाची श्रीमंतांपेक्षा अधिक गरज असते त्याचप्रमाणे संरक्षणविषयक विचारप्रणाली ही राज्याच्या सर्व कार्यांची व्यवस्था करण्यात असमर्थ होती. त्यामुळे मिल यांनी समान त्यागाचा सिद्धान्त मांडला व क्षमतेची नवीन बाजू मांडली. त्यानुसार 'कायद्याने सर्वांना समान वागणूक दिली पाहिजे' हे तत्त्व मांडले आणि त्यानुसार मिलच्या मते, कर आकारणीची समानता म्हणजे त्यागाची समानता होय. अशा प्रकारे क्षमता तत्त्वाचा विकास झाला.

क्षमता विचारांचे गुण आणि दोष

गुण : १) प्रत्येक करदात्याला मनातून असे वाटले पाहिजे की त्याला समान त्याग करावा लागला आहे म्हणजे सर्वांना समान त्याग करावा लागतो.

२) व्यक्तीचे उत्पन्न जसजसे वाढत जाते तसतशी सीमान्त उपयोगिता वाढत जाते. परिणामी ज्यांचे उत्पन्न जास्त असते अशांवर जास्त कर आणि ज्यांचे उत्पन्न कमी त्यावर कमी कर आकारला जातो. त्यामुळे त्यागाची समानता होते.

३) व्यक्तीचे आर्थिक पाठबळ म्हणजे त्या व्यक्तीचे उत्पन्न, मालमत्ता आणि इतर संपत्ती होय. त्यावरच व्यक्तीचे आर्थिक सामर्थ्य अवलंबून असते.

उत्पन्नाच्या ज्या भागावर कर सहन करण्याची शक्ती असते त्याला 'आर्थिक आधिक्य' असे हॉब्जने नाव दिले आहे. त्यामुळे देशांतील लोकांचे उत्पन्न अथवा संपत्ती यात वाढ होण्याऐवजी आर्थिक आधिक्यात वाढ झाल्यास ती फायदेशीर ठरते. त्यामुळे अधिक कर आकारणी करणे सोयीचे होऊन समता आणि न्याय निर्माण होईल.

दोष : १) व्यक्तीचा एकच उपयोग व तोसुद्धा व्यक्तिगत उपभोग विचारात घेतला आहे. वास्तविकपणे उत्पन्नाचा उपभोग हा बचत आणि गुंतवणूक या दोन घटकांवर अवलंबून असतो. येथे फक्त व्यक्तिगत बाबींचा विचार केला आहे. सामाजिक बाजू विचारात घेतली नाही.

२) आर्थिक आधिक्याच्या बाबतीत असे दिसून येते की, आर्थिक आधिक्य उत्पादक गुंतवणुकीकडे वळविले गेले नाही तर आर्थिक प्रगतीला हातभार लागणार नाही. त्यामुळे व्यक्तीच्या देय क्षमतेवर सर्वच बाबतीत योग्य निष्कर्ष काढता येत नाहीत.

देय क्षमतेचे निर्धारक घटक

देय क्षमतेतील निर्धारक घटक पुढीलप्रमाणे -

१) मालमत्ता : जेव्हा समाजाची फारशी औद्योगिक व आर्थिक प्रगती झालेली नव्हती तेव्हा मालमत्ता हे व्यक्तीच्या फायद्याचे / हिताचे साधन मानले जात होते. मालमत्ता अथवा संपत्तीचा उपयोग संकटाच्या वेळी विम्याप्रमाणे उपयोग होत होता. परंतु औद्योगिकीकरणात आणि पैसाप्रधान अर्थव्यवस्थेत मालमत्तेचे महत्त्व कमी होऊ लागले. मालमत्तेच्या मापदंडातही दोष दिसून येतात. उत्पन्नाच्या स्रोतात मालमत्ता हे एक स्रोत आहे ते एकमेव नव्हे. मालमत्तेपासून उत्पन्न मिळेलच असे नव्हे. मालमत्ता हे उत्पन्नाचे खात्रीशीर स्रोत असते असे म्हणता येत नाही. त्याचप्रमाणे मालमत्तेपासून मिळणारे उत्पन्न कधी जास्त असते तर कधी कमी असू शकते, म्हणजेच हे उत्पन्न बदलणारे असते. म्हणजेच त्याचा संबंध मालमत्तेच्या स्वरूपावर, उपभोगावर आणि स्थितीवर अवलंबून असतो. उदा. ग्रामीण भागातील घरापेक्षा शहरातील घरापासून भरपूर उत्पन्न मिळते.

मालमत्तेवरील कर हा त्या मालमत्तेतील असलेल्या भांडवली मूल्यांवर अवलंबून असतो; जर त्या मालमत्तेपासून काहीच उत्पन्न मिळाले नाही तर तो कर अन्यायकारक ठरू शकतो. त्यामुळे मालमत्तेतील काही दोषांचा विचार करता मालमत्तेमुळे व्यक्तीला

काही प्रमाणात कर देण्याचे सामर्थ्य देतो. मालमत्तेमुळे व्यक्तीला अतिरिक्त सामर्थ्य प्राप्त होते. असे सामर्थ्य निव्वळ उत्पन्नाच्या साहाय्याने प्राप्त होत नाही. वारसा हक्काने मिळालेल्या संपत्तीपासून मिळालेले उत्पन्न हे कर देण्याच्या क्षमतेत मोठ्या प्रमाणात वाढ करते. अशा प्रकारे मालमत्ता अथवा संपत्ती ही व्यक्तीच्या कर देण्याच्या क्षमतेत कशी वाढ करते हे आपल्याला दिसून येते.

उत्पन्न : ॲडम स्मिथने उत्पन्न हाच कर देण्याच्या क्षमतेचे निर्देशक मानले आहे. त्यापुढील शतकातसुद्धा त्याचे महत्त्व मान्यता पावले होते. उत्पन्न हे दोन प्रकारचे असते- १) स्थूल उत्पन्न २) निव्वळ उत्पन्न होय. यातील निव्वळ उत्पन्न हेच कर देण्याच्या क्षमतेचा खरा आधार आहे. व्यक्तीच्या कुटुंबाचे अथवा व्यक्तीचे सर्व खर्च वजा जाता जे उत्पन्न शिल्लक राहते तेच कर देय क्षमतेचे निर्धारक असते. निव्वळ उत्पन्नावर लावलेला कर हा वैयक्तिक अथवा सामाजिक भांडवलावर कोणताच परिणाम करीत नाही. त्यामुळे भविष्यकालीन उत्पादकतेवर त्याचा कोणताही परिणाम होत नाही. परंतु उत्पन्नाचा मापदंड पुरेसा ठरत नाही कारण समाजाची रचना दिवसेंदिवस झपाट्याने बदलत आहे. कुटुंबाचा आकार आणि उपभोग हा घटकसुद्धा अत्यंत महत्त्वाचा आहे.

उपभोग : सध्या उपभोगसुद्धा उत्पन्नाच्या बरोबरच कर देय क्षमता वाढवणारा महत्त्वाचा घटक आहे. व्यक्तीच्या उपभोगावर केलेला खर्च हा किती आहे त्यावर त्या व्यक्तीची कर देय क्षमता किती आहे हे समजू शकते. उत्पन्नातून व्यक्ती बचत किती करते आणि बचतीचे रूपांतर गुंतवणुकीत किती होते हेसुद्धा महत्त्वाचे असते. बचत आणि गुंतवणूक ही उपभोगाएवढीच महत्त्वाची असते. प्लॅन्क आणि फिशर यांनी उपभोग हा कर देय क्षमतेचा निर्देशक मानण्यात यावा यादृष्टीने विचार मांडला; तर निकोलस काल्डार यांनीसुद्धा व्यक्तीच्या खर्चावर कर बसविण्यात यावे असे सूचविले. त्याप्रमाणे भारतात आयकरसुद्धा बसविण्यात आला होता. मात्र, उपभोगाला कर देय क्षमतेचा निर्देशांक म्हणून फार महत्त्वाचे स्थान दिलेले नाही असे दिसून येते. उपभोगाला उत्पन्नाच्या खालचे स्थान देण्यात आले.

यावरून असे दिसून येते की, व्यक्तीचे उत्पन्न हेच महत्त्वाचे मानले आहे. व्यक्तीची संपत्ती अथवा मालमत्ता आणि उपभोग खर्च यांना उत्पन्नाचे पूरक निर्देशांक मानले गेले. आज बहुतेक देशात या तीन घटकांवर आधारित कर पद्धती दिसून येते. आयकर हा प्रत्यक्ष प्रमुख महत्त्वाचा कर मानला जातो तर मालमत्तेवरील संपत्ती कर, मूल्य कर आणि उपभोग्य खर्चावरील खर्चकर हे उत्पन्न कराला पूरक प्रत्यक्ष कर मानले जातात.

कर देण्याची क्षमता मोजण्यासाठी दोन दृष्टिकोन मानले गेले. एक व्यक्तिनिष्ठ दृष्टिकोन आणि दुसरा वस्तुनिष्ठ दृष्टिकोन. व्यक्तिनिष्ठात मनोवैज्ञानिकतेचा विचार केला तर वस्तुनिष्ठ

मध्ये मालमत्ता व उत्पन्न इ. सारख्या वस्तुनिष्ठ घटकांचा विचार केला जातो. प्रो. सेलिग्मन यांनीसुद्धा याचे समर्थन केले आहे.

१०.६.४ व्यक्तिनिष्ठ दृष्टिकोन (Person Centred Approach)

क्षमतेच्या व्यक्तिनिष्ठ दृष्टिकोनात करदात्याने कर दिल्यामुळे किती भार सहन केला किंवा किती त्याग केला याचे महत्त्व सांगितले आहे. कराच्या भाराचे सम आणि न्याय्य वितरण व्हायचे असेल तर प्रत्येक करदात्याला समान त्याग करावा लागला पाहिजे. जे. एस. मिल यांनी समान त्यागाचा विचार केला. त्यांच्या मते, सर्वांना एकाच कायद्याखाली, एकाच परिस्थितीत समान वागणूक दिली पाहिजे. या आधारावर कर आकारणीच्या क्षेत्रातही धोरण आखले पाहिजे; मिल यांच्या मते, कर आकारणीतील समानता म्हणजे त्यागातील समानता होय. कर आकारणी करताना कराच्या भाराचे वितरण अशा पद्धतीने केले पाहिजे की, प्रत्येक करदात्याला समान त्याग करावा लागेल. 'समान त्याग' आधारावर व उपयोग त्यागाच्या आधारावर तीन त्यागाची तत्त्वे / दृष्टिकोन मांडलेले आहेत-

१) समान संपूर्ण / निरपेक्ष त्याग : समान संपूर्ण / निरपेक्ष त्याग यामधून असे सूचित होते की, कर दिल्यामुळे आपल्या उत्पन्नाचा काही भाग देऊन करदात्यांना जी उपयोगितेची हानी सहन करावी लागते, ती समान असली पाहिजे. म्हणजेच एका करदात्याने उत्पन्न अधिक आणि दुसऱ्याचे कमी असेल तर दोघांकडूनही अशा रीतीने कर घेतला पाहिजे की, दोघांनाही समान त्याग करावा लागेल त्यामुळे अधिक उत्पन्न असणाऱ्याला जास्त आणि कमी उत्पन्न असणाऱ्याला कमी भार द्यावा लागेल.

२) समान प्रमाणशीर त्याग : समान प्रमाणशीर त्यागाचा अर्थ असा होतो की, कर लावल्यामुळे करदात्यांना जी उपयोगितेची हानी सहन करावी लागते, ती करदात्यांच्या एकूण उत्पन्नाच्या प्रमाणात असली पाहिजे येथेसुद्धा अधिक उत्पन्न असणारी व्यक्ती अधिक कर देईल आणि कमी उत्पन्न असणारी कमी कर देईल. परंतु त्यागाचे उत्पन्नाशी असलेले प्रमाण मात्र सर्वांसाठी सारखेच असेल.

$$\frac{\text{अ' ने केलेला त्याग}}{\text{'अ' चे उत्पन्न}} = \frac{\text{'ब' चा त्याग}}{\text{'ब' चे उत्पन्न}}$$

कर दिल्यामुळे करण्यात येणाऱ्या त्यागाचा संबंध उत्पन्नामुळे मिळणाऱ्या उपयोगितेशी जोडलेला आहे. प्रत्येक करदात्यावर असलेला प्रत्यक्ष वास्तव भार हा त्याला मिळणाऱ्या उत्पन्नापासून मिळणाऱ्या आर्थिक कल्याणाशी प्रमाणशीररीत्या संबंधित असला पाहिजे. त्यामुळे करण्यात येणारी प्रत्यक्ष कर आकारणी समान संपूर्ण तसेच निरपेक्ष त्यागाच्या कर आकारणीपेक्षा अधिक प्रगतिशील राहील.

३)समान सीमान्त त्याग : समान सीमान्त त्याग तत्त्वानुसार वेगवेगळ्या करदात्यांना करावा लागणारा सीमान्त त्याग समान असला पाहिजे. सीमान्त त्याग म्हणजे पैशांच्या एककामुळे करावा लागणारा त्याग अथवा करदात्यावर आकारलेल्या कराच्या पैशांच्या शेवटच्या मात्रेमुळे करावा लागणारा त्याग होय. ही कर आकारणी अतिशय उच्च प्रतिची, प्रगतिशील कर आकारणी राहील.

या तत्त्वाचा उपयोग करताना श्रीमंत व्यक्तींवर अधिक कर बसविले पाहिजेत आणि या कराच्या उत्पन्नातून गरीब वर्गाला मदत केली पाहिजे त्यामुळे या दोन्ही वर्गाच्या उत्पन्नातील विषमता कमी होईल. या तत्त्वानुसार प्रगतिशील कर आकारणी महत्त्वाची ठरते. परंतु एक बाब महत्त्वाची आहे ती म्हणजे एका विशिष्ट पातळीच्या खालील उत्पन्न करमुक्त असले पाहिजे, हे अत्यल्प उत्पन्न करदात्यांना आपल्या गरजेचा उपभोग घेण्यास पुरेसे ठरले पाहिजे कर आकारताना व्यक्तीच्या कुटुंबाचा आकारसुद्धा लक्षात घेणे आवश्यक आहे.

व्यक्तिनिष्ठ दृष्टिकोनाच्या मर्यादा

व्यक्तिनिष्ठ दृष्टिकोनावरसुद्धा मर्यादा असल्याचे दिसून येते -

१) त्याग ही एक वस्तुनिष्ठ संकल्पना आहे तिचे मापन करणे कठीण आहे; तसेच सर्व करदात्यांचा त्याग न्यूनतम सांगणे कठीण आहे; परिणामी कराच्या भाराचे समाजातील घटकावर न्याय्य वाटप करणे कठीण आहे.

२) उत्पन्न जस जसे वाढते तसतशी त्याची घटणारी उपयोगिता अचूकपणे सांगणे कठीण आहे. त्यामुळे प्रगतिशील कर आकारणी अंदाजानेच केली जाते तसेच सीमान्त त्यागाची समानता निर्माण होत नाही.

३) प्रत्यक्षात सर्व करदात्यांचा सीमान्त त्याग समान करणे कठीण आहे; कारण प्रत्येकाच्या स्वभाव व रुचीमध्ये वेगवेगळेपणा दिसून येतो.

४) वैयक्तिक सेवा व कष्ट करून मिळविलेल्या उत्पन्नाची उपयोगिता संपत्ती आणि मालमत्तेतून मिळविलेल्या उपयोगितेपेक्षा जास्त असते.

५) व्यक्तीची कर देण्याची क्षमता मोजण्यासाठी व्यक्तिनिष्ठ दृष्टिकोन फारसा उपयोगी पडत नाही कारण प्रत्यक्षात या दृष्टिकोनात अनेक मर्यादा दिसून येतात.

१०.६.५ वस्तुनिष्ठ दृष्टिकोन

अमेरिकन अर्थशास्त्रज्ञांनी कर देण्याची क्षमता मोजण्यासाठी वस्तुनिष्ठ दृष्टिकोन मांडला. प्रो. सेलिग्मन यांनी वस्तुनिष्ठ दृष्टिकोनातून व्यक्तीची क्षमता महत्त्वाची मानली. करदात्यांच्या भावनांपेक्षा त्यांच्या क्षमतेचे, पैशांचे मूल्य हे अधिक महत्त्वाचे आहे.

त्यामुळे व्यक्तीची कर देण्याची क्षमताही उत्पन्न, संचितधन, मालमत्ता इ. घटकांवर अवलंबून असते.

मालमत्ता व संचितधन : मालमत्ता आणि संचितधन यांच्या साहाय्याने व्यक्तीची कर देण्याची क्षमता मोजली जाते; व्यक्तीची मालमत्ता आणि संचित धन यांचा परिणाम राहणीमानावर होत असतो त्यामुळे कर देण्याची क्षमता मालमत्ता व संचितधन या घटकांवर आधारित आहे.

उत्पन्न : एका विशिष्ट कालखंडात स्वत: कष्ट करून अथवा स्वत:च्या संपत्तीमधून व्यक्ती रक्कम मिळविते तिला 'उत्पन्न' म्हणतात. त्या उत्पन्नातून आवश्यक वरील खर्च वजा केल्यास जे शुद्ध उत्पन्न राहते ते त्या व्यक्तीचे 'कर देय उत्पन्न' असते.

उपभोग खर्च : काल्डर यांच्या मते, व्यक्ती जी खर्च करते त्यावरून तिच्या आर्थिक स्थितीची कल्पना येते. व्यक्तीची कर देण्याची क्षमता मोजण्यासाठी उपभोग खर्च हासुद्धा महत्त्वाचा मानला जातो. पैसा अथवा मालमत्तेचा जोपर्यंत उपभोग घेतला जात नाही तोपर्यंत त्याच्यापासून खरे समाधान मिळत नाही.

वस्तुनिष्ठ दृष्टिकोनातील महत्त्वाचा दोष म्हणजे अप्रामाणिकपणाला उत्तेजन मिळते तसेच हा दृष्टिकोन दोषपूर्ण असल्याने व्यक्तीची कर देण्याची क्षमता मोजण्यासाठी त्याचा पूर्णपणे उपयोग केला जात नाही.

थोडक्यात, कर आकारणी करताना एकाच बाबीचा विचार न करता विविध बाबींचा विचार करणे योग्य ठरते.

१०. ७ करांचा भार / करभाराची विभागणी (Division of Tax burden)

कर विभागणी / करभाराच्या संकल्पना पुढीलप्रमाणे -

सरकार कर आकारताना त्या कराचा भार कोणावर पडतो याचा विचार करते. सरकार जेव्हा एखादा कर लावते त्या वेळी त्याची विशिष्ट प्रक्रिया असते त्यामध्ये कराघात, करसंक्रमण, करभार या गोष्टींचा समावेश होतो. त्याचे सविस्तर विश्लेषण पुढीलप्रमाणे केले आहे -

अ) कराघात (Impact of Tax)

सरकारने आकारलेल्या कराचा भरणा जी व्यक्ती अथवा संस्था करते व हा कर भरण्यास ती कायदेशीररीत्या जबाबदार धरली जाते. त्या व्यक्तीवर कराघात होतो; प्रत्यक्ष कराचा आघात हा करदात्यावर होतो; कर भरण्याची कायदेशीर जबाबदारी त्याचीच

असते. उदा. प्राप्तीकर भरण्याची जबाबदारी प्राप्तिकरदात्याची असते. तो दुसऱ्यावर प्राप्तिकर भरण्याची जबाबदारी ढकलू शकत नाही. प्राप्तीकराबाबत कराचे संक्रमण होत नाही. त्यामुळे कराघात प्राप्तिकरदात्यावर पडतो व तो करही त्यालाच भरावा लागतो. मात्र, काही करांच्या बाबतीत उदा. वस्तूंवरील कर भरण्याची जबाबदारी विशिष्ट व्यक्तीची असली तरी ती व्यक्ती आपल्यावरील कराचा भार इतर व्यक्तींवर सोपवू शकते. कराचा आघात करदात्यावर कर लावल्यामुळे निर्माण झालेला तात्कालिक परिणाम असतो.

ब) करभार (Incidence of a Tax)

हा करभार त्या व्यक्तीने वस्तुच्या किमतीत वाढ करून वसूल केल्यास त्या करांचा भार ग्राहकांना सोसावा लागतो त्यालाच 'करभार' असे म्हणतात. डॉ. डाल्टन यांच्या मते, ''करभार हे कराचे अंतिम विश्रामधाम होय.'' करभार हा पैशांत मोजण्यात येतो. सेलिग्मन यांच्या मते, ''अंतिम करदात्यावर कर रक्कम स्थिर होणे म्हणजे करभार होय.'' प्रा. डाल्टन यांच्या मते, ''कराची रक्कम भरण्याची ज्याच्यावर अखेरीस जबाबदारी पडते, त्याच्यावर करभार आहे असे म्हणता येते.''

क) कर संक्रमण (Shifting of Tax)

कर दुसऱ्यांवर ढकलण्याच्या प्रक्रियेस 'करांचे संक्रमण' असे म्हणतात. हे संक्रमण पुढे होऊ शकते किंवा मागे होऊ शकते. उदा. कराचे ओझे उत्पादकांकडून घाऊक व्यापाऱ्यांकडे व नंतर किरकोळ व्यापाऱ्यांकडे ढकलले जाते. त्याला पुढे होणारे संक्रमण असे म्हणतात. याउलट, उत्पादकांकडून कच्च्या मालाचा पुरवठा करणारे व्यापारी व त्यांच्याकडून कच्च्या मालाचे उत्पादन करणाऱ्यांकडे कराचा बोजा ढकलला गेल्यास 'मागे होणारे संक्रमण' असे म्हटले जाते.

१०.८ करांचे परिणाम

सरकार जेव्हा एखादा कर लावते तेव्हा त्याचे विविध परिणाम दिसून येतात. त्याचा महत्त्वाचा परिणाम म्हणजे 'करभार' होय.

प्रो. पी. ई. टेलर यांनी कराचे तीन परिणाम सांगितले आहेत-

१) करभार २) कर संक्रमणाच्या क्रियेतून निर्माण होणारे परिणाम ३) करभारापासून निर्माण झालेले परिणाम. या परिणामाचे थोडक्यात स्पष्टीकरण पुढीलप्रमाणे करता येते-

१) करभार : जेव्हा प्रथम एखाद्या व्यक्तीवर कराचा भार येतो तेव्हा ती व्यक्ती उपभोक्ता, विक्रेता, उत्पादक, संपत्ती मालक इ. पैकी कोणीही असू शकतो. कराचा भार

ती स्वत: तरी सहन करू शकते अथवा तो कराचा भार दुसऱ्यावर तरी संक्रमित करू शकते. त्या व्यक्तीने यांपैकी काहीही केले तरी त्याचे दुय्यम परिणाम होत असतात; जर मुख्य व्यक्तीने कराचा भार सहन केला तरी त्याचे उत्पन्न कमी होईल. तसेच त्याची वस्तू आणि सेवांसाठी असलेली मागणी कमी होईल; तर कराचा भार दुसऱ्यावर टाकल्यास त्याच्या उत्पन्नात बदल होईल. तसेच करामुळे किंमत वाढली तर उपभोक्त्यांना ती सहन करावी लागेल व त्याचे वस्तू व सेवांवर खर्च करण्याचे उत्पन्न कमी होईल. कर संक्रमणामुळे त्या वस्तूंवर कमी परिणाम झाले तरी त्या वस्तू निर्माण करणाऱ्या घटकांच्या उत्पन्नात घट होईल. त्यामुळे करभार जेव्हा निर्माण होतो तेव्हा त्याचे आर्थिक परिणाम होत असतात.

२) करसंक्रमणाच्या क्रियेतून निर्माण होणारे परिणाम : जेव्हा कर संक्रमित केला जातो तेव्हा त्याचे विविध परिणाम होत असतात. जेव्हा एखाद्या वस्तूवर कर संक्रमण होते तेव्हा त्या वस्तूची मागणी घटते. वस्तूची मागणी घटल्यामुळे त्या वस्तूची निर्मिती कमी केली जाईल. काही कामगारांना कामावरून कमी केले जाईल. या करांमुळे उद्योगधंद्याच्या रचनेवरही आर्थिक परिणाम होतात.

३) करभारापासून निर्माण झालेले परिणाम : करदात्यावर कराचा भार पडल्यामुळे त्याला काही प्रमाणात क्रयशक्तीचा त्याग करावा लागतो. कर पद्धतीच्याद्वारे स्रोतांचे सरकार आणि व्यक्ती यांच्यामध्ये वाटप होते. कराचा भार टाळण्यासाठी बुद्धिमत्ता खर्च केली जाते. काही हुशार व्यक्ती आपले आर्थिक व्यवहार अशा पद्धतीने करतात की, त्यामुळे आपला करभार टळेल किंवा कमी राहिल. यादृष्टीने विचार केल्यास अनेक व्यक्ती आणि व्यवसायसंस्था यांच्या व्यवहारांचा विचार केल्यास त्यांच्याकडून करभार टाळण्याचा अथवा कमी करण्याचा प्रयत्न केला जातो. याशिवाय हितसंबंधीयांकडून कर टाळण्याच्या दृष्टीने करविषयक नियम आणि कायदे बदलून घेण्याचा प्रयत्न केला जातो. अशा प्रकारामुळे कर मिळविण्याचा आधार हळूहळू कमी होतो. परिणामी इतरांवरील कराचा भार वाढत जातो. सरकारला मात्र करांपासून उत्पन्न अधिक हवे असते. व्यापाऱ्यांच्या व्यवसाय संस्थांच्या स्वार्थीपणामुळे हवे तेवढे उत्पन्न मिळाल्यास सरकारला स्वत:च्या पद्धतीने करारोपण पद्धती राबवावी लागते. त्यामुळे कराच्या भाराचे वितरण विषम झालेले दिसून येते.

ज्या व्यक्तीवर कर लावलेला असतो त्या व्यक्तीचा उपभोग, बचत आणि गुंतवणुकीवर परिणाम झालेला दिसून येतो. अशा प्रकारे करभाराचा परिणाम उपभोग, गुंतवणुकीवर होतो.

१०.९ करभार : अर्थ, व्याख्या आणि स्वरूप

वरील विश्लेषणात करभारासंदर्भात महत्त्वाची माहिती मिळाली. परंतु वास्तविकत: करभाराचा विस्तारित अर्थ व स्वरूपावरून करभार अधिक व्यापकरीत्या समजण्यास मदत होईल.

डॉ. डाल्टन यांनी करभार आणि कर यातील फरक स्पष्ट केलेला आहे. त्यांच्या मते, ''जेव्हा सरकार कराच्या रूपाने पैसा गोळा करते त्या वेळेस कोणत्या ना कोणत्या व्यक्तीला त्या कराचा भार सहन करावा लागतो. तेव्हा करभाराची समस्या म्हणजे हा अंतिम आर्थिक बोजा कोणावर पडतो त्याचा शोध घेण्याची क्रिया होय.''

डॉ. डाल्टन यांच्या मते, करभार दोन प्रकारचे असतात- १) द्रव्यभार २) वास्तव भार

द्रव्यभारांचे दोन प्रकार

अ) प्रत्यक्ष आर्थिक भार (Direct Money Burden) : यामध्ये प्रत्यक्ष आर्थिक स्वरूपातील कराचा भार जे सहन करतात त्या व्यक्तीशी तो संबंधित असतो.

ब) अप्रत्यक्ष आर्थिक भार (Indirect Money Burden) : यामध्ये कर लावल्यामुळे करापेक्षा अधिक रक्कम द्यावी लागते. तेव्हा कराचा अप्रत्यक्ष आर्थिक भार निर्माण होतो.

वास्तव भाराचे दोन प्रकार-

अ) प्रत्यक्ष वास्तव भार : कर दिल्यामुळे करदात्याला सुखाचा आणि कल्याणाचा त्याग करावा लागतो, तो त्याच्यावरील प्रत्यक्ष वास्तव भार होय.

ब) अप्रत्यक्ष वास्तव भार : करामुळे वस्तूची किंमत वाढते त्यामुळे काही लोक त्या वस्तूची मागणी कमी करतात व उपभोगसुद्धा कमी करतात.

उर्सूला हिक्स यांनी करभाराचे औपचारिक करभार आणि प्रभावी करभार असे दोन प्रकार सांगितले आहेत. औपचारिक करभार म्हणजे तो आर्थिक भार जो त्याच व्यक्तीवर पडतो की, जिच्यावर तो पडावा अशी सरकारची इच्छा असते; तर प्रभावी करभार म्हणजे तो करभार जो करांचे संक्रमण झाल्यानंतर कर आकारलेल्या वस्तूंच्या अथवा सेवेच्या मागणी-पुरवठ्याच्या स्थितीत बदल घडून आल्यामुळे निर्माण होतो. भारतात १९५३-५४ साली कर चौकशी समितीने हे दोन्ही प्रकार स्वीकारले.

करभाराच्या विश्लेषणावरून असे दिसून येते की, करभार हा कर संक्रमणाचा अंतिम परिणाम असतो. त्यामुळे कर संक्रमणाला महत्त्व प्राप्त होते. जेव्हा कर संक्रमित होतो आणि कोणाकडे संक्रमित होतो तेव्हा करभाराचे स्वरूप लक्षात येते. कर

संक्रमणाविषयी ॲडम स्मिथ, रिकार्डो, निसर्गवादी अर्थशास्त्रज्ञांनी कर संक्रमणाचे सिद्धान्त मांडले. कर संक्रमणाचे तीन सिद्धान्त मांडले आहेत. ते पुढीलप्रमाणे -

१०.९.१ केंद्रित सिद्धान्त (Concentration Theory)

१) निसर्गवादी अर्थशास्त्रज्ञांच्या मते, सर्व प्रकारचे कर जमिनीच्या शुद्ध उत्पन्नावरच केंद्रित होतात. त्यांच्या मते, जमीन हाच उत्पन्नाचा एकमेव मार्ग आहे. वेतन हे निर्वाह पातळीच्या खाली असल्याने त्यावर कर बसविता येणार नाही. व्याजावरही कर बसविता येणार नाही कारण ते भांडवलाच्या उपयोगाचे देणे असते. त्यामुळे जमीन हाच उत्पन्नाचा स्रोत असतो आणि जमीन मालक जमिनीच्या उत्पन्नातून सगळे कर देऊ शकतो. निसर्गवाद्यांच्या मते फक्त जमिनीच्या उत्पन्नावरच कर लावावेत. त्यामुळे कर गोळा करण्याचा खर्च कमी येऊन करात सुलभता निर्माण होईल. पुढे ॲडम स्मिथ आणि आधुनिक अर्थशास्त्रज्ञांनी निसर्गवादी अर्थशास्त्रज्ञांच्या सिद्धान्ताला विरोध केला. त्यांच्या मते, फक्त जमिनीच्या उत्पन्नावर अवलंबून राहून चालणार नाही. त्यांच्या मते, कराचा भार सर्व समाजावर सारखाच विभागून दिला पाहिजे.

केंद्रित सिद्धान्ताची तात्त्विक बैठक योग्य होती असे दिसून येते. आजच्या स्थितीमध्ये सुसंगत नसला तरी तात्त्विकदृष्ट्या योग्य वाटतो.

२) विकेंद्रीकरण सिद्धान्त (Defusion Theory)

विकेंद्रीकरण सिद्धान्तात निसर्गवादी अर्थशास्त्रज्ञांच्या विचाराच्या विरोधी भूमिका मांडलेली आहे. फ्रेंच विचारवंत मॅन्सफिल्ड व कॅनार्ड यांनी हा सिद्धान्त मांडला. त्यांच्या मते, सर्व कर हे एकाच स्रोतावर केंद्रित झालेले नसतात; तर ते समाजाच्या घटकांमध्ये विकेंद्रित झालेले असतात. त्यामुळे करांचे वितरण न्याय पद्धतीने झालेले असते.

त्यांच्या मते, कर ज्या ठिकाणी लावला तेथे काही काळापर्यंत तो टिकून असतो आणि लवकरच तो त्या ठिकाणाहून संक्रमित होतो व तो नंतर पुन्हा पुन्हा संक्रमित होऊन शेवटी संपूर्ण समाजात तो वितरित होतो. प्रो. मॅन्सफिल्ड यांनी एका उदाहरणाच्या साहाय्याने स्पष्ट केले. तळ्यातील पाण्यात एक खडा टाकताच तेथे एक वलय निर्माण होते आणि त्यापासून अनेक वलये निर्माण होतात आणि शेवटी तळ्याचा पृष्ठभाग ढवळून निघतो.

३) प्रो. कॅनार्ड यांच्या मते, श्रम, भूमी, भांडवल हे तीन घटक करयोग्य उत्पन्न निर्माण करतात आणि क्रय-विक्रयाच्या द्वारे ते समाजाच्या घटकांमध्ये पोहोचते व शेवटी हे कर उत्पन्नाच्या आधिक्यातूनच वसूल केले जातात. त्यासाठी काही कालावधी लागतो. त्यामुळे नव्या कराऐवजी जुन्या करांनाच प्राधान्य दिले जात असे.

या विश्लेषणावरून असे दिसून येते की, कर हे कोणत्याही पद्धतीने लावले तरी त्याचे वितरण असमान पद्धतीने होते. जसे गरीब वर्ग सर्व कर देताना दिसतो कारण त्याला कर संक्रमण करता येत नाही. कराच्या असमान वितरणामुळे समाजाची संपत्ती विद्रूप होण्याची शक्यता असते असे दिसून येते. या सिद्धान्तात करभार कसा व कोणत्या प्रमाणात वितरित होतो हे सांगितले नाही. करारोपणातील न्यायपद्धतीविषयी काही स्पष्ट केले नाही त्यामुळे ही मते मान्य करणे शक्य होणार नाही. त्यासाठी वेगळ्या उपाययोजना कराव्या लागतील.

१०.९.२ आधुनिक सिद्धान्त (Modern Theory)

आल्फ्रेड मार्शल यांच्या मूल्य विश्लेषणावर आधारित कर संक्रमणाचा आधुनिक सिद्धान्त आहे आणि त्याच विचारसरणीचे प्रो. सेलिग्मन व प्रो. एजवर्थ होते. सध्या हा सिद्धान्त प्रसिद्धीस आला आहे. मूल्याचा सिद्धान्त कर संक्रमणाच्या क्रियेला आणि करभाराच्या निश्चितीकरणाला लावलेला आहे. तोच आधुनिक सिद्धान्त आहे.

या सिद्धान्तात असे स्पष्ट केले आहे की, सर्व कर प्रत्यक्षपणे करयोग्य आधिक्यावर लावण्यात यावेत. उपभोक्ता अथवा उत्पादकाचे आर्थिक आधिक्य असेल तर तो कराचा भार सहन करण्यास तयार होईल, अन्यथा तो कराचे संक्रमण करील. तसेच या सिद्धान्तात असे गृहीत धरले आहे की, कर हा उत्पादन खर्चाचा भाग आहे त्यामुळे त्याचा अंतर्भाव मूल्यात होतो. परिणामी कराचे संक्रमण किमतीत बदल होऊनच घडून येते.

करसंक्रमण समजण्यासाठी मागणी-पुरवठ्यावर परिणाम करणाऱ्या घटकांचे विश्लेषण महत्त्वाचे ठरते. मागणी-पुरवठ्यावर परिणाम करणारे घटक म्हणजे लवचिकता आणि उत्पत्ती नियम होय. तसेच कर संक्रमणासाठी अनुकूल व प्रतिकूल घटकांचासुद्धा विचार करावा लागतो.

कर संक्रमण : आधुनिक सिद्धान्तात मूल्य सिद्धान्ताचा विचार केला आहे. त्यामुळे मूल्य संक्रमणाबाबत भूमिका महत्त्वाची ठरते.

कर संक्रमणामध्ये मूल्याची भूमिका पुढीलप्रमाणे सांगता येते -

कर संक्रमण हे किंमत सौद्याच्या बाबतीत घडून येते. किंमत ही फक्त वस्तूंची किंमत नव्हे तर त्यात श्रम, भांडवल, व्याज, खंड इ. उत्पादन घटकांचाही समावेश होतो. कर लावलेला नसतो तेव्हा जी किंमत असते त्यापेक्षा नवीन किंमत वेगळीच असते. किमतीतील बदलाबरोबर त्या वस्तूच्या दर्जातही बदल अपेक्षित असतो. संक्रमित करांचा किमतीत समावेश होण्याची क्रिया बाजारात सर्व ठिकाणी दिसून येते. कराच्या संक्रमणतेवरून कर प्रत्यक्ष आहे की अप्रत्यक्ष आहे हे लक्षात येते.

प्रत्यक्ष करात संक्रमितता नसते तर अप्रत्यक्ष करात संक्रमितता असते. संक्रमितता ही विक्री कर, उत्पादन कर, आयात-निर्यात कर इ. मध्ये असते. यामध्ये हे वस्तूंच्या किमतीत समाविष्ट केले जातात आणि किमतीच्या माध्यमातून दुसऱ्यावर ते ढकलले जातात.

आयकर, संपत्ती कर या करात संक्रमितता नसते. ते किमतीत समाविष्ट केले जात नाहीत. मात्र, किमतीच्या माध्यमातून दुसऱ्यावर लादले जातात. आयकर व संपत्ती कर हे किमतीत समाविष्ट केले जात नसल्याने त्यांचे संक्रमण होत नाही.

जेव्हा कराचे संक्रमण होते तेव्हा किंमत वाढते व खरेदीदाराला वाढवलेली किंमत द्यावी लागल्याने कराचा भार सहन करावा लागतो व किंमत वाढीतून विक्रेता मुक्त होतो. जसे भारतात विक्रीकर अनेक राज्यात विक्रीकर किमती व्यतिरिक्त स्वतंत्र वसूल केला जात होता. जुलै २०१७ पासून जी.एस.टी. लागू आहे. तीच बाब मनोरंजन, उत्पादन कर, स्थानिक करांची आहे.

कर संक्रमणाच्या बाजू

कराचे संक्रमण होण्यासाठी ज्या वस्तूवर कर लावलेला आहे त्या वस्तूची विक्री होणे अपेक्षित असते. सर्वसाधारणपणे करांचे संक्रमण हे कर लावलेल्या वस्तूच्या किमतीत वाढ अथवा घट करून केले जाते. कर संक्रमणाच्या दोन बाजू आहेत. पुरोगामी संक्रमण आणि अधोगामी संक्रमण होय.

पुरोगामी संक्रमण (Forward Shifting) : कर हा उत्पादकाकडून विक्रेत्याकडे आणि विक्रेत्याकडून उपभोक्त्याकडे असा पुढे पुढे सरकला जातो. तेव्हा त्याला 'पुरोगामी संक्रमण' असे म्हणतात. उदा. एखादी वस्तू होलसेल व्यापाऱ्याकडून किरकोळ व्यापाऱ्याकडे जाते त्यानंतर उपभोक्त्याकडे जाते. तेव्हा हा करसुद्धा पुढे पुढे ढकलून शेवटी उपभोक्त्यावर लादला जातो. परिणामी वस्तूच्या किमतीत वाढ होते त्यामुळे कराचा भार करदात्यावर पडत नाही.

अधोगामी संक्रमण (Backward Shifting) : जेव्हा कर लावलेल्या वस्तूची किंमत पूर्वीप्रमाणेच राहते आणि कराचा भार विक्रेत्याला अथवा उत्पादन घटकांवर ढकलला जातो. थोडक्यात एखाद्या वस्तूवर लावलेला कर उत्पादनघटकांवर संक्रमित केला जातो, त्याला 'अधोगामी संक्रमण' म्हणतात. जसे मालक श्रमिकांना कमी वेतन देण्याचा प्रयत्न करील आणि इतर घटकांनाही कमी वेतन घेण्यास भाग पाडील. अशा रीतीने अधोगामी संक्रमण झाले आहे, असे तेव्हा समजले जाते. परंतु ही पद्धत फारशी प्रचलित नाही.

वस्तूंवर लावलेले कर पूर्ण संक्रमित, काही अंशी संक्रमित अथवा अजिबात संक्रमित होत नाहीत असे दिसून येते. ही संक्रमणाची क्रिया व्यावहारिक व तात्त्विकतेवर अवलंबून असते. तसेच त्याला अनेक घटकही जबाबदार असतात. या सर्वांचे वर्गीकरण दोन प्रकारात करता येते. मागणी-पुरवठ्याशी संबंधित घटक आणि इतर घटक. उदा. कराचे स्वरूप, कराचे दर, कराचे क्षेत्र, शासनाची नीती इ. पहिल्या प्रकाराला तात्त्विक आणि दुसऱ्याला व्यावहारिक घटक म्हटले जाते. प्रथम व्यावहारिक घटकांचा अभ्यास करू.

अ) व्यावहारिक घटक : व्यावहारिक घटकांमध्ये कराचे स्वरूप, कराचे क्षेत्र, करांचे दर इ. घटकांचा समावेश केला जातो. कराचे स्वरूप हे कर हा उत्पादनावर आहे का विक्रीवर तसेच व्यक्तीच्या उत्पन्नावर आहे की संपत्तीवर या स्वरूपावरून कराचे संक्रमण होते; तर कराचे क्षेत्र हे कर किती क्षेत्रावर लावला आहे यावर त्याचे संक्रमण अवलंबून असते. स्थानिक करापेक्षा देशव्याप्ती कराचे क्षेत्र व्यापक स्वरूपाचे असते. त्याचप्रमाणे ज्या करांचा आधार (बेस) हा विस्तृत स्वरूपाचा असतो त्या करांचे संक्रमण सहज होते. तसेच कराचे संक्रमण हे करांच्या दराचे स्वरूप आणि पातळी या बाबीवरसुद्धा अवलंबून असते. जेव्हा कमी किमतीच्या आणि कमी दर्जाच्या वस्तूवर कर लावला जातो तेव्हा अशा वस्तूंवर अधिक भार पडतो त्यामुळे येथे कर संक्रमण होणे अवघड असते. तसेच कराचे दर जर अधिक असतील तर उपभोक्त्यामध्ये त्याच्या भारापासून बचाव करण्याची प्रवृत्ती अधिक दिसून येईल.

करदाता कोणत्या वर्गातील आहे त्यावर कराचे संक्रमण ठरले जाते; जर उत्पादकावर कर लावला तर तो होलसेल व्यापाऱ्याकडे संक्रमित करेल अथवा किरकोळ व्यापाऱ्याच्या द्वारे ग्राहकांकडे कराचा भार संक्रमित करेल. उत्पादक ते ग्राहक यामधील जे वर्ग येतात ते कराचा भार पुढे अथवा मागे ढकलतात. तर ग्राहक वर्गावर कर लावल्यास त्याला कराचे संक्रमण करता येत नाही त्यासाठी तो एकतर आपल्या वेतनात वाढ करण्याची मागणी करतो. ते शक्य झाले नाही तर त्याला कराचा भार सहन करण्याशिवाय पर्याय रहात नाही.

सरकार प्रत्यक्ष आणि अप्रत्यक्षपणे कराचा भार कोणावर संक्रमित होईल हे ठरविते. त्यामुळे सरकारची करनीती महत्त्वाची ठरते; जर सरकारची नीती ग्राहकांनीच कर सहन करावा अशी असेल तर ते संक्रमण अनिवार्य ठरते. जसे भारतातील अनेक राज्यात विक्रीकर लावला तो मुळातच ग्राहकांकडे संक्रमित केला. जुलै २०१७ नंतर भारतात वस्तू व सेवा कर (GST) लागू केला. तसेच युद्ध व आणीबाणीच्या काळात सरकार किमती, वेतनाचे दर, लाभाचे दर यावर प्रतिबंध लावते. त्यावेळी कराचे संक्रमण होत नाही.

ब) तात्त्विक घटक : यामध्ये वस्तूची किंमत कराच्या संक्रमणाचे माध्यम म्हणून वापरली जाते. किंमत निश्चिती ज्या घटकांवर अवलंबून असते त्या घटकांवरसुद्धा संक्रमण अवलंबून असते. किंमत मुख्यत: मागणी आणि पुरवठा या घटकांवर अवलंबून असते. मागणीमध्ये मागणीची लवचिकता महत्त्वाची मानली जाते कारण तिचा प्रभाव वस्तूवरील कराच्या संक्रमणावर होतो; तर पुरवठा ही उत्पादनाची बाजू असते. वस्तूचे उत्पादन हे मक्तेदारी, मक्तेदारीयुक्त स्पर्धा की पूर्ण स्पर्धेत झाले आहे. वस्तूचे उत्पादन झाल्यानंतर वस्तूचा पुरवठा हा बाजारातील वस्तूच्या किमतीला आधारित केला जातो. पुरवठ्याच्या बाजूने पुरवठ्याची लवचिकता विचारात घेतली जाते. कराच्या संक्रमणावरही वस्तूच्या पुरवठ्याच्या लवचिकतेवर परिणाम होतो. त्यामुळे मक्तेदारी, मक्तेदारीयुक्त स्पर्धा, पूर्ण स्पर्धा या तिन्हीवरही कर संक्रमणाचा वेगळा विचार करणे आवश्यक ठरते.

वस्तू कर संक्रमण : वस्तूचे उत्पादन कोणत्या परिस्थितीत (पूर्ण स्पर्धा, मक्तेदारीयुक्त स्पर्धा, मक्तेदारी) झाले त्यावर कराचे संक्रमण अवलंबून असते.

पूर्ण स्पर्धा : पूर्ण स्पर्धेत कराचे संक्रमण महत्त्वपूर्ण ठरते. पूर्ण स्पर्धेत ग्राहक आणि विक्रेत्यांची संख्या मोठी असते. त्यामुळे कोणताही एक ग्राहक अथवा विक्रेता स्वत:च्या निर्णयानुसार किमतीत बदल घडवून आणू शकत नाही. कर संक्रमणाच्या दृष्टीने मागणी, पुरवठा आणि खर्च नियम या तीन बाबी महत्त्वाच्या आहेत.

मागणी : मागणीच्या बाजूने विचार करता करांचे संक्रमण हे ग्राहकांच्या दृष्टीने महत्त्वाचे ठरते. ग्राहकांचा विचार करून वस्तूंची किंमत ठरविताना मागणीच्या बाजूचा विचार करता मागणीची लवचिकता महत्त्वाची ठरते. मागणीच्या लवचिकतेमुळे ग्राहकांची वस्तूंविषयीची मागणीची तीव्रता कळते. मागणी जास्त लवचीक असेल तर गरज कमी तीव्र आणि मागणी कमी लवचीक असेल तर गरज तीव्र असे मानले जाते. जेव्हा वस्तूवर कर लावला जातो तेव्हा त्या कराचे संक्रमण होते. ग्राहकाचा विचार करता वस्तूची मागणीची लवचिकता जास्त आहे की कमी आहे त्यावर कराचा भार किती प्रमाणात राहील याची माहिती होते. जसे चैनीच्या आणि श्रीमंतांच्या वस्तूंची मागणी अधिक लवचीक असते कारण या वस्तूंची गरज खूप कमी असते; तर मागणी कमी लवचीक असते तेव्हा वस्तू विकत घेण्यास ग्राहक उत्सुक असतो; जर अशा वस्तूंवर कर लावल्यास त्याचा भार ग्राहकावर राहतो. विक्रेत्याला कमी प्रमाणात भार सोसावा लागतो. या सर्व विश्लेषणावरून असे दिसून येते की, इतर परिस्थिती कायम असल्यास वस्तूची मागणी अधिक लवचीक असते तेव्हा वस्तूवर लावलेला कराचा भार हा विक्रेत्यावर अधिक राहतो.

पुरवठा : पुरवठा हा उत्पादक अथवा विक्रेता यांच्याकडून केला जातो. वस्तूचा पुरवठा बाजारातील किमतीनुसार केला जातो. वस्तूच्या पुरवठ्याची लवचिकता जर कमी असते व त्या वस्तूवर कर लावलेला असेल तर त्याचा भार उत्पादकावर अथवा विक्रेत्यावर जास्त प्रमाणात असतो; कारण किमतीत बदल होऊनही पुरवठ्यात फारसा बदल विक्रेत्याला अथवा उत्पादकाला करता येत नाही. जसे शेतीच्या उत्पादनावर आणि पुरवठ्यावर उत्पादकाचे नियंत्रण कमी असते. त्यामुळे अशा वस्तूवर लावलेला कराचा भार विक्रेत्याला अथवा ग्राहकाला अधिक प्रमाणात सहन करावा लागतो. तशीच स्थिती नाशवंत वस्तूंच्या बाबतीत सांगता येते आणि जेव्हा पुरवठ्याची लवचिकता अधिक असते तेव्हा उत्पादक अथवा विक्रेत्याला वस्तूच्या परिमाणात बदल करता येतो. येथे विक्रेता अथवा उत्पादकाचे पुरवठ्यावर नियंत्रण असते.

मागणी-पुरवठा समन्वय : वरील विश्लेषणात मागणी-पुरवठ्यातील लवचिकता विचारात घेता मागणीची लवचिकता कमी-जास्त होताना दिसून येते. तशीच पुरवठ्याची लवचिकता कमी-जास्त होताना दिसून येते. त्यामुळे कराचा भार पूर्णपणे ग्राहकावर अथवा विक्रेत्यावर पडल्याचे दिसून येत नाही. कराचा भार हा ग्राहकांमध्ये आणि विक्रेत्यांमध्ये कर आकारलेल्या वस्तूच्या पुरवठ्याच्या लवचिकतेच्या आणि मागणीच्या लवचिकतेच्या प्रमाणात विभागला जातो. त्यामुळे करभाराचे सूत्र असे तयार होते.

$$\text{करभार} = \frac{\text{पुरवठ्याची लवचिकता}}{\text{मागणीची लवचिकता}}$$

खर्च नियम आणि कराचे संक्रमण : खर्च नियमाच्या आधारे पूर्ण स्पर्धेत वस्तूचे उत्पादन होत असते. त्याचा परिणाम वस्तूच्या किमतीवर होतो. तीन प्रकारच्या नियमाआधारे स्पष्ट करता येते- १) कमी खर्च (वर्धी व्यय) २) स्थिर खर्च ३) अधिक खर्च (आऱ्हासी व्यय).

१) कमी खर्च नियम : यामध्ये उत्पादनात थोडी-थोडी भर पडते परंतु खर्चात मात्र त्यापेक्षा अधिक प्रमाणात भर पडते. त्यामुळे एखाद्या वस्तूवर कर आकारला आणि त्यामुळे जर एकूण उत्पादन घटले तर उत्पादन खर्च कमी होईल कारण वाढत्या उत्पन्नाबरोबर खर्च वाढतो व घटत्या उत्पन्नाबरोबर तो कमी होतो.

कराचा संपूर्ण भार जर विक्रेत्यावर टाकला तर वस्तूच्या किमतीत होणारी वाढ कराच्या रकमेपेक्षा थोडी कमी राहील.

२) स्थिर खर्च नियम : या नियमानुसार उत्पादन ज्या पद्धतीने वाढते त्याच पद्धतीने खर्चही वाढतो. उत्पादन वाढीचे प्रमाण आणि उत्पादन खर्चात होणाऱ्या वाढीचे

प्रमाण स्थिर असते. अशा वेळी वस्तूवर कर लावला तर एकूण उत्पादन खर्च तेवढाच राहतो म्हणजेच काहीच परिणाम होत नाही. त्यामुळे कराचा भार ग्राहकावर पडेल आणि किमतीत होणारी वाढ कराच्या रकमेएवढी होते.

३) अधिक खर्च नियम : या नियमात उत्पादन जसजसे वाढत जाते तसतसा खर्च घटत जातो. अशा स्थितीत वस्तूवर कर लावल्यास किंमत वाढते आणि उत्पादनही घटते आणि जर उत्पादन घटविल्यास प्रतिमात्रा उत्पादन खर्च वाढेल; जर ग्राहकावर कराचा भार ढकलल्यास किमतीत जी नवीन वाढ होईल ती कराच्या रकमेपेक्षा जास्त राहते; कारण नवीन किंमत वाढलेल्या उत्पादन खर्चाबरोबर राहते. पुन्हा त्यामध्ये कराची रक्कम वाढविल्यास एकूण किंमत मूळ किमतीपेक्षा अधिक राहते.

मक्तेदारीतील कराचा भार : मक्तेदारीत एकच उत्पादन संस्था सर्व उद्योगधंद्यात उत्पादनाचे काम करते. उत्पादनसंस्थेच्या वस्तूला पर्याय नसतो. तसेच इतर उत्पादन संस्थांना उद्योग प्रवेश बंदी असते. तसेच उत्पादनसंस्थेच्या उत्पादन केलेल्या वस्तूची मागणी ही संपूर्ण उद्योगासाठीच्या वस्तूंसाठी असलेली मागणी असते; तर पुरवठ्याच्या बाजूने विचार केल्यास असे दिसून येते की, मक्तेदारीत उत्पादन संस्थेचे उत्पादनावर म्हणजेच पुरवठ्यावर पूर्ण नियंत्रण असते. ही उत्पादन संस्था स्वत:च्या मनाप्रमाणे उत्पादनात अथवा पुरवठ्यात कमी-अधिक बदल करू शकते. उत्पादन संस्थेचा मुख्य उद्देश म्हणजे जास्तीतजास्त नफा मिळवणे हा असतो. नफा ज्या किमतीत मिळतो ती किंमत व्यवसाय संस्था निश्चित करते; म्हणजेच उत्पादनाची सीमान्त प्राप्ती आणि सीमान्त खर्च समान होतो. तेथे किंमत निश्चित होते. तेथेच उत्पादन संस्थेला महत्तम नफा मिळतो. जर मक्तेदारीत कर लावला तर कराचा भार कोणावर पडेल हे महत्त्वाचे ठरते. मक्तेदारीत कर पुढीलप्रकारे बसविला जातो.

१) उत्पादनाच्या प्रमाणात कर : उत्पादन जसजसे वाढत जाते तसतसा करसुद्धा वाढत जातो; तर उतपादनात घट झाल्यास करही घटत जातो. जेव्हा वस्तूच्या उत्पादनावर कर लावला जातो तेव्हा वस्तूच्या उपभोक्त्यांची लवचिकता पहाणे आवश्यक असते. त्यासाठी मागणी आणि पुरवठ्याच्या बाजूंचा विचार करावा लागतो.

मागणीची बाजू : मक्तेदाराने कराच्या रकमेएवढी किमतीमध्ये वाढ केली तर त्याचे परिणाम म्हणजे मागणी अधिक लवचीक असते अशा वेळी किमतीत झालेल्या वाढीमुळे मागणीत मोठी घट होईल व मक्तेदाराला काही प्रमाणात कराचा भार सहन करावा लागेल. याउलट, मागणी कमी लवचीक असते त्या वेळी किमतीत वाढ झाल्याने मागणीत फार घट होणार नाही. विक्रीवर म्हणावा तेवढा परिणाम होणार नाही. मक्तेदारीत

कराचा भार ग्राहकांवर टाकला जाईल.

पुरवठ्याची बाजू : अधिक खर्चाच्या स्थितीत कर लावल्यास किंमत वाढेल. किंमत वाढल्याने मागणी कमी होईल व पुरवठासुद्धा घटेल. परिणामी उत्पादन घटून खर्चसुद्धा घटेल. त्यामुळे किमतीत होणारी वाढ कराच्या रकमेपेक्षा कमी राहील; तर कमी खर्चाच्या स्थितीत कर लावला तर किंमत वाढेल. मागणी कमी होऊन पुरवठा घटेल. तसेच उत्पादनसुद्धा घटेल. मात्र, उत्पादन घटल्यामुळे उत्पादनाचा खर्च वाढेल आणि त्यामुळे किमतीत कराच्या रकमेपेक्षा जास्त वाढ होईल. मक्तेदारीत कराचा भार मोठ्या प्रमाणात ग्राहकांवर टाकला जाऊ शकतो.

२) निश्चित रकमेचा कर : यामध्ये मक्तेदारावर एकमुखी कर लावला जातो त्यामुळे मक्तेदाराने किती उत्पादन करावे यावर कोणतेही बंधन नसते. यामध्ये कर आणि उत्पादन स्वतंत्र असते. करामुळे सीमान्त उत्पादन खर्च वाढत नाही व त्यामुळे सीमान्त खर्च वक्र बदलत नाही परंतु सरकारी खर्च वाढतो. परंतु कर लावल्यामुळे पुरवठा घटवून किंमत वाढविली तर नफा कमी होतो कारण सीमान्त खर्च सीमान्त प्राप्तीबरोबर राहात नाही. परंतु सीमान्त प्राप्ती आणि सीमान्त खर्च समान असेल तर महत्तम नफा मिळतो. त्यामुळे तो ग्राहकांवर संक्रमित केला जाणार नाही.

३) उत्पादन वाढ कमी होणारा कर : यामध्ये उत्पादन कमी होऊ नये व किंमत वाढू नये ही दोन उद्दिष्टे ठेवली आहेत. मक्तेदार उत्पादनात वाढ करेल आणि वाढत्या उत्पादनाबरोबर कर कमी द्यावा लागत असल्यामुळे किंमत कमी करील. यामध्ये कराचा सर्व भार मक्तेदारावर राहील आणि नफ्याचा काही भाग त्याला मिळणार नाही; कारण त्याला किंमत कमी करावी लागेल, असा कर प्रत्यक्षात आणणे अवघड आहे.

मक्तेदारीयुक्त स्पर्धा

मक्तेदारीयुक्त स्पर्धेत तीन प्रकारचे कर लावले जातात. ते पुढीलप्रमाणे -

१) उत्पादनाच्या प्रमाणात कर : मक्तेदारीयुक्त स्पर्धेत प्रत्येक उत्पादन संस्थेने उत्पादन केलेल्या वस्तू दुसऱ्या उत्पादनसंस्थेच्या उत्पादन केलेल्या वस्तूपासून भिन्न ठेवण्याचा प्रयत्न केला जातो. त्यासाठी वेगळी चिन्हे देण्याचा प्रयत्न केला जातो. अशा वेळी जर कर लावला आणि प्रत्येक उत्पादन संस्थेची किंमत वाढविण्याचा प्रयत्न केला जातो. अशा वेळी ग्राहक महाग वस्तूंच्या ऐवजी स्वस्त वस्तू घेण्याचा प्रयत्न करतो. त्यामुळे महाग वस्तू तयार करणाऱ्या उत्पादन संस्थेला जर आपले ग्राहक टिकवून ठेवावयाचे असेल तर कराचा पूर्ण किंवा काही भार सहन करावा लागेल.

कर उत्पादनावर लावल्यामुळे त्याचे परिणाम म्हणजे उत्पादन संस्थेचा खर्च वाढतो.

त्यामुळे कराच्या रकमेएवढी किंमत वाढविल्यास कराचे संक्रमण हे वरील बाबींवर अवलंबून असते. तसेच कराचा भार हा मागणीची लवचिकता आणि पुरवठ्याची लवचिकता यांच्या एकमेकांच्या प्रमाणानुसार विभाजन होते.

काही वेळेस कर असह्य होऊन काही उत्पादनसंस्था उत्पादन थांबविण्याची शक्यता असते. असे झाले तर उत्पादन संस्थांचे ग्राहक दुसऱ्या उत्पादन संस्थेकडून वस्तू घेतील त्यामुळे त्या उत्पादन संस्थांची वस्तूंची मागणी वाढेल व उत्पादन संस्थांच्या वस्तूंचे मूल्य वाढवून करांचे संक्रमण करतील.

२) निश्चित रक्कम कर : मक्तेदारीयुक्त स्पर्धेत निश्चित रकमेचा कर उत्पादन संस्थेवर लावला तर त्या कराचा परिणाम सीमान्त खर्चावर होत नाही आणि तो वाढत नाही. उत्पादनातसुद्धा घट होत नाही. यामध्ये काही बाबींची शक्यता असते. अशा करामुळे काही उत्पादन संस्थांचा नफा मोठ्या प्रमाणात कमी झाल्यामुळे त्या उत्पादन थांबवतील आणि उद्योगाबाहेर पडतील. त्यामुळे ग्राहक दुसऱ्यांकडे जातील व त्यांच्या वस्तूंची मागणी वाढेल आणि किंमत वाढून या राहिलेल्या उत्पादन संस्था कराचे संक्रमण करतील.

तसेच दुसरी बाब म्हणजे, मक्तेदारीयुक्त स्पर्धेतील नियमानुसार उत्पादन संस्था दुसऱ्या उत्पादन संस्थेवर लक्ष ठेवील त्यामुळे कर लावल्यास सर्व उत्पादन संस्था एकाचवेळी किंमत वाढवतील आणि कराचा भार ग्राहकांवर संक्रमित करतील. परंतु हे सर्व मागणीच्या लवचिकतेवर आधारित असेल.

३) विक्रीच्या प्रमाणात कर : यामध्ये मागणीच्या लवचिकतेवर कराचे संक्रमण अवलंबून असते. जसे सर्व वस्तूवर विक्रीकर लावला तर ज्या वस्तूंची मागणीची लवचिकता कमी आहे अशा वस्तूंची किंमत अधिक वाढण्याची शक्यता असते. याउलट, मागणीची लवचिकता अधिक असेल तर वस्तूंची किंमत कमी प्रमाणात वाढू शकते अशा वेळी कराचा भार अशा ग्राहकांवर पडेल की ज्यांची त्या वस्तुची लवचिकता कमी असेल तर ज्यांची मागणीची लवचिकता अधिक असेल त्यांना कमी प्रमाणात करभार सहन करावा लागेल. अशा प्रकारे मक्तेदारीयुक्त स्पर्धेत वरील तीन प्रकारचे कर लावले जातात.

१०.९.३ करभार पात्रता (Taxable Capacity)

प्रो. फिंडले शिरास यांच्या मते, ''राहणीमान कायम ठेवून एकूण उत्पादन वाढविण्यासाठी आवश्यक असलेल्या किमान उपभोगापेक्षा जादा असणारे उत्पादन म्हणजे करभार पात्रता होय.''

एखाद्या देशातील लोकांची कर भरण्याची जास्तीतजास्त कुवत म्हणजे करभार

पात्रता होय. यालाच 'करदेय क्षमता' असेही म्हणतात.

सर जे. स्टॅम्प यांच्या मते, ''जेव्हा फारसा कर भरण्याचा त्रास न अनुभवता समाज सरकारी खर्चासाठी जी महत्तम रक्कम देऊ शकतो; तेव्हा तिला त्या समाजाची करदेय क्षमता असे म्हणतात.''

सर जे. स्टॅम्प यांनी करभार पात्रता मोजण्याचे सूत्र सांगितले आहे. एकूण उत्पादनातून निर्वाहाइतकी रक्कम वजा केली की, उरलेली रक्कम करभार पात्रतेची असते.

प्रा. डाल्टन यांच्या मते करभार पात्रता दोन प्रकारची असते -

१) निरपेक्ष करभार पात्रता : राहणीमान कायम ठेवून, कोणत्याही प्रकारचा त्रास न अनुभवता, जी रक्कम एखादी व्यक्ती किंवा समाज कराच्या रूपाने देऊ शकते; त्या समाजाची किंवा व्यक्तीची निरपेक्ष करभार पात्रता असते.

निरपेक्ष करभार पात्रता ही संकल्पना संदिग्ध आणि दोषपूर्ण असल्याने ही संकल्पना मागे पडली.

२) सापेक्ष करभार पात्रता : सापेक्ष करभार पात्रतेत दोन व्यक्ती, दोन गट, दोन देश, यांच्यातील तुलनात्मक करभार पात्रतेचा विचार केला जातो. उदा. गरीब वर्गाच्या तुलनेने श्रीमंत वर्गाची करभारक्षमता अधिक असते. करभार पात्रतेची मर्यादाही निश्चित नसते. ती वेगवेगळ्या वेळी, वेगवेगळ्या समाजात किंवा देशांत वेगवेगळी असते.

राज्यांचा विचार करता प्रत्येक राज्यांचा विकास वेगवेगळ्या स्तरावर झालेला असतो. त्यामुळे कोणत्या राज्याने किती कर भरावा हे सापेक्ष करभार क्षमतेवरून ठरते.

महत्त्व (Importance)

करभार पात्रतेचे महत्त्व पुढीलप्रमाणे -

१) लोकांची करभार पात्रता समजल्यास युद्धासारख्या स्थितीत लोकांकडून किती कर उत्पन्न गोळा करता येईल याची माहिती मिळते.

२) आर्थिक विकास व नियोजनासाठी साधनसामग्री कामी लावण्यासाठी करभार पात्रतेच्या ज्ञानाचा उपयोग होतो.

३) करभार पात्रतेचा उत्पादन व उपभोगावर प्रतिकूल परिणाम होत असेल तर अनावश्यक कर आकारण्यापासून सरकारला परावृत्त करता येते.

४) करभार पात्रतेचा उपयोग विविध राज्यांवर पडणाऱ्या करभाराची तुलना करण्यासाठी होतो.

५) समतोल प्रादेशिक विकासासाठी करभार पात्रता या संकल्पनेचा उपयोग होतो. तसेच विविध राज्यांत उत्पन्नाची विभागणी करण्यासाठी या संकल्पनेचा उपयोग होतो.

करभार पात्रतेचे निर्धारक घटक (Determinants of Taxable Capacity)

करभार पात्रता पुढील घटकांवर अवलंबून असते -

१) राष्ट्राची लोकसंख्या : देशाची लोकसंख्या अधिक असेल तर करभार पात्रता अधिक असते जर लोकसंख्या कमी असेल तर करभार पात्रता कमी असते. म्हणजेच करभार पात्रता / क्षमता ही लोकसंख्येवर अवलंबून असते.

२) राष्ट्रीय उत्पन्नाचा आकार : देशाच्या राष्ट्रीय उत्पन्नाचा आकार मोठा असेल तर दरडोई उत्पन्न अधिक राहते. त्यामुळे लोकांची करभार पात्रता अधिक राहते; याउलट, राष्ट्रीय उत्पन्नाचे आकारमान लहान असेल तर देशाची करभार पात्रता कमी राहते. म्हणजेच करभार पात्रता देशाच्या राष्ट्रीय उत्पन्नावर अवलंबून असते.

३) राष्ट्रीय उत्पन्नाची वाटणी : देशाच्या उत्पन्न व संपत्तीची वाटणी विषम झालेली असेल तर श्रीमंत वर्गातील थोड्या व्यक्तींकडून कर घेणे सोपे जाते. त्यामुळे त्यांच्याकडून अधिक कर घेतला जातो. त्यामुळे करभार क्षमता / पात्रता वाढते; याउलट, उत्पन्न व संपत्तीचे समान वाटप झाले असेल तर करभार पात्रता कमी होते कारण सरकारला विषमता कमी करण्यासाठी खर्च करावा लागत नसल्याने महसूल गोळा करण्याची गरज भासत नाही.

४) वस्तूंच्या किमती : वस्तू आणि सेवांच्या किमती वेगाने वाढत असतील तर लोकांच्या वास्तव उत्पन्नात घट होऊन लोकांची करभार पात्रता कमी होते. याउलट, वस्तू व सेवांच्या किमती कमी होत असतील तर लोकांच्या करभार मालमत्तेत वाढ होते.

५) करांचा उद्देश : लोकांच्या कल्याणासाठी जर कर आकारला तर लोक कर देण्यास तयार होतात त्यामुळे करभार क्षमता / पात्रता वाढते जसे युद्ध, विकास, शिक्षण, दुष्काळ इ. कामांसाठी असेल तर लोक कर भरण्यास तयार होतात. याउलट, जर सरकार योग्य पद्धतीने खर्च करीत नसेल व पैशांची उधळपट्टी करत असेल तर लोक कर भरण्यास नाखूश असतात व त्यांची करभार पात्रता कमी राहते.

६) कर रचनेचे स्वरूप : प्रत्यक्ष आणि अप्रत्यक्ष करांचा योग्य पद्धतीने समावेश केला असेल आणि कर पद्धती शास्त्रशुद्ध असेल तर सरकारला अधिक कर प्राप्त होतो. तसेच समाजाची करभार पात्रता अधिक राहते. कररचनेत विविध कर असतो तर करभार पात्रता जास्त राहते.

७) राहणीमान पातळी : जर देशातील राहणीमान पातळी उच्च असेल तर लोक उपभोग्य व चैनीच्या वस्तूंवर मोठ्या प्रमाणात खर्च करतात व त्याची करभार पात्रतासुद्धा अधिक असते. याउलट, लोकांची राहणीमानाची पातळी उच्च नसेल तर त्यांची खर्च

करण्याची क्षमता कमी असते व करदेय क्षमतासुद्धा कमी असते.

८) सार्वजनिक खर्चाचे स्वरूप : सार्वजनिक खर्च उत्पादक व आर्थिक विकासासाठी खर्च करण्यात आला असेल तर लोकांचे उत्पन्न वाढते व त्यांची करभार पात्रता वाढते. याउलट, सरकारने अनुत्पादक कार्यासाठी खर्च केला असेल, त्याचा लोकांच्या उत्पन्नावर प्रतिकूल परिणाम होत असेल तर करभार पात्रता कमी होईल.

९) लोकांची मनोवृत्ती : सरकार बरोबर सहकार्याची भावना लोकांची असेल तर त्यांची करभार पात्रता जास्त राहते; जर सरकारविषयी आपुलकीची भावना नसेल तर करभार पात्रता कमी राहील. लोकांच्या मनात असंतोष असेल, सरकारवर विश्वास नसेल तर अशा वेळी पात्रता कमी राहते.

१०) आर्थिक स्थैर्य : जर देशात आर्थिक स्थैर्य असेल तर लोकांची करभार पात्रता अधिक असते आणि जर आर्थिक अस्थैर्य असेल तर करभार पात्रता कमी राहते; प्रगत औद्योगिक अर्थव्यवस्थेत आर्थिक स्थैर्य असते त्यामुळे तेथे करभारपात्रता अधिक असते याउलट लोकांचे उत्पन्न अस्थिर व चढ-उतार होणारे असेल अशा कृषीप्रधान अर्थव्यवस्थेत करभार पात्रता कमी राहते.

११) प्रशासकीय कार्यक्षमता : करभार पात्रता प्रशासकीय कार्यक्षमतेवरसुद्धा अवलंबून असते. करवसुलीची यंत्रणा कार्यक्षम असेल. न्याय्य कर आकारणी असेल तर लोक कर भरण्यास उत्सुक असतात, त्यामुळे करभार पात्रता अधिक राहते; याउलट, प्रशासकीय यंत्रणा कार्यक्षम नसेल भ्रष्टाचारी व कर आकारणी अन्यायकारक असेल तर करभार पात्रता कमी राहते.

१२) आर्थिक व राजकीय स्थिती : ज्या देशामध्ये राजकीय स्थैर्य, देशांतर्गत शांतता व सुव्यवस्था असेल तर करभार पात्रता अधिक राहते. याउलट, देशात राजकीय अस्थैर्य असेल तर त्याचा उद्योग व शेती क्षेत्रावर प्रतिकूल परिणाम होऊन लोकांचे उत्पन्न कमी होऊन करभार पात्रता कमी राहते.

अशा रीतीने करभार पात्रता अनेक घटकांवर अवलंबून असते.

करभार व करांचे इतर परिणाम

जेव्हा सरकारतर्फे एखादा कर लावला जातो तेव्हा त्याचे विविध प्रकारचे परिणाम दिसून येतात. यांपैकी एक महत्त्वाचा परिणाम म्हणजे करभार आणि कराचे परिणाम या दोन भिन्न गोष्टी आहेत. यातील भेद नीट लक्षात घेतला पाहिजे. प्रो. पी. ई. टेलर यांनी करांचे एकूण तीन परिणाम दाखविलेले आहेत. एक करभार, दोन संक्रमणाच्या क्रियेतून उद्भवलेले परिणाम व तीन करभारापासून निर्माण झालेले परिणाम; प्रत्येक परिणामाचा

आपण थोडक्यात विचार करू.

१) करभार : जेव्हा कर लावला जातो तेव्हा त्याचा आघात प्रथम एका व्यक्तीवर होतो आणि तिला तो कर द्यावा लागतो. ही व्यक्ती ग्राहक, विक्रेता, उत्पादक, संपत्तीमालक, यांपैकी कोणतीही असू शकते. ही व्यक्ती एकतर या कराचा भार स्वत: सहन करू शकते किंवा तो भार दुसऱ्यावर संक्रमित करू शकते. त्या व्यक्तीने काहीही केले तरी दुय्यम दर्जाचे विविध आर्थिक परिणाम निर्माण झाल्याशिवाय राहणार नाहीत; जर मूळ व्यक्तीने काहीही केले तरी दुय्यम दर्जाचे विविध आर्थिक परिणाम निर्माण झाल्याशिवाय राहणार नाहीत; जर मूळ व्यक्तीने करभार सहन केला तर तिचे उत्पन्न घटेल आणि त्याबरोबर तिची वस्तूकरिता व घटकांकरिता असलेली मागणीही घटेल. करभार दुसऱ्यावर ढकलल्यास त्यांच्या उत्पन्नामध्ये बदल घडून येईल; जर करामुळे किंमत वाढली तर ग्राहकांना ती सहन करावी लागेल व त्यांचे वस्तूंवर व घटकांवर खर्च करावयाचे उत्पन्न कमी होईल जर संक्रमणामुळे कररोपित वस्तूंचे परिणाम कमी झाले तर ही वस्तू निर्माण करणाऱ्या घटकांच्या उत्पन्नातही घट होईल. तेव्हा ज्या वेळेस करभार निर्माण होतो, मग तो संक्रमित होवो किंवा न होवो तो अनेक आर्थिक परिणाम निर्माण करण्यास कारणीभूत होतो.

२) संक्रमणाच्या क्रियेतून उद्‌भवणारे परिणाम : जेव्हा एखादा कर संक्रमित होत नाही तेव्हा संक्रमणापासून उद्‌भवणारे परिणामही होत नाहीत; पण जेव्हा कर संक्रमित केला जातो, त्या वेळेला मात्र विविध प्रकारचे परिणाम संक्रमणाच्या क्रियेतून निर्माण होतात; जर कराचे अग्रगामी संक्रमण केले तर त्या वस्तूंची विक्री घटेल. ही विक्री घटल्यामुळे ती वस्तू तयार करणाऱ्या काही घटकांना उत्पादन पेढी कामावरून दूर करील. कामावरून दूर झालेले हे घटक अतिरिक्त झाल्यामुळे शेवटी त्यांचेही वेतन कमी होईल. उदा. कापडावर उत्पादन कर लावल्यामुळे कापडाची किंमत वाढेल; कारण उत्पादक ग्राहकांवर या करांचे संक्रमण करण्याचा प्रयत्न करतील. किंमत वाढल्यामुळे कापडाची मागणी घटेल आणि त्यामुळे विक्रीही घटेल. विक्री घटल्यामुळे उत्पादकाला कमी उत्पन्न मिळेल. त्याचे उत्पन्न घटल्यामुळे तो उत्पादनाचा आकार कमी करण्याचा प्रयत्न करेल. त्यामुळे काही उत्पादक घटकांना कामावरून दूर केले जाईल; म्हणजेच रोजगारीचे प्रमाण कमी होईल; यावरून असे दिसून येते की, करांमुळे उद्योगधंद्यांच्या रचनेवरील महत्त्वाचे आर्थिक परिणाम होऊ शकतात.

३) करांचे होणारे परिणाम : प्रत्येक करामुळे ज्या करदात्यांवर करभार पडतो त्यांना आपल्या क्रयशक्तीचा काहीना काही प्रमाणात त्याग करावा लागतो. याच गोष्टीमुळे करपद्धती ही स्रोतांच्या विभाजनासाठी एक साधन बनते. करपद्धतीच्या साहाय्याने स्रोतांचे

सरकार व व्यक्ती यांच्यामध्ये वाटप होते किंवा व्यक्तीमध्ये व गटांमध्ये स्रोत वाटले जातात. कराचा भार टाळण्यासाठी जो प्रयत्न केला जातो आणि जी बुद्धिमत्ता खर्च केली जाते ती पाहून करभारापासून निर्माण होणारा महत्त्वाचा परिणाम लक्षात येतो. हिशेबी व्यक्ती आपले सर्व व्यवहार अशा तऱ्हेने करते की, जेणेकरून करभार टळेल किंवा कमीतकमी राहील. यादृष्टीने व्यक्तीच्या व पेढ्यांच्या काही व्यवहारांचे अवलोकन केले की, किती वेगवेगळ्या प्रकारे कर व करभार टाळण्याचा वा कमी करण्याचा प्रयत्न होतो याची कल्पना येते. नफा देणाऱ्या पेढ्यांचे व तोट्यात येणाऱ्या पेढ्यांचे सम्मीलीकरण करणे व तोटा जास्त दाखवून करभार कमी करणे, उत्पन्नाला भांडवली लाभ दाखवून कमी कराच्या दराची सोय करणे, व्यक्तिगत उत्पन्नाच्या जागी व्यावसायिक खर्च खात्याचा पर्याय म्हणून वापरणे इत्यादी कारवाया करून, कर व करभार टाळण्याचा प्रयत्न व्यापारी पेढ्या करीत असतात. याशिवाय, हितसंबंधी गटांकडून कर टाळण्याच्या दृष्टीने करविषयक नियम व कायदे बदलवून घेण्याचे प्रयत्नही केले जातात; अशा प्रकारच्या कारवायांमुळे कराच्या मूलभूत आधाराचे हळूहळू हरण होत जाते आणि त्याचा परिणाम म्हणून इतरांवरील करांचा भार वाढत जातो. सरकारला करांपासून उत्पन्न तर भरपूर हवे असते, पण व्यापारी पेढ्यांच्या मतलबी कृत्यांमुळे हवे तेवढे उत्पन्न न मिळाल्यास सरकार कररोपणाची पद्धती स्वत:ला सोईस्कर होईल अशी तयार करते; यामुळे कराच्या भाराचे वितरण अतिशय अव्यवस्थितपणे झालेले दिसते.

सराव प्रश्न :

१) करांचा अर्थ सांगून कर आकारणीची उद्दिष्टे सांगा.
२) कर आकारणीची वैशिष्ट्ये स्पष्ट करा.
३) कर आकारणीची सूत्रे सांगा.
४) कर आकारणीचे लाभ तत्त्व स्पष्ट करा.
५) समतेचे तत्त्व म्हणजे काय ?
६) क्षमता तत्त्व स्पष्ट करा.
७) वस्तुनिष्ठ दृष्टिकोन स्पष्ट करा.
८) करभाराची विभागणी विशद करा.
९) करांचे परिणाम सविस्तर स्पष्ट करा.
१०) करभाराचे स्वरूप स्पष्ट करा.
११) करभाराचा आधुनिक सिद्धान्त विशद करा.

प्रकरण ११ | करांचे वर्गीकरण (Classification of Taxes)

११.१ प्रास्ताविक

११.२ करांचे वर्गीकरण

- ११.२.१ प्रत्यक्ष आणि अप्रत्यक्ष कर
- ११.२.२ प्रगतिशील, प्रमाणशीर आणि प्रतिगामी कर इ.

११.३ प्रत्यक्ष आणि अप्रत्यक्ष करांची विकसनशील देशातील भूमिका व महत्त्व

११.४ भारतीय करांचे स्वरूप / संरचना

११.५ भारतातील प्रत्यक्ष आणि अप्रत्यक्ष करांची वैशिष्ट्ये

११.६ केंद्र सरकारला करेतर मार्गांनी मिळणारा महसूल

११.७ प्रत्यक्ष करात बदल करण्यासाठी कृतीदल

११.८ वस्तू व सेवा कर (जीएसटी)

११.९ जीएसटी महसूल

११.१ प्रास्ताविक (Introduction)

सरकारचा जसजसा खर्च वाढत जातो तसतसे उत्पन्न मिळविण्यासाठी कराचा अवलंब करावा लागतो त्यासाठी सरकारला नवनवे कर शोधून काढावे लागतात. लोकांना नवीन कर म्हणजे गैरसोयी, नवीन त्रास व नवीन खर्च असे वाटते. नवीन करामुळे सरकारला त्यासाठी खर्च करावा लागतो तसेच लोकांनासुद्धा गैरसोय सहन करावी लागते त्यासाठी काही अर्थशास्त्रज्ञांच्या मते आदर्श कर पद्धती म्हणजे फक्त एकच कर असावा. सरकारने एकाच कराच्या आधारे उत्पन्न मिळविणे आवश्यक आहे. या कराची निवड करतानासुद्धा सरकारने उत्पन्न मिळत असतानाच लोकांना त्या करापासून त्रास होणार नाही असा कर लावला पाहिजे. कर पद्धत पूर्वीसुद्धा लोकांना पसंत नव्हती व आजसुद्धा त्याविषयी

नाराजी दिसून येते.

सरकारच्या दृष्टीने करापासून भरपूर उत्पन्न मिळाले पाहिजे आणि आवश्यकतेनुसार त्यात बदल करता आला पाहिजे तर करदात्यावर काय परिणाम होईल हेही पहाणे आवश्यक असते. पूर्वीच्या काळी राज्यांना उत्पन्न फारसे लागत नव्हते. त्यामुळे इतर परिणामांकडे दुर्लक्ष होत असे. परंतु आजचा करदाता पूर्वीच्या करदात्यापेक्षा अधिक जागरूक आहे. आपली मते मांडून व सरकारवर दडपण आणून तो आपले कार्य करतो. करदात्यांना करांच्या विविध परिणामांना तोंड द्यावे लागते. त्यामुळे करांची योग्य माहिती व्हावी व करांचे योग्य स्वरूप समजावे यासाठी करांचे वर्गीकरण महत्त्वाचे आहे.

११.२ करांचे वर्गीकरण

करांचे वर्गीकरण पुढीलप्रमाणे करण्यात येते-

सरकारच्या उत्पन्नाचे अनेक स्रोत असले तरी कर हा महत्त्वाचा उत्पन्नाचा स्रोत आहे; कर अनेक प्रकारचे असतात. करांचे स्वरूप, उद्देश, रचना, करपद्धती इ. नुसार करांचे वर्गीकरण करण्यात येते, तथापि, करांचे वर्गीकरण प्रत्यक्ष कर आणि अप्रत्यक्ष कर अशा दोन प्रकारात केले जाते. कराघात कोणावर पडतो व कराचा भार कोणाला सहन करावा लागतो, यावरून कराचे प्रत्यक्ष कर आणि अप्रत्यक्ष कर असे वर्गीकरण केले जाते.

११.२.१ प्रत्यक्ष आणि अप्रत्यक्ष कर (Direct & Indirect Taxes)

प्रो. बुलक यांच्या मते, उत्पादनावर लावलेला कर प्रत्यक्ष कर होय तर उपभोगावर लावलेला कर म्हणजे अप्रत्यक्ष कर होय. म्हणजेच उत्पन्नावर लावलेला कर हा प्रत्यक्षकर तर खर्चावर लावलेला कर हा अप्रत्यक्ष कर होय. तसेच प्रो. ए. आर. प्रेस्ट यांच्या मते, जो कर उत्पन्नाच्या प्राप्तीवर लावला जातो त्याला प्रत्यक्ष कर म्हणतात तर जो कर उत्पन्नाच्या खर्चावर लावला जातो तो अप्रत्यक्ष कर होय. यानुसार आयकर, लाभकर, भांडवलीलाभ कर इ. प्रत्यक्षकर होत तर उत्पादन कर, विक्रीकर इ. अप्रत्यक्ष कर होत.

प्रत्यक्ष कर : प्रा. मिल यांच्या मते, ''ज्या व्यक्तीने कर भरावा अशी अपेक्षा असते त्या व्यक्तीकडून वसूल केला जातो, तो कर होय.'' प्रा. डाल्टन यांच्या मते, ''प्रत्यक्ष कर म्हणजे ज्या व्यक्तीने कायद्यानुसार कर भरणे आवश्यक असते, त्या व्यक्तीकडून भरला जातो. उदा. उत्पन्न कर, मूल्य शुल्क इ. कर ज्या व्यक्तीने कायद्यानुसार भरणे आवश्यक असते.'' ती व्यक्ती हा कर भरते. थोडक्यात, कराघात आणि कारभार हा एकाच व्यक्तीवर पडतो तो 'प्रत्यक्ष कर' होय. सर्वसाधारणपणे उत्पन्नावरचे कर हे प्रत्यक्ष कर ठरतात. भारतात प्रत्यक्षकरात प्राप्तिकर, मालमत्ताकर, संपत्तीकर, देणगीकर,

महामंडळकर, नफ्यावरील कर, जमीन महसूल इ. चा समावेश होतो. हे कर विशिष्ट व्यक्तीलाच भरावे लागतात; हे कर दुसऱ्यावर ढकलू शकत नाही.

प्रत्यक्ष कराचे फायदे अथवा गुण

१) काटकसरीपणा : प्रत्यक्ष कर वसुलीचा खर्च खूपच कमी असतो; कारण हे कर प्रत्यक्ष व्यक्ती सरकारी खजिन्यात भरते. त्यामुळे प्रत्यक्ष कर मितव्ययता अथवा काटकसरीपणा या कसोटीवर आधारलेले असतात.

२) निश्चितता : प्रत्यक्ष कर हे निश्चित स्वरूपाचे असतात. प्रत्यक्ष करदात्यास किती कर भरावयाचा आहे याची निश्चित माहिती असते. तसेच सरकारलासुद्धा या प्रकारच्या करापासून निश्चित किती उत्पन्न मिळेल याची माहिती असते.

३) समता : प्रत्यक्ष कर हे जर प्रगतशील असतील तर ते समतातत्त्वावर आधारलेले असतात; कारण ते प्रगतशील असल्याने ते श्रीमंत जनतेवर जास्त प्रमाणात पडतात, त्यामुळे ते योग्य प्रकारचे आहेत; गरिबांना ते कमी भरावे लागतात. त्यामुळे श्रीमंत व गरीब यांच्यातील तफावत कमी होते; परिणामत: विषमता कमी होते.

४) क्षमता : प्रत्यक्ष करांची आकारणी क्षमतातत्त्वावर आधारलेली असते. व्यक्तीच्या उत्पन्नावाढीनुसार प्रत्यक्ष कराचे दर वाढत जातात; त्यामुळे हे कर न्याय्य कर आहेत असे समजले जाते.

५) लवचिकता : प्रगतशील प्रत्यक्ष कर लवचीक स्वरूपाचे असतात. गरजेनुसार करांपासून मिळणारे उत्पन्न वाढविता अथवा कमी करता येते. प्रत्यक्ष कर वाढविल्यास सरकारचे उत्पन्न वाढते. याउलट, दर कमी केल्यास उत्पन्न कमी होते.

६) उत्पादक : प्रत्यक्ष कर हे 'उत्पादक' स्वरूपाचे असतात. समाजाची जेव्हा संख्यात्मक आणि भरभराटीत वाढ होते तेव्हा प्रत्यक्ष कराच्या उत्पन्नातही आपोआपच मोठी वाढ होते. सरकारच्या करवसुलीत प्रत्यक्ष कराचा मोठा हिस्सा असतो असे दिसून येते.

७) नागरिकत्वाची जाणीव : प्रत्यक्ष करामुळे जनतेस नागरिकत्वाची जाणीव वाढीस लागते; कारण प्रत्यक्ष कराचा भार करदात्यांना सहन करावा लागतो. त्यामुळे लोक सरकारच्या कर आकारणीच्या पद्धतीचा चिकित्सक रीतीने अभ्यास करण्यास प्रवृत्त होतात. तसेच या आकरणीमुळे उत्पन्नाचा खर्च कशा प्रकारे केला जातो हेही जाणून घेण्यास उत्सुक असतात. लोकशाही अर्थव्यवस्थेत ही जाणीव महत्त्वाची आहे; कारण ती सरकारच्या उधळपट्टीवर मर्यादा आणू शकते; अशा व्यक्तींचे वर्तन जबाबदार नागरिकांच्या स्वरूपाचे असते.

प्रत्यक्ष करांमधील उणिवा अथवा दोष पुढीलप्रमाणे सांगता येतात-

१) गैरसोयीचे कर : प्रत्यक्ष कर एका दृष्टीने गैरसोयीचे असतात; कारण करदात्यांना आपले उत्पन्न, संपत्ती, उत्पन्नाचे विविध मार्ग इत्यादी बाबतची खात्रीशीर माहिती सरकारला सादर करावी लागते. शिवाय हे कर करदात्यास एकरकमी भरावे लागतात, त्यामुळे ते गैरसोयीचे ठरतात. जेव्हा अशी माहिती पुरविणे कठीण बनते तेव्हा कर सल्लागारांची मदत घेणे भाग पडते.

२) कर चुकवण्याच्या प्रवृत्तीत वाढ : प्रत्यक्ष कर हे व्यक्तीच्या प्रामाणिकपणा-वरचा कर समजला जातो. प्रामाणिक करदाते हे कर चुकवित नाहीत. परंतु अनेक व्यक्ती हे कर चुकविण्याचा प्रयत्न करतात. त्यासाठी लबाडीच्या व्यवहारांचा वापर केला जातो. बऱ्याचवेळा करदाता आणि कर वसुली करणारे अधिकारी यांच्यात प्रत्यक्ष संबंध येतो. सरकारी अधिकारी व कर सल्लागार प्रत्यक्ष कर कसा चुकविता येईल याचा सल्ला देतात. त्यामुळे करदात्याकडून खऱ्या माहिती ऐवजी उत्पन्न, मालमत्ता, गुंतवणूक इ. विषयी खोटी माहिती पुरविली जाते, त्यामुळे कर चुकविण्याचा प्रवृत्तीत वाढ होते.

३) जनतेचा विरोध : प्रत्यक्ष कर बऱ्याचदा अधिक दराने आकारले जातात. त्यामुळे या कराला विरोध केला जातो. लोकांमध्ये या कराविषयी असंतोषाची भावना निर्माण होते. हे कर करदात्यांना भरावेच लागतात. त्याचा बोजा दुसऱ्यांवर ढकलता येत नाही; त्यासाठी त्यांना मोठा त्याग करावा लागतो म्हणून या करांना लोक विरोध करतात.

४) अन्यायाची शक्यता : अनेक लोकांकडून ते वसूल करता येत नाहीत तसेच समाजातील, जनतेतील विविध गटांच्या उत्पन्नाचा तंतोतंत अंदाज करणे कठीण काम असते त्यामुळे सर्व गटांवर योग्य प्रमाणात करांचा बोजा विभागला जाणे शक्य होत नाही; तसेच प्रत्यक्ष कराचे दरसुद्धा अनुमानावर आधारलेले असतात. कित्येक वेळेस ते करदात्याची क्षमता लक्षात न घेताच ठरविले जातात.

५) अप्रेरणात्मक : प्रत्यक्ष करांचे दर अधिक असतील तर ते बचत आणि गुंतवणुकीबाबत प्रेरणा निर्माण करू शकत नाहीत. त्यामुळे बचत आणि गुंतवणूक कमी होते. त्याचा विपरीत परिणाम अर्थव्यवस्थेवर होतो.

६) काळ्या पैशांत वाढ : प्रत्यक्ष कराचे दर जास्त असतील तर कर चुकविण्याची प्रवृत्ती वाढत जाते त्यातून देशात काळा पैसा वाढत जातो.

अप्रत्यक्ष कर : अप्रत्यक्ष कर म्हणजे एखाद्या व्यक्तीवर कर आकारल्यानंतर ती व्यक्ती दुसऱ्याकडून कर वसूल करून भरेल अशी अपेक्षा केली जाते तो कर होय. उदा. वस्तुंवरील कर, साखर, तंबाखू, पोलाद इ. वरील उत्पादकांवर आकारला असला तरी

तो ग्राहकांकडून किमतीत वाढ करून भरलेला कर वसूल केला जातो. थोडक्यात, अप्रत्यक्ष करात बोजा एका व्यक्तिवर असतो तर कर भरण्याची जबाबदारी दुसऱ्या व्यक्तीवर पडते.

अप्रत्यक्ष कराचे गुण

१) सोईस्कर : अप्रत्यक्ष कर करदात्यांना व सरकारला सोयीचे असल्याचे दिसून येते. ग्राहक अथवा करभार उचलणाऱ्या व्यक्तींना हा कर वस्तुच्या किमतीत समाविष्ट असल्यामुळे वरचेवर आणि थोड्या प्रमाणात द्यावा लागतो, त्यामुळे त्याचा भार जाणवत नाही; तसेच हे कर उत्पादक आणि आयात करणाऱ्या व्यक्तीकडून वसूल केले जात असल्याने सरकारलाही सोयीचे ठरतात.

२) विस्तृत व्याप्ती : अप्रत्यक्ष कर विविध वस्तूंवर व अनेक व्यक्तींवर आकारले जातात; म्हणून त्यांचा पाया व व्याप्ती विस्तृत प्रमाणावर असते, हे कर श्रीमंत आणि गरीब आणि आयात करणाऱ्या व्यक्तींकडून वसूल केले जात असल्याने सरकारलाही सोयीचे ठरतात.

३) कर चुकविणे अवघड : अप्रत्यक्ष कर हे वस्तूच्या किमतीतच समाविष्ट केलेले असल्यामुळे ते चुकविता येत नाहीत. परंतु प्रत्यक्ष व्यवहारात खोटे हिशोब ठेवणे, काळाबाजार इ. मार्गांनी हे कर चुकविण्याचा प्रयत्न केला जातो, असे दिसून येते.

४) वसुली खर्च कमी : प्रत्यक्ष करांच्या तुलनेत अप्रत्यक्ष करांच्या वसुलीसाठी येणारा खर्च अत्यंत कमी असतो.

५) उत्पादक : अप्रत्यक्ष कर अधिक उत्पादक असल्याचे दिसून येते; कारण लवचीक मागणी असणाऱ्या वस्तूंवर जास्त दराने कर आकारणे सरकारला शक्य होते; त्यामुळे सरकारला अपेक्षित उत्पन्न मिळते.

६) करदात्याची सोय : अप्रत्यक्ष कर वस्तूच्या किमतीत समाविष्ट केले जातात. ज्या वेळी वस्तूची खरेदी केली जाते त्या वेळी अप्रत्यक्ष कर भरावा लागतो; कर एकरकमी भरावा लागत नसल्याने अप्रत्यक्ष कर सोयीचा ठरतो.

७) सामाजिक कल्याणाची बाजू : ज्या वस्तू अपायकारक आहेत अशा वस्तूंचा उपभोग कमी करण्यासाठी त्यावर अधिक कर आकारला जातो. उदा. अफू, दारू, गांजा, सिगारेट, गुटखा, मादक द्रव्ये इ. वस्तूंच्या उत्पादन व विक्रीवर अधिक कर आकारणे समाजाच्या दृष्टीने चांगले असते.

८) प्रगतिशील करण्याचा प्रयत्न : अप्रत्यक्ष कर चैनीच्या वस्तूंवर जादा दराने आकारून व सामान्य जनतेच्या उपभोगास आवश्यक वस्तूंवरील कर माफ करून या

करात प्रगतिशीलता साधता येते.

९) समता : अप्रत्यक्ष कर चैनीच्या वस्तूंवर जादा दराने आकारून आणि गरीब जनतेच्या उपभोग्य वस्तूंवर कमी दराने आकारून 'समता' या तत्त्वाची अंमलबजावणी करता येते.

१०) गरीब जनतेच्या सहभाग : गरीब जनतेस आपल्या कुवतीनुसार सरकारी विकासास हातभार लावण्याची संधी प्राप्त करून देण्याचे 'अप्रत्यक्ष कर' हे एक साधन आहे. समाजातील प्रत्येक व्यक्तीने आपल्या क्षमतेनुसार सरकारला अर्थसाहाय्य करणे आवश्यक असते. हे एक सुयोग्य तत्त्व मानले जाते.

अप्रत्यक्ष कराच्या उणिवा / दोष / त्रुटी पुढीलप्रमाणे सांगता येतात -

१) प्रतिगामी : अप्रत्यक्ष करांचा भर श्रीमंत लोकांपेक्षा गरीब जनतेवर जास्त पडत असल्यामुळे हे प्रतिगामी स्वरूपाचे असल्याचे दिसून येते. जीवनावश्यक व कार्यक्षमतेच्या गरजांसाठी आवश्यक असणाऱ्या वस्तूंवर सारख्याच दराने कर भरावे लागत असल्याने हे कर अन्यायकारक ठरतात. शिवाय ते सम-न्यायाच्या दृष्टीने अयोग्य आहेत असे म्हटले जाते.

२) अनिश्चितता : अप्रत्यक्ष करापासून किती प्रमाणात कर उत्पन्नात प्राप्ती होऊ शकेल याचा कर आकारणी करणाऱ्या अधिकाऱ्यांना अंदाज करणे कठीण असते; कारण ज्या वस्तूंवर कर आकारण्यात येतात, त्या वस्तूंची मागणी किमतीशिवाय इतर अनेक घटकांवर अवलंबून असते; अशा वस्तूंची मागणी लवचीक असल्यास कर उत्पन्नात कमी वाढ होते.

३) खर्चीक : अप्रत्यक्ष करांच्या वसुलीचा खर्च प्रत्यक्ष करांच्या तुलनेने अधिक असतो; कारण ज्या करांची अंमलबजावणी करण्यासाठी मोठी नोकरभरती करावी लागते; हे कर अनेक लोकांकडून वसूल केले जातात. या करांचे प्रमाण प्रत्येक व्यक्तिमागे अगदी अल्प असते. या सर्व कारणांमुळे अप्रत्यक्ष करांची वसुली ही खर्चीक स्वरूपाची असल्याचे दिसून येते; तसेच अनेकदा लावलेल्या करांपेक्षा जास्त कर उत्पादक आणि व्यापारी वसूल करतात. त्यामुळे ग्राहकांची पिळवणूक होते.

४) बचत प्रोत्साहन कमी : अप्रत्यक्ष कर वस्तुच्या किमतीत समाविष्ट केले जातात. त्यामुळे महाग होतात. जनतेस अशा वस्तुंसाठी जादा खर्च करावा लागत असल्यामुळे बचत करण्यास प्रोत्साहन मिळत नाही व ती कमी होत जाते.

५) जाणिवेचा अभाव : अप्रत्यक्ष कर वस्तुच्या किमतीत समाविष्ट केले जात असल्याने जनतेस आपण किती कर भरला याची माहिती होत नाही, हे कर व्यापारी इ.

मध्यस्थाद्वारे वसूल केले जात असल्याने त्यांचा प्रत्यक्ष आघात होत नाही शिवाय ते अल्प प्रमाणात किंवा वरचेवर वसूल केले जात असल्याने त्याचा भारही जाणवत नाही; त्यामुळे करदात्यांना नागरिकत्वाची जाणीव होऊ शकत नाही.

६) उद्योगांना अपायकारक : कच्च्या मालावर कर आकारणी केल्यास उत्पादित वस्तूंच्या उत्पादन खर्चात वाढ होते. त्यामुळे उद्योगांची स्पर्धाशक्ती कमी होते.

७) भाववाढीस चालना : अप्रत्यक्ष कर हे अर्थव्यवस्थेत भाववाढीस चालना देतात असे दिसून येते. अप्रत्यक्ष कर वाढल्याने उत्पादित वस्तूची किंमत वाढते व त्या वस्तूशी निगडित असलेल्या वस्तूच्या भाववाढीस चालना मिळते. परिणामी अर्थव्यवस्थेत भाववाढीत भर पडते.

१९९१ नंतर भारतीय कर रचनेत डॉ. राजा जे. चेल्लय्या समितीनुसार सुधारणा केल्या; मात्र, त्यात काही त्रुटीसुद्धा दिसून येतात. त्या त्रुटी प्रत्यक्ष व अप्रत्यक्ष करासंदर्भात वरीलप्रमाणे स्पष्ट केल्या आहेतच. त्या इतर त्रुटी पुढीलप्रमाणे -

क) कर महसुलातील त्रुटी : अंदाजपत्रकामध्ये कर महसूल वाढविणे ही आवश्यक बाब मानली जाते. १९९१ नंतर कर सुधारणात मुख्यत: कराचे दर कमी करून कर महसूल वाढविण्यावर भर आहे; पण आता ही वाढ मुख्यत: देशाच्या आर्थिक विकासावर अवलबूंन आहे; म्हणजे कर महसूल वाढविण्यापेक्षा इतर उद्दिष्टांवरच नव्या धोरणाने भर दिलेला आहे.

ड) कर महसूल जमा करण्यातील त्रुटी : नव्या कर धोरणाने करांचे दर कमी केले मात्र कर उत्पन्न किंवा महसूल वाढविण्यासाठी परिणामकारक उपाय सुचविले नाहीत.

इ) भाववाढीवर नियंत्रण नाही : नव्या कर धोरणात भाववाढीकडे पूर्णपणे दुर्लक्ष झालेले दिसते. प्रत्यक्ष कर रचनेवर आणि विशेषत: प्राप्तीकरावर भाववाढीचे विपरीत परिणाम होताना दिसतात; कर आकारणीसाठी उत्पन्नाचे केलेले टप्पे, करात दिल्या जाणाऱ्या सवलती या बाबी भाववाढीमुळे निष्प्रभ होतात. भाववाढ लक्षात घेऊन सरकारने करमुक्त उत्पन्नाचा टप्पा व इतर सवलती शास्त्रीय पद्धतीने ठरविल्या पाहिजेत.

१९९०-९१ नंतर झालेल्या कर सुधारणा चांगल्या व विधायक असल्या तरी त्या परिपूर्ण होण्यासाठी वरील त्रुटी दूर झाल्या पाहिजेत.

११.२.२ प्रगतिशील, प्रमाणशीर आणि प्रतिगामी कर (Progressive, Proportional and Regressive Taxes)

प्रगतिशील कर : हा कर उत्पन्नाच्या वाढीबरोबर वाढत्या दराने आकारण्यात येतो. या करात कर आकारणीसाठी आधार म्हणजे व्यक्तीचे उत्पन्न असते. या पद्धतीत

जसजसे व्यक्तीचे उत्पन्न वाढत जाईल; त्या प्रमाणात करांचे दर वाढविले जातात; म्हणजेच वाढत्या उत्पन्नाबरोबरच करांचे दरसुद्धा वाढतात. उदा. २ लाख ५० हजार रुपयांपर्यंत कर माफ; २ लाख ५० हजार ते ५ लाख रु. उत्पन्नावर १० टक्के कर ५००००१ ते १० लाख रुपये उत्पन्नावर २० टक्के कर त्यानंतर ३० टक्के कर अशा प्रकारचे कर आकारता येतात. या करात उत्पन्नगट जितका वरचा तितका कराचा दरही जास्त असतो. सध्या या कराला अधिक महत्त्व प्राप्त झाले आहे.

मूल्यवर्धित कर (व्हॅट) - (Value addded Tax)

मूल्यवर्धित कर हा उत्पादनापासून ते किरकोळ विक्रीच्या टप्प्यापर्यंत विविध अवस्थांच्या स्तरावर आकारला जातो. व्हॅट हा कर वस्तू व सेवेच्या मूल्यवृद्धीवर अवलंबून असतो. वस्तू विक्रीच्या प्रत्येक टप्प्यावर मूल्यवर्धनावर व्हॅट आकारला जातो. तसेच हा कर नोंदणीकृत विक्रेत्याच्या वस्तू विक्रीच्या प्रत्येक टप्प्यावर आकारला जातो. मूल्यवर्धित (व्हॅट) हा उत्पादन व विभाजनाच्या प्रक्रियेतील वस्तूंच्या मूल्यवृद्धीवर आकारला जातो जसे टीव्हीच्या विक्रीवर कर आकारण्यासाठी टीव्ही उत्पादनाच्या टप्प्यावर, घाऊक विक्रीच्या टप्प्यावर, किरकोळ विक्रीच्या टप्प्यावर किंवा ग्राहकाला वस्तू विकण्याच्या शेवटच्या टप्प्यावर तो आकारला जातो. प्रत्येक टप्प्यातील मूल्यवृद्धीची बेरीज म्हणजे वस्तूची अंतिम किंमत असते.

तसेच वस्तूचे उत्पादन आणि विभाजन या प्रक्रियेतील प्रत्येक टप्प्यावर आकारल्या जाणाऱ्या कराची एकूण रक्कम ही अंतिम वस्तूवर एकाचवेळी आकारल्या जाणाऱ्या कराच्या रकमेएवढी असते.

उदा. समजा एका व्यवसाय संस्थेला एक लाख एवढे विक्री करून उत्पन्न मिळाले असून त्याचा त्या उत्पादनासाठी खर्च साठ हजार रुपये इतका असेल व व्हॅटचा दर बारा टक्के असेल तर ती व्यवसाय संस्था किती कर भरेल?

विक्री उत्पन्न = १,००,०००

उत्पादनावरील खर्च = ६०,०००

व्यवसाय संस्थेची झालेली मूल्यवृद्धी = ४०,०००

व्हॅट (१२%) = ४,८००

या पद्धतीला खर्च वजावट पद्धत म्हटले जाते.

प्रमाणशीर कर : प्रमाणशीर कर पद्धतीत समाजातील सर्व उत्पन्न गटातील करदात्यांसाठी कराचा दर समान अथवा सारखाच असतो. करदात्याला आपल्या उत्पन्नाच्या प्रमाणात एकूण कर द्यावा लागतो. उदा. कराचा दर उत्पन्नाच्या १० टक्के

असेल तर ५०,००० रु. उत्पन्न असणाऱ्या व्यक्तीला ५००० रु. कर भरावा लागेल. १ लाख रु. उत्पन्न असणाऱ्या व्यक्तीला १० हजार रुपये कर भरावा लागेल. या पद्धतीमध्ये उत्पन्नात वाढ अथवा घट झाली तरीही कर आकरणीचा दर सारखाच असतो व सर्व करदात्यांसाठी हा दर सारखाच असतो. कराचा दर सर्वांना सारखाच असल्याने श्रीमंतांना फायदा होतो; गरिबांना फायदा होत नाही. त्यामुळे समाजात विषमता वाढत जाते.

प्रतिगामी कर : प्रतिगामी कर म्हणजे उत्पन्नाच्या वाढीबरोबर कर आकरणीचा दर कमी होत जातो. या कर पद्धतीत कमी उत्पन्नावर अधिक दराने व अधिक उत्पन्नावर कमी दराने कर आकारला जातो. उदा. १ लाख उत्पन्नावर १० टक्के कर आकारला जातो; म्हणजेच १०,००० रु. कर भरावा लागेल. २ लाख रुपये उत्पन्न असणाऱ्याला ८ टक्के कर असेल तर त्या व्यक्तीला १६,००० रु. कर भरावा लागेल. या कर आकारणीमुळे समाजात विषमता वाढण्यास मदत होईल. या कर आकारणीचा फारसा वापर होत नाही.

एककर व बहुकर पद्धती

एकाच वस्तूवर कर लावला असेल तर त्याला 'एककर पद्धती' असे म्हणतात.

अनेक वस्तुंवर कर लावले असतील तर ती 'बहुकर पद्धती' होय. बहुकर पद्धत ही सध्या प्रचलित आहे.

विशिष्ट कर आणि मूल्यानुसार कर -

विशिष्ट कर हा वस्तूचे वजन अथवा दुसऱ्या एखाद्या प्रमाणानुसार आकारण्यात येतो. भारतात स्पिरीट, रॉकेल, काडेपेटी इ. वस्तूंवर विशिष्ट कर लावण्यात येतो. वसुलीच्या बाबतीत हे कर सरळ व सोयीचे असतात.

मूल्यानुसार कर, हा वस्तूच्या किमतीच्या काही टक्क्यांनुसार आकारण्यात येतो. उदा. विक्री कर वस्तूच्या किमतीच्या २ टक्के जकात कर, वस्तूच्या मूल्याच्या ५ टक्के इ. मूल्यानुसार हे कर वस्तूच्या किमतीवर आकारलेले असतात. या कराच्या वसुलीसाठी खर्च जास्त येतो. तसेच खोट्या पावत्यांच्या आधारे कर चुकविण्याचा प्रयत्न केला जातो.

११.३ प्रत्यक्ष आणि अप्रत्यक्ष करांची विकसनशील देशातील भूमिका व महत्त्व

विकसनशील देशांचा महत्त्वाचा प्रश्न म्हणजे त्यांचा आर्थिक विकास करणे. विकासाच्या योजना राबविण्यासाठी त्यांना गुंतवणूक करण्याची गरज असते तसेच आर्थिक स्रोताचा उपयोग विकासासाठी करावयाचा असतो, सरकारला त्यासाठी प्रत्यक्ष आणि

अप्रत्यक्ष कराद्वारे उत्पन्न मिळते.

विकसनशील देशातील लोकांचे राहणीमान उच्च नसल्यामुळे त्यांचे उत्पन्न कमी असते त्यांच्याकडे संपत्तीसुद्धा कमी असते त्यामुळे सरकारला प्रत्यक्ष करापासून फारसे उत्पन्न मिळत नाही. त्यामुळे सरकार अप्रत्यक्ष करांकडे वळते; अप्रत्यक्ष कर हा उत्पन्न मिळविण्याचा दुसरा मार्ग आहे. अप्रत्यक्ष कर हे मुख्यत: वस्तूंवर लावलेले असतात. विकसनशील देशात विकासासाठी अप्रत्यक्ष करांचा महत्त्वपूर्ण उपयोग होतो. त्यामुळे विकसनशील देशात या कराला महत्त्वाचे स्थान आहे; वस्तूंवरील करांमुळे सरकारला उत्पन्न प्राप्त होते; करदात्याच्या उपभोगाला आळा बसतो तसेच बचतीचे प्रमाण वाढून गुंतवणुकीला चालना मिळते. वस्तूकराचा दोष म्हणजे प्रतिगामी प्रवृत्ती दिसून येते; पण ते ही काही प्रमाणात कमी करता येते जर चैनीवरील वस्तूंवर अधिक कर आणि जीवनावश्यक वस्तूंवर कमी कर असा फरक करारोपण करताना केला तर वस्तूवरील हे करसुद्धा पुरोगामी म्हणता येतील. त्यामुळे मोठ्या प्रमाणात समता व न्याय प्राप्ती होईल. वरील विश्लेषणावरून असे दिसून येते की, विकसनशील देशांना आर्थिक विकासासाठी प्रत्यक्ष आणि अप्रत्यक्ष दोन्ही करांची सारखीच गरज आहे. हे दोन्ही कर एकमेकांना पूरक ठरतात.

११.४ भारतीय करांचे स्वरूप / संरचना - प्रत्यक्ष आणि अप्रत्यक्ष कर (Indian Tax Structure - Direct and Indirect Taxes)

भारतात केंद्र सरकार आणि राज्य सरकार प्रत्यक्ष आणि अप्रत्यक्ष कर आकारतात कारण त्यामुळे केंद्र आणि राज्य सरकारांना महसूल प्राप्त होतो.

केंद्र सरकारकडून आकारले जाणारे कर

केंद्र सरकारच्या कर - महसुलाच्या बाबीत पुढील बाबींचा समावेश होतो -

१) प्राप्तीकर २) मालमत्तेवरील कर व भांडवली व्यवहारांवरील कर ३) वस्तूंवरील व सेवांवरील कर; तर करेतर महसुलात पुढील बाबींचा समावेश होतो.

१) राज्य वित्तीय व अन्य सेवा
२) व्याजाच्या रूपाने मिळणारे उत्पन्न
३) लाभांश व नफा

उत्पन्नावरील कर : केंद्र सरकार उत्पन्नावर कर बसविते. उत्पन्नावरील करांचे दोन प्रकार म्हणजे - १) वैयक्तिक प्राप्तीवरील कर आणि निगम कर (किंवा कंपन्यांना मिळणाऱ्या नफ्यावरील कर)

वैयक्तिक प्राप्ती / उत्पन्न : वैयक्तिक प्राप्तीकर केंद्र सरकार वैयक्तिक उत्पन्नावर

बसविते. यापासून मिळणारे उत्पन्न केंद्र सरकार व घटकराज्य सरकारे यांच्यामध्ये विभागून दिला जातो. हा कर करक्षमता तत्त्वावर आधारलेला आहे; हा कर सर्व व्यक्तींवर बसविला जात नसून ज्या व्यक्तीची कर भरण्याची शक्ती जास्त असते अशा व्यक्तींकडून हा कर जास्त दराने वसूल केला जातो. ज्या व्यक्तीचे वार्षिक उत्पन्न २,५०,००० रु. पेक्षा कमी असेल अशा व्यक्तीवर सध्या हा कर बसविला जात नाही. प्राप्तिकर हा प्रगतिशील स्वरूपाचा कर आहे. वाढत्या उत्पन्नाबरोबर प्राप्तिकराच्या दरात वाढ होत जाते.

२०१८-१९च्या अंदाजपत्रकात कराची मर्यादा पुढीलप्रमाणे दिली आहे-

अ) ० ते २ लाख ५० हजार रुपये ब) २,५०,००० ते ५ लाख क) ५००००१ ते १० लाख ड) १० लाखांपेक्षा जास्त	करमुक्त ५% २० टक्के ३० टक्के
महिलांसाठी ० ते २.५० लाख रुपये	कर नाही
ज्येष्ठ नागरिकांसाठी ० ते ३ लाखांपर्यंत ८० वर्षे किंवा ८० वर्षांखालील अतिज्येष्ठ नागरिक	कर नाही. ५ लाखांपर्यंत कर नाही.

वैयक्तिक प्राप्तिकर लवचीक स्वरूपाचा आहे. वाढत्या औद्योगिकीकरणाबरोबर जसजशी अधिकाधिक प्रगती होत जाते तसतसे लोकांना अधिकाधिक उत्पन्न मिळून त्यावरील करापासून मिळणाऱ्या महसुलात सतत वाढ होत राहते. वैयक्तिक प्राप्तिकरापासून मिळणाऱ्या महसुलात सतत वाढ होत राहते. वैयक्तिक प्राप्तिकरापासून मिळणाऱ्या महसुलात १९५०-५१ ते २०१५-१६ या काळात सतत वाढ झाल्याचे दिसून येते. वैयक्तिक प्राप्तिकरांपासूनचे उत्पन्न १९५० - ५१मध्ये १४० कोटी रुपये होते. १९८०-८१मध्ये १,५१० कोटी रुपये झाले तर २०१६-१७ या वर्षात ४८ हजार कोटी रु. होते. अलीकडच्या काळात प्राप्तिकराचा दर कमी करण्यात आला असूनही आणि कर माफ उत्पन्न वाढल्यामुळे करकक्षेबाहेर राहणाऱ्या लोकांची संख्या बरीच मोठी असूनही वैयक्तिक प्राप्तिकरापासून मिळणाऱ्या महसुलात वाढच होत आहे. तसेच या करापासून मिळणाऱ्या महसुलातील १९५० - ५१मध्ये १४० कोटी रुपयातून ५० कोटी रुपये घटकराज्यांना

दिला तर १९८० - ८१मध्ये १५१० कोटी रुपयांपैकी १००० कोटी रुपये घटकराज्यांना दिले गेले. हा हिस्सा ठरविण्याचा अधिकार फक्त वित्तआयोगाला आहे. ११ व्या वित्तआयोगाने १९९५ ते २००० या काळासाठी घटकराज्याचा हिस्सा ७७.५ टक्के निश्चित केला.

पुढील तक्त्यावरून सरकारला मिळणाऱ्या करांचे स्वरूप समजू शकते.

तक्ता क्र. ११.१ : प्राप्तिकरांपासून केंद्र सरकारचा महसूल

(कोटी रुपये)

बाब	१९५०-५१	१९८०-८१	२००१-०२	२०१५-१६ (अंदाजपत्रकीय)
१) प्राप्तिकर	१४०	१,५१०	३२,०००	३,२७,३६७
वजा-राज्याचा हिस्सा	५०	१,०००	-	-
प्राप्तिकरापासून निव्वळ महसूल	९०	५१०	३२,०००	३,२७,३६७
२) निगमकर	४०	१,३१०	३६,६१०	४,७०,६२८
प्राप्तिकरापासून निव्वळ महसूल	१३०	१,८२०	६८,६१०	७,९८,०९५

(Source - Indian Economy, Ruddar Datt & K.P.M. Sundharam 72th Edition, p. 953).

महामंडळ कर / निगम कर (Corporation Tax)

केंद्र सरकार कंपन्यांच्या उत्पन्नावर जो कर बसविते तोच 'निगम कर' किंवा 'महामंडळ कर' होय. हा कर उत्पादन संस्थांच्या नफ्यावर बसविला जातो. प्रामुख्याने कारखानदारी क्षेत्रातील या उत्पादन संस्थांना आपल्या नफ्यातून रक्कम केंद्र सरकारला कर म्हणून द्यावी लागते. प्राप्तीकरापासून निव्वळ महसुलात मोठी वाढ झाली आहे. १९५०-५१ पासून औद्योगिकीकरणाचा वेग वाढला त्यामुळे भारतातील वाढत्या औद्योगिकीकरणामुळे महामंडळ करापासून मिळणाऱ्या उत्पन्नात वाढ होत आहे.

२०१५ - १६ मध्ये निगम कर ४.७० लाख कोटींपर्यंत वाढला.

मालमत्तेवरील कर : या करात इस्टेट ड्युटी, संपत्ती कर आणि देणगी कर यांचा समावेश होतो. केंद्र सरकारने महसूल मिळण्यासाठी या मार्गाचा अवलंब केला.

संपत्तीवरील कर (Wealth Tax) : हा संचित संपत्तीवरील कर असून तो चालू उत्पन्नातून भरावयाचा असतो. अडीच लाख रुपयांपेक्षा कमी संपत्ती करमाफ ठरविण्यात आली असून त्यापेक्षा अधिक संपत्तीवर कर घेतला जातो. या कराचा दर अत्यंत कमी म्हणजे ०.५ टक्के ते २ टक्के या मर्यादांमध्ये आहे. १९७० - ७१मध्ये या करापासून केंद्र सरकारला १५ कोटी रु. महसूल मिळाला, १९९४ - ९५ पासून या करात बदल केल्याने या करापासून मिळणारे उत्पन्न कमी होत आहे. १९९५ - ९६मध्ये ७४ कोटी १९९७-९८मध्ये १३० कोटी रु. नंतर मात्र वाढ झाली. २००९- १०मध्ये ४२५ कोटी रुपये (अपेक्षित) एवढे वाढलेले दिसते.

वस्तू व सेवांवरील कर (Taxes on commodities and Services)

केंद्र सरकारच्या महसुली उत्पन्नाचे मार्ग यादृष्टीने वस्तूवरील व सेवांवरील कर अत्यंत महत्त्वाचे आहेत.

मध्यवर्ती उत्पादन कर : मध्यवर्ती उत्पादन कर देशात उत्पादन केल्या जाणाऱ्या वस्तूंवर बसविला जातो. लिकर, ड्रग इ. सारख्या ज्या वस्तूंच्या उत्पादनावर राज्य सरकार उत्पादन कर बसविते अशा वस्तूंवर मध्यवर्ती उत्पादन कर बसविला जात नाही. सुरुवातीला साखर, सुती कापड, तंबाखू, मोटार, स्पिरीट, काडेपेट्या, सिमेंट इ. वस्तूंवरील उत्पादन करापासून केंद्र सरकारला भरपूर उत्पन्न मिळाले. अलीकडील काळात मध्यवर्ती उत्पादन कराची कक्षा वाढविण्यात आली आहे. त्यामध्ये अनेक वस्तूंचा समावेश करण्यात आला आहे. सन १९५० - ५१ ते २००१ - ०२ या काळात मध्यवर्ती उत्पादन करापासून मिळालेले स्थूल उत्पन्न ७० कोटींवरून ६८,५३० कोटी रुपयांपर्यंत वाढले. २००९ - १०च्या अर्थसंकल्पात या करापासून १०६४७७ कोटी रुपयांपर्यंत कर मिळेल असा अंदाज करण्यात आला होता. दहाव्या वित्त आयोगाने केलेल्या शिफारशींनुसार मध्यवर्ती उत्पादन करापासून मिळणाऱ्या उत्पन्नापैकी ४७.५ टक्के रक्कम घटकराज्यांना द्यावयाची आहे.

जकाती (Custom Duties)

यामध्ये आयातीवरील व निर्यातीवरील करांचा समावेश होतो. निर्यातीवरील जकातींमुळे भारताचे आंतरराष्ट्रीय बाजारांमधील स्पर्धा सामर्थ्य कमी होत असल्याने सरकारने अनेक निर्यात जकाती रद्द केल्या आहेत.

आयात वस्तूंवरील जकातींपासून सरकारला मोठे उत्पन्न मिळते कारण लोखंड,

पोलाद, रसायने, औषधे, खते, पेट्रोलियम वस्तू इत्यादींची फार मोठ्या प्रमाणावर आयात केली गेल्याने आयात जकातींपासून मिळणाऱ्या उत्पादनात मोठ्या प्रमाणात वाढ झाली आहे.

जकातींपासून १९८०-८१मध्ये ३४१० कोटी रुपयांचे उत्पन्न मिळाले. २००१-०२मध्ये ४७,५४० कोटी रुपयांपर्यंत वाढ झाली. २००९-१०च्या अर्थसंकल्पात जकातींपासून ९८००० कोटी रु. महसूल मिळेल असा अंदाज करण्यात आला आहे; तर २०१५-१६मध्ये २.०८३३६ कोटींपर्यंत जकाती पासूनचे उत्पन्न वाढेल.

भारतीय कर रचनेत महसूल मिळवण्याचे तिसरे महत्त्वाचे मोठे साधन म्हणजे जकाती आणि मध्यवर्ती उत्पादन कर हे होय.

सेवा कर : १९९५ - ९६ पासून सरकारला सेवाकरांपासून मोठे उत्पन्न मिळत आहे. उत्पादन आणि विक्री सेवांवर कर लादला जातो. गेल्या काही दशकांत सेवा क्षेत्र जलद विस्तारत आहे. सेवा क्षेत्राचा स्थूल देशांतर्गत उत्पादनात हिस्सा वाढत आहे.

सरकार इलेक्ट्रिसिटी सेवा, टेलिफोन सेवा, ब्रोकरेज इ. सेवा करांपासून महसूल प्राप्त करत आहे. प्रत्येक वर्षी नवीन सेवांवर कर लावला जात आहे. आत्तापर्यंत ८१ सेवांवर सेवाकर लावला आहे. १९९४ - ९५मध्ये सेवाकरांपासून ४०७ कोटी रु. उत्पन्न मिळाले. २००१ - ०२मध्ये २६१० कोटी रुपयांपर्यंत उत्पन्न वाढले तर २००९-१०च्या अंदाजपत्रकात ६५००० कोटी रुपयांपर्यंत उत्पन्न वाढेल असा अंदाज केला होता. २०१५-१६ मध्ये २.०९७७४ कोटींपर्यंत सेवाकर वाढला आहे.

राज्य सरकारकडून आकारले जाणारे कर

राज्य सरकारांना काही ठरावीक कर आकारण्याचा व जमा करण्याचा अधिकार भारतीय राज्यघटनेनुसार मिळालेला आहे. प्रत्येक राज्याला केंद्र सरकारने लावलेल्या व जमा केलेल्या करातील काही हिस्सा मिळत असतो. राज्य सरकार पुढील कर लावतात-

१) शेती उत्पन्नावरील कर : राज्य घटनेने शेती उत्पन्नावर कर लावण्याचा अधिकार राज्यसरकारांना दिलेला आहे. परंतु अजूनही फारच कमी राज्ये या अधिकाराचा वापर करतात. १९८० - ८१ पासून या कराच्या रूपाने मिळणाऱ्या उत्पन्नात वाढ होत आहे.

२) मालमत्ता व भांडवलावरील कर : यामध्ये मुख्यत: स्टॅम्प व नोंदणी शुल्क, जमीन महसूल, शहरातील अचल मालमत्तेवरील कर यांचा समावेश होतो.

३) व्यापार, व्यवसाय, रोजगार आणि कर : पंचवार्षिक योजनाकाळात भारताची झालेली प्रगती, वाढता व्यापार, व्यवसाय आणि वाढती रोजगार संधी यामुळे या मार्गाने जमा होणाऱ्या कराची रक्कम वाढत आहे.

या कराप्रमाणेच राज्य सरकारांना काही वस्तू व सेवांवर कर लावण्याचा अधिकार आहे; ते कर पुढीलप्रमाणे -

१) विक्री कर : यामध्ये मुख्यत: विक्री कर, केंद्रीय विक्रीवरील काही हिस्सा, मोटार स्पिरीटवरील विक्रीकरण तसेच उसाच्या खरेदीवरील कर इ. चा समावेश होतो.

२) वाहनांवरील कर : या करात अनेक सुधारणा झाल्या आहेत. वाहनांवरील कर हा राज्यसरकारचा अधिकार आहे.

३) राज्यसरकारचे करेतर उत्पन्न : करांखेरीज इतर काही मार्गांनीसुद्धा राज्यसरकारला उत्पन्न मिळते.

यामध्ये व्याजरूपाने मिळणारे उत्पन्न, राज्यसरकारच्या मालकीच्या उद्योग व व्यवसाय क्षेत्रातून मिळणारा लाभांश व नफा, तसेच राज्य सरकारकडून पुरविल्या जाणाऱ्या सामान्य, आर्थिक, सामाजिक, राज्यकोषीय सेवांपासून मिळणारे उत्पन्न इ. चा समावेश होतो. इतर करांपासून मिळणाऱ्या उत्पन्नाप्रमाणेच करेतर उत्पन्नातही वाढ झालेली आहे.

४) वीज कर : विजेवर आकारण्यात येणारे कर.

५) माल वाहतूक कर : माल वाहतूक व प्रवासी वाहतुकीवर कर.

६) कर महसुलातील हिस्सा : केंद्र सरकारच्या कर महसुलातील राज्यांना मिळणारा हिस्सा; हा हिस्सा ठरविण्याचा अधिकार राज्य घटनेने वित्तआयोगाला दिलेला आहे.

७) इतरेतर कर : करमणूककर, संपदाकर आणि इतर कर या सर्व करांच्या उत्पन्नात वाढ झालेली आहे.

अशा रीतीने राज्य सरकारांचे कर उत्पन्न तसेच करेतर उत्पन्न या दोन्हीत वाढीची प्रवृत्ती दिसून येते.

११.५ भारतातील प्रत्यक्ष आणि अप्रत्यक्ष करांची वैशिष्ट्ये (Features of Direct and Indirect Indian Tax System)

१) भारतात प्रत्यक्ष करात प्राप्तीकराचे महत्त्व मोठे आहे. शेतीवरील उत्पन्नावर कर लादण्याचा अधिकार घटकराज्यांकडे आहे. मात्र, सर्व घटकराज्यांनी या अधिकाराचा वापर केलेला नाही. थोडक्यात, भारतीय कर रचनेचे वैशिष्ट्य म्हणजे प्रत्यक्ष कर हे व्यक्ती व संस्थांच्या उत्पन्नाशी व संपत्तीशी निगडित ठेवलेले आहेत. त्यांचा खर्चाशी संबंध नव्हे. केंद्र सरकारने लावायच्या अप्रत्यक्ष करात भांडवली व्यवहारावरचे कर जकाती किंवा आयात किंवा सीमा शुल्क आणि उत्पादन शुल्क यांचा समावेश होतो. राज्य सरकारे

व स्थानिक स्वराज्य संस्थांकडून लावल्या जाणाऱ्या अप्रत्यक्ष करात विक्री कर, काही ठरावीक जकाती, करमणूककर, वाहनांवरीलकर, नोंदणी शुल्क इ. चा समावेश होतो.

तक्ता क्र. ११.२

केंद्र सरकारच्या उत्पन्नातील प्रत्यक्ष व अप्रत्यक्ष करांची तुलना

(रुपये कोटीत)

वर्ष	प्रत्यक्ष कर	अप्रत्यक्ष कर	एकूण कर उत्पन्न (स्थूल)
१९५०-५१	१७४ (४३)	२२७ (५७)	४०१
१९९०-९१	११,०३०(१६)	५७,४७० (८४)	६८,५००
२००१-०२	६९,२३०(३७)	१,२०,२७० (६३)	१,८९,५००
२००९-१०	३,७०,००० (५८)	२,७१,०७९ (४२)	६,४१,०७९
२०१५-१६	७,९८०९५ (५५)	६,५१,३९५ (४६.०)	१४४९४९० (१००.०)

(Source - Indian Economy, Ruddar Datt and Sundharam 72th Edition. P. 956).

२) भारतात कर वाढविणे महत्त्वाचे आहे व करापासून उत्पन्न वाढवायाचे असेल तर कर आकारणीचा पाया विस्तारला पाहिजे. जास्तीतजास्त लोकांना कर आकारणीच्या कक्षेत आणणे आवश्यक आहे. त्यासाठी साधी, सोपी व सुटसुटीत 'कर रचना' असावी. आधुनिक काळात कर हे उत्पन्नाचे साधन राहिलेले नसून आर्थिक व सामाजिक समता निर्माण करणे, साधन सामग्रीचे करवाटप करणे आणि प्रादेशिक विषमता कमी करणे याचे साधन बनले आहे; परंतु विविध कारणांसाठी ही साधने वापरतात, दिलेल्या कर सवलती व काही ठिकाणी लावलेले जादा कर यामुळे आपली कररचना व कर कायदे आणखीनच गुंतागुंतीचे झालेले आहेत. हा दोष प्रत्यक्ष आणि अप्रत्यक्ष करात दिसून येतो. भारताची अर्थव्यवस्था व समाजव्यवस्था या दोन्हींच्या विकासास उपयोगी पडेल अशी कर रचना भविष्यकाळात अपेक्षित आहे. त्यासाठी कर रचना व संबंधित कायदे जास्तीतजास्त साधे व सोपे करणे गरजेचे आहे.

३) भारतातील कर रचना ही भांडवलप्रधान तंत्राला पाठिंबा देणारी आहे. अनेक कर सवलती या भांडवलप्रधान तंत्राला मदत करणाऱ्या आहेत. उदा. उद्योग स्थापनेच्या वेळी दिली जाणारी कर सूट; तसेच सुरुवातीला भांडवल गुंतवताना मिळणारी सवलत इ. मुख्यत: भांडवलप्रधान उद्योगातच मिळतात. वास्तविक पाहता बेकारी ही आपल्या

देशात जुनी समस्या आहे. त्यासाठी श्रमप्रधान तंत्राला प्रोत्साहन देणे महत्त्वाचे आहे. प्रत्यक्षात मात्र श्रमप्रधान प्रकल्पांना मिळणाऱ्या कर सवलती कमी आहेत. केंद्र सरकारने अंदाजपत्रक सादर करताना रोजगार पुरविणाऱ्या प्रकल्पांकडे दुर्लक्षच केले आहे. भारतात रोजगार निर्मितीस अधिक महत्त्व देणे गरजेचे आहे. मात्र, करविषयक धोरणात या बाबींकडे दुर्लक्ष झाले आहे.

४) अप्रत्यक्ष करांच्या बाबतीत भारतात असमानता आढळते. या करांच्या बाबतीत कर दर आणि व्याप्ती या दोन्हींबाबत प्रगतिशीलता आढळते. चैनीच्या वस्तूंवर मोठ्या दराने कर आकारणी केली जाते; तर जीवनावश्यक वस्तूंवर कर माफी अथवा कमी दराने कर आकारणी केली जाते; असे असूनसुद्धा या करांच्या बाबतीत कर चुकवेपणा होत असल्याचे दिसून येते; अप्रत्यक्ष कर जे जकाती व विक्रीकर या स्वरूपात ग्राहकांकडून गोळा केले जातात. तेथे उत्पादक अथवा विक्रेतेच एक तर कर बुडवितात, कमी जमा करतात अथवा हिशोबात घोटाळे करतात असे दिसून आले आहे.

५) आपली कर आकारणी ही गुंतवणुकीस प्रोत्साहन देते मात्र बचतीला मात्र तेवढे महत्त्व अथवा प्रोत्साहन देत नाही. वास्तविक पाहता बचत ही भांडवल संचयाची पहिली पायरी आहे. लोकांनी जास्तीतजास्त बचत करावी यासाठी अधिक प्रोत्साहन देण्याची गरज आहे. प्रत्यक्षात बचतीला फारसे उत्तेजन दिले जात नाही; शिवाय वाढती किंमत पातळी आणि रुपयांची घसरती क्रयशक्ती यामुळे खर्च वाढून बचतीवर मर्यादा येते.

भारतात आर्थिक विकास होण्यासाठी भांडवल संचयाचा दर वाढविणे आवश्यक आहे. त्यासाठी कर रचनेने मदत करावी ही अपेक्षा आहे. भारतातील कर पद्धती खर्चावर नियंत्रण ठेवण्यात आणि बचत गुंतवणुकीस प्रोत्साहन देण्यास फारशी यशस्वी झालेली नाही.

६) पुरेशा प्रमाणात कर जमा होणे ही कसोटी सध्याच्या काळात दिसून येते. गेल्या काही वर्षांत कर उत्पन्नात झपाट्याने वाढ होत आहे. गेल्या काही वर्षातील अंदाजपत्रकातील अंदाजाचा विचार करता करमहसुलात वाढ अपेक्षित होती. ही वाढ राष्ट्रीय उत्पन्नाच्या दरवाढीपेक्षा अधिक दराने अपेक्षित होती. गेल्या काही वर्षांत कर रचनेत लवचिकता आलेली आहे. त्यामुळे करांचा पाया आणि करांचे दर या सर्वांत फरक झालेला दिसून येतो. कर महसुलात वाढ झालेली असूनसुद्धा सरकारला आपल्या वाढत्या खर्चासाठी कर्जे आणि तुटीचा अर्थभरणा यावर अवलंबून राहावे लागत आहे. करांचा पाया विस्तारणे व कर दर वाढविणे यावर मर्यादा असल्याने सरकारच्या करविषयक धोरणात कर महसूल वाढविण्यासाठी कर दरांची फेररचना आणि अप्रत्यक्ष करांचा विस्तार

यावर भर दिलेला दिसतो; त्यामुळे कर रचनेत असमानता दिसून येते.

७) भारतात करांच्या संदर्भातील गुंतागुंतीचे कायदे व त्यात सतत होणारे बदल त्यामुळे कररचनेत साधेपणा व निश्चितता या बाबी फारच कमी प्रमाणात आढळतात. कायद्यात असणाऱ्या पळवाटांमुळे करचुकवेपणा व करबुडवेपणा वाढीस लागलेला दिसतो. अलीकडच्या काळात तर बेनामी मालमत्ता असणे कायदेशीर होते; तसेच प्रशासन व्यवस्था कार्यक्षम व स्वच्छ नसल्याने कर बुडवेपणास वाव मिळतो. त्यामुळे कार्यक्षमता आणखीनच कमी झालेली दिसून येते तर व्यावहारिकपणा ही कर कसोटीसुद्धा अनेक करांच्या बाबतीत लागू होत नाही.

८) कर रचनेत पुरेशी नसणारी समानता अर्थव्यवस्थेच्या विविध क्षेत्रांमध्येही तशीच दिसते. तसेच विविध व्यक्तींच्या संदर्भातसुद्धा असमानता दिसते. व्यक्तींच्या बाबतीत कर विषमतेचे कारण म्हणजे करातील कायदेशीर प्रगतिशीलता व प्रत्यक्षातील परिणामकारक प्रगतिशीलता यातील फरक होय. कागदोपत्री आणि कायद्याने आपले प्रत्यक्षकर प्रगतिशील आहेत; म्हणजेच वाढत्या उत्पन्नावर वाढत्या दराने कराचे मात्र प्रत्यक्षात वेगळेच चित्र दिसते. आकडे, हिशोब इ. बाबतीत आपल्याकडे आढळणाऱ्या उणिवांशी कर प्रशासनास जमवून घेता आलेले नाही. त्रुटी व संकल्पना स्पष्ट नसणे यामुळेही समस्या निर्माण होतात.

तसेच कर बुडविल्यानंतर राहिलेला पैसा हा उत्पादक कार्यासाठी न वापरता अनुत्पादक कामासाठी वापरला जातो; त्याचे परिणाम सर्व अर्थव्यवस्थेस भोगावे लागतात.

९) प्रत्यक्ष करांचे वाढत जाणारे वर्चस्व : भारताच्या एकूण कर रचनेत अप्रत्यक्ष करांचे प्रमाण स्वातंत्र्यानंतर सुरुवातीस अधिक होते. मात्र, १९९० - ९१ नंतर प्रत्यक्ष करांचे प्रमाण वाढत गेले. १९९० - ९१मध्ये प्रत्यक्ष करांचे प्रमाण १६% होते. २००१-०२मध्ये ते ३७ टक्के पर्यंत वाढले तर २००९- १०च्या अंदाजपत्रकात प्रत्यक्षकरांचे प्रमाण ५८ टक्के पर्यंत वाढले; म्हणजेच अप्रत्यक्ष करांपेक्षा प्रत्यक्ष करांच्या उत्पन्नात वाढ होताना दिसून येते.

१०) कर विषयक कायद्यात वारंवार होणारे बदल : भारतात कर दरामध्ये वारंवार बदल होतात. त्यामुळे अस्थैर्य निर्माण होते. भारतीय कर कायद्यात साधेपणा, सुटसुटीतपणा हे आवश्यक गुण आढळत नाहीत. प्रत्येक वर्षी सादर होणाऱ्या अंदाजपत्रकात करविषयक बदल केले जातात. त्यामुळे आणखीनच गुंतागुंत वाढत जाते.

११) निगम कराचे उच्च दर व वाढत जाणारे महत्त्व : १९९४ - ९५ पर्यंत निगम कराचे दर उच्च होते. मात्र, चेल्लय्या कमिटीने ४० टक्के कर कमी करण्याचे सुचविल्याने

१९९४-९५ पासून करात घट केली. या करापासून उत्पन्न मात्र वाढत आहे. निगम कर / कंपनी कराचे उत्पन्न १९५० - ५१ मध्ये ४० कोटी रुपये होते ते व्यक्तिगत एकूण उत्पन्नाच्या ३० टक्के होते. १९८० - ८१ मध्ये १३१० कोटी रुपयांपर्यंत वाढले. २००१ - ०२ मध्ये ३६,६१० कोटी रुपयांपर्यंत वाढले; तर २००९ - १०च्या अंदाजपत्रकात २,५६,७२५ कोटी पर्यंत वाढल्याचे दिसून येते. तसेच २०१५ - १६मध्ये निगमकर ४.७०६२८ कोटींपर्यंत वाढला. २००१- ०२ पासून व्यक्तिगत उत्पन्नापेक्षा निगमकराचे उत्पन्न अधिक झाले आहे. त्यामुळे निगमकर हा सर्वांत जास्त उत्पन्न देणारा कर समजला जातो.

१२) कर बुडवेपणा व काळा पैसा : भारतात संपत्ती कर भरणाऱ्यांची संख्या मर्यादित असून, भाववाढीच्या काळामध्ये संपत्तीचे मूल्य ठरविणे अवघड आहे. कर न भरलेल्या पैशांचे रूपांतर काळ्या पैशांत होते. काळ्या पैशांचा अंदाज इतका मोठा आहे की, भारतात या काळ्या पैशांच्या जोरावर समांतर अर्थव्यवस्था चालू शकते; अशी टीका केली जाते. जुलै १९९१ मध्ये सरकारने काळ्या पैशांवर नियंत्रण ठेवण्यासाठी अनेक उपाय सुचविले आहेत. मात्र, कर बुडवेपणावर पूर्ण नियंत्रण नसल्याचे दिसून येते.

११.६ केंद्र सरकारला करेतर मार्गांनी मिळणारा महसूल

केंद्र सरकारला प्रत्यक्ष आणि अप्रत्यक्ष करांपासून उत्पन्न मिळत असते तसेच करेतर मार्गांनीसुद्धा उत्पन्न मिळते. जसे राज्यवित्तीय आणि अन्य सेवा (आर्थिक व सामाजिक सेवा, चलननिर्मिती, टांकसाळी, परकीय अनुदाने इ.) व्याजरूपाने उत्पन्न, लाभांश व नफा आणि शासकीय उत्पादन संस्थांचा नफा इ.

तक्ता क्र. ११.३ : केंद्र सरकारचे करेतर उत्पन्न (कोटी रु.)

बाबी	१९७०-७१ प्रत्यक्ष	२०१४-१५ (अंदाजपत्रक)
१) व्याज रूपाने उत्पन्न	५९०	२३,६००
२) लाभांश व नफा	१२०	१००६५१
३) राज्यवित्तीय व अन्यसेवा	१८०	९७,४८२
एकूण	**८९०**	**२,२१,७३३**

(संदर्भ : Indian Economy Rudar Datt & Sundaram 72th edition 2018, P. 957)

१९५० - ५१मध्ये करेतर महसूल ४९ कोटी रु. होता. तो १९७०-७१मध्ये ८९०

कोटी रु. पर्यंत वाढला तर २०१४-१५मध्ये या मार्गांनी २,२१,७३३ कोटी पर्यंत मिळेल असा अंदाज व्यक्त केला. व्याजरूपाने मिळणाऱ्या उत्पन्नाला महत्त्वाचे स्थान आहे. राज्यांना आणि केंद्रशासित प्रदेशांना दिलेल्या कर्जावर केंद्रात व्याज मिळत असते तसेच रेल्वे, टपाल खाते इ. शासकीय क्षेत्रातील उत्पादन संस्थांना केंद्राने दिलेल्या कर्जावरील व्याज केंद्र सरकारला मिळते तर लाभांश व नफा हा रिझर्व्ह बँक, राष्ट्रीयीकृत बँका, आयुर्विमा महामंडळ, शासकीय क्षेत्रातील उत्पादन संस्था इ. द्वारे केंद्राला मिळतो.

११.७ प्रत्यक्ष करात बदल करण्यासाठी कृतीदल

२२ नोव्हेंबर २०१७ रोजी देशाच्या प्रत्यक्ष करात बदल करण्यासाठी केंद्र शासनाने कृतीदल स्थापन केला आहे. प्राप्तीकर १९६१मध्ये काही बदल करण्याची गरज निर्माण झाल्याने त्यासाठी कृतीदल (Task Force) स्थापन करण्यात आला आहे.

कृतीदलाकडून देण्यात येणाऱ्या शिफारशींच्या आधारे नवा प्रत्यक्ष कर कायद्याचा मसुदा तयार करण्यात येणार आहे. तो सहा महिन्यात सादर केला जाणार आहे.

कृतीदल :

- **अध्यक्ष –** अरविंद मोदी (केंद्रीय प्रत्यक्ष कर मंडळाचे अध्यक्ष)
- **सदस्य :** गिरीश अहुजा, राजीव मेमानी, मुकेश पटेल, मानसी केडिया, जी. सी. श्रीवास्तव.
- **स्थायी आमंत्रित सदस्य :** अरविंद सुब्रह्मण्यम (मुख्य आर्थिक सल्लागार)

कार्ये :

अ) वेगवेगळ्या देशातील सध्याच्या प्रत्यक्ष कर व्यवस्थेचा अभ्यास करणे.

ब) देशाच्या आर्थिक गरजांचा अभ्यास करणे.

क) आंतरराष्ट्रीय स्तरावरील प्रमुख प्रचलित व्यवस्था व देशाच्या आर्थिक गरजा यासंबंधित अभ्यास करणे.

इतर : सद्य:स्थितीत प्रत्यक्ष करात प्राप्तीकर व व्यवसाय कर यांचा समावेश आहे; तर अप्रत्यक्ष करात उत्पादन, वस्तू व सेवा यांचा समावेश आहे.

- २०१०मध्ये प्रत्यक्ष कर कायद्याचे विधेयक लोकसभेत सादर केले; परंतु २०१४ मध्ये कार्यकाल संपल्याने या विधेयकाचासुद्धा कार्यकाल संपला.
- १९२२ चा मूळ प्राप्तीकर कायदा होता. स्वातंत्र्यानंतर १९६१मध्ये नवीन प्राप्तीकर कायदा अंमलात आला.

११.८ वस्तू व सेवा कर (Good and Service Tax) (GST)

वस्तू व सेवा कर हा पूर्वीच्या अनेक केंद्र व राज्याच्या अप्रत्यक्ष कराच्या ऐवजी देशात येणारा एकच अप्रत्यक्ष कर आहे. उत्पादनाचे रूपांतर पुरवठ्यात होते त्या पुरवठ्यावर हा कर आकारला जातो.

प्रत्येक टप्प्यावर मूल्यवर्धनावर हा कर आकारला जातो परंतु प्रत्येक पुढच्या टप्प्यावर पूर्वीच्या टप्प्यावर आकारलेल्या करासाठी सूट आहे. या पद्धतीत करभार अंतिम ग्राहकाने भरावा अशी अपेक्षा आहे.

१९०५मध्ये कॅनडा देशाने प्रायोगिक तत्त्वावर जीएसटी आकारण्याचा प्रयत्न केला. तर १९५४मध्ये फ्रान्स या देशाने जीएसटीची अंमलबजावणी सुरू केली. सध्या जगात १६० देशांनी जीएसटीची अंमलबजावणी केलेली आहे. भारतात १ जुलै २०१७ पासून जीएसटीची अंमलबजावणी झालेली आहे. यामध्ये १२०० वस्तू व ५०० सेवांचा समावेश केलेला आहे.

भारतात स्वातंत्र्यानंतर सर्वांत मोठी कर सुधारणा म्हणून वस्तू व सेवा कर करप्रणाली ओळखली जाते. एक (अप्रत्यक्ष) कर, एक देश व एक बाजारपेठ अशी वस्तू व सेवा कराची अंमलबजावणी सुरू झाली.

वस्तू व सेवा करांचे दर : जपानमध्ये जीएसटीचा दर ५ टक्के आहे. सिंगापूर ७ टक्के, जर्मनी १९ टक्के, फ्रान्स १९.६ टक्के, स्वीडन २५ टक्के, ऑस्ट्रेलिया १० टक्के, पाकिस्तान १८ टक्के तर भारतात शून्य टक्के, ५ टक्के, १२ टक्के, १८ टक्के, २८ टक्के असे पाच गटात वर्गीकरण केलेले आहे. याशिवाय, सोने व सोन्याचे दागिने यावर ३ टक्के आणि हिरे व हिऱ्यांचे दागिने यावर १.२ टक्के कर आकारण्याचा निर्णय घेतलेला आहे. जीएसटीचे सात टप्पे राहणार आहेत. वस्तू व सेवा कराचा प्रत्यक्ष अनुभवी दर केंद्रीय दर आणि राज्य दर यांची बेरीज असणार आहे.

१) शून्य टक्के : अत्यावश्यक वस्तू व सेवा कर मुक्त म्हणजे शून्य कर दर असेल.

२) आवश्यक / महत्त्वाच्या वस्तू / सेवांसाठी ५% दर असेल.

३) सर्वसाधारण वस्तू / सेवांसाठी असे प्रमाणित दर, मौलिक धातूंसाठी विशेष वेगळे (अल्प) दर असतील.

४) सुखकारक, चैनीच्या, ऐशोरामाच्या वस्तू/ सेवांसाठी २८% दर असेल.

५) आणीबाणीच्या परिस्थितीत अपवादात्मक गरजेच्या काळात हा दर ४०% पर्यंत वाढविण्याची कायद्यात तरतूद आहे.

तक्ता क्र. ११.४
पूर्वीचे अप्रत्यक्ष कर आणि आत्ताचे जीएसटीचे दर

(सर्व कर मूल्याधारित असतील. करमुक्त/वस्तू सेवांची संख्या सीमांत ठेवली जाईल.)

वस्तू	जीएसटी पूर्व कराचा दर (टक्के)%	जीएसटी दर (टक्के) %	वस्तू	जीएसटी पूर्व कराचा दर (टक्के)	जीएसटी दर (टक्के)
गहू	२.५	०	केचअप व सॉसेस	१२	१२
तांदूळ	२.७५	०	मोहरीयुक्त सॉस	१२	१२
ब्रँडविरहित पीठ	३.५	०	साबण	२७	१८
दही, लस्सी, ताक	४	०	अन्य पादत्राणे	२१	१८
ब्रँडविरहित नैसर्गिक मध	६	०	एलपीजी स्टोव्ह	२१	१८
मुलांसाठी चित्रे ड्रॉईंग व कलरिंग बुक्स	७	०	ॲल्युमिनियम फाईल्स	१९	१८
अल्ट्राहाय टेम्परेचर (दूध)	६	५	स्कूल बॅग	२२	१८
चहा प्रक्रिया न केलेला हिरव्या पानांचा चहा वगळून	६	५	प्रिंटर्स	१९	१८

वस्तू	जीएसटी पूर्व कराचा दर (टक्के)%	जीएसटी दर (टक्के) %	वस्तू	जीएसटी पूर्व कराचा दर (टक्के)	जीएसटी दर (टक्के)
दूध पावडर	६	५	स्टेपलर्स	२७	१८
साखर	६	५	ट्रॅक्टरचे मागील	२०	१८
मिठाई पदार्थ	७	५	टायर व ट्यूब		
वनस्पती खाद्य तेल	६	५	हेल्मेट	२०	१८
मसाले	६	५	सीसीटीव्ही	१९	१८
केरोसिनचे दिवे	८	५	बाबागाडी	२७	१८
कोळसा	९	५	बांबू फर्निचर	२३	१८
५०० रु. जोडीच्या किमतीची	१०	५	सिमेंट	२९	२८
पादत्राणे (SRP)					

टीप - जर सीएसटी, जकात, प्रवेशशुल्क इ. कारणांमुळे (जे २% हून अधिक आहेत) लागू होणारे कर समाविष्ट केले असते तर जीएसटी पूर्व कराचे दरसुद्धा अधिक उच्च असते.

केंद्रीय अर्थमंत्री अरुण जेटली यांनी १० नोव्हेंबर २०१७ रोजी जीएसटी परिषदेत १७८ वस्तूंवरील कर २८% वरून १८% पर्यंत कमी करण्याचा निर्णय घेतला व तो १५ नोव्हेंबर २०१७ पासून लागू झाला.

१३ वस्तूंवरील १८% कर १२% पर्यंत कमी.

६ वस्तूंवरील १८% कर ५% पर्यंत कमी.

८ वस्तूंवरील १२% कर ५% पर्यंत कमी.

६ वस्तूंवरील ५% कर करमुक्त.

तक्ता क्र. ११.५

करातील बदल	काही महत्त्वपूर्ण वस्तू	एकूण वस्तू
२८% वरून १८%	प्लायवूड, घड्याळे, डिटर्जंट, शॅम्पू, सौंदर्य प्रसाधने, संगमरवर, ग्रॅनाईट, चामड्याचे कापड	१७८
१८% वरून १२%	दुधाची भुकटी, रिफाईंड साखर, मधुमेहाचा आहार, वैद्यकीय ऑक्सिजन, मुद्रण शाई, हॅक बॅग्ज, चष्मा फ्रेम, बांबू व त्याचे फर्निचर	१३
१८% वरून ५%	पल्स राईस चिक्की, विशिष्ट ब्रँडचे बटाटा - पीठ; चटणी पावडर, कच्च्या गंधकावर प्रक्रिया केलेले शुद्ध गंधक, प्लाय ॲश	६
१२% वरून ५%	इडली - डोसा पीठ, तयार चामडे, काथ्या, मासेमारी जाळे, वॉर्न कॉशिंग, प्लाय ॲश, विटा, सुके खोबरे	८
५% वरून ०%	गोरे मील, हॉपकोन, काही सुकलेल्या भाज्या, मासे, प्रक्रिया विरहित नारळाच्या करवंट्या	६
२८% वरून ५%	विमान इंजिन, विमानाची टायर विमानाची सीट्स	-
३% वरून ०%	लाखेच्या बांगड्या	-

तसेच काही महत्त्वपूर्ण बदल

१) एसी व साध्या रेस्टॉरंटमधील कर ५% केला आहे. तो यापूर्वी एसी रेस्टॉरंटमध्ये १८% तर साध्या रेस्टॉरंटमध्ये १२% कर आकारला जात असे.

२) जीएसटी भरण्यास विलंब झाल्यास आकारण्यात येणाऱ्या दंडात कपात - २००रु. दिवस वरून २० रु. दिवस करण्यात आला आहे.

३) सेवा पुरवठादारांना सवलत - राज्यांतर्गत आंतरराज्यीय अथवा ई - कॉमर्स ऑपरेटरद्वारे सेवा पुरविणाऱ्या व २० लाखांपेक्षा कमी उलाढाल असलेल्या सर्व सेवा पुरवठादारांना जीएसटीमध्ये नोंदणीकृत होण्यापासून सूट देण्यात आली आहे.

४) कम्पोझिशन स्कीममधील बदल - १.५ कोटींपर्यंत उलाढाल असलेल्या व्यापाऱ्यांना या योजनेद्वारे एकूण विक्रीवर १% कर भरण्याची सोय उपलब्ध करून दिलेली आहे.

५) आता २८% जीएसटी असलेल्या वस्तूंची संख्या ५० एवढी राहिलेली आहे.

६) २२ डिसेंबर २०१८ रोजी जीएसटी दर कमी केले. काही वस्तुंच्या बाबतीत २८% वरून १८% पर्यंत कमी केले. फुले, गहाणखत, शाफ्ट व क्रॉन्क्स्, गिअर बॉक्स २८% वरून ५% पर्यंत कमी केले; तर काही वस्तूंचे १८% वरून १२% पर्यंत १८% वरून ५%, १२% वरून ५% व १२% पासून शून्यापर्यंत आणले.

सद्य:स्थितीत प्रत्यक्ष करात प्राप्तीकर आणि व्यवसाय कर यांचा समावेश केलेला आहे; तर अप्रत्यक्ष करात उत्पादन आणि वस्तू व सेवा करांचा समावेश केलेला आहे.

रद्द होणारे अप्रत्यक्ष कर : केंद्रीय वस्तू व सेवा करामध्ये पुढील अप्रत्यक्ष कर समाविष्ट होणार आहेत तर काही रद्द होणार आहेत.

केंद्रीय उत्पादन शुल्क, विशेष उत्पादन शुल्क, अतिरिक्त उत्पादन शुल्क (कापड व कापड वस्तू), विशिष्ट उत्पादन शुल्क (औषधी, स्वच्छता वस्तू) सेवा कर, अतिरिक्त संतुलन व शुल्क, विशेष अतिरिक्त आयात कर, अधिभार उपकर

एकूण ८ केंद्रीय अप्रत्यक्ष कर राज्य वस्तू व सेवा करामध्ये सध्याचे पुढील अप्रत्यक्ष कर समाविष्ट होणार तर काही रद्द होणार आहेत.

- वर्धित मूल्य व विक्री कर
- करमणूक कर (स्थानिक सरकारचा नव्हे) जाहिरातीवरील कर, ऐशोरामकर, लॉटरी, जुगार, सट्टा यावरील कर राज्याचे उपकर / अधिभार.
- प्रवेश कर (ऑक्ट्रॉय पर्यायी नव्हे) केंद्रीय विक्रीकर असे एकूण ९ अप्रत्यक्ष कर. राज्य पातळीवरील स्टॅम्प ड्यूटी, वाहनकर, वीज कर, यांच्याबाबतीत नंतर विचार

होणार आहे. तसेच इंधनावरील कर तसेच मानवी उपयोगाचे मद्यार्क यांच्याबाबतीत नंतर विचार होणार आहे.

वस्तू - सेवा कर परिषद

वस्तू व सेवा कर कायद्याद्वारे वस्तू व सेवा कर परिषद स्थापन करण्यात आलेली आहे. या परिषदेत १/३ सभासद केंद्र सरकारचे आणि २/३ सभासद राज्य सरकारचे आहेत. धोरण निर्णयाचा ठराव मंजूर होण्यासाठी बहुमताची अट आहे.

तक्ता क्र. ११.६ : जीएसटी परिषदेच्या बैठका

बैठक क्र.	दिनांक	ठिकाण	महत्त्वपूर्ण निर्णय
१४	१८ ते १९ मे २०१७	श्रीनगर	वेगवेगळ्या वस्तू आणि सेवांसाठी ५%, १२%, १८% आणि २८% दर निश्चित करण्यात आले.
१५	३ जून २०१७	नवी दिल्ली	१४ व्या बैठकीत निश्चित करण्यात आलेल्या वस्तूंच्या करा व्यतिरिक्त उर्वरित वस्तूंवरील कर या बैठकीत निश्चित करण्यात आले तसेच जीएसटी नियमांचा आराखडा आणि जीएसटी संदर्भातल्या दुरुस्त्यांनाही मंजुरी देण्यात आली.
१६	११ जून २०१७	नवी दिल्ली	सेवा कर वगळण्यात आला व विविध सेवांवरील दराला मंजुरी देण्यात आली.
१७	१८ जून २०१७	नवी दिल्ली	परतावा दाखल करण्याच्या नियमात शिथिलता आणण्याचा तसेच हॉटेलवरील जीएसटी दरातही शिथिलता आणण्याचा निर्णय घेण्यात आला.

बैठक क्र.	दिनांक	ठिकाण	महत्त्वपूर्ण निर्णय
१८	३० जून २०१७	नवी दिल्ली	रासायनिक खतांवरील जीएसटी १२% वरून ५% पर्यंत कमी करण्यात आला. तसेच ट्रॅक्टरच्या भागावरील २८ टक्के जीएसटी १८ टक्केपर्यंत कमी करण्यात आला.
१९	१७ जुलै २०१७	नवी दिल्ली	सिगारेटवरील (cess) सेस वाढविण्यात आला.
२३	१० नोव्हेंबर २०१७	गुवाहटी	१७८ वस्तूंवरील २८% कर १८% पर्यंत कमी करण्यात आला.
२४	१६ डिसेंबर २०१७	नवी दिल्ली	ई-वे बिल लागू करण्यासंबंधी चर्चा

वस्तू व सेवा कराची वैशिष्ट्ये : सर्वसाधारणपणे वस्तू व सेवा कराची वैशिष्ट्ये पुढीलप्रमाणे सांगता येतात-

१) वस्तू व सेवा कर देशपातळीवर सार्वत्रिक व एकजिनसी आहे.

२) वस्तू व सेवा कर एकाचवेळी बहुस्तरीय परंतु सहगामी आहे.

३) वस्तू व सेवा कर स्वीकारल्यामुळे कर महसूल घटल्यास केंद्र सरकार घटकराज्यांना वार्षिक १४% वृद्धीदर गृहीत धरून पहिली पाच वर्षे घटत्या प्रमाणात नुकसान भरपाई देणार आहे.

४) वस्तू व सेवा कर पूर्णपणे मूल्याधारित आहे. (Advalorem).

५) वस्तू व सेवा कराच्या रचनेत आदान कर प्रतिपूर्ती (ITC) व वर्धितमूल्य तत्त्वाचा वापर केला आहे.

६) वस्तू व सेवा कराची वसुली व्यवहाराच्या पातळीलाच म्हणजेच टॅक्स कलेक्टेड ॲट सोर्स (TCS) अशी आहे.

७) वस्तू व सेवा करामुळे केंद्र सरकारचे आठ आणि राज्य सरकारचे नऊ अप्रत्यक्ष कर रद्द होतात.

८) वस्तू व सेवा कराची दर रचना पुरोगामी, बहुस्तरीय आहे. महत्त्वाच्या अत्यावश्यक वस्तू / सेवा करमुक्त आहेत.

९) या कर व्यवस्थेत चुकवेगिरी, किमान कर चुकविणाऱ्यांची आपोआप प्रसिद्धी व काळी यादी होण्याची सोय आहे.

११.९ जीएसटी महसूल (GST Revenue)

नवीन जीएसटी महसूल वर्षभरापासून जमा केला जात आहे. त्यामध्ये काही प्रमाणात गैरसमज दिसून येतात. संपूर्ण भारतात व्हॅटसारखे कर पूर्वी अस्तित्वात होते. परंतु जीएसटी लागू केल्यापासून अनेक कर रद्द करण्यात आलेले आहेत. एकच कर प्रणाली असल्यामुळे देशात एकसूत्रपणा येण्यास मदत झाली आहे.

तक्ता क्र. ११.७ : मागील आणि पुढील जीएसटी कर महसूल (लाख कोटी)

२०१६-१७		२०१७-१८	
	वार्षिक	महिन्याची सरासरी जुलै ते नोव्हेंबर	अंदाजे वार्षिक राज्याचा महसूल
राज्य	४.४	SGST २.५	२.५
केंद्र	५.३	CGST १.७	२.५
एक्साईज	१.४	IGST ५.४	४.९
सेवा	२.५	Cesses ०.९	०.९
सीव्हीडी / एसएडी	१.४		
एकूण	९.७	१०.५	१०.९
अंदाजे वाढ जीएसटी			१२%

(संदर्भ : आर्थिक सर्वेक्षण २०१७-१८, पा. २५)

सन २०१६-१७मध्ये करांपासून सरकारला ९.७ लाख कोटींचा महसूल जमा झाला; तर जीएसटी लागू केल्यापासून पहिल्या पाच महिन्यात सरासरी १०.५ लाख कोटी रुपयांचा महसूल मिळाला. नोव्हेंबर २०१८ पर्यंत जीएसटी ९७६३७ कोटी रु. मिळाले.

प्रथम CGST (केंद्राचा) महसूल बऱ्यापैकी आहे परंतु SGST (राज्याचा) जमा चांगल्यापैकी होत आहे.

तिसऱ्या कॉलममध्ये केंद्र व राज्याचा महसूल वाढताना दिसून येतो. एकूण रक्कम १०.९ लाख कोटी रुपये वाढली आहे. वाढीचा दर १२% दिसून येतो.

महसुली उत्पन्न (Revenue Income) केंद्र सरकारचा महसूल

केंद्र सरकारला विविध मार्गांने उत्पन्न मिळते स्थूल कर उत्पन्न आणि निव्वळ कर उत्पन्न हे घटकराज्यांना विभागून देण्यात येते. एप्रिल २०१७मध्ये करातील राज्याचा वाटा २५.२ टक्क्यांपर्यंत वाढला आहे.

तक्ता क्र.११.८ : केंद्र सरकारचे उत्पन्न (एप्रिल ते नोव्हेंबर दरम्यान)(लाख कोटी रु.)

बाबी	२०१५-१६	२०१६-१७	२०१७-१८
स्थूल कर महसूल	७.६८	९.३३	१०.८७
निव्वळ कर महसूल (केंद्र)	४.६५	६.२१	६.९९
करेतर महसूल	१.७३	१.७५	१.०५
महसुली उत्पन्न	६.३८	७.९६	८.०५
कर्जेतर भांडवली उत्पन्न	०.२१	०.३३	०.६२
कर्जेतर उत्पन्न	६.५९	८.२९	८.६७

(संदर्भ : Economic Survey 2017-18, page 29, Volume 2)

स्थूल कर महसूल २०१५- १६मध्ये ७.६८ लाख कोटींवरून २०१७-१८ पर्यंत १०.८७ लाख कोटी रु. वाढला तर महसुली उत्पन्न ६.३८ लाख कोटींवरून ८.०५ लाख कोटींपर्यंत वाढले. तर करेतर उत्पन्न ६.५९ लाख कोटींवरून ८.६७ लाख कोटींपर्यंत वाढले. महसुली उत्पन्न व कर्जेतर उत्पन्नात बऱ्यापैकी वाढ होत आहे.

तक्ता क्र. ११.९ : महसूल वाढीतील बाबी (टक्के) (एप्रिल-नोव्हेंबर)

बाबी	२०१४-१५	२०१५-१६	२०१६-१७	२०१७-१८
स्थूल कर महसूल	६.५	२०.८	२१.५	१६.५
निव्वळ कर महसूल	४.३	१२.५	३३.६	१२.६
करेतर महसूल	२०.५	३४.९	१.०	-३९.७
एकूण महसुली उत्पन्न	७.८	१७.८	२४.८	१.१
कर्जेतर भांडवली उत्पन्न	-१७.३	१८०.३	५७.१	८९.९
कर्जेतर उत्पन्न	७.३	२०	२५.८	४.६

(संदर्भ : Economic Survey 2017-18, page 30)

२०१७-१८मध्ये अंदाजपत्रकीय अप्रत्यक्ष कर पूर्ण वर्षातील वाढ ७.६ टक्के होती. ही वाढ १८.३ टक्के एवढी होती, अप्रत्यक्ष कर हे वर्षाच्या शेवटी जीएसटी वरती अवलंबून आहेत, ते केंद्र व राज्याच्या जीएसटीच्या आधारावर तसेच त्यात (IGST व आयात यांचा समावेश असेल.)

तक्ता क्र. ११.१० : महसुली व भांडवली उत्पन्न : (कोटी रु.)

बाबी	२०१७-१८ प्रत्यक्ष	२०१८-१९ अंदाजपत्रकीय	२०१८- १९ सुधारित	२०१९-२० अंदाजपत्रकीय
महसुली उत्पन्न	१४,३५,२३३	१७,२५,७३८	१७२९६८८	१९,७७,६९३
भांडवली उत्पन्न	७,०६,७४२	७,१६,४७५	७,२७,५५३	८,०६,५०७
एकूण उत्पन्न	२१,४१,९७५	२४,४२,२१३	२४,५७,२३५	२७,८४,२००

सन २०१७ -१८ ते २०१९ - २० या वर्षांचा विचार करता महसुली व भांडवली दोन्हीही उत्पन्न वाढताना दिसून येतात तर एकूण उत्पन्नात २१,४१,९७५ कोटींवरून २०१९ - २० पर्यंत २७,८४,२०० कोटींपर्यंत वाढ अपेक्षित आहे.

केंद्रीय जकात व सीमा शुल्क विभागाचे नामकरण 'केंद्रीय अप्रत्यक्ष कर आणि सीमाशुल्क मंडळ' असे करण्यात येणार आहे.

आर्थिक वर्ष २०१७ - १८मध्ये १८.७ टक्के प्रत्यक्ष करात वाढ झाली आहे तर वृद्धीचे हे प्रमाण सन २०१६ - १७मध्ये १२.६ टक्के होते तसेच वैयक्तिक आयकर वृद्धीचा दर २०१६-१७मध्ये १.९५ टक्के तर २०१७ - १८मध्ये २.११ टक्के एवढा होता.

सन २०१६-१७ करदात्यांची संख्या ८.२७ कोटी होती. जी सन २०१४-१५मध्ये ६.४७ कोटी होती; म्हणजेच मागील वर्षाच्या तुलनेत करदात्यांच्या संख्येत व कर भरण्याच्या प्रमाणात वाढ झालेली आहे.

२०१७-१८ या वर्षात वित्तीय तुटीचे जीडीपीशी असणारे प्रमाण ३.५ टक्के होते. ते २०१९-२०मध्ये ३.४ टक्के (७.०३ लाख कोटी) होते.

सराव प्रश्न :

१) प्रत्यक्ष व अप्रत्यक्ष करांचे विवेचन करा.

२) प्रगतिशील, प्रमाणशीर व प्रतिगामी कर म्हणजे काय ?

३) भारतीय करांचे स्वरूप थोडक्यात सांगा.

४) भारतातील प्रत्यक्ष व अप्रत्यक्ष करांची वैशिष्ट्ये सांगा.

५) केंद्र सरकारच्या करेतर मार्गांनी मिळणाऱ्या महसुलाची चर्चा करा.

६) भारतातील वस्तू व सेवा कर (GST) बाबत सविस्तर चर्चा करा.

७) भारतातील जीएसटी महसुलाबाबत विवेचन करा.

८) महसुली व भांडवली उत्पन्नाबाबत थोडक्यात माहिती सांगा.

९) वस्तू व सेवा कराची वैशिष्ट्ये सांगा.

१०) प्रत्यक्ष व अप्रत्यक्ष कराबाबत विकसनशील देशांची भूमिका स्पष्ट करा.

प्रकरण १२	# कर पद्धतीचे परिणाम (Effects of Taxation)

१२.१ प्रास्ताविक (Introduction)

सध्या कर आकारणीचे धोरण हे उत्पन्नाचे साधन मानले जात नाही; तर ते एक शास्त्र मानले जाते. व्यापार चक्रावर नियंत्रण, उपभोग आणि उत्पादनाचे नियमन, आर्थिक विकासाच्या अथवा वृद्धीच्या दरात वाढ, समाजातील आर्थिक विषमता दूर करणे इ. सामाजिक व आर्थिक उद्दिष्ट पूर्ण करण्यासाठी वापरण्यात येते. कोणताही कर लावला की, त्याचे विविध परिणाम दिसून येतात. प्रत्येक कराचे चांगले आणि वाईट दोन्ही प्रकारचे परिणाम दिसून येतात. त्यामुळे सरकार वाईट परिणाम टाकून चांगले परिणाम टिकवून ठेवण्याचा प्रयत्न करते. करांचा परिणाम समाजातल्या वेगवेगळ्या प्रकारच्या व्यक्तींच्या आर्थिक आणि सामाजिक स्थितीवर वेगवेगळा होतो; त्यामुळे कोणत्याही कराचा अथवा कर पद्धतीचा उद्देश जास्तीतजास्त चांगले परिणाम घडून यावेत हाच असला पाहिजे. सरकार जेव्हा कर पद्धती विकसित करते तेव्हा या गोष्टी लक्षात घेतल्या

जाणे आवश्यक असते.

प्रा. डाल्टन यांच्या मते, ''जी कर पद्धती आर्थिकदृष्ट्या जास्तीतजास्त लाभदायक असते अथवा कमीतकमी अनिष्ट परिणामांची असते ती कर पद्धती उत्कृष्ट होय.'' ("The best system of taxation from the economic point of view is that which has that best of the least bad economic effects.")

१२.२ करांचे परिणाम

डॉ. डाल्टन यांनी करांचे परिणाम पुढीलप्रमाणे सांगितले आहेत-

१२.२.१ करांचे उत्पादनावरील परिणाम

करांचे उत्पादनावर होणारे परिणाम तीन भागात विभागले आहेत.

अ) काम करण्याची आणि बचत व गुंतवणूक करण्याची क्षमता : काम करण्याची शक्ती : कर लावल्यामुळे समाजातील व्यक्तीकडून सरकारकडे क्रयशक्तीचे हस्तांतरण होते. कराच्या अंमलबजावणीमुळे व्यक्तीकडील क्रयशक्तीत घट होते. परिणामी तिच्या कार्यशक्तीवरही विपरीत परिणाम होतो व वस्तू खरेदी करण्याची क्षमता कमी होते; हा परिणाम विशेषत: गरीब व्यक्तींना जाणवतो त्यामुळे जनतेच्या काम करण्याच्या शक्तीवर विपरीत परिणाम होतो परंतु श्रीमंत लोकांच्या काम करण्याच्या आणि कार्यकुशलतेवर काहीही परिणाम होत नाही.

यावरून असे दिसून येते की, करांचे प्रमाण गरीब जनतेसाठी कमीतकमी असावे त्यामुळे त्यांची काम करण्याची क्षमता आणि कार्यकुशलतेवर प्रतिकूल परिणाम होणार नाही. सर्वसाधारणपणे सर्वसामान्य लोकांच्या उपभोग्य वस्तूंवरील कर कमी करणे हे उत्पादन आणि रोजगार वाढीच्या दृष्टीने गरजेचे आहे.

सर्वच प्रकारच्या करामुळे कार्यक्षमता कमी होते असे नाही. उदा. अफू, तंबाखू, दारू, गांजा इ. वस्तूंवर कर आकारणे हितकारक असते; कारण आरोग्य विघातक वस्तूंवर कर लावल्यामुळे त्यांचा उपभोग कमी झाला तर समाजाचे आरोग्य सुधारून समाजाची कार्यक्षमता वाढण्याला मदत होते. शिवाय सरकारच्या कर वसुलीत वाढ होते म्हणजे या करांचे परिणाम जनसामान्यांच्या दृष्टीने अनुकूल असतात.

ब) बचत करण्याची क्षमता : बचत करण्याची क्षमता उत्पन्नावर अवलंबून असते. उत्पन्न वाढल्यास बचत क्षमता वाढते व उत्पन्न कमी झाले तर बचत क्षमता घटते; म्हणून कर लावल्यामुळे ज्या व्यक्ती बचत करत असतात अशा व्यक्तींचे उत्पन्न घटते व त्यांची बचत शक्ती कमी होते. करांचे दर श्रीमंतांवर जादा प्रमाणात आकारल्यास त्यांच्या बचत करण्याच्या क्षमतेत घट होते. परिणामी अर्थव्यवस्थेतील बचतीचे प्रमाण कमी

होते. गुंतवणुकीची क्षमता ही बचतीच्या प्रमाणावर अवलंबून असते. कर आकारणीमुळे बचत क्षमता कमी होते त्यामुळे गुंतवणुकीची क्षमता आपोआप कमी होते. उत्पादनाच्या प्रक्रियेत गुंतवणुकीला महत्त्वाचे स्थान आहे. गुंतवणूक वाढल्यास उत्पादन, उत्पन्न व रोजगार वाढला जातो.

क) काम, बचत व गुंतवणूक करण्याची इच्छा

कर पद्धतीचा व्यक्तीच्या काम करण्याच्या, बचत करण्याच्या आणि गुंतवणूक करण्याच्या प्रेरणांवर परिणाम होतो आणि त्याचा उत्पादन व रोजगारावर परिणाम होतो. कराचा आर्थिक प्रोत्साहनावर होणारा परिणाम पाहण्याच्या दृष्टीने दोन गोष्टींचा विचार करावा लागतो- १) करांचे स्वरूप २) करदात्याची मानसिकता.

१) करांचे स्वरूप : लोकांना अधिक काम करण्यास प्रवृत्त करणे आणि त्यांना बचत करण्यास प्रोत्साहन देणे हे कर पद्धतीचे उद्दिष्ट असते; परंतु प्रत्यक्षात विविध करांच्या परिणामात फरक दिसून येतो. उदा. अनपेक्षित लाभ प्राप्ती, जमिनींच्या किमतीत वाढ झाल्यामुळे करण्यात आलेली खास आकारणी, वारसा कर, लॉटरी इ. प्रकारे मिळणारे उत्पन्न अनपेक्षित असते. त्यावरील करांचा व्यक्तींच्या काम करण्याच्या, बचत करण्याच्या आणि गुंतवणूक करण्याच्या इच्छेवर कोणताही परिणाम दिसून येत नाही.

वाजवी दर : वस्तूंवरील कर जादा दराने आकारल्यास त्या वस्तूची किंमत वाढते म्हणून त्याची मागणी घटते त्यामुळे अशा वस्तूच्या उत्पादनात घट होते.

आयात कर : आयातीवर आकारल्या जाणाऱ्या ज्यादा दरामुळे आयातीत घट होते. स्वदेशी उद्योगांचे परदेशी स्पर्धेपासून संरक्षण करण्यासाठी आयात दर वाढविला जातो. त्यामुळे जनतेच्या काम करण्याच्या व बचत आणि गुंतवणूक करण्याच्या इच्छेत वाढ घडवून आणली जाते. ही गुंतवणूक वस्तूच्या उत्पादनात वाढ होण्यास कारणीभूत ठरते त्यामुळे आयात केल्या जाणाऱ्या वस्तूच्या आयातीत घट होते.

निर्यात कर : निर्यात कर कमी ठेवल्यास निर्यातीला चालना मिळते व निर्यात केल्या जाणाऱ्या वस्तूचे उत्पादन वाढते. त्यामुळे काम करण्याच्या आणि बचत गुंतवणूक करण्याच्या इच्छेतही वाढ होते.

प्रगतिशील कर : उत्पन्न कर आणि संपत्ती कर हे व्यक्तीच्या अधिक काम करण्याच्या आणि बचत व गुंतवणूक करण्याच्या इच्छेवर अनिष्ट परिणाम करतात असे दिसून येते प्रगतिशील खर्च कर उपभोगावर वाया जाणाऱ्या खर्चात घट घडवून आणतात. त्यामुळे बचत आणि गुंतवणुकीच्या प्रवृत्तीत वाढ होते.

२) करदात्याची मानसिकता : करदात्याच्या मानसिक प्रतिक्रियेस 'घोषणा

परिणाम’ असे प्रा. पिगू यांनी म्हटले आहे आणि त्यानुसार करदात्याचा करभारा संबंधीचा मानसिक परिणाम व्यक्त केला जातो. जसे सरकार जेव्हा कर जाहीर करते तेव्हा लोकांना आपल्या उत्पन्नात घट होणार असे वाटते त्याचा त्यांच्या अधिक काम करण्याच्या व बचत करण्याच्या मनोवृत्तीवर विपरीत परिणाम होतो.

करदात्याची कर विषयक प्रतिक्रिया ही उत्पन्नाच्या मागणीच्या लवचिकतेवर अवलंबून असते; जेव्हा व्यक्ती आपले सध्याचे उत्पन्न कायम ठेवण्यासाठी उत्सुक नसते आणि ते कायम राहावे म्हणून अधिक काम करण्यास तयार नसते तेव्हा त्याची उत्पन्न मागणी लवचीक असते असे म्हटले जाते याउलट जेव्हा व्यक्ती आपले चालू उत्पन्न उच्च स्तरावरचे आहे व ते टिकवून राहावे म्हणून अधिक काम करण्यास तयार असतो; त्यावेळी त्याच्या उत्पन्नाची मागणी अलवचिक आहे असे म्हटले जाते. जर व्यक्तीची उत्पन्नासंबंधीची मागणी लवचीक असेल तर त्याची अधिक काम करण्याची व बचत आणि गुंतवणूक करण्याची इच्छा कर आकारल्याने घटत जाते. त्यामुळे उत्पादनातही घट होते. याउलट, व्यक्तीची उत्पन्न मागणी अलवचिक असेल तर त्याची अधिक काम करण्याची व बचत आणि गुंतवणूक करण्याची इच्छा, कराच्या आकारणीमुळे वाढीस लागते. त्यामुळे उत्पादनात वाढ घडून येते.

करदात्याच्या मानसिकतेवर पुढील घटकांचा परिणाम दिसून येतो-

अ) तेजी - मंदीची स्थिती : तेजीच्या काळात किमती वाढत असतात, नफ्याच्या प्रमाणात वाढ होते. सर्वत्र आशादायक वातावरण असते; करवाढ करण्यात आली तरी व्यापारी आणि उत्पादक यांच्या अधिक काम करण्याच्या आणि बचत व गुंतवणूक वाढविण्याच्या प्रवृत्तीवर कोणताही परिणाम होत नाही. याउलट, आर्थिक मंदीच्या काळात किमती आणि नफ्याच्या प्रमाणात घसरण होत असल्याने सर्वत्र निराशेचे वातावरण असते. व्यापारी व उद्योजक यांना अधिक काम करून बचत व गुंतवणुकीत वाढ करण्याची प्रेरणा मिळत नाही. त्यामुळे आर्थिक मंदीच्या काळात कर पद्धतीचा उत्पादन व बचत आणि गुंतवणुकीच्या प्रवृत्तीवर विपरीत परिणाम दिसून येतो.

ब) युद्धकाळ : युद्धकाळात सर्वसाधारणपणे किमती वाढण्याची प्रवृत्ती दिसून येते. तरीपण वस्तूच्या मागणीत मोठ्या प्रमाणात वाढ होत असते. व्यापारी आणि उत्पादक यांना अधिक नफ्याची अपेक्षा असते. अशा स्थितीत कर पद्धतीचा अधिक काम करण्याच्या इच्छेवर आणि बचत व गुंतवणूक करण्याच्या व प्रवृत्तीवर विपरीत परिणाम होत नाही. युद्धकाळात देशप्रेमाची भावना प्रबळ असल्याने कर देण्याला कोणाचाच विरोध नसतो.

क) उद्योगांचे प्रकार : जे उद्योग जुने व स्थिर झालेले असतात ते अधिक कराचा भार सहन करू शकतात. याउलट, जे नवीन उद्योगधंदे नफ्याच्या प्रमाणात वाढ करण्यात व स्वत:चे अस्तित्व टिकविण्यासाठी प्रयत्नशील असतात. अशा बाल्यावस्थेतील उद्योगांवर करांचा बोजा वाढल्यास प्रतिकूल परिणाम होतो. सर्वसाधारणपणे बाल्यावस्थेतील उद्योगांना करमाफीची सवलत देण्यात येते, त्यांचा जलद विकास व्हावा तसेच स्पर्धाशक्तीत वाढ व्हावी व स्थैर्य प्राप्त व्हावे यासाठी त्यांना करापासून मुक्त ठेवण्यात येते.

ड) मोठे उद्योग : व्यक्ती ही उपभोक्ता, व्यापारी, उत्पादक यांपैकी कोणतीही भूमिका बजावत असतो. परंतु सध्या मोठ्या प्रमाणावरील उत्पादन, गुंतवणूक ही व्यक्ती करत नसून मोठे मोठे उद्योग, महानिगम करत असतात. मोठ्या उद्योगधंद्याच्या आणि महानिगमच्या नफ्यावर अधिक प्रमाणात कर आकारणी केल्यास त्यांच्या नफ्यात घट होते. त्यामुळे त्यांच्या उत्पादन आणि गुंतवणूक प्रवृत्तीवर विपरीत परिणाम होतो. त्यापेक्षा भागधारकांच्या लाभांशावर जादा दराने कर आकारणी करण्यात आल्यास आणि जो लाभांश पुनर्गुंतवणुकीसाठी वापरण्यात येतो तो करमुक्त ठेवल्यास त्याचा परिणाम उत्पादन व गुंतवणूक यांना अनुकूल चालना देण्यावर होतो असे दिसून येते त्यामुळे उत्पादन व रोजगार यात मोठ्या प्रमाणात वाढ घडून येते.

या सर्व विश्लेषणावरून असे दिसून येते की, व्यक्तीच्या काम, बचत आणि गुंतवणूक करण्याच्या इच्छेवर प्रतिकूल परिणाम होतो असे नाही; तर व्यक्तीच्या काम, बचत व गुंतवणूक करण्याच्या इच्छेला उत्तेजन देण्याचे काम करांमुळे केले जाते असे दिसून येते. परंतु काही करांचे दर अधिक असल्याने व्यक्तींच्या प्रेरणांना ते मारक ठरतात. हेसुद्धा जाणून घेणे आवश्यक आहे. उदा. अधिक संपत्ती कर अथवा मालमत्ता कर किंवा अधिक दराचा पुरोगामी आयकर यांसारख्या करांमुळे अधिक उत्पन्न असणाऱ्या व्यक्तीच्या काम, काम व बचतीच्या प्रेरणा जवळजवळ नष्ट होतात त्यामुळे त्या उदासीन होतात. त्यांच्या उदासीनतेचा उत्पादनावर अनिष्ट परिणाम होतो.

साधनसामग्रीच्या वाटपावरील परिणाम

उत्पादनाचे स्वरूप आणि संरचना ही विविध उद्योगांसाठी आणि भिन्न प्रदेशांसाठी करण्यात येणाऱ्या साधनसामग्रीच्या वाटपावर अवलंबून असते. साधनसामग्रीचे विविध उद्योगांसाठी आणि प्रांतांसाठी ज्या पद्धतीने वाटप करून सामग्रीस वळण दिले जाते त्यावर कर पद्धतीचा परिणाम दिसून येतो. कर पद्धतीचा फक्त उत्पादनावर परिणाम होत नाही तर उत्पादनाच्या स्वरूपावर व संरचनेवरही तो होत असतो.

१२.२.२ कर पद्धतीचे उत्पन्न वाटपावरील परिणाम

उत्पन्न आणि संपत्तीच्या विभाजनामुळे देशात आर्थिक विषमता निर्माण होते. आर्थिक विषमता कमी करण्यासाठी कर या साधनाचा उपयोग केला जातो. त्यासाठी कर पद्धतीही आर्थिक समता कशी निर्माण होईल अशा पद्धतीची असावी. कर पद्धतीचे देशातील उत्पन्न संपत्तीच्या वाटपावर होणारे परिणाम दोन घटकांवर अवलंबून असतात- अ) करांचे स्वरूप व करांचे दर ब) करांचे प्रकार

अ) करांचे स्वरूप आणि करांचे दर : करांचे स्वरूप म्हणजे करांचा बोजा समाजातील वेगवेगळ्या वर्गावर कसा विभागलेला आहे, याच्याशी संबंधित आहे. याचा अर्थ, कर आकारणी ही प्रमाणशीर आहे की प्रतिगामी आहे हे कराच्या स्वरूपावरून समजते. यावरून कराच्या आकारणीचे स्वरूप कळते.

१) प्रतिगामी कर आकारणी : या कर आकारणीत उत्पन्न वाढत असले तरी त्यावरील कराचा दर घटत असतो. त्याला 'प्रतिगामी कर पद्धती' म्हटले जाते. जसे अल्प उत्पन्नावर शेकडा १५ दराने कर आकारणी केली जाते आणि अधिक उत्पन्नावर शेकडा ८ दराने कर आकारणी केली जाते. त्यामुळे समाजातील उत्पन्न आणि संपत्ती यांच्या वाटपातील विषमता वाढते. अशा करांचा बोजा गरीब जनतेवर पडतो.

उदा. पथकर हा गरीब लोकांच्या संदर्भात प्रतिगामी स्वरूपाचा असतो. तसेच जमीन महसूल, विक्रीकर, उत्पादन कर व जकाती इ.

२) प्रगतिशील कर आकारणी : या कर आकारणीत जसजसे करदात्याचे उत्पन्न वाढत जाते तस तसा कराचा दर वाढत जातो. या कराचा भार श्रीमंत वर्गावर अधिक पडतो. त्यामुळे उत्पन्नातील विषमता कमी करण्याला प्रगतिशील कर मदत करतो. आदर्श वितरणाच्या दृष्टीने प्रगतिशील कर आकारणी अधिक फायदेशीर मानली जाते. उदा. आयकर आणि संपत्तीकर, जेव्हा करदात्याचे उत्पन्न अधिक असते, तेव्हा त्यावर अधिक दराने कर लागला जातो तर कमी उत्पन्न असणाऱ्यांना करमुक्त मर्यादा ठेवून अथवा सवलती देऊन आर्थिक विषमता कमी करता येते.

३) प्रमाणशीर कर आकारणी : या कर आकारणीत सर्व करदात्यांवर समान प्रमाणात कराचा दर आकारला जातो. अशा प्रकारच्या कर आकारणीत विषमता कमी होण्याची शक्यता फारच कमी असते. उत्पन्न व संपत्ती यांचे समाजातील न्याय्य वाटप करण्याच्या दृष्टीने ही कर पद्धती निरुपयोगी आहे. अल्प वेतनी वर्गावर या कराचा भार अधिक प्रमाणात पडतो.

ब) करांचे प्रकार : कर पद्धतीचे परिणाम हे कर पद्धतीच्या स्वरूपावर म्हणजे

तिच्या प्रगतिशील किंवा प्रतिगामी स्वरूपावर अवलंबून असतात; म्हणजेच हे परिणाम कर पद्धतीत प्रत्यक्ष करांवर अथवा अप्रत्यक्ष करांवर भर असण्यावर अवलंबून असतात.

१) प्रत्यक्ष करांचा उत्पन्न विभाजनावरील परिणाम : प्रत्यक्ष कर पद्धती प्रगतिशीलतेच्या आणि कर देण्याच्या क्षमतेच्या तत्त्वावर आधारित असल्याने करांचा भार समाजातील श्रीमंत लोकांवर मोठ्या प्रमाणात पडत असल्याने त्याचा अर्थव्यवस्थेतील संपत्ती आणि उत्पन्नाच्या विभाजनावर अनुकूल परिणाम होतो. जसे उत्पन्न कर, वारसाकर, मालमत्तेवरील कर सहजपणे प्रगतिशील करून समाजातील उत्पन्न आणि संपत्तीच्या वाटपात समानता घडवून आणणे शक्य होते त्यामुळे विभाजनातील विषमता कमी करणे शक्य होते.

२) अप्रत्यक्ष करांचा उत्पन्न विभाजनावरील परिणाम : अप्रत्यक्ष करांचा भार उपभोगात असलेल्या वस्तूंवरील करांचा भार प्रतिगामी स्वरूपाचा असतो; अशा करांचा भार गरीब वर्गावर पडतो कारण त्यांना आपल्या उत्पन्नाचा मोठा हिस्सा अशा महाग परंतु जीवनावश्यक वस्तूंच्या खरेदीसाठी खर्च करावा लागतो. गरीब वर्गाची उपभोग प्रवृत्ती श्रीमंत वर्गापेक्षा अधिक असल्यामुळे अप्रत्यक्ष करामुळे गरीब वर्गास अधिक त्याग करावा लागतो. अर्थव्यवस्थेत अप्रत्यक्ष करावर भर असेल तर समाजातील उत्पन्न आणि संपत्तीच्या वाटपातील विषमता वाढीस लागते.

१२.२.३ कर पद्धतीचे इतर परिणाम

कर आकारणीच्या इतर परिणामात रोजगारांवर व आर्थिक स्थिरतेवर होणारे परिणाम यांचा समावेश होतो.

अ) रोजगारावरील परिणाम : ज्या कर पद्धतीने उपभोगाच्या सर्वसामान्य पातळीत घट होते तिचा उद्योगव्यवसायावर विपरीत परिणाम होतो आणि रोजगार पातळीतसुद्धा घट होते; तसेच कर पद्धतीमुळे बचत आणि गुंतवणुकीस चालना मिळत नसेल तर त्याचाही व्यावसायिक व्यवहारावर प्रतिकूल परिणाम होतो आणि रोजगार पातळीत घट होते.

याउलट, जर कर पद्धतीमुळे उपभोगाच्या सामान्य पातळीत वाढ होत असेल तर तिचा उद्योगव्यवसायावर अनुकूल परिणाम होऊन रोजगार पातळीतसुद्धा वाढ होते; तसेच अशा कर पद्धतीने बचत व गुंतवणुकीला चालना मिळत असेल तर त्यामुळे रोजगारात वाढ होते.

ब) आर्थिक स्थैर्यावरील परिणाम : प्रो. केन्स आणि प्रो. लर्नर यांच्या मते, करारोपणाचा उपयोग आर्थिक स्थैर्य निर्माण करण्यासाठी केला पाहिजे. अर्थव्यवस्थेत

तेजी आणि मंदीमुळे अस्थैर्य निर्माण होते. तेजीच्या काळातील करारोपणाची भूमिका मंदीच्या काळात राहात नाही. ते पुढील विश्लेषणाच्या साहाय्याने स्पष्ट करता येईल-

१) तेजीचा काळ : तेजीच्या काळात लोकांची खरेदी शक्ती अधिक असते. उपभोगासाठी वस्तूंची मागणी वाढलेली असते त्यामुळे वस्तुंच्या किमती वाढलेल्या असतात. अशा वेळी लोकांची खरेदी शक्ती कमी करण्यासाठी व किमती स्थिर ठेवण्यासाठी कर पद्धतीचा उपयोग करणे फायदेशीर असते. सध्याच्या करांच्या दरात वाढ करून अथवा नवीन कराची आकारणी करून लोकांचा उपभोग कमी करता येतो त्यामुळे प्रभावी मागणीत घट होते आणि भाववाढीला आळा घालणे शक्य होते. जादा कर आकारणीमुळे सरकारी उत्पन्नात वाढ होते आणि उत्पन्न उत्पादक उपक्रम राबविण्यास उपयोगी पडते. देशाच्या उत्पादन कार्यात वाढ झाल्यामुळे उत्पादक, उत्पन्न आणि रोजगार यामध्येसुद्धा वाढ होते.

२) मंदीचा काळ : मंदीच्या काळात लोकांचे उत्पन्न घटलेले असते त्यामुळे वस्तूंची मागणी कमी होते व बेकारीचे प्रमाण वाढते. प्रभावी मागणी घटलेली असते व किमती कमी झालेल्या असतात. अशा वेळी तेजीच्या काळातील भूमिकेपेक्षा वेगळी भूमिका कर आकारणीबाबत घ्यावी लागते. मंदीच्या काळात अप्रत्यक्ष करांचे प्रमाण कमी केल्यास उपभोग्य वस्तूंचीच मागणी वाढते. उपभोग्य वस्तू निर्माण करण्यास आवश्यक असणाऱ्या यंत्रसामग्रीच्या मागणीत वाढ होते आणि भांडवली उद्योगातील गुंतवणुकीत मोठ्या प्रमाणात वाढ होते. तसेच मंदीच्या काळात तुटीच्या अंदाजपत्रकाचे धोरण सरकारने स्वीकारल्यास त्याचा परिणाम लोकांच्या खरेदी शक्तीच्या वाढीवर होतो व खरेदीशक्ती वाढल्याने उपभोगाच्या खर्चात वाढ होते परिणामी एकूण मागणीत वाढ होते त्यामुळे आर्थिक पुनरुज्जीवनाला चालना मिळते व अर्थव्यवस्था तेजीच्या दिशेने वाटचाल करते.

क) नियमनात्मक परिणाम : कर पद्धतीचा उपयोग उत्पादन आणि उपभोगाचे नियमन करण्यासाठी केला जातो. काही वस्तूंचे आकारमान व स्वरूपाचे नियमन करण्यासाठी अधिक उच्च स्तराच्या पद्धतीचा उपयोग केला जातो तर काही वस्तूंचे उत्पादन वाढविण्यासाठी कर पद्धतीत सूट देण्यात येते. तसेच हानिकारक वस्तूंचे उत्पादन आणि उपभोग अधिक कर आकारून नियमन करण्यात येते. आंतरराष्ट्रीय व्यापाराच्या नियमनासाठी आयात - निर्यात शुल्काचा मोठ्या प्रमाणात उपयोग केला जातो अशा प्रकारे कर पद्धती अतिशय परिणामकारक असली तरी फक्त कर पद्धतीच्या धोरणावर अवलंबून राहण्याने उत्पादन आणि उपभोगावर प्रभावी नियंत्रण राखणे शक्य होत नाही त्यासाठी कर पद्धती बरोबरच वित्तीय धोरणाचा आधार घेणे आवश्यक असते. विविध

धोरणे एकत्रितपणे राबवून देशातील उत्पादन आणि उपभोग यावर प्रभावी नियमन करून आर्थिक उद्दिष्टे यशस्वी साध्य करता येतात.

१२.३ करभार पात्रतेच्या मर्यादा (Limitation of Taxable Capacity)

करभार पात्रतेची अंतिम मर्यादा गाठली जाते तेव्हा अशी स्थिती असते की, जेव्हा मोठ्या प्रमाणावर कर आकारणीचा परिणाम म्हणून उपभोगात घट होते व उद्योग अधोगतीला लागतात. याचा अर्थ, उत्पादन आणि उपभोगावर करांचा प्रतिकूल परिणाम होतो तसेच कर गोळा करण्याचा खर्च अधिक परंतु करांचे उत्पन्न बरेच कमी असते. तसेच करभार पात्रतेची मर्यादा गाठली गेल्याचे लक्षण म्हणजे करदात्यांना कराची रक्कम देण्यासाठी स्वत:जवळील रोख्यांची विक्री करण्याची वेळ येते. तसेच देशाचे उत्पन्न वाढूनसुद्धा अधिक कर आकारणीमुळे उपभोगात त्या प्रमाणात वाढ होताना दिसून येत नाही. तेव्हा करभार पात्रतेची परिसीमा गाठली गेली असे समजले जाते. त्याचप्रमाणे देशाचे उत्पन्न घटले तरी देशाच्या उपभोगात तशी घट होत नाही व कर आकारणीत योग्य आधिक्य कमी होते. अशा स्थितीतसुद्धा करभार पात्रतेची मर्यादा गाठली गेली असे दर्शविते. तसेच ज्या कर आकारणीच्या सीमेनंतर साधारणपणे एकूण उत्पादनक्रिया आणि पात्रता कमी होऊ लागते तिला करभार पात्रतेची मर्यादा समजली जाते.

१२.३.१ करभार पात्रतेचे मापन

करभार पात्रता मोजण्याचा अनेक अर्थशास्त्रज्ञांनी प्रयत्न केला. त्यातील प्रो. कोलीन क्लार्क यांच्या मते, जगातील अनेक देशांसाठी करभार पात्रता देशाच्या राष्ट्रीय उत्पन्नाच्या पंचवीस टक्के एवढी असते. ही मर्यादा सुरक्षित मानली गेली. देशाच्या प्रतिवर्षी उत्पन्नातून पंचवीस टक्क्यांपेक्षा जास्त कर घेतला तर तेथील लोकांना अनेक प्रतिकूल परिणामांना तोंड द्यावे लागते. कार्यकरण्याच्या इच्छेवर प्रथम प्रतिकूल परिणाम होतो आणि शेवटी देशाच्या उत्पन्नाची पातळी खालावते.

जेव्हा श्रमिक आणि मालकांवर मोठ्या प्रमाणात कर आकारणी केली जाते तेव्हा दोघांचीही काम करण्याची इच्छा राहात नाही. त्यामुळे त्याचा परिणाम उत्पादनावर होतो त्यामुळे भांडवल निर्मिती आणि एकूण उत्पादनाला खिळ बसते जसे व्यवसायधारकांना असे वाटते की, आपल्या बचतीचा बराचसा भाग कर रूपाने निघून जातो. त्यामुळे ते आपल्या उत्पन्नातून चैन, प्रदर्शन इ. साठी खर्च करून तो पैसा सरकारच्या हाती जाऊ नये यासाठी प्रयत्न करतात.

तसेच क्लार्क यांच्या मते, अधिक कर आकारणीमुळे प्रतिकूल राजकीय परिणाम होऊ शकतो. अधिक कर आकारणीमुळे वस्तूंच्या किमती वाढून चलनविस्ताराची स्थिती

देशात निर्माण होऊ शकते. त्यामुळे क्लार्क यांच्या मते, पंचवीस टक्क्यांपेक्षा अधिक कर आकारणी केल्यास पैशांचे मूल्य कमी होऊन चलन विस्ताराची स्थिती अधिक गंभीर होऊ शकतो.

अमेरिका, ब्रिटन या देशात प्रो. क्लार्क यांची करभार पात्रता मोजण्याची पद्धत लोकप्रिय झाली. मात्र, अनेक अर्थशास्त्रज्ञांनी त्यावर टीका केली. ब्रिटनसारख्या विकसित देशाला जी बाब लागू होते ती भारतासारख्या विकसनशील देशाला लागू होईलच असे नाही. १) एखादी अर्थव्यवस्था संपन्न होत असते तेव्हा तेथील राष्ट्रीय उत्पन्नसुद्धा वाढते त्यामुळे लोकांचा करभारसुद्धा वाढवता येतो.

२) कर आकारणीच्या प्रतिकूल परिणामांबरोबरच सरकारी खर्चाच्या अनुकूल परिणामांचासुद्धा विचार करणे आवश्यक आहे जसे पंचवीस टक्के ही मर्यादा योग्य ठरणार नाही. ३) कर आकारणीच्या एका पद्धतीनुसार स्थिती कर आकारणीची सुरक्षित मर्यादा समजली जाते. ती दुसऱ्या कर आकारणीच्या पद्धतीनुसार कदाचित सुरक्षित मर्यादा असणार नाही जसे एखाद्या देशात कर प्रणालीनुसार देशाच्या राष्ट्रीय उत्पन्नाच्या फक्त दहा टक्के भागच कर रूपाने घेतला असेल तरीही आर्थिक प्रगतीला बाधा निर्माण होत असेल मात्र दुसऱ्या देशात तेथील कर प्रणालीनुसार देशाच्या उत्पन्नाच्या पंचवीस टक्के भाग कर रूपाने घेतला तरी त्याचा अर्थव्यवस्थेवर प्रतिकूल परिणाम होत नसेल. ४) कोणत्याही देशात एका विशिष्ट पातळीनुसार सर्वकाळी कर आकारणी करणे किंवा तशी अपेक्षा धरणे हे योग्य नाही. वेगवेगळ्या वेळी वेगवेगळी करभार पात्रतेची मर्यादा समजली जाते. त्यामुळे प्रो. क्लार्क यांचे पंचवीस टक्केचे मत योग्य वाटत नाही.

प्रो. फिंडले शिरास : करभार पात्रता मोजण्याच्या प्रो. शिरास यांनी दोन पद्धती सांगितल्या आहेत.

१) वैयक्तिक अथवा एकूण उत्पन्न पद्धत : व्यक्तीचे उत्पन्न वाढण्यासाठी व्यक्तीने दिलेला आयकर, मूल्यकर व इतर संपत्तीकर यांची बेरीज केली जाते त्यावरून व्यक्तीच्या सर्व स्रोतांपासून जमीन, इमारती, व्यवसाय वेतन, व्यावसायिक नफा इ. पासून मिळणाऱ्या उत्पन्नाचे निष्कर्ष काढले जातात. व्यक्तींच्या उत्पन्नाची बेरीज करून राष्ट्रीय उत्पन्न काढले जाते जर राष्ट्रीय उत्पन्न वाढले तर करभार पात्रतासुद्धा वाढते असे समजले जाते.

२) उत्पादन पद्धती : वेगवेगळ्या स्रोतांपासून पैशांच्या स्वरूपात किती उत्पादन होते हे पाहिले जाते. जसे शेती, उद्योग, व्यवसाय, व्यापार इ. पासून पैशांच्या स्वरूपात किती उत्पादन झाले या सर्वांची बेरीज करून राष्ट्रीय उत्पन्न काढले जाते. करभार पात्रता प्रत्यक्षात निव्वळ उत्पादनावर अवलंबून असते. म्हणजेच निव्वळ उत्पादन वाढले तरच करभार पात्रतासुद्धा त्याच प्रमाणात वाढते असे मानले जाते.

प्रत्येक पद्धतीत काही समस्या, दोष असतात त्यामुळे या दोन्ही पद्धतींचा उपयोग करून उत्पन्न व राष्ट्रीय उत्पादनाचे निष्कर्ष काढले जातात आणि त्यानंतर करभार पात्रतेचे त्यावरून मापन होते.

१२.३.२ द्विगुण कर आकारणी

कर हे वस्तू व सेवांवर लावले जातात, ते देण्याचे काम व्यक्ती करीत असते. एखादा कर वस्तू अथवा घर यावर लावलेला असतो परंतु जी व्यक्ती तिचा उपभोग घेते तिलाच तो भरावा लागतो. जेव्हा व्यक्ती आयकर, उत्पादनकर, विक्रीकर इ. कर भरते तेव्हा तिला या सर्व करांचे भार सहन करावे लागतात. परंतु द्विगुण कर आकरणीत ही संज्ञा वेगळी आहे. व्यक्ती दोन किंवा अधिक कर भरत असेल तर तिला द्विगुण कर आकारणी म्हणता येत नाही. ती विशिष्ट अशा तांत्रिक पद्धतीने वापरली जाते. द्विगुण कर आकारणी म्हणजे दोन वेगवेगळी सरकारे व्यक्तीच्या एकाच उत्पन्नावर अथवा संपत्तीवर कर आकारणी करीत असते तेव्हा द्विगुण कर आकारणी निर्माण होते.

व्याख्या : 'एकाचवेळी एकाच व्यक्तीवर एकाच वस्तू वा संपत्तीसाठी दोन कर आकारले जातात तेव्हा त्याला द्विगुण कर आकारणी म्हटले जाते.' येथे कराचा आधार महत्त्वाचा असतो. कराचा आधार वस्तू, संपत्ती, मालमत्ता, उत्पन्न, जमीन, इ. काहीही असू शकते. या कराचे लक्ष्य कोणतेही असले तरी या लक्ष्यावर आकारले जाणारे दोन स्वतंत्र कर दोन वेगवेगळ्या सरकारांनी लावलेले असतात. अथवा एकाच सरकारने लावलेले असतात. ही कर आकारणी स्वदेशातील सरकारकडून व परदेशांतील सरकारकडून होऊ शकते. उदा. एका व्यक्तीची संपत्ती भारत व इंग्लंड या दोन देशांमध्ये आहे, त्या संपत्तीपासून तिला जे उत्पन्न मिळते त्यावर भारत सरकार आणि इंग्लंडचे सरकार या दोन्ही सरकारांनी आयकर लावल्यास ती द्विगुण कर आकारणी होईल.

एकाच व्यक्तीवर दोन वेगवेगळ्या आधारावर कर घेतल्यास ते द्विगुण कर आकारणी होणार नाही. जसे एका व्यक्तीने आयकर व विक्रीकर (GST) तर तो द्विगुण कर आकारणीचा प्रकार होणार नाही तसेच कराचा आधार तोच ठेवून व्यक्ती जर वेगळ्या असतील तर तो द्विगुण कर आकारणीचा प्रकार होणार नाही; जसे संपत्ती हा कराचा आधार असली तरी वेगवेगळ्या व्यक्ती आपल्या संपत्तीनुसार संपत्तीकर सरकारला देतात; तसेच त्याच व्यक्तीला त्याच लक्ष्यावर दोन भिन्न कालावधीत कर द्यावे लागत असतील तर तो द्विगुण कर आकारणीचा प्रकार होत नाही. एकाच कालावधीत दोन कर द्यावे लागत असतील तर तो द्विगुण कर आकारणी होईल.

द्विगुण कर आकारणीची निर्मिती

१) एका व्यक्तीच्या उत्पन्नावर ती ज्या देशात राहते त्या देशाचे सरकार प्रथम कर आकारते. तसेच ज्या देशात व्यक्तीने उत्पन्न मिळविले असेल त्या देशाचे सरकारही कर आकारते; म्हणजेच एका व्यक्तीला एकाच उत्पन्नावर दोनदा कर द्यावा लागतो. त्यामुळे द्विगुण कर आकारणी होते. त्यामुळे त्या व्यक्तीला त्याचे परिणाम भोगावे लागतात.

२) ज्या देशात संघराज्यपद्धती असते त्या देशात असा प्रकार दिसून येतो. केंद्र सरकार व राज्य सरकार ही दोन्ही सरकारे एकाच व्यक्तीच्या उत्पन्नावर कर आकारत असतील तेथे द्विगुण कर आकारणी म्हटले जाते जसे अमेरिकेत केंद्र सरकार व राज्य सरकार अशा प्रकारचे आयकर लावतात.

३) एकच सरकार एकाच व्यक्तीच्या संपत्तीवर दोनदा कर आकारते तेव्हा द्विगुण कर आकारणी होत असते जसे संयुक्त भांडवली कंपनीच्या नफ्याचे विभाजन होण्यापूर्वी लावलेला कर आणि नफ्याचे विभाजन झाल्यानंतर हिस्सेदारांना मिळालेल्या लाभांशावरील कर होय.

४) व्यक्तीच्या काही उत्पन्नावर आयकर लावला जातो. जेव्हा द्विगुण कर आकारणी होते तेव्हा उपभोग आणि बचत यावर उत्पन्नाची विभागणी कशी होणार याचा विचार न करता केलेली कर आकारणी होय. बचत केलेल्या भागावर पुन्हा उत्पन्न मिळते तेव्हा पुन्हा कर बसविला जातो. त्यामुळे व्यक्तीच्या उत्पन्नाचा जो भाग बचत केला जातो त्यावर पुन्हा कर आकारला जातो व द्विगुण कर आकारणी होते. त्यामुळे येथे बचत करतानासुद्धा त्यांनाच दुहेरी कर आकारणीचा आघात सहन करावा लागतो. परंतु उपभोगावर खर्च करणाऱ्या व्यक्तीला एकदाच कर द्यावा लागतो.

५) व्यक्तीच्या संपत्तीवर आणि मालमत्तेवर द्विगुण कर आकारणी केली जाते. तेव्हा ती व्यक्ती विशिष्ट राज्याची नागरिक असते आणि तिची मालमत्ता दुसऱ्या राज्यात असते. अशा संपत्तीवर दोन राज्यांना कर लावण्याचा अधिकार प्राप्त होतो. जसे वारसा कर, संपत्ती कर, मालमत्ता कर, मृत्यूकर इ. करांच्याद्वारे दोन्ही राज्ये त्या व्यक्तीच्या मालमत्तेवर कर आकारू शकतात. त्यामुळे त्या व्यक्तीवर एक प्रकारे अन्यायच केल्यासारखे आहे.

६) भांडवल आणि उत्पन्नावर कर आकारले जातात तेव्हा द्विगुण कर आकारणी केली जाते असे म्हटले जाते. भांडवलाचा उपयोग प्रथम उत्पन्न मिळविण्यासाठी केला जातो त्यावर कर आकारला जातो आणि नंतर भांडवलाच्या आधारे मिळविलेल्या उत्पन्नावर कर आकारला जातो. येथे भांडवल व उत्पन्न या बाबी वेगवेगळ्या दिसत असल्या तरी त्या एकच आहेत कारण उत्पन्नाशिवाय भांडवल नसते; अशा स्थितीत भांडवलापासून

मिळणारे उत्पन्न या बाबी वेगळ्या नसून एकच आहेत असे मानले पाहिजे.

७) एकाच प्रकारच्या कर्जावर धनको व ऋणको या दोघांना कर द्यावा लागतो त्याला 'द्विगुण कर आकारणी' म्हटले जाते. वेगळ्या व्यक्ती असल्यातरी धनकोने ऋणकोने घेतलेली रक्कम तीच असते त्यामुळे त्या रकमेवर आकारलेले कर द्विगुण कर आकारणी निर्माण करतात. सरकार एकच असते, कराचा कालावधी एकच असतो व कर्जाची रक्कमसुद्धा एकच असते.

१२.३.३ द्विगुण कर आकारणीचे परिणाम

भांडवल आणि उत्पन्नावर द्विगुण कर आकारणी केल्यामुळे त्याचा मानवी पैशांच्या स्रोतांच्या गतिशीलतेवर आंतरराष्ट्रीय व्यापाराच्या दृष्टीने अडथळे निर्माण होतात.

द्विगुण कर आकारणीमुळे आंतरराष्ट्रीय व्यापार आणि गुंतवणुकीसाठी उत्पादक स्रोतांच्या आवकजावकीवर प्रतिबंध होतो. भांडवल व उत्पन्नावरील कर सरकार स्वत:च्या फायद्यासाठी आकारते परंतु त्याचा दीर्घकाळात प्रतिकूल परिणाम होतो तसेच उत्पादक स्रोतांच्या विभाजनावर त्याचा प्रतिकूल परिणाम होतो. त्यामुळे महत्तम कल्याण व महत्तम उत्पादन ही उद्दिष्टे साध्य होत नाहीत.

द्विगुण कर आकारणीत एकाच परिस्थितीत दोन व्यक्तींमध्ये पक्षपात केला जातो जर एकाच परिस्थितीत सर्व व्यक्तींना सारखेच कर भरावे लागले तर त्यामध्ये विशेष असे काहीच नसते परंतु काही व्यक्तींना एकदाच आणि काही व्यक्तींना दोन पेक्षा अधिकदा कर भरावे लागतात तेव्हा पक्षपात निर्माण होतो.

अर्थशास्त्रज्ञांचा द्विगुण कर आकारणीला विरोध आहे; कारण त्यातून पक्षपात निर्माण होतो म्हणून विरोध दर्शविला जातो. व्यक्ती व्यक्तीमध्ये पक्षपात निर्माण केला जातो.

द्विगुण कर आकारणीचे चांगले परिणाम नाहीत याची सरकार, अर्थशास्त्रज्ञ व आंतरराष्ट्रीय संस्थांना कल्पना होती त्यामुळे परिणाम कमी करण्यासाठी उपाययोजना सुचविल्या गेल्या आहेत.

उपाययोजना : सर्वसाधारणपणे व्यक्तीचे एका देशातील वास्तव्य आणि दुसऱ्या देशातील उत्पन्न या दोन कारणाने दोन्ही देशांना कर आकारणी करण्यास संधी उपलब्ध होते. देशाचा नागरिक म्हणून कर द्यावा लागतो; तर दुसऱ्या देशात उत्पन्न मिळविले म्हणून कर द्यावा लागतो. चूक दोन्हीही देशांची नसते. कायद्यानुसार सरकारे कर आकारत असतात. परंतु त्याच उत्पन्नावर दोनदा कर भरावा लागतो ते टाळण्यासाठी परस्पर करार आणि समन्वय साधून योग्य तो मार्ग काढणे आवश्यक ठरते.

तसेच उत्पन्नाचा उगम आणि संपत्तीचे स्थान हा आधार मानल्यास उत्पन्न कोठे

मिळविले अथवा व्यक्तीची संपत्ती कोठे आहे याचा विचार करून सरकारने कर आकारणी केली पाहिजे जसे भारताचा नागरिक आहे आणि त्याची संपत्ती इंग्लंडला आहे. त्या संपत्तीपासून त्याला काही उत्पन्न प्राप्त होते. तेव्हा त्या संपत्तीवर इंग्लंडने कर लावायचा कारण संपत्तीचे स्थान व उत्पन्नाचा उगम या दोन्ही बाबी इंग्लंडमध्येच आहेत. येथे भारताने त्या संपत्तीवर तिच्या पासून मिळणाऱ्या उत्पन्नावर कर आकारू नये.

तिसरा उपाय म्हणजे नागरिकत्व व संपत्ती यांचा समन्वय साधून कर आकारणी करणे. जसे स्थावर संपत्तीच्या स्थानाप्रमाणे कर आकारणे आणि इतर प्रकारच्या संपत्तीवर नागरिकरणाच्या आधारावर कर आकारणी करणे.

देशनिष्ठा हा एक उपाय होऊ शकतो. देशनिष्ठेच्या आधारावर कर आकारणी करावी असे अनेक अर्थशास्त्रज्ञांचे मत आहे. व्यक्तीने दोन्ही देशांवर देशनिष्ठा ठेवली तर दोन्ही देशांनी कर आकारणी करण्यास हरकत नाही. द्विगुण कर आकारणी टाळण्यासाठी व्यक्तीने सर्व उत्पन्न कर योग्य ठेवावे व देशनिष्ठेच्या प्रमाणात कराची विभागणी करावी. परंतु अशी विभागणी करणे अवघड आहे.

प्रा. सेलिग्मन, लॉर्ड स्टॅम्प यांच्यासह द्विगुण कर आकारणी समिती १९२७मध्ये स्थापन झाली. त्यांच्या असे निदर्शनास आले की, सरकारे एकापेक्षा अधिक आधारांवर कर आकारणी करतात, त्यामुळे द्विगुण कर आकारणी होत असते. या समितीने सुचविलेल्या उपाययोजना वर आलेल्या आहेत. परंतु या समितीला निश्चित अशा उपाययोजना सुचविता आल्या नाहीत. त्यांनी देशादेशांतील समझोत्यावरच अधिक भर दिला. देशात समन्वय / समझोता होईलच असे सांगता येत नाही त्यामुळे या प्रश्नाचे समाधानकारक उत्तर सापडले नाही.

सराव प्रश्न :

१) करांचे उत्पादनावरील परिणाम स्पष्ट करा.

२) उत्पन्न वाटपावरील करांचे परिणाम विशद करा.

३) करांचे परिणाम थोडक्यात सांगा.

४) करभार पात्रतेच्या मर्यादा स्पष्ट करा.

५) करभार पात्रतेच्या मापनाचे विवेचन करा.

६) द्विगुण कर आकारणीचे परिणाम सांगा.

विभाग ३

सार्वजनिक कर्ज, राजकोषीय धोरण, अंदाजपत्रक, भारतातील स्थानिक स्वराज्य संस्थांचे आयव्यय

प्रकरण १३ | सार्वजनिक कर्ज (Public Debt)

१३.१ प्रास्ताविक (Introduction)

सरकार आपली आर्थिक गरज पूर्ण करण्यासाठी कर्ज घेते अशा कर्जास 'सार्वजनिक कर्ज' म्हटले जाते. सरकार वेगवेगळ्या मार्गाने उत्पन्न मिळवत असते आणि ते सार्वजनिक कार्यासाठी वापरले जाते. सरकार या सार्वजनिक पैशांचा विश्वस्त असल्याने सरकारने

पैसा काटकसरीने खर्च करून लोकांना महत्तम लाभ देण्याची जबाबदारी सरकारची असते. सरकारने आपल्या उपन्नानुसारच आपला खर्च भागविला पाहिजे हे प्राचीन काळापासूनचे तत्त्व आहे. व्यक्तीने उत्पन्नापेक्षा अधिक खर्च केला तर व्यक्ती कर्जबाजारी होतात. व्यक्तीने अनुत्पादक कार्यासाठी तो खर्च केला तर व्यक्तीच्या कर्जबाजारीपणात वाढ होते तसेच कर्जाची परतफेड न केल्यास भारतातील व महाराष्ट्रातील अनेक शेतकऱ्यांनी आत्महत्या केल्या आहेत. सरकारने खर्च आणि उत्पन्नाचे संतुलन साधणे महत्त्वाचे आहे. नुसतेच कर्ज घेऊन खर्च करू नये. कर्ज हे प्रतिष्ठेचे नसते. सामाजिक विकास व देशाचा आर्थिक विकास करताना आपले उत्पन्न विचारात घेऊन खर्च करावा असे सनातनवादी अर्थशास्त्रज्ञांचे मत होते.

सार्वजनिक कर्ज म्हणजे सरकारने सार्वजनिक कामासाठी घेतलेले कर्ज. केंद्र सरकार, राज्य सरकारे, महानगरपालिका, स्थानिक स्वराज्य संस्था इ. ना कर्ज घ्यावे लागते. त्यालाच 'सार्वजनिक कर्ज' म्हणतात. आजची सरकारे वेगवेगळ्या पद्धतीने कर्ज घेतात. सार्वजनिक कर्ज हे आधुनिक सरकारच्या उत्पन्नाचे साधन मानले जाते; कर्ज घेणे हे तसे पूर्वीपासून चालत आले आहे. सरकारचा खर्च भागविण्यासाठी उपाय म्हणून कर्ज घेतले जात असे परंतु प्राचीन काळी अर्थशास्त्रज्ञांना कर्ज घेणे आवडत नसे. प्रो. बॅस्टॅबल यांच्या मते, सरकारांची तुलना व्यक्तीशी केल्यास ज्या प्रकारे एखादी व्यक्ती कर्जाच्या साहाय्याने कायमस्वरूपी आपले व्यवहार करू शकत नाही; तसेच एखादे सरकारसुद्धा कर्जावर कायमस्वरूपी अवलंबून राहू शकत नाही; तसेच ॲडम स्मिथचेसुद्धा तसे मत होते. स्मिथ यांनी सरकारी कर्जाला तर विरोधच केला. सरकारी कर्जामुळे अनावश्यक खर्च आणि युद्ध खर्च यांसारख्या व्यर्थ खर्चांना उत्तेजन मिळते आणि देशाची आर्थिक स्थिती विस्कळीत होते. परंतु सध्या अर्थशास्त्रज्ञ असे मत व्यक्त करीत नाहीत.

आज कर्ज हे कर, शुल्क, दंड, मूल्य, नफा इ. मार्गांसारखाच एक उत्पन्नाचा मार्ग म्हणून समजले जाते. सरकारी कर्ज उत्पादक मानले जाते पण हे उत्पन्न कायम स्वरूपाचे नसते ते परत करावयाचे असते.

आधुनिक काळात जगातील बहुतेक देश 'कल्याणकारी राज्ये' म्हणून ओळखण्यात येतात. भारतानेसुद्धा कल्याणकारी राज्याची संकल्पना स्वीकारली, त्यामुळे उत्पन्नाच्या वाढीपेक्षा खर्चात फार जलद वाढ होत आहे. त्यामुळे तुटीच्या अंदाजपत्रकाचे सतत साहाय्य घेणे भाग पडते. अंदाजपत्रकातील तूट भरून काढण्यासाठी प्रचलित करात वाढ करून अथवा नवीन कर लादून उत्पन्नात वाढ करणे किंवा देशांतर्गत अथवा परकीय राष्ट्राकडून कर्ज घेणे हे दोन पर्याय उपलब्ध असतात. करांच्या माध्यमातून पैसा उभा करण्यास मर्यादा येतात; कारण करांचे प्रमाण जास्त वाढल्यास त्याचा अर्थव्यवस्थेवर

अनिष्ट परिणाम होतो. तसेच लोकांकडून प्रतिकारही वाढत जातो; म्हणून सरकारला कर्ज उभारणे हा एकमेव पर्याय अत्यंत सोईचा ठरतो. त्याचा मोठ्या प्रमाणावर अवलंब केला जातो.

१३.२ सार्वजनिक अथवा सरकारी कर्जाचा अर्थ (Meaning of Public Debt)

सरकारने देशांतर्गत अथवा परकीय देशांकडून घेतलेले कर्ज म्हणजे 'सार्वजनिक कर्ज' होय. सरकार आपल्या देशातील बँका, खासगी व्यक्ती आणि संस्था, वित्तीय संस्था, मोठे उद्योग इ. कडून कर्ज घेत असते; तसेच परकीय सरकार, परकीय संस्था व नागरिक, आंतरराष्ट्रीय स्तरावरील बँका, आंतरराष्ट्रीय नाणे निधी, जागतिक बँक यांच्याकडूनसुद्धा सरकार कर्ज घेते. या सर्वांचा समावेश सार्वजनिक कर्जात होतो. अलीकडच्या काळात 'सार्वजनिक कर्ज' सरकारच्या उत्पन्नाचे एक साधन बनले आहे. परंतु त्याची सव्याज परतफेड करावी लागते.

केंद्र सरकार, राज्य सरकार, स्थानिक स्वराज्य संस्था यांसारख्या सार्वजनिक यंत्रणांनी घेतलेल्या सर्व प्रकारच्या कर्जांचा समावेश सार्वजनिक कर्जात केला जातो.

सार्वजनिक कर्जाची सुरुवात १७व्या शतकात झाली. त्यानंतर सार्वजनिक कर्जात मोठ्या प्रमाणात वाढ होत गेली. त्याआधी राजे दुष्काळ, रोगराई, पूर इ. नैसर्गिक आपत्तींच्या काळात स्वत:जवळील संपत्तीचा उपयोग करीत असे; वेळप्रसंगी लोकांवर कर लावला जात असे नंतर राजे लोकांनी बँकांकडून आणि औद्योगिक संस्थांकडून कर्ज घेण्यास सुरुवात केली. जिनिव्हा आणि व्हेनिस मधील सरकारांनी बँकांकडून कर्ज घेण्याची प्रथा प्रथम सुरू केली.

पहिल्या महायुद्धानंतर सार्वजनिक खर्चाचा विचार करण्यात येऊ लागला. मंदीच्या काळात सरकारने सार्वजनिक खर्च वाढविला पाहिजे या विचारातून तुटीच्या अंदाजपत्रकाची कल्पना पुढे आली. वाढता खर्च भागविण्यासाठी सार्वजनिक कर्जाचा विचार करणे भाग पडले. आज जगातील सर्वच देश आपला खर्च भागविण्यासाठी तसेच विकास कामे करणे यासाठी वेगवेगळ्या मार्गांनी कर्ज उभारणी करतात.

सार्वजनिक कर्जाची व्याख्या

१) प्रा. टेलर यांच्या मते, ''सरकारी कर्ज म्हणजे सरकारी तिजोरीने मूळ मुद्दल व त्यावरील व्याज देण्याबाबत दिलेले वचन होय. सरकारी कर्ज हे बहुधा कर्ज रोखे किंवा राजकोषपत्र अथवा ट्रेजरी बिल्सच्या साहाय्याने अल्प मुदतीसाठी उभे केले जाते. हे कर्ज रोखे आणि राजकोषपत्रे ही धारकांना सरकारने दिलेली वचनपत्रे होत. या वचनपत्रात

सरकार ठरावीक दराने नियमित व्याज देण्याचे किंवा मुदती अखेरीस मुद्दलाबरोबर संपूर्ण व्याज देऊन परतफेड करण्याचे वचन देते.''

२) प्रा. फिंडले शिरास यांच्या मते, ''केंद्र सरकार स्वदेशातून किंवा परकीय देशांकडून जे कर्ज घेते ते सार्वजनिक कर्ज होय.''

३) प्रा. मेहता यांच्या मते, ''सार्वजनिक कर्ज ही एक आधुनिक घटना आहे आणि ती लोकशाही सरकारच्या उदयामुळे अस्तित्वात आली आहे.''

४) प्रा. डाल्टन यांच्या मते, ''सार्वजनिक सत्तेच्या उत्पन्नाचे एक साधन म्हणजे सार्वजनिक कर्ज होय.''

थोडक्यात, सरकारद्वारे उभारल्या जाणाऱ्या कर्जांना 'सार्वजनिक कर्ज' म्हणतात. भारतीय केंद्र सरकार आणि घटकराज्य सरकारांना कर्ज उभारण्याचे वैधानिक अधिकार भारतीय राज्यघटनेने दिले आहेत.

सरकारला जेव्हा कर्जाची गरज भासते तेव्हा नाणेबाजारात आणि भांडवल बाजारात हुंड्या, ऋणपत्रे, कर्जरोखे इ. तारणावर अथवा विक्री करून सरकार कर्ज उभारते त्यासाठी देशाची मध्यवर्ती बँक सरकारला मदत करते.

१३.२.१ सार्वजनिक कर्जाबाबत सनातन दृष्टिकोन

ॲडम स्मिथ, जे.बी.से. रिकार्डो या सनातनवादी अर्थशास्त्रज्ञांनी निर्हस्तक्षेपनीतीचे धोरण स्वीकारले होते. देशाच्या अर्थकारणात सरकारची भूमिका मर्यादित असावी असे त्यांचे मत होते. लोकांच्या उपयोगाची कामे सरकारने करावी व बाजारविषयक कार्ये बाजार यंत्रणेने करावीत शासनाने त्यात हस्तक्षेप करू नये असे त्यांचे मत होते. त्यांनी सार्वजनिक कर्जाला महत्त्व दिले नाही.

सनातनवादी अर्थशास्त्रज्ञांनी सार्वजनिक कर्जाबाबत पुढील दृष्टिकोन मांडला-

i) सार्वजनिक कर्ज सतत घेत राहिल्याने भविष्यकालीन कर्जात वाढ होते त्यामुळे त्याचा येणाऱ्या पिढीवर कर्जाचा भार वाढतो.

ii) सतत कर्ज घेत राहिल्याने ते परत केले गेले नाहीतर त्याचा कर्जाचा बोजा वाढत जातो त्यामुळे व्याजाच्या दरात वाढ होते.

iii) सार्वजनिक कर्जाचा उपयोग सरकारी क्षेत्रात मोठ्या प्रमाणात केला जातो. उत्पादकता मात्र कमी असते तरीही मोठ्या प्रमाणात सार्वजनिक क्षेत्रात गुंतवणूक होते.

iv) सरकारकडे पैसा आला की सरकार वेगवेगळ्या पद्धतीने त्याचा वापर करते. उदा. लोकांना सवलती देणे, उद्योगांना सवलती देणे, संरक्षण साधनसामग्रीवर

खर्च करणे, तूट भरून काढणे इ. त्यातून उत्पादन वाढत नसून खर्च वाढत जातो. पैशांची गरज भागविण्यासाठी सार्वजनिक कर्ज घ्यावे लागते.

v) एखाद्या देशाने सार्वजनिक कर्ज घेतल्यास त्या देशातील सार्वजनिक क्षेत्रातील गुंतवणूक वाढते व खासगी क्षेत्रातील गुंतवणूक घटते. आर्थिक विकासाच्या दृष्टीने खासगी क्षेत्र महत्त्वाचे असल्याने खासगी क्षेत्राचा विकास मंदावतो.

vi) एखाद्या देशावर अतिरिक्त कर्जाचा बोजा असल्यास त्यातून बाहेर येण्यासाठी भाववाढ करावी लागते.

३) सार्वजनिक कर्ज हा सरकारवरील भार : सनातनवादी अर्थशास्त्रज्ञांनी समतोल अंदाजपत्रकाला महत्त्व दिले. त्यांच्या मते, उत्पन्न आणि खर्च यामध्ये नेहमीच समतोल असतो. त्यामुळे तूट निर्माण होण्याचा प्रश्नच नाही. त्यांच्या मते, तूट भरून काढण्यासाठी कर्ज उभारणे फायदेशीर नसते. सनातनवाद्यांच्या मते, किंमत निश्चिती बाजार यंत्रणेद्वारे होत असते. किंमत यंत्रणेद्वारेच पुरवठा आणि मागणी यांचा समतोल साधला जातो. त्यांना सार्वजनिक कर्ज हे सरकारवरील भार आहे असेच त्यांचे मत होते. शासनाचे कार्य मर्यादित स्वरूपाचे असते असे त्यांचे मत होते. त्यांची सार्वजनिक कर्जाला मान्यता नव्हती.

१३.३ सार्वजनिक कर्जाचे स्वरूप (Nature of Public Debt)

व्याज आणि मुद्दल यांची परतफेड सार्वजनिक कर्जात केली जाते. सार्वजनिक कर्जाचे स्वरूप पाहाताना खासगी खर्च पहाणे आवश्यक असते. सरकार आणि खासगी कर्जात काही बाबतीत साम्य तर काही बाबतीत फरक दिसून येतो.

साम्य : कर्ज घेण्याचा उद्देश खासगी व सार्वजनिक सारखाच असतो तसेच या दोहोंनाही कर्जाची परतफेड करावी लागते. व्यक्तीचा विचार करता व्यक्ती उद्योग अथवा व्यवसायासाठी कर्ज घेतो. तसेच अचानक येणाऱ्या अडचणींना तोंड देण्यासाठी कर्जाची आवश्यकता असते. तसेच गरजांची पूर्तता करण्यासाठीसुद्धा कर्ज घेतले जाते. सरकारसुद्धा याच कारणांनी कर्ज घेते. मोठ्या उद्योगांसाठी सरकारला कर्ज काढावे लागते. भांडवल गुंतवणुकीसाठी कर्ज रूपाने उभे करते. तसेच नैसर्गिक संकटांसाठी जसे दुष्काळ, महापूर, भूकंप इ. संकटे दूर करण्यासाठी सरकार कर्ज घेते.

कर्जाची परतफेड व्यक्तीला जशी करावी लागते तशीच सरकारलासुद्धा करावी लागते. व्याज आणि मुद्दलासह ती अटींप्रमाणे परत करावी लागते. परतफेडीस दिरंगाई झाल्यास व्यक्तीची जशी प्रतिष्ठा कमी होते तशीच सरकारचीसुद्धा होते. त्यामुळे व्यक्तीप्रमाणेच सरकारलासुद्धा कर्जाची परतफेड करावी लागते.

व्यक्तिगत आणि सार्वजनिक कर्जात फरक / भेद दिसून येतो. तो पुढीलप्रमाणे-

१) व्याज : सरकारला कमी व्याजदरात कर्ज उपलब्ध होते कारण सरकारची पत अधिक असते तसे व्यक्तिगत कर्जाचे स्वरूप नसते.

२) कालावधी : सरकारला विकासात्मक कामे मोठ्या प्रमाणात करावी लागतात त्यामुळे सरकार दीर्घ मुदतीची कर्जे घेते. सरकार बदलले तरी योजना बदलत नसते तर व्यक्तीला अल्पकालीन कर्जे मिळतात; कारण व्यक्तीच्या जीवनकालाचा विचार केला जातो.

३) अनिवार्य : सरकार लोकांकडून कर्ज घेऊ शकते तसेच व्याजाचा दर व परतफेडीचा कालावधी सांगून लोकांकडून सक्तीने घेते. परंतु व्यक्तीला सक्ती करता येत नाही.

४) गुप्तता : सरकार कर्ज घेताना प्रसिद्धी माध्यमांचा वापर करते त्यामध्ये कोणतीही गुप्तता नसते. व्यक्तीच्या बाबतीत तसे घडत नाही, कर्ज व्यवहार करताना गुप्तता ठेवण्याचा प्रयत्न केला जातो त्यामुळे त्यांचा कर्जाचा व्यवहार लोकांना कळत नाही.

५) कर्ज आकार आणि तारण : सरकारला कोणत्याही तारणावीना मोठ्या प्रमाणात कर्ज मिळते. परंतु व्यक्तीला कर्ज घेताना तारण ठेवावे लागते. सरकारला कोणतेही तारण ठेवण्याची गरज नसून ते सुलभपणे मिळते.

६) उपयोग : सार्वजनिक कर्ज हे लोकांच्या हितासाठी वापरले जाते मात्र व्यक्ती कर्ज घेताना त्याचा स्वत:च्या हितासाठी उपयोग करते. सरकार कर्जाचा उपयोग उत्पादक कार्यासाठी करते. व्यक्ती उपभोगासाठी कर्जाचा उपयोग करते.

७) परतफेड : सरकार कर्ज सहज परत करते. जनतेवर कर लावून त्या उत्पन्नातून कर्जाची परतफेड केली जाते. परंतु व्यक्ती कर्जफेड करताना त्याची व्यवस्था करावी लागते. त्यासाठी काही अडचणीसुद्धा सोसाव्या लागतात.

८) परकीय कर्ज : सरकार देशातील लोकांकडून कर्ज घेण्याबरोबरच विदेशातून संस्था, लोकांकडून अथवा सरकारकडून कर्ज घेते. व्यक्ती मात्र देशातीलच लोकांकडून कर्ज घेते विदेशात व्यक्तीची पत कमी असते.

९) कर्जाची गरज : सरकारला कर्ज घेताना गरज असेलच असे नाही, सरकार अर्थव्यवस्थेवर अनुकूल परिणाम घडवून आणण्यासाठीसुद्धा कर्ज घेते. उदा. चलन विस्ताराच्या काळात सरकार लोकांची क्रयशक्ती कमी करण्यासाठी कर्ज घेते. व्यक्ती मात्र गरज असेल तेव्हाच कर्ज घेते.

१०) परिणाम : सरकारच्या कर्जामुळे देशातील स्थितीवर अनुकूल परिणाम दिसून येतो. उत्पादन, संपत्तीचे विभाजन व आर्थिक कल्याण यांवर उत्पादनाचे विविध परिणाम दिसून येतात.

११) कर्ज नाकारणे : सरकार घेतलेले कर्ज नाकारू शकते. परंतु ऋणदाता काहीही करू शकत नाही. याउलट, व्यक्तीला कर्ज नाकारता येत नाही जोपर्यंत दिवाळे घोषित करीत नाही तोपर्यंत ऋणदाता उपाय करू शकतो.

सार्वजनिक कर्ज आणि कर यातील फरक

सार्वजनिक कर्जाची तुलना खासगी कर्जाशी केल्यास त्यामुळे सार्वजनिक कर्जाचे स्वरूप लक्षात येते. सार्वजनिक कर्ज आणि कराची तुलना केल्यास सार्वजनिक कर्जाचे स्वरूप अधिक स्पष्ट होते.

१) करामुळे सरकारला उत्पन्न प्राप्त होते. सरकार आपल्या खर्चासाठी सतत पैसा गोळा करत असते. सार्वजनिक कर्ज हे आर्थिक विकास, नैसर्गिक संकटे, आर्थिक संकटे इ. साठी घेतली जातात.

२) लोकांकाडून घेतलेले कर्ज मुद्दल आणि व्याजासह परत करावे लागते. परंतु सरकारने कराच्या माध्यमातून घेतलेली रक्कम करदात्यांना परत केली जात नाही.

३) कर्ज हे देशातील व्यक्तींबरोबर विदेशातील व्यक्तींकडून तसेच आंतरराष्ट्रीय संस्थांकडूनही घेतले जाते परंतु कर हे देशातील व्यक्तींकडूनच घेतले जातात.

४) कर्जाचा उत्पादन, रोजगार व गुंतवणुकीवर कोणताही प्रतिकूल परिणाम होत नाही. परंतु करांचा परिणाम देशातील गुंतवणूक, रोजगार व उत्पादनावर होतो.

५) सार्वजनिक कर्जाचा भार वर्तमानापेक्षा भावी पिढीलाच जास्त सहन करावा लागतो; तर कराचा भार वर्तमान पिढीला सहन करावा लागतो. तसेच त्यांना चालू सुखाचा त्याग करावा लागतो.

६) सरकारला कर्ज काढून खर्च करावयाची सवय लागल्यास सरकारी पैशांचा अपव्यय होण्याची अधिक शक्यता असते; तर सरकार कराच्या रूपाने पैसा गोळा करते व तो पैसा विचारपूर्वक खर्च करावा लागतो.

७) सार्वजनिक कर्जाचा उपयोग हा पुढील काळासाठी होत असतो व ते विकासासाठी घेतले जाते व योजना अनेक वर्षे चालतात त्यामुळे त्यांचा फायदा भविष्य-काळासाठी होतो; तर कराच्या उत्पन्नाचा फायदा वर्तमानकाळासाठीच होतो तसेच समाजाच्या हितासाठी आणि सामाजिक कल्याणासाठी या पैशांचा उपयोग होतो.

८) सार्वजनिक कर्जाचा भार दीर्घ काळासाठी होत असतो त्यामुळे अन्यायाची शक्यता

कमी असते. कर्ज हे वर्तमान व भविष्यकाळासाठी विभागले जाते; तर करारोपण अधिक केल्यास समता तत्त्वानुसार होण्याची शक्यता कमीच असते. त्यामध्ये काही लोकांवर अन्याय होतो.

सरकार कर्जाद्वारे अथवा कराद्वारे उत्पन्न मिळवू शकते; या दोहोतील कोणता मार्ग अधिक चांगला यामध्ये मतभेद असल्याचे दिसून येते. परंतु कर आणि कर्ज हे तसे एकमेकांस पूरक दिसून येते कारण वेगवेगळ्या परिस्थितीत वेगवेगळ्या प्रकारे उपयुक्त ठरू शकते. जेव्हा कर लावणे आवश्यक ठरते तेव्हा कर्ज काढणे योग्य ठरत नाही; त्यामुळे कर व कर्जाचा जवळचा संबंध दिसून येतो. ते पुढीलप्रमाणे स्पष्ट करता येते-

१) आपत्ती : जेव्हा नैसर्गिक आपत्ती येते जसे दुष्काळ, अवर्षण, रोगराई, भूकंप, महापूर इ. तेव्हा अर्थव्यवस्था विस्कळीत होत असते. त्यासाठी सरकारला बराच पैसा खर्च करावा लागतो. त्यासाठी सरकार कर लावत असते मात्र त्याला लोकांचा विरोध होतो. अशा वेळी कर लावणे योग्य ठरत नाही. अशा स्थितीत कर्ज काढून पैसा उभा करणे सोईस्कर ठरते.

२) आर्थिक विकास आणि उत्पादक कामे : विकसनशील देशात जेव्हा आर्थिक विकास साधावयाचा असतो तेव्हा योजना आखून पैसा खर्च करावयाचा असतो अशा वेळी करापासूनचे उत्पन्न कमी पडते त्यामुळे सरकारला कर्जाचा आधार घ्यावा लागतो. तसेच विकसनशील देशात अनेक कल्याणकारी कामे करावी लागतात जसे रस्ते, रेल्वे, कालवे, पाणलोट क्षेत्र विकास कामे, पोस्ट सेवा इ. सरकारला पुढाकार घेऊन ती करावी लागतात. त्यासाठी पैशांची खूप गरज असते अशा वेळी जनतेवर कर लावून चालत नाही, कारण करारोपणामुळे लोकांच्या जीवनमानावर विपरीत परिणाम होण्याची शक्यता असते तसेच लोकांच्या काम आणि बचतीवरसुद्धा प्रतिकूल परिणाम होण्याची शक्यता असते आणि शेवटी उत्पादनावर प्रतिकूल परिणाम होण्याची शक्यता असते व त्याचा राहणीमानावर परिणाम होत असतो.

सरकारला आर्थिक विकासासाठी तसेच कल्याणकारी कामांसाठी कर्ज घेणे अनेक बाबतीत योग्य ठरते. सरकारला कर्ज दिल्यामुळे कर्ज देणाऱ्याला कोणताही त्रास होत नाही कारण हे कर्ज बचतीतून दिले जाते तसेच विकास योजनांमुळे वर्तमान काळाबरोबरच भावी काळासाठीसुद्धा त्या कामांचा फायदा होतो. कर्जाचा भारसुद्धा वर्तमान काळाबरोबरच भविष्य काळातील लोकांवर टाकता येतो. तसेच कर्जाच्या साहाय्याने विकास कामे केल्याने लोकांच्या काम आणि बचत करण्याच्या इच्छेवर कोणताही प्रतिकूल परिणाम होत नाही. त्यामुळे विकास कामांसाठी व कल्याणकारी कामे करण्यासाठी कर लावण्यापेक्षा कर्ज घेणे फायद्याचे ठरते.

३) पुन्हा पुन्हा निर्माण होणारा खर्च व एकदाच निर्माण होणारा खर्च : सरकारने पुन्हा पुन्हा निर्माण होणाऱ्या खर्चासाठी कराच्या आधारे निर्माण होणाऱ्या उत्पन्नाचा उपयोग केला पाहिजे; तर एकदाच खर्च होणाऱ्या योजनेसाठी सरकारने कर्जाचा आधार घेतला पाहिजे; त्याची कारणे म्हणजे- १) पुन्हा पुन्हा निर्माण होणारे खर्च यासाठी कराच्या उत्पन्नाचा उपयोग केला तर अनावश्यक उपभोग आणि अपव्ययाला प्रतिबंध होतो; कारण कराचे उत्पन्न कसे खर्च केले यावर लोक जागरूक असतात व ती सरकारला उत्पन्नाचा दुरुपयोग करू देत नाहीत. २) कराचा भार भावी पिढ्यांवर पडत नाही पण कर्जामुळे भावी पिढ्यांवर परिणाम झालेला दिसून येतो. ३) पुन्हा पुन्हा कर्ज घेण्याच्या सवयीमुळे सरकारला कर्ज घेण्याची सवय जडली जाते परंतु हे योग्य नसते. त्यामुळे सरकारने पुन्हा पुन्हा निर्माण होणाऱ्या खर्चासाठी करांची योजना करावी तर एकदाच खर्च करण्यासाठी कर्जाची योजना करणे फायद्याचे ठरते.

४) युद्ध : सध्या मोठी युद्धे होत नसली तरी लहान युद्धे होतात. त्यासाठी खर्च होतो. युद्धाच्या काळात सरकारने निश्चित असे कोणते धोरण स्वीकारावे हासुद्धा प्रश्नच असतो. कराद्वारे पैसा उभारावा की कर्जाच्याद्वारे पैसा उभारावा याचे निश्चित उत्तर देता येत नाही. युद्धासाठी खर्च मोठ्या प्रमाणात होत असल्याने सरकारने कराद्वारे आणि कर्ज उभारून पैसा उभा करणे आवश्यक असते. लोकांची कर देयता लक्षात घेऊनच कर आकारावेत. सरकारच्या अपेक्षेप्रमाणे करापासून उत्पन्न होत नसते त्यामुळे कर्जाची व्यवस्था करणे आवश्यक असते. कर्जामुळे पैसा उपलब्ध होतो व त्यातून युद्ध खर्च भागविणे शक्य होते.

१३.४ सार्वजनिक कर्जाचे उद्देश (Objective of Public Debt)

सरकार जेव्हा कर्ज काढते तेव्हा त्यामागे काही उद्देश असतात. त्यातील महत्त्वाचे उद्देश पुढीलप्रमाणे-

१) उत्पन्न मिळविणे : जेव्हा एखाद्या वर्षी सर्व प्रकारच्या स्रोतांपासून उत्पन्न कमी असेल तेव्हा तूट भरून काढण्यासाठी सरकार कर्ज काढते. प्रशासकीय खर्च अतिरिक्त वाढतो अथवा आकस्मिक संकट निर्माण झाल्यास सरकारला कर्ज काढावे लागते. हे कर्ज इतर उत्पन्नापेक्षा वेगळे असते.

२) मंदीचा प्रतिकार करणे : मंदीच्या अवस्थेत किमती घटत असतात. रोजगार पातळी खालावते, नफा कमी होतो. वस्तू व सेवांची मागणी घटते अशा वेळी विकास कार्यावर अधिक खर्च करणे आवश्यक असते. या काळात अधिक कर लादून उपयोग नसतो त्यामुळे सरकारने कर्जाचा अवलंब करणे हितकारक ठरते. कर्जाचा उपयोग

कल्याणकारी योजनांसाठी करणे आवश्यक असते जेणेकरून रोजगारात वाढ होईल व लोकांच्या प्रभावी मागणीत वाढ होईल व उत्पादनाला चालना मिळेल.

३) चलनविस्तार कमी करण्यासाठी : चलन विस्ताराच्या काळात किमती मोठ्या प्रमाणात वाढतात. लोकांच्या क्रयशक्तीत वाढ झालेली असते. सरकारने अशा वेळी कर्ज उभारले तर लोकांची क्रयशक्ती कमी होते. त्यामुळे वस्तुंच्या किमतीसुद्धा कमी होतात व चलन विस्ताराला आळा बसतो.

४) संरक्षण खर्चासाठी : जेव्हा शीतयुद्ध चालू असते. सीमेवर आतंकवाद असेल, युद्ध सुरू झाल्यास सरकारच्या खर्चात वाढ होते. हा खर्च भागविण्यासाठी उत्पन्न अपुरे पडते त्यामुळे सरकारला कर्ज काढण्याशिवाय पर्याय नसतो.

५) विकास कार्यावरील खर्च भागविणे : सरकारचे विकासात्मक कार्यासाठी नेहमीचे उत्पन्न कमी पडते अशा वेळी सार्वजनिक कर्जे घेतली जातात. जसे शेतीक्षेत्र, उद्योगक्षेत्र, सेवाक्षेत्र इ. क्षेत्राच्या विकासासाठी कर्जे घेतली जातात.

६) आर्थिक विकास करणे : आधुनिक काळात सरकारला विशेषत: विकसनशील देशात आर्थिक विकासाच्या प्रश्नांची सांगड सार्वजनिक कर्जाशी घालावी लागते. विकसनशील देशांना पैशांची दुर्मीळता जाणवते त्यामुळे त्या सरकारांना अंतर्गत आणि बाह्य कर्जे घ्यावी लागतात व आर्थिक विकासासाठी पैसा उभा करावा लागतो. विकासासाठी पैसा मोठ्या प्रमाणावर उपलब्ध करून घ्यावा लागतो; तो करांच्या साहाय्याने उभा केल्यास त्याचा मोठा भार करदात्यांना सोसावा लागेल त्याचा प्रतिकूल परिणाम करदात्यांवर होईल. त्यामुळे सरकारला सार्वजनिक कर्जाच्या आधारे आर्थिक विकास साध्य करता येईल.

७) कर्जाची परतफेड करणे : कधी कधी कर्ज घेताना नवीन खर्चाची पूर्तता करणे हा उद्देश नसतो तर जुन्या कर्जाची परतफेड करणे हा असतो. जेव्हा जुनी कर्जे परत करावी लागतात तेव्हा नवीन कर्जे काढून ही कर्जे परत केली जातात.

१३.५ सार्वजनिक कर्जाचे महत्त्व (Importance of Public Debt)

सार्वजनिक कर्जाचे महत्त्व व त्याचे उद्देश पुढीलप्रमाणे स्पष्ट करता येतात-

१) विकासासाठी खर्च : सरकार विविध क्षेत्रांच्या विकासासाठी खर्च करते जसे शेती व शेतीशी संलग्न क्षेत्र, उद्योग क्षेत्र, सेवा क्षेत्र, वाहतूक दळणवळण इ. परंतु हा खर्च अपुरा पडतो. अशा वेळी सार्वजनिक कर्जे घ्यावी लागतात.

२) सार्वजनिक क्षेत्रावरील खर्च : मोठे व अवजड उद्योग तसेच पायाभूत सुविधांसाठी मोठ्या प्रमाणात गुंतवणूक करावी लागते, त्यासाठी कर्जे घेतली जातात.

३) संरक्षण खर्च : देशाच्या सीमेवर आतंकवाद असेल, शीत युद्ध सुरू झाले असेल अशा वेळी सरकारचा खर्च वाढतो. त्यामुळे सार्वजनिक कर्ज काढण्याशिवाय पर्याय रहात नाही.

४) आर्थिक स्थैर्य : व्यापारचक्राच्या काळात जसे मंदीच्या काळात उत्पन्न, रोजगार व मागणीत वाढ करण्यासाठी कर्ज घेऊन खर्च केला जातो; तर तेजीच्या काळात चलनवाढ नियंत्रणात ठेवण्यासाठी लोकांकडून कर्जे घेतली जातात. त्यामुळे आर्थिक स्थैर्य प्राप्त होण्याला मदत होते.

५) सामाजिक सेवा : जसे सामाजिक सुरक्षिततेचा वाढता खर्च, जलसिंचन, शिक्षण, आरोग्य इ. गरजा भागविण्यासाठी कर्जे घेतली जातात.

६) आंतरराष्ट्रीय संबंध : धनकोदेश आणि ऋणकोदेशात सार्वजनिक कर्जाद्वारे सहकार्य, सद्‌भावना निर्माण होते.

७) प्रशासकीय खर्च : शासकीय अधिकाऱ्यांचे पगार, भत्ते, निवृत्तीवेतन इ. महसुली उत्पन्नातून भागविणे सरकारला शक्य होत नाही त्यामुळे सार्वजनिक कर्जे घेतली जातात.

१३.६ सार्वजनिक कर्जे परत करणे आणि कर्जाच्या व्यवस्थापनाची तत्त्वे (Principles of Debt Management & Repayment)

सार्वजनिक कर्जे परत करणे आणि कर्जाच्या व्यवस्थापनाची तत्त्वे पुढीलप्रमाणे सांगता येतात-

१) आर्थिक स्थैर्य व विकास : देशाचे आर्थिक स्थैर्य व विकासाच्या दृष्टिकोनातून सरकार राजकोषीय व देशाची मध्यवर्ती बँक चलनविषयक धोरणाद्वारे आर्थिक स्थैर्य प्राप्त करते. चलनविस्तार निर्माण होणे आणि आर्थिक अस्थैर्य निर्माण होऊ नये यासाठी सार्वजनिक कर्ज व चलनविषयक धोरणात समानता असणे आवश्यक असते. कर्जाची परतफेड करणे व कर्ज उभारणी हे आर्थिक विकास आणि आर्थिक स्थैर्यासाठी महत्त्वाचे असते.

२) गुंतवणुकीच्या माध्यमातून कर्ज : गुंतवणुकीच्या माध्यमातून कर्ज उभारल्यास ती जास्त फायदेशीर ठरतात. त्यासाठी गुंतवणुकदाराला प्रोत्साहन द्यावे लागते. त्यासाठी त्यांना विविध प्रकारचे लाभ देणे आवश्यक असते. दीर्घकाळाचा विचार करून आकर्षक

सेवा व सवलती देणे आवश्यक असते. या सेवा व सवलती दिल्या नाहीतर सार्वजनिक कर्ज उभारणीत अडथळे निर्माण होतात. त्यातूनच व्याज दरात वाढ होऊन सरकारच्या अडचणी वाढू शकतात.

३) कर्ज कालावधी : अल्पकालीन व दीर्घकालीन कर्जाचा विचार केला जातो. अल्पकालीन कर्जाचे रूपांतर दीर्घकाळात करता आले पाहिजे. अल्पकाळाचे कर्ज दीर्घकाळात रूपांतरित होताना व्याजाचा दर वाढू शकतो तसेच अल्पकालीन कर्ज दीर्घकाळात रूपांतरित करत असताना गुंतवणुकदारांचा विचार करणे महत्त्वाचे असते.

४) कमी व्याज दर : कमीत कमी व्याजदराने कर्जे उपलब्ध करून घेणे जेणेकरून त्याची परतफेड सरकारला करता आली पाहिजे. जर व्याज दर कमी असेल तर सरकारचा अतिरिक्त खर्च वाचतो आणि जर व्याज दर अधिक असेल तर सरकारचे अतिरिक्त कर वाढतात; अथवा आहे त्या करात वाढ करावी लागते त्याचे अर्थव्यवस्थेवर विपरीत परिणाम घडून येऊ शकतात. त्यामुळे व्याजावरील खर्च कमी केला तर करांचे परिणाम टाळता येतात.

१३.७ सार्वजनिक कर्ज आणि किंमत पातळी (Public Borrowings & Price Level)

सार्वजनिक कर्जाचा किंमत पातळीवर परिणाम होत असतो. जेव्हा चलनवाढ होते तेव्हा देशाच्या समस्येत वाढ होते. चलनवाढ / चलनविस्तारामुळे लोकांच्या पैशांत वाढ होऊन लोकांची खरेदीशक्ती वाढते. चलनविस्तार नियंत्रणात आणण्यासाठी शासन उपाययोजना करत असते. त्या उपाययोजनेचा एक भाग म्हणजे सरकार अंतर्गत कर्ज उभारते. परिणामी लोकांची खरेदी शक्ती कमी होते थोडक्यात चलनविस्तार नियंत्रणात आणण्यासाठी सार्वजनिक कर्जाला महत्त्व प्राप्त होते.

विकसित देशात अर्थिक विकासाच्या हेतूने अथवा युद्ध सामग्रीवर मोठ्या प्रमाणात खर्च केला जातो. त्यामुळे देशात तुटीचे प्रमाण वाढते. तुटीचे प्रमाण वाढल्याने सरकारच्या सार्वजनिक खर्चात वाढ होते. त्यातून चलनविस्तार होण्याला, पोषक वातावरण निर्माण होण्याला मदत होते. त्यातूनच वस्तू आणि सेवांची खरेदी वाढते. ते थांबविण्यासाठी बाह्य कर्ज घेतली जातात. त्या पैशांतून परकीय वस्तू खरेदी केल्या जातात. परिणामी परकीय गुंतवणुकीत वाढ होते त्यामुळे उत्पादनातसुद्धा वाढ होते. त्यातूनच वस्तू आणि सेवांच्या मागणी पुरवठ्यात समतोल साधला जातो व चलनविस्ताराला आळा घातला जाऊ शकतो.

सरकारी रोखे चलनविस्तारात महत्त्वाची भूमिका पार पाडतात. रोख्यामध्ये खरेदी

शक्ती अधिक असते. त्यामुळे उपभोग वाढला जातो त्यातून चलनविस्तार निर्माण होतो. चलनविस्तार देशाला हानिकारक ठरतो. रोख्याचे पैशांत रूपांतर ताबडतोब करता येते त्यामुळे चलनविस्तार व लोकांच्या खरेदीशक्तीत वाढ होते.

सार्वजनिक कर्जाचे आकारमान थोडे जरी वाढले तरी चलनविस्तार घडू शकतो. अशा रीतीने सार्वजनिक कर्ज व किंमत पातळीत संबंध निर्माण होत असतो.

१३.८ क्राऊडिंग आऊट (Crowding Out)

व्याजाचे दर वाढले तर त्याचा खासगी गुंतवणुकीवर परिणाम होतो. सरकारी खर्चातील वाढ अथवा अर्थसंकल्पीय तुटीचे धोरण यामुळे खासगी गुंतवणूक क्राऊडिंग आऊट परिणाम व्याज दरातील वाढीमुळे खासगी गुंतवणुकीत घट - सरकारी खर्चातील वाढीच्या विस्तारकारक परिणामांचाच काही भाग नाहीसा करतो.

क्राऊडिंग आऊट परिणामाचा आकार गुंतवणूक मागणीच्या आकारावर अवलंबून असतो, समजा गुंतवणूक मागणी अधिक लवचीक असेल तर हा आकार मोठा असतो; याउलट, गुंतवणूक मागणी सापेक्षतेने अलवचिक असेल तर गुंतवणुकीत कमी घट होते.

राष्ट्रीय उत्पादनावर क्राऊडिंग आऊटचा परिणाम पुढीलप्रमाणे सांगता येतो-

क्राऊडिंग आऊट परिणाम हा अतिशय वादग्रस्त विषय आहे. जेव्हा सरकारी खर्च वाढतो तेव्हा वस्तू व सेवांच्या मागणीत वाढ होते. त्यामुळे खासगी क्षेत्रातील गुंतवणुकीला चालना मिळते; असे जर होत असेल तर गुंतवणूक वाढीमुळे राष्ट्रीय उत्पन्नाच्या वाढीच्या रूपात विस्तारकारक परिणाम झालेला दिसून येतो. परंतु गुंतवणूक कमी झाली तर विस्तारकारक परिणाम कमी होतो.

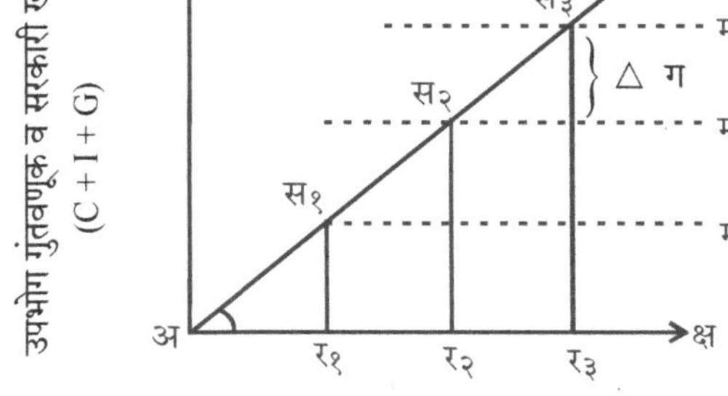

समजा अर्थव्यवस्था र१ या उत्पन्नपातळीला स१ बिंदूतून 'म' हा मागणी वक्र समतोलात आहे; जर सरकारने राष्ट्रीय उत्पन्न आणि उत्पादनाच्या पातळीत वाढ घडवून

आणली तर मागणी वक्र $म_{२}$ याठिकाणी स्थलांतरित होतो. येथे $स_{३}$ बिंदूत $र_{३}$ या बिंदूत अर्थव्यवस्था समतोल होते. हे सर्व क्राऊडिंग आऊट परिणामाचे अस्तित्व नसताना दिसून येईल परंतु जर सरकारी खर्चात वाढ झाल्यामुळे अथवा अर्थसंकल्पीय तुटीमुळे व्याजदरात वाढ होईल परिणामी खासगी गुंतवणुकीत घट होईल. आकृतीमध्ये ती $\triangle$ग एवढी असेल; तर एकूण मागणी वक्र $म_{१}$ याठिकाणी स्थलांतरित होऊन $र_{२}$ उत्पन्न पातळीला $स_{२}$ बिंदूत अर्थव्यवस्थेचा समतोल होईल. म्हणजेच क्राऊडिंग आऊट परिणामामुळे राष्ट्रीय उत्पन्नात $अर_{१}$ वरून $अर_{३}$ पर्यंत वाढ होण्याऐवजी ती $अर_{२}$ पर्यंत म्हणजेच $र_{२}$ $र_{३}$ एवढी कमी होईल.

१३.९ सार्वजनिक कर्जाचे प्रकार / वर्गीकरण (Types of Public Debt)

सार्वजनिक कर्जे अनेक प्रकारची असतात. कर्ज हा शब्द व्यापक अर्थाने वापरला जातो. कर्ज ज्या मार्गाने मिळविले जाते ते परत करण्याच्या अटी आणि कर्ज घेण्यामागील उद्देश यानुसार सार्वजनिक कर्जाचे विविध प्रकारे वर्गीकरण केले जाते.

ते पुढीलप्रमाणे -

१) देशांतर्गत आणि देशाबाहेरील कर्जे (Internal and External Debts)

देशातील व्यक्ती वित्तीय आणि अन्य संस्था यांच्याकडून घेतलेले कर्ज देशी किंवा 'अंतर्गत कर्ज' होय. ही कर्जे त्याच देशातील पैशांत उभारली जातात. ही कर्जे देशाच्या चलनात परत करावयाची असतात. उदा. भारत सरकारने उभारलेले कर्ज अंतर्गत असेल तर ते रुपयातच दिले व घेतले जाते. हे कर्ज देशातील व्यक्ती, खासगी संस्था, विविध उद्योग, वित्तीय संस्था, बँका, सामाजिक संस्था यांच्याकडून घेतले जाते. सरकारने आत्तापर्यंत किती कर्जे घेतली त्याची परतफेड कशी केली, याचाही परिणाम अंतर्गत कर्जाच्या उपलब्धतेवर होत असतो. अंतर्गत कर्ज देशाला फायदेशीर असते. देशातील पैसा देशातच राहतो, राष्ट्रीय उत्पन्नावर विपरीत परिणाम होत नाही.

जी कर्जे दुसऱ्या देशातील नागरिकांकडून परकीय वित्तीय संस्थांकडून व आंतरराष्ट्रीय वित्तीय संस्थांकडून (उदा. जागतिक बँक, जागतिक नाणेनिधी, आशियायी विकास बँक इ.) काढलेल्या कर्जाला परकीय अथवा 'बाह्य कर्जे' म्हणतात. ही कर्जे दुसऱ्या देशातील चलनात उपलब्ध होतात. उदा. भारताने अमेरिकेकडून कर्ज घेतले तर ते अमेरिकन डॉलरमध्ये मिळते. देशाच्या आर्थिक विकासासाठी, परकीय देशातून प्रगततंत्रज्ञान वा यंत्रसामुग्री इ. आयात करण्यासाठी परकीय चलनाची गरज असते. परकीय कर्जाची परतफेड परकीय चलनात करावी लागते. परकीय कर्जामुळे देशातील खरेदी शक्ती वाढते. परकीय कर्जाचे तोटेसुद्धा लक्षात घ्यावे लागतात. परकीय कर्जाची परतफेड व्याजासह

केली जाते, तेव्हा देशातील पैसा परदेशात जातो म्हणजेच देशातील लोकांची खरेदी शक्ती तेवढी कमी होते. परकीय कर्जाची परतफेड वेळेवर केली नाही तर पुन्हा कर्ज मिळण्याची शक्यता कमी असते. परदेशातील कर्ज अशाश्वत असतात. दोन देशातील संबंध बिघडले तर अनिश्चितता अधिक प्रमाणात राहते.

२) उत्पादक आणि अनुत्पादक कर्जे (Productive and Unproductive Debts)

ज्या कर्जाचा उपयोग उत्पादक कार्यासाठी केला जातो. त्याला 'उत्पादक कर्ज' म्हणतात. सार्वजनिक कर्ज जेव्हा विद्युत निर्मिती, रेल्वे बांधणी, रस्ते, जलसिंचन योजना, उद्योगधंदे इ. कार्यासाठी उपलब्ध केले जाते. त्याला 'उत्पादक कर्ज' म्हणतात. अशा प्रकारच्या कर्जामुळे भावी काळात सरकारच्या उत्पन्नात मोठी वाढ होते व त्यातून मुद्दल व व्याज भागविणे सहज शक्य होते; अशा कर्जाचा बोजा सर्वसामान्य जनतेस जाणवत नाही; त्याच्या परतफेडीची व्यवस्था परस्पर केली जाते.

अनुत्पादक स्वरूपाची कर्जे म्हणजे ज्या कर्जातून वस्तू व सेवा यांचे उत्पादन होत नाही. दिवसेंदिवस त्यांचा बोजा वाढत जातो, हा भार समाजाला सहन करावा लागतो; अशा प्रकारचे कर्ज युद्धासाठी, नैसर्गिक आपत्तींसाठी. उदा. दुष्काळ, महापूर, अंदाजपत्रकीय तूट भरून काढणे इत्यादींसाठी उपलब्ध केले जाते. अनुत्पादक कर्जे देशांतर्गत उत्पादन क्षमतेत वाढ घडवून आणत नाहीत. या प्रकारच्या कर्जाचा उपयोग सरकार तत्कालीन संकट निवारणासाठी करते. या कर्जाच्या परतफेडीची निश्चित योजना सरकारजवळ नसते.

येथे 'उत्पादक' हा शब्द संकुचित अर्थाने घेतलेला आहे परंतु व्यापक अर्थाने 'उत्पादक' शब्द वापरला तर अनेक सरकारी खर्चांचा समावेश यामध्ये करावा लागेल. सरकारने जर लोकांच्या हितासाठी प्रकल्पांवर खर्च केला असेल आणि यातून परतफेडीएवढे उत्पन्न झाले नाही तर कसोटी लावू नये. उदा. रस्ते बांधणी, सिंचन योजना, पाणी पिण्याचा पुरवठा, वीजपुरवठा केंद्रे, पाणलोट क्षेत्र विकास कार्यक्रम इ. प्रकल्पांसाठी घेतलेले कर्ज समाजाच्या कल्याणासाठी करणे अपेक्षित असते त्यातून मोबदल्याची अपेक्षा न ठेवता हे कर्ज व्यापक अर्थाने उत्पादकच ठरेल.

प्रत्यक्षपणे उत्पादकता न वाढवू शकणारे काही प्रकल्पसुद्धा व्यापक अर्थाने मनोरंजन इ. या सेवांसाठी केलेला भांडवली खर्च ज्या कर्जाच्या रकमेतून केला जातो ती कर्जेसुद्धा उत्पादकच आहेत. इमारती, हॉस्पिटल्स, मनोरंजन केंद्रे हे भांडवली प्रकल्प एकदा उभे राहिले की, अनेक वर्षे सेवा देतात. सरकारला जो खर्च प्रत्यक्षपणे व अप्रत्यक्षपणे उत्पादनाला मदत करतो आणि जो सामाजिकदृष्ट्या फायदेशीर आहे तो उत्पादकच मानला पाहिजे.

युद्धकर्जसुद्धा उत्पादकच समजले पाहिजे; युद्ध सज्जतेसाठी करावयाच्या खर्चाला काढलेले कर्ज याचे समर्थन याच मुद्द्याच्या आधारे करता येते. समाजाचे संरक्षण करून सामाजिक व आर्थिक व्यवहार सुरळीतपणे पार पाडण्यास साहाय्य होते तसेच देशातील लोकांचे संरक्षण करणे हे सरकारचे कर्तव्य असते. देशाच्या संरक्षणाची सतत तयारी ठेवण्यासाठी संरक्षणावर खर्च केल्यास तो अनावश्यक ठरणार नाही व त्यासाठी काढलेले कर्जसुद्धा अनुत्पादक ठरणार नाही.

या सर्व विश्लेषणावरून असे स्पष्ट होते की, 'उत्पादक' हा शब्द लवचीक व अतिव्यापक अर्थाने वापरला पाहिजे.

३) अल्पकालीन आणि दीर्घकालीन कर्जे (Short Term and Long Term Loans)

अल्पकालीन कर्जाची अगदी थोड्या कालावधीत परतफेड करावी लागते. उदा. राजकोषपत्रे किंवा ट्रेजरी बिल्स ही फक्त ९० दिवसांच्या मुदतीची म्हणजे परतफेडीची असतात; अशी कर्जे देण्यासंदर्भात गुंतवणुकदारांनासुद्धा फारशी जोखीम पत्करावी लागत नाही; अशा कर्जावरील व्याज दर अर्थातच कमी असतो.

दीर्घकालीन कर्जे ही कित्येक वर्षे मुदतीची असतात. नावाप्रमाणे १०-१५ वर्षांच्या मुदतीची त्याची ठरलेल्या दीर्घ कालावधीनंतर व्याजासह परतफेड केली जाते. मुदत जास्त असल्याने सरकारला त्यावर व्याजही जास्त आकर्षक दराने द्यावे लागते. गरजेप्रमाणे सरकार मध्यम मुदतीची कर्जेसुद्धा घेते. त्यांचे व्याज दर मध्यम असतात. उदा. आरोग्य, शिक्षण, पाणीपुरवठा इ. साठी या सर्व कर्जाचा उपयोग केला जातो.

सरकार बाजारातील व्याजाचा दर अनुकूल असेल तेव्हाच परतफेडीचा निर्णय घेते, ही कर्जे ताबडतोब परत करण्याची काळजी सरकारला करावी लागत नाही. तसेच सरकारला या कर्जाची परतफेड आपल्या सोयीनुसार करता येते तसेच ही कर्जे प्रदीर्घकालीन करता येतात. ही बाब सरकारच्या दृष्टीने सोयीची असते.

४) ऐच्छिक व सक्तीची कर्जे (Voluntary and Compulsory Loans)

कर्जदात्यांनी स्वेच्छेने दिलेली कर्जे ऐच्छिक कर्जे असतात. जेव्हा सरकार शासकीय उपयोगासाठी विशिष्ट दराने कर्जरोखे विकण्याची तयारी दर्शविते, तेव्हा लोक स्वखुशीने ती विकत घेतात; अशा कर्जाला 'ऐच्छिक कर्ज' असे म्हणतात. भारतात संमिश्र स्वरूपाची अर्थव्यवस्था आहे; त्यामुळे शासकीय कर्जरोखे - विक्री योजनांना चांगला प्रतिसाद मिळतो.

युद्धकाळ किंवा अन्य प्रकारचे आर्थिक संकट यांना तोंड देण्यासाठी पुरेसा पैसा

उपलब्ध नसेल तर सक्तीने कर्ज उभारणी करावी लागते, ही कर्जे सक्तीचा वापर करून लोकांकडून प्राप्त केली जातात. तेव्हा त्यांना 'सक्तीची कर्जे' असे म्हणतात; जेव्हा ऐच्छिक कर्जावर अपेक्षेप्रमाणे पैसा गोळा होत नाही तेव्हा सरकार लोकांवर सक्ती करते.

५) निश्चित काळासाठी व अनिश्चित काळासाठी घेतलेली कर्जे (Redeemable and Irredeemable Debts)

सरकार जेव्हा कर्जे उभारताना ती विशिष्ट काळानंतर परत करण्याची हमी देते तेव्हा ती निश्चित काळासाठी घेतलेली (redeemable debts) कर्जे असतात. परतफेडीची व्यवस्था सरकारला करावी लागते. या कर्जाचा कालावधी साधारणपणे पाच वर्षांचा असतो आणि व्याजाचा दरही फार जास्त नसतो.

सरकार जेव्हा कर्जावरील व्याज देण्याची हमी देते व सरकारला शक्य होईल तेव्हा ते कर्ज परत मिळेल अशा अटींवर कर्ज घेते तेव्हा ते अनिश्चित काळासाठी असते. (irredeemable debt) सरकारने कर्जाची परतफेड करण्यासाठी कोणतेही अभिवचन दिलेले नसते.

निश्चित काळासाठी व अनिश्चित काळासाठी केलेले हे वर्गीकरण याला प्रत्यक्ष व्यवहारात फारसे महत्त्व नाही कारण सरकारला कधीकधी स्थायी कर्जे अधिक दराने घ्यावी लागतात; तर अस्थायी कर्जे कमी दराने घ्यावी लागतात. म्हणजेच जशी परिस्थिती असेल तसा व्यवहार सरकारला करावा लागतो. गरज असते तेव्हा कर्ज घेतले जाते ते जास्त दराचे असो की मग ते स्थायी अथवा अस्थायी असो सरकारला जेव्हा अत्यंत कर्जाची गरज असते तेव्हा ते तशा स्वरूपाचे व्यवहार करते.

६) उर्त्सूला हिक्स यांनी केलेले वर्गीकरण

श्रीमती उर्त्सूला हिक्स यांनी सार्वजनिक कर्जाचे पुढीलप्रमाणे वर्गीकरण केले आहे.

१) मृतभार कर्जे (Dead Weight Public Debt) : अशा प्रकारच्या कर्जाच्या परतफेडीसाठी सरकारकडे पैसा नसतो अथवा संपत्ती नसते अशा वेळी सरकार कर आकारणीद्वारे कर्जाची परतफेड करत असते. उदा. युद्धखर्च, अनेकदा असे खर्च अनुत्पादक असतात.

२) निष्क्रिय कर्जे (Passive Debt) : अशी कर्जे सरकारचा दैनंदिन प्रशासकीय खर्च भागविण्यासाठी घेतली जातात. त्यातून उत्पादन व मालमत्तेची वाढ होत नाही. उत्पन्नाची वाढ होत नाही अशी निष्क्रिय कर्जे अथवा अनुत्पादक कर्जे असतात.

३) उत्पादक अथवा सक्रिय कर्जे (Active Debt) : या कर्जामुळे प्रत्यक्ष व अप्रत्यक्षपणे लोकांच्या उत्पादन क्षमतेत वाढ होत असते. ही कर्जे उत्पादक स्वरूपाची

असतात. जसे कालवे, रेल्वेमार्ग, शिक्षण, आरोग्य सेवा इत्यादी.

७) एकूण कर्ज आणि निव्वळ कर्ज (Gross & Net Debt)

सरकारची सर्व कर्जे एकत्रित केली की ती सरकारची एकूण कर्जे किती आहेत ती समजतात; तर एकूण कर्जातून कर्जनिधीसाठी काढून ठेवलेली रक्कम वजा केली तर जे शिल्लक राहते त्याला 'निव्वळ कर्ज' असे म्हणतात.

८) क्रय आणि अक्रय कर्जे (Marketable & Non-Marketabel Debt)

क्रय कर्जे म्हणजे ज्या कर्जाचे ऋणपत्रे, कर्जरोखे खुल्या बाजारात खरेदी-विक्री केले जातात; तर ज्या कर्जाच्या ऋणपत्र, कर्जरोख्यांची खुल्या बाजारात खरेदीदाराला विक्री करता येत नाही. फक्त सरकारकडून पुन: निर्धारित दराने विक्री केली जाते त्यांना अक्रय कर्जे म्हणतात.

९) व्याजसहित व व्याजरहित कर्जे (Interest bearing & Non Interest bearing Debt)

ज्या कर्जावर कर्जदारांना निश्चित व्याजाचा दर व निश्चित कालावधीनंतर देत राहते ती कर्जे व्याजासहित कर्जे असतात. तर ज्या कर्जाबाबत सरकार व्याज देण्याचे कोणतेही वचन कर्जदाराला देत नाही ती कर्जे व्याजरहित कर्जे असतात.

१३.१० सार्वजनिक कर्जाचे स्रोत किंवा अंतर्गत आणि बाह्य कर्ज उभारणीचे स्रोत (Sources of Internal & External Public Debt)

अंतर्गत आणि बाह्य कर्ज उभारणीचे स्रोत / मार्ग (Sources of Internal and External Public Debt) किंवा सार्वजनिक कर्जाचे स्रोत -

जेव्हा सरकार देशातील व्यक्ती, वित्तीय आणि अन्य संस्था यांच्याकडून कर्ज उभारते तेव्हा त्या कर्जाला 'अंतर्गत कर्ज' असे म्हणतात. याउलट, जेव्हा सरकार परकीय नागरिकांकडून परकीय वित्तीय संस्थांकडून व आंतरराष्ट्रीय वित्तीय संस्थांकडून आणि परकीय सरकारकडून कर्ज उभारते तेव्हा त्याला 'बाह्य कर्ज' असे म्हणतात. देशातील सरकार दोन मार्गाने कर्ज उभारते. ते पुढीलप्रमाणे -

१) अंतर्गत कर्ज उभारणीचे मार्ग

अ) अल्पबचती किंवा देशातील नागरिक : देशातील लोक जी बचत करतात त्या बचतीतून सरकारला अंतर्गत कर्ज उपलब्ध होते. सरकार बचत योजनेतूनही कर्ज उभारते. उदा. पोस्टातील बचत खाती, राष्ट्रीय बचत प्रमाणपत्रे, भविष्य निर्वाह निधी

इत्यादींद्वारे अंतर्गत कर्जे उभी केली जातात. तसेच सरकार कर्जरोख्यांची विक्री करते. सरकारी रोख्यांच्या खरेदी-विक्रीकरता लोक येत असल्याने त्यांचे हस्तांतरण होऊ शकते; अशा रीतीने सरकार देशातील लोकांकडून विविध मार्गाने कर्ज उभारते.

ब) बाजार कर्ज : हे कर्ज मुख्यत: व्यक्ती आणि संस्थांकडून उभारले जाते. उदा. व्यापारी बँका, आयुर्विमा महामंडळ, युनिट ट्रस्ट ऑफ इंडिया इ. सार्वजनिक कर्जातील फारच थोडा हिस्सा हा या व्यक्तींकडून उभारला जातो आणि बहुतेक कर्ज हे संस्थांकडूनच उभारले जाते; एकूण सार्वजनिक कर्जात बाजार कर्जाचा हिस्सा वाढतच आहे.

क) वित्तीय संस्थांकडून उभारलेली मुदत कर्जे : या मार्गाने उभारण्यात येणारे कर्ज गेल्या काही वर्षांत सातत्याने वाढत आहे. यात अल्प, मध्यम व दीर्घ मुदतीच्या कर्जांचा समावेश होतो. विमा कंपन्या, विश्वस्त संस्था या सरकारी कर्जरोख्यांची खरेदी करतात.

ड) मध्यवर्ती बँकांकडून घेण्यात येणारी कर्जे : तुटीच्या अर्थभरण्यासाठी विविध मार्गांनी वित्त पुरवठा उभारला जातो; त्यांपैकी एक महत्त्वाचा मार्ग म्हणजे मध्यवर्ती बँकेकडून घेतले जाणारे कर्ज होय.

सरकारी खर्चाची बिले मध्यवर्ती बँकेकडून पाठविली जातात. ज्यांना सरकारने पैसे द्यावयाचे असतात. त्यांच्या नावे इतर बँकात खाती उघडली जातात. त्या बँकांकडे स्वत:चे पैसे व इतर ठेवी असतात. तसेच मध्यवर्ती बँकेकडे इतर बँकांच्या ठेवा असतात. ज्या बँकांमध्ये खाते उघडले असेल तेथे सरकारच्या वतीने पतनिर्मितीच्याद्वारे खातेदारांना पैसे देतात. या मार्गानेसुद्धा अंतर्गत कर्ज उभारणी करता येते.

इ) बँकेतर वित्तीय संस्था : विमाकंपन्या, संघटित बचत बँका, विश्वस्त संस्था या संस्था सरकारी कर्जरोख्यांची खरेदी करतात. सरकारची आर्थिक पात्रता, विश्वसनीयता, पैसे परत मिळण्याची खात्री यामुळे सरकारी रोख्यात गुंतवणूक केली जाते. या मार्गाने अंतर्गत कर्ज उभारणी केली जाते.

ई) व्यापारी बँका : व्यापारी बँका पतनिर्मितीच्या प्रक्रियेतून सरकारी कर्ज रोख्यांची खरेदी करतात. त्यामुळे सरकारला कर्ज उपलब्ध होते तसेच व्यापारी बँकांकडून पैसे उसने घेणे इ. प्रकारे कर्ज घेतले जाते.

उ) कर्ज उभारणी : राखीव निधी व ठेवींच्या स्वरूपातील कर्ज उभारणी.

२) बाह्य कर्ज उभारणीचे मार्ग

सरकारने देशाबाहेरून कर्ज उभारणी केल्यास त्यास परकीय कर्ज किंवा बाह्य कर्ज

असे म्हणतात; ते पुढील मार्गाने उभारता येते -

अ) परकीय नागरिक : परकीय नागरिकांकडून विविध प्रकारे सरकार बाह्य कर्ज घेते. सरकारी रोख्यांची विक्री परकीय नागरिकांना केली जाते त्यातून बाह्य कर्जाची उभारणी केली जाते.

ब) परकीय सरकार आणि परकीय वित्तीय संस्था : परकीय सरकारकडून कर्ज मिळविले जाते; तसेच परकीय वित्तीय संस्थांकडूनसुद्धा कर्ज मिळविले जाते. हे कर्ज तंत्रज्ञान अथवा परकीय चलन अथवा वस्तूंच्या स्वरूपात प्राप्त केले जाते.

क) आंतरराष्ट्रीय वित्तीय संस्था : जागतिक बँक, आंतरराष्ट्रीय नाणेनिधी, आशियायी विकास बँक, आंतरराष्ट्रीय वित्तीय महामंडळ इ. द्वारे सरकार बाह्य कर्ज मिळविते. या कर्जाचा उपयोग आर्थिक विकासाच्या कार्यक्रमासाठी केला जातो.

बाह्य कर्ज हे युद्ध खर्च, युद्धसाहित्य, आधुनिक तंत्रज्ञान, विकास कार्यक्रम व प्रकल्प, व्यवहारातील देणी-घेणी इत्यादींसाठी घेतले जाते.

भारताला देशांतर्गत कर्जाप्रमाणे बाह्य कर्जावरसुद्धा अवलंबून राहावे लागते. विविध प्रकल्पांसाठी यंत्रसामग्री, त्यांचे सुटे भाग, तांत्रिक ज्ञान व कौशल्य उपलब्ध करून देण्याच्या दृष्टीने भारताला परकीय कर्जावर अवलंबून राहावे लागते; कारण भारताला आपला निर्यात व्यापार वाढवून वरील विकासोन्मुख साधनसामग्री खरेदी करण्यासाठी आवश्यक असलेले परकीय चलन मिळविणे दुरापास्त झाले. भारताने केलेल्या एकूण आयातीची किंमत देशाने केलेल्या निर्यात वस्तूंच्या किमतीपेक्षा नेहमी आधिक्य राहिले. त्यामुळे विकासासाठी आवश्यक असलेले परकीय चलन परकीय कर्जाद्वारे मिळवावे लागले; वेळोवेळी काढलेले हे परकीय कर्ज कराराप्रमाणे चलनात फेडावे लागते.

३) देशांतर्गत कर्ज व बाह्य कर्ज यातील फरक किंवा भेद

देशांतर्गत कर्ज आणि बाह्य कर्ज यातील फरक पुढीलप्रमाणे सांगता येतो-

अ) देशांतर्गत कर्ज हे वर्तुळाकार प्रवाहासारखे असते; कारण समाजातील एका गटाकडून पैसा कर्जरूपाने सरकारकडून घेतला जातो; व दुसऱ्या गटासाठी तो खर्च केला जातो. त्यामुळे एकूण राष्ट्रीय उत्पन्नात फरक पडत नाही; तसेच दोन्ही कर्ज उभारणीची उद्दिष्टे वेगवेगळी असतात. मात्र, बाह्य कर्जाचा राष्ट्रीय उत्पन्नावर परिणाम होतो. बाह्य कर्जाचा योग्य वापर केल्यास राष्ट्रीय उत्पन्नात वाढ घडून येते.

ब) बाह्य कर्जात एखादा देश जेव्हा दुसऱ्या देशाकडून कर्ज उभारतो तेव्हा त्या कर्जाचे व्याज दिले जात असताना ऋणको देशातील संपत्ती धनको देशाकडे पाठविली जाते. व्याज दर जेवढा जास्त असेल तेवढा ऋणको देशांवर कर्जाचा जास्त भार पडतो.

देशांतर्गत कर्जाबाबत मात्र ही समस्या निर्माण होत नाही; कारण व्याज देताना व कर्जफेड करताना देशातील संपत्ती देशातच राहते.

क) देशांतर्गत कर्ज उभारणी व अशा कर्जाची परतफेड याचे देशातील एकूण उत्पादनावर परिणाम होत नाही. परंतु उत्पादनावर अप्रत्यक्ष परिणाम मात्र होऊ शकतात. व्याजाचा बोजा वाढत जातो.

ड) अंतर्गत कर्जाचे फारसे दुष्परिणाम नसतात; मात्र, बाह्य कर्ज घेताना अनेक अटी लादल्या जातात. त्याचे दुष्परिणाम कर्ज घेणाऱ्या देशाला भोगावे लागतात. काही वेळा राजकीय स्वातंत्र्य धोक्यात येऊ शकते; तसे अंतर्गत कर्जाबाबत घडत नाही.

इ) अंतर्गत आणि बाह्य दोन्ही कर्जे उत्पादक व अनुत्पादक स्वरूपाची असू शकतात. उत्पादक कर्जामुळे उत्पादन व संपत्तीत वाढ होते. परतफेड करणे सोयीचे जाते. मात्र, अनुत्पादक कारणासाठी घेतलेल्या कर्जामुळे उत्पादनात भर पडत नाही. हे कर्ज परतफेड करताना अडचणीचे होते.

१३.११ सार्वजनिक कर्जात वाढ होण्याची कारणे (Causes of Growth in Public Debt)

आधुनिक काळात सरकारच्या कार्यात वाढ झालेली दिसून येते. त्यामुळे सरकारच्या खर्चात वाढ होताना दिसून येते. वाढता खर्च चालू उत्पन्नातून भागविणे अवघड असल्याने जगातील बहुतेक देशात सरकारच्या कर्जात वाढ होण्याची प्रवृत्ती बळावलेली दिसून येते, त्याला अनेक कारणे आहेत. ती पुढीलप्रमाणे सांगता येतात-

१) संरक्षण खर्चात वाढ - आधुनिक काळात युद्धे खूप मोठ्या खर्चाची होत आहेत. अशा महागड्या युद्धासाठी सरकार जवळील पैशांचा पुरवठा पुरेसा होत नाही. करांचे प्रमाणसुद्धा प्रमाणाबाहेर वाढविता येत नाही. त्यामुळे सरकारला देशाचे संरक्षण करण्यासाठी कर्ज उभारावे लागते. तसेच शेजारील देशाने संरक्षणावरील खर्चात वाढ केल्यास खबरदारी म्हणून सरकारला खर्च वाढविणे भाग पडते. त्यामुळे सर्व कर्जात वाढ होत आहे. सध्या संरक्षण साहित्य महाग झाल्यामुळे सरकारला मोठ्या प्रमाणावर खर्च करावा लागतो.

२) विकासाच्या योजना राबविणे - विकसनशील देशांना आर्थिक विकास करण्यासाठी विकास योजना राबविणे आवश्यक असते. त्यासाठी मोठ्या प्रमाणावर खर्च करावा लागतो. त्यासाठी सरकारला कर्ज काढावे लागते. त्यामुळे सार्वजनिक खर्चात सतत वाढ होताना दिसून येते.

३) अंदाजपत्रकातील तूट भरून काढणे – विकसित देशात मंदीच्या काळात सरकारला महसुलापेक्षा अधिक खर्च करावा लागतो. अशा वेळी तुटीच्या अंदाजपत्रकाची अंमलबजावणी केली जाते. ही तूट भरून काढण्यासाठी कर्जाशिवाय पर्याय नसतो; त्यामुळे श्रीमंत देशांनासुद्धा कर्ज काढावे लागते. त्यामुळे सर्व कर्जात वाढ होते.

विकसनशील देशांना आर्थिक प्रगती जलद गतीने करावयाची असल्याने मोठ्या प्रमाणात प्रत्यक्ष उत्पादक कार्यासाठी आणि पायाभूत सोयीसुविधा निर्माण करण्यासाठी गुंतवणूक करावी लागते. हा पैसा नेहमीच्या महसुलात वाढ करून उपलब्ध करणे शक्य होत नाही. त्यामुळे सरकारला कर्ज काढावे लागते. सततच्या तुटीच्या अंदाजपत्रकातील तूट भरून काढण्याशिवाय पर्याय नसतो त्यामुळे सरकारी कर्जात सतत वाढ होताना दिसून येते.

४) वेगाने वाढणारी भाववाढ – देशात जलद गतीने भाववाढ होते तेव्हा वस्तू व सेवांच्या किमती वाढतात. त्यामुळे लोकांना अधिक किंमत मोजावी लागते. तसेच शासकीय योजना व प्रकल्पांवरील खर्चात वाढ होते. त्यामुळे सरकारला सार्वजनिक कर्जाचा आधार घ्यावा लागतो. परिणामी सार्वजनिक कर्जात वाढ होते.

५) सार्वजनिक सोयीसुविधा पुरविणे – आधुनिक सरकारांनी कल्याणकारी राज्याची भूमिका स्वीकारल्याने वाढत्या लोकसंख्येस जीवनावश्यक सेवा व सुविधा पुरविण्यासाठी जसे शिक्षण, आरोग्य, गरिबांसाठी गृहबांधणी, स्वस्त दराने अन्नधान्य वितरण करणे इ. कार्ये सरकारला पार पाडावी लागतात. त्यासाठी मोठ्या प्रमाणात खर्च करावा लागतो. त्यामुळे सरकारला कर्ज काढावे लागते. परिणामी सार्वजनिक कर्जात वाढ होते.

६) बांधकामासाठी पैसा खर्च करणे – प्रा. केन्स यांच्या मते, मंदीच्या काळात अर्थव्यवस्थेत गुंतवणूक वाढ करणे आवश्यक असते त्यामुळे देशातील लोकांच्या क्रयशक्तीत वाढ होते. त्यासाठी सरकारने सार्वजनिक बांधकामाचे प्रकल्प विस्तृत प्रमाणात राबविणे आवश्यक आहे. त्यामुळे बेकारी कमी होऊन अर्थव्यवस्था उर्जितावस्थेकडे जाण्यास चालना मिळते. अशा कामांसाठी सरकारला कर्ज काढावे लागते. परिणामी कर्जात वाढ होते.

७) नैसर्गिक आपत्ती व मानवी संकटे – नैसर्गिक आपत्तीमुळे सरकारला मोठ्या प्रमाणात खर्च करावा लागतो. जसे भूकंप, महापूर, दुष्काळ इ. नैसर्गिक व मानवी संकटांमुळे सरकारला मोठ्या प्रमाणात खर्च करावा लागतो. अशा खर्चासाठी सरकारला कर्ज घ्यावे लागते.

८) सार्वजनिक कर्जावरील व्याजात वाढ - सध्या वेगवेगळ्या देशातून कर्ज घेण्याचे प्रमाण वाढत आहे. या कर्जाबरोबरच व्याजातही वाढ होत आहे. अनेक विकसनशील देशांना कर्ज परत करणे अवघड होत आहे त्यामुळे कर्जाच्या व्याजात वाढ होत आहे. अनेकदा कर्जावरील व्याज देण्यासाठी कर्ज काढावे लागते. त्यामुळे सरकारच्या कर्जात वाढ होत आहे.

या सर्व कारणांबरोबरच शासकीय कर्मचाऱ्यांच्या वेतनावरील वाढता खर्च; वाढती आयात, मूलभूत सेवा-सुविधा पुरविणे, वाढता भ्रष्टाचार इ. मुळे सार्वजनिक खर्चात वाढ होत आहे.

१३.१२ सार्वजनिक कर्जाचे भार किंवा परिणाम (Effects or Burden of Public Debts)

सार्वजनिक कर्जाचे अर्थव्यवस्थेवर होणारे परिणाम मुख्यत: उत्पन्न आणि खर्चावर दिसून येतात. सार्वजनिक कर्जाचे भार म्हणजेच सार्वजनिक कर्जाचे विविध परिणाम होय. या विविध परिणामांची पुढीलप्रमाणे चर्चा करता येते-

१) सार्वजनिक कर्जाचे उपभोगावरील परिणाम : देशांतर्गत कर्ज काढण्यासाठी सरकार आपले कर्ज रोखे विक्रीस काढते जर सरकारकडून मोठ्या प्रमाणात कर्ज उभारण्यात आल्यास जनतेच्या क्रयशक्तीत / खरेदी शक्तीत घट होते; कारण लोकांचा उपभोगावर वापरण्यात येणारा पैसा सरकारकडे कर्जाद्वारे जातो. परिणामी लोकांचे उपभोगाचे प्रमाण कमी होते.

सरकार तेजीच्या काळात भाववाढीस आळा घालण्यासाठी कर्जाची उभारणी करते. सरकारने परकीय कर्जाचा उपयोग देशात दुर्मीळ असणाऱ्या उपभोग्य वस्तूंच्या आयातीसाठी केल्यास त्याचा उपभोगावर अनुकूल परिणाम होतो आणि उपभोगात वाढ होते; तसेच अशा वस्तूंच्या भाववाढीवरही नियंत्रण येते.

धरणे, कॅनॉल इ. सार्वजनिक कामांवर खर्च केला म्हणजेच सार्वजनिक खर्चाचा उपयोग उत्पादक कार्यासाठी केला तर त्यामुळे रोजगाराची पातळी, उत्पादन, उत्पन्न व उपभोगात वाढ होते. जेव्हा भविष्यात सरकार घेतलेले कर्ज परतफेड करते तेव्हा कर्जरोखे धारकांचे उत्पन्न वाढते; वाढलेल्या उत्पन्नाचा उपयोग गुंतवणुकीसाठी केला जाईल की उपभोगासाठी ते व्यक्तीच्या उपभोग प्रवृत्तीवर अवलंबून असते.

२) खासगी गुंतवणुकीवरील परिणाम : सरकारी कर्जात मोठी वाढ झाल्यास खासगी क्षेत्रांस गुंतवणुकीच्या निधीत तुटवडा निर्माण होतो; कारण नाणे बाजारात उपलब्ध असणारा निधी मर्यादित असल्याने सरकारी कर्जामुळे खासगी क्षेत्रास उपलब्ध होणारा

निधी कमी पडतो. त्याचा गुंतवणुकीवर विपरीत परिणाम होतो.

सार्वजनिक खर्चाचा प्रभाव आर्थिक क्रिया व रोजगारावर पडून खासगी क्षेत्राच्या विस्ताराला आणि विकासाला चालना मिळते. कर्जाची रक्कम जेव्हा सरकार खर्च करते त्यामुळे लोकांच्या खरेदीशक्तीत वाढ होते. त्यामुळे आर्थिक व्यवहारांचे प्रमाण वाढून उद्योगांच्या वस्तुंना मागणी निर्माण होऊन उद्योगधंदे वाढीस लागतात. अमेरिकेत आर्थिक मंदीच्या काळात एक लक्षाहून अधिक इमारती, रस्ते, शाळा, बगिचे, क्रीडांगणे, ग्रंथालये निर्माण करून मंदीचे प्रमाण कमी केले होते. थोडक्यात, खासगी क्षेत्रावर अनुकूल परिणाम होतो.

३) उत्पन्न वाटपावरील परिणाम : सार्वजनिक कर्जाचा देशातील उत्पन्नाच्या वाटपावर परिणाम होतो. समजा, श्रीमंत लोकांचा सरकारी कर्जाच्या उभारणीत मोठा वाटा असेल आणि हे कर्ज गरीब लोकांच्या सामाजिक सोयी पुरविण्यावर खर्च होणार असेल तर देशाच्या उत्पन्नातील वाटपातील विषमता कमी होईल. परंतु कर्जाचा बोजा गरीब लोकांवर पडला तर देशातील उत्पन्न वाटपाच्या विषमतेत भर पडेल. गरीब लोकांनी अल्प प्रमाणात कर्जाचा वाटा उचलला असेल तर त्याच्या बदल्यात त्यांना व्याजाच्या रूपाने अधिक उत्पन्न मिळेल आणि त्या प्रमाणात उत्पन्न वाटपातील विषमता कमी होईल.

४) उत्पादनावरील परिणाम : सरकार देशांतर्गत आणि बाह्य कर्जाची उभारणी करते व ते कर्ज विविध प्रकारच्या उत्पादक कार्यासाठी वापरतात. उदा. लोखंड आणि पोलाद निर्मिती, रेल्वे, रस्ते बांधणी, बहुउद्देशीय जल प्रकल्प इ. हे प्रकल्प पूर्ण झाल्यावर देशाच्या उत्पादन क्षमतेचा पाया मजबूत करण्यास मदत करतात; त्यामुळे उत्पादनात लक्षणीय वाढ होते.

सार्वजनिक कर्जाचा महत्त्वाचा परिणाम म्हणजे या कर्जाद्वारे जनतेच्या बँकेतील निष्क्रिय ठेवींचे क्रियाशील भांडवलात परिवर्तन घडून आणले होते. या कर्जाची जेव्हा परतफेड केली जाते, तेव्हा पैशांची खर्चाकडून बचतीकडे बदली केली जाते; अशा रीतीने सार्वजनिक कर्ज हे देशांत भांडवल निर्मितीचे महत्त्वाचे कार्य पार पडते आणि अर्थव्यवस्थेची उत्पादन क्षमता मजबूत करते.

५) सार्वजनिक कर्जाचे विभाजनावर होणारे परिणाम : सार्वजनिक कर्जाचा अर्थव्यवस्थेतील उत्पन्न आणि संपत्तीच्या विभाजनावर परिणाम होतो; जर सरकार श्रीमंत वर्गाकडून कर्ज घेऊन त्याचा उपयोग गरीब वर्गाच्या हितासाठी करते तेव्हा संपत्तीच्या वितरणातील विषमता कमी होण्याला मदत होते. परंतु कर्जाचा बोजा गरीब लोकांवर पडल्यास उत्पन्न वितरणाच्या विषमतेत भर पडेल. गरीब जनतेने अल्प प्रमाणात कर्जाचा

वाटा उचलला असेल तर त्याच्या बदल्यात त्यांना व्याजाच्या रूपाने अधिक उत्पन्न मिळेल व त्या प्रमाणात उत्पन्न विभाजनातील विषमता कमी होईल.

जर रोखेधारक आणि करदाते म्हणून समाजातील तेच लोक असतील तर संपत्तीच्या पुनर्वाटपाचा प्रश्नच उद्भवत नाही म्हणजे पुनर्वाटप घडत नाही. परंतु रोखेधारक आणि करदाते हे वेगळे लोक समूह असतील तर मात्र समाजात उत्पन्नाचे पुनर्वाटप घडून येईल.

६) उत्पन्न व रोजगार पातळीवरील परिणाम : सार्वजनिक कर्ज उत्पन्न व रोजगार निर्मितीच्या संदर्भात विशेष महत्त्वाचे आहे. सार्वजनिक कर्ज उभारणी करून तो पैसा शेती, उद्योगधंदे, वाहतूक आणि दळणवळणाच्या सोयी, पाटबंधारे, धरणे, पाणलोट क्षेत्र विकास, बहुउद्देशीय प्रकल्प इ. साठी खर्च केला जातो; अशा प्रकल्पातील गुंतवणुकीत वाढ झाल्यामुळे गुणक परिणामांद्वारे अर्थव्यवस्थेत अनेक पटीने उत्पन्नाची निर्मिती होते; त्यामुळे देशातील उत्पन्नाची पातळी व रोजगारात मोठी वाढ होते.

७) बाह्य कर्जाचा अर्थव्यवस्थेवरील परिणाम : बाह्य अथवा दुसऱ्या देशापासून घेतलेल्या कर्जाचा उपयोग भांडवली वस्तू, आधुनिक तंत्रज्ञान इ. आयात करण्यासाठी होतो. त्यामुळे अर्थव्यवस्थेच्या उत्पादन क्षमतेत वाढ होते आणि जलदगतीने आर्थिक विकास साधण्यास मदत होते.

८) पतनियंत्रणावरील परिणाम : मध्यवर्ती बँक पतनियंत्रणासाठी तेजीच्या काळात काही उपाययोजना करते त्यासाठी सार्वजनिक कर्ज साहाय्यक ठरते. सर्वसाधारणपणे मध्यवर्ती बँक सरकारी खर्चाचा मोठा वाटा उचलतात. कायद्याच्या तरतुदीनुसार व्यापारी बँकांनी आपल्या गुंतवणूक निधीचा काही भाग सरकारी कर्ज रोख्यात गुंतवणे बंधनकारक असते. जेव्हा या बँका सरकारला कर्ज देतात तेव्हा सरकार त्यांना सरकारी कर्जरोखे देते. हे कर्जरोखे रोकड सुलभ स्वरूपाची मालमत्ता असते. जेव्हा मध्यवर्ती बँक अर्थव्यवस्थेत पतनियंत्रणाचे उपाय योजते व त्यासाठी बँकदर आणि खुल्या बाजारातील व्यवहारांचा अवलंब करते तेव्हा व्यापारी बँका आपली कर्ज देण्याची क्षमता वाढविण्यासाठी सरकारी कर्जरोखे गहाण टाकून कर्ज उभारणी करतात व त्या पैशांचा उपयोग पतनिर्मिती करण्यासाठी केला जातो; त्यामुळे अर्थव्यवस्थेत पतनिर्मितीत वाढ होते.

९) उत्पादन खर्चावर परिणाम : सरकार आपल्या कर्जाचा उपयोग लहान उद्योगांना महाग असणाऱ्या कच्च्या मालाचा स्वस्त दराने पुरवठा करण्यासाठी करते व इतर उद्योगांना सवलतीच्या दराने हा कच्चा माल पुरविते. त्यामुळे उत्पादक क्रियांना चालना मिळते आणि देशात महाग वस्तू स्वस्त दरात उपलब्ध केली जाते, याचा जनतेस मोठा लाभ होतो.

थोडक्यात म्हणजे, सार्वजनिक कर्ज उत्पादनास चालना देण्यासाठी वापरले तर त्याचे अर्थव्यवस्थेवर अनुकूल परिणाम दिसून येतात. याउलट, हे कर्ज अनुत्पादक कार्यासाठी वापरल्यास त्याचा व त्याच्या व्याजाचा मोठा बोजा जनतेवर पडतो व बोजा जनतेस सहन करणे भाग पडते म्हणून जनतेच्या कल्याणासाठीचे कार्य करण्यासाठी कर्ज उत्पादनासाठी वापरण्याचा प्रयत्न करणे हितकारक ठरते.

१०) बचत व कार्य करण्याच्या शक्तीवर परिणाम : सार्वजनिक कर्जाची परतफेड करताना सरकारला जे कर आकारावे लागतात त्याचा परिणाम करदात्यांच्या बचत व कार्यशक्तीवर येतो. अशा करामुळे जर करदात्यांच्या बचत आणि कार्यशक्तीवर परिणाम होत असेल तर त्यामुळे त्याचा परिणाम उत्पादनावर होतो. उत्पादनाला अडथळे निर्माण होतात आणि जर कर्ज हे अनुत्पादक कार्यासाठी घेतले असेल तर ते परत करण्यासाठी कर आकारणी करावी लागते. याउलट, कर्ज हे उत्पादक कार्यासाठी घेतले असेल तर कर आकारण्याची गरज भासणार नाही; कारण उत्पादनातूनच लाभ मिळून त्यातून कर्जाची परस्पर कर्ज फेड होईल.

सरकारने उत्पादक कार्यासाठी कर्जाचा उपयोग केला तर त्याचा उपयोग गरीब लोकांच्या उत्पन्नात वाढ होईल व बचत करण्याच्या शक्तीतसुद्धा वाढ होईल आणि जर कर्ज परतफेडीच्या उद्देशाने सरकारने खर्चात कपात केली तर ज्यांना अनुदान मिळते अशा लोकांचे उत्पन्न घटेल आणि त्यांची कार्य व बचतीची शक्ती कमी होईल; त्यामुळे त्याचा उत्पादनावर प्रतिकूल परिणाम होईल.

११) बचत व कार्य करण्याच्या इच्छेवर परिणाम : सार्वजनिक कर्जामुळे गुंतवणुकीला चालना मिळते. त्यामुळे लोकांची बचत करण्याची इच्छा बळावते. परंतु जेव्हा सरकार कर्ज परतफेडीसाठी जादा कर आकारते तेव्हा त्याचा प्रतिकूल परिणाम करदात्याच्या कार्यावर व बचतीवर होतो. तसेच शासकीय कर्जरोखे जे लोक विकत घेतात, त्यांना त्या रोख्यांपासून व्याज मिळत असते त्यामुळे त्यांची बचत व कार्य करण्याची इच्छा कमी होते.

१२) उत्पादन साधनांच्या स्थानांतरणावर परिणाम : सरकार खासगी भांडवलदार ज्याठिकाणी पैसा लावत नाहीत तेथे कर्जाचा उपयोग करते. त्यामुळे व्यक्तीच्या उत्पादन शक्तीत वाढ होते व उत्पादनाला ते अनुकूल ठरते. परंतु जर कर्जाचा उपयोग अनुत्पादक कार्यासाठी केला तर त्याचा प्रतिकूल परिणाम उत्पादन साधनांवर होतो.

जसे, युद्ध कर्जामुळे उत्पादन साधनांचे स्थलांतर युद्ध सामग्री निर्मितीकडे होते; त्यामुळे एकूण संपत्तीच्या उत्पादनावर त्याचा प्रतिकूल परिणाम होतो.

१३) विदेशी कर्जाचा अर्थव्यवस्थेवरील परिणाम : विदेशी कर्जाचा उपयोग

विशेषत: भांडवली वस्तू व आधुनिक तंत्रज्ञान इ. च्या आयातीसाठी होतो. त्यामुळे अर्थ-व्यवस्थेच्या उत्पादन क्षमतेत वाढ होते व जलद आर्थिक विकास साधण्याला मदत होते.

बाह्य कर्जांचे परिणाम – बाह्य कर्जे ही परकीय सरकारकडून अथवा परदेशातील धनकोंकडून घेतली जातात. परकीय कर्जांमुळेसुद्धा संपत्तीची हस्तांतरणे होतात. परंतु ती देशातल्या देशात होत नाहीत, तर त्याचे पुढील तीन परिणाम दिसून येतात-

१) प्रत्यक्ष चलनजन्य परिणाम : जेव्हा देशातील सरकार परदेशातून कर्ज घेते तेव्हा धनकोदेशाकडून ऋणकोदेशाकडे पैशांचे हस्तांतरण होत असते. परंतु जेव्हा हे कर्ज परत केले जाते, तेव्हा परकीय देशाकडे पैशांचे हस्तांतरण होत असते. बाह्य कर्जाचा प्रत्यक्ष चलनजन्य परिणाम म्हणजे ऋणको देशाने धनको देशाला मुद्दल व व्याज मिळून दिलेली रक्कम होय.

२) प्रत्यक्ष वास्तव परिणाम : प्रत्यक्ष वास्तव परिणाम म्हणजे ऋणको देशाच्या आर्थिक कल्याणात झालेली घट होय. जरी तो चलनजन्य परिणाम असला तरी प्रत्यक्ष वास्तव परिणाम काढणे शक्य होते. बाह्य कर्जाची परतफेड करताना गरीब अथवा श्रीमंत यातील कोणाला जास्त रक्कम द्यावी लागते त्यावर प्रत्यक्ष वास्तव भार अवलंबून असतो. बाह्य कर्जाची परतफेड करताना सरकार कर बसविते. त्या कर्जाचा भार श्रीमंतांवरच असेल तर प्रत्यक्ष वास्तव परिणाम कमी असतो. याउलट, जर करांचा भार गरिबांवर अधिक असेल तर प्रत्यक्ष वास्तव भार जास्त असतो.

३) अप्रत्यक्ष वास्तव परिणाम : अप्रत्यक्ष वास्तव परिणाम म्हणजे बाह्य कर्जामुळे उत्पादनाला झालेला अटकाव होय. कर्ज परत करण्यासाठी लादलेल्या करामुळे ऋणको देशातील लोकांच्या कार्य व बचत करण्याच्या शक्तीवर व इच्छांवर प्रतिकूल परिणाम होत असेल तर त्यामुळे अप्रत्यक्ष वास्तव परिणाम निर्माण होतो. तसेच कर्ज परत केल्यामुळे ऋणको देशाच्या सरकारचा आर्थिक खर्च कमी होऊन उत्पादनाला उत्तेजन मिळाले नाही तर ते घटू लागते व अप्रत्यक्ष वास्तव परिणाम निर्माण होईल.

किंमत पातळी व कर्जाचे परिणाम – कर्जाच्या परिणामांचा आणि किमतीच्या पातळीचा संबंध महत्त्वाचा असतो; जर किंमत पातळी खाली आली तर चलनाची किंमत वाढते. याउलट, किंमत पातळी वाढल्यास चलनाची किंमत कमी होते. तेव्हा जर किंमत पातळी खाली आल्यास कर्जाचा वास्तव परिणाम वाढतो. याउलट, जर किंमत पातळी वाढली तर कर्जाचा वास्तव परिणाम कमी होतो.

बाह्य कर्जाचा प्रत्यक्ष वास्तव परिणाम किमतीच्या पातळीवर अवलंबून असतो. हा प्रत्यक्ष वास्तव परिणाम किमतीची पातळी घसरल्यास वाढतो आणि किमतीची पातळी वाढल्यास कमी होतो.

१३.१३ सार्वजनिक कर्जाच्या मर्यादा -

सार्वजनिक कर्जाचे परिणाम लक्षात घेऊन ते कसे आणि किती असावे याबाबत काही बाबी मांडता येतात. त्या सार्वजनिक कर्जाच्या मर्यादा होत. त्या पुढीलप्रमाणे सांगता येतात-

१) अनुत्पादक कर्जे शक्यतो कमी रकमेची असावीत. जसे युद्ध खर्च हा कर्ज काढून केला पाहिजे कर लावून नव्हे. युद्धाच्या कर्जामुळे चलनविस्तार होतो. चलनविस्तार हा एक प्रकारचा करच असतो. त्यामुळे अशी कर्जे कमी रकमेची असावीत.

२) शांततेच्या काळात आणि आर्थिक विकासासाठी अंतर्गत कर्जे घ्यावीत; कारण अशी कर्जे उत्पादक स्वरूपाची असल्याने त्यातून संपत्ती निर्माण होते. त्याचा भार लोकांवर पडत नाही. उलट, त्यापासून उत्पन्न मिळते. परंतु तरीही कर्जापेक्षा करांवर भर देणे आवश्यक असते. योजना सफल झाल्यावर त्याचा भार राहात नाही.

३) शांततेच्या काळात बाह्य कर्जे शक्यतो कमी असावीत. बाह्य कर्जे नैसर्गिक साधनांचा विकास करण्यासाठी घ्यावीत. परंतु ती घेत असताना देशाचे सार्वभौमत्व टिकवून ठेवणे महत्त्वाचे असते.

४) शक्यतो बाह्य कर्जेही युद्ध काळात अथवा इतर उपयोगासाठी लागणाऱ्या आयातीची किंमत भागविण्यासाठी घ्यावीत.

१३.१४ सार्वजनिक कर्ज परतफेडीच्या पद्धती (Methods of Repayment)

सरकारने घेतलेली कर्जे परत करावी लागतात; जर कर्जाचे प्रमाण सतत वाढत राहिल्यास लोकांच्या मनात अविश्वासाचे वातावरण निर्माण होण्याची शक्यता असते; तसेच वाढत्या कर्जामुळे वाढत्या कर आकारणीचा बोजा लोकांना सहन करावा लागतो. त्यामुळे शासकीय कर्ज वेळच्यावेळी परतफेड करणे योग्य असते. तसेच सार्वजनिक कर्जाची परतफेड व्याजासहित करावी लागते; त्याचा सामाजिक, आर्थिक, राजकीय व नैतिक परिणाम अर्थव्यवस्थेवर होतो. सार्वजनिक कर्ज अनुत्पादक कार्यासाठी वापरले तर असे कर्ज लवकरात लवकर फेडणे देशाच्या हिताच्यादृष्टीने चांगले असते.

सरकार सार्वजनिक कर्जाची परतफेड पुढील पद्धतीने करते -

१) कर्ज नाकारणे किंवा बुडविणे : कर्जावरील व्याज देण्यास आणि कर्जाची रक्कम परत करण्यास नकार देऊन कर्जफेडीचा प्रश्न सोडविता येतो. मात्र, कोणतेही सरकार

कर्जाच्या परतफेडीला नकार देऊ शकत नाही; जर बाह्य कर्जाच्या परतफेडीस नकार दिल्यास आंतरराष्ट्रीय पातळीवर कर्ज घेणाऱ्या देशाची पत नाहीशी होते व त्यातून कलह वाढण्याची शक्यता असते; तरीपण अंतर्गत आणि बाह्यकर्ज नाकारल्याची काही उदाहरणे आहेत. सन १९१७च्या क्रांतीनंतर रशियात अधिकारावर आलेल्या साम्यवादी सरकारने पूर्वीच्या झार राजाच्या कारकिर्दीत उभारलेली देशांतर्गत कर्जे फेडण्यास नकार दिला. तसेच इंडोनेशिया स्वतंत्र झाल्यावर पूर्वीच्या वसाहतवादी सत्ताधिकाऱ्यांनी हॉलंडमध्ये उभारलेल्या कर्जाची परतफेड करण्याचे इंडोनेशिया सरकारने नाकारले होते. मात्र, अशी उदाहरणे फारच कमी आढळतात; जर सरकारला पुन्हा कर्ज घ्यायचे नसेल तर कर्ज नाकारणे क्षम्य ठरेल. तसेच कर्ज नाकारल्यामुळे निर्माण होणाऱ्या अंतर्गत असंतोषाला अथवा दुसऱ्या देशाशी होणाऱ्या युद्धाला तोंड देण्याची सरकारची तयारी असेल तर कर्ज नाकारण्याला काही हरकत नाही.

२) कर्ज परिवर्तन : सरकारने उभारलेल्या जुन्या कर्जाचे नवीन कर्जात रूपांतर करून त्याद्वारे कर्जफेड करता येणे शक्य असते. कर्जफेडीच्यावेळी सरकारजवळ आवश्यक तेवढी वित्तीय साधनसामुग्री नसेल तर कर्जफेडीसाठी परिवर्तनाचा मार्ग अवलंबिला जातो. या प्रकारात सरकार पूर्वीच्या कर्जाची परतफेड करत नाही, फक्त जुन्या कर्जाचे रूपांतर नवीन कर्जात करते. त्याचप्रमाणे जुन्या कर्जाच्या परिवर्तनाच्यावेळी जुन्या रोख्याबद्दल देण्यात येणाऱ्या नवीन रोख्यांवर जुन्या रोख्यांवरील व्याजदरापेक्षा अधिक व्याज दर देऊन रोखे धारकांना हे नवीन रोखे घेण्यास भाग पाडते; अशा रीतीने कर्जाचे परिवर्तन करताना जुन्या कर्जाचे रूपांतर नवीन कर्जात केले जाते; म्हणजेच प्रत्यक्ष कर्जाची परतफेड होत नाही.

३) कर्ज खरेदी : खुल्या बाजारात विक्री केलेल्या कर्ज रोख्यांची सरकारने खरेदी करणे हा कर्जफेडीचा एक प्रकार आहे. मात्र, या पद्धतीत कमालीची अनियमितता असते. पूर्वीच्या काळी या पद्धतीचा अवलंब केला जात असे; कारण ही पद्धत सरळ आणि सोपी आहे. कर्जाची हळूहळू परतफेड करता येत असे; मात्र, अलीकडच्या काळात सरकारचे अंदाजपत्रक तुटीचे असल्याने या पद्धतीचा फारसा उपयोग होत नाही.

४) कर्जफेड निधी : या पद्धतीनुसार कर्जफेडीसाठी स्वतंत्र असा निधी निर्माण केला जातो. दर वर्षी कर उत्पन्नातून विशिष्ट रक्कम त्या निधीत जमा केली जाते. त्यामुळे कर्जाचा कालावधी पूर्ण होताच कर्जफेडीसाठी आवश्यक रक्कम त्या निधीतून उपलब्ध होते. तसेच नवीन कर्ज घेऊन कर्ज फेडनिधी निर्माण केला जातो, परंतु या प्रकारामुळे जुन्या कर्जाचे रूपांतर नव्या कर्जात होते. खऱ्या अर्थाने कर्जफेड निधी निर्माण करावयाचा

असेल तर तो अंदाजपत्रकीय आधिक्यातून आणि नवे कर्ज न घेता होणे आवश्यक आहे. कर्जफेड निधीचा प्रथम उपयोग इंग्लंडमध्ये केला गेला. सध्या या पद्धतीचा सर्वच देशात उपयोग केला जातो.

५) भांडवल कर : सार्वजनिक कर्ज फेडण्यासाठी भांडवलावर अगर संपत्तीवर कर आकारला जातो. युद्धकाळात फार मोठ्या प्रमाणात कर्ज काढले जाते. ते युद्धासारख्या अनुत्पादक कार्यासाठी वापरले जाते. या कर्जाचा बोजा तीव्रतेने जाणवतो. हे कर्ज फेडण्यासाठी भांडवलावर कर आकारला जातो. युद्धकाळात भाववाढीत अतिरेकी परिस्थिती निर्माण होत असल्याने उद्योगपती आणि व्यापारी मोठ्या प्रमाणात नफा मिळवून संपत्ती संचय करीत असतात. या संपत्तीपैकी काही भाग भांडवलावरील कराच्या मार्गाने काढून घेऊन त्याद्वारे फेडता येणे शक्य असते.

६) परकीय कर्ज फेडण्यासाठी परकीय चलनाचे साठे वापरणे : बाह्य कर्ज फेडण्यासाठी देशाच्या निर्यातीतून मिळणाऱ्या परकीय चलनांपैकी काही भाग काढून ठेवून परकीय कर्ज फेडले जाते.

७) वार्षिक वृत्ती किंवा वर्षासने : कर्ज देणारे लोक यांना दरवर्षी निश्चित रक्कम देण्याची योजना ठरवून कर्जफेड केली जाते. यामध्ये वार्षिक हप्ते तयार केले जातात. त्यामध्ये मुद्दल आणि व्याजाचा समावेश केला जातो. दरवर्षी ठरावीक रकमेचा हप्ता दिला जातो म्हणून त्यास 'वार्षिक वृत्ती' किंवा 'वर्षासने' म्हणतात; कर्जफेडीची ही चांगली पद्धत आहे. प्रत्येक वर्षी कर्जाचा बोजा कमी कमी होत जातो.

८) व्याजाचे दर कमी करणे : जास्त व्याजदराने सार्वजनिक कर्जाची परतफेड करणे सरकारला शक्य नसते. तेव्हा सरकार या पद्धतीचा अवलंब करते. सरकार सक्तीने व्याजाचा दर कमी करते. या प्रकारात सरकार उघडपणे वचनभंग करते म्हणून सरकारची विश्वासार्हता कमी होते. पुन्हा सरकारला कर्ज काढणे अवघड होऊन बसते; त्यामुळे अविश्वासाचे आणि अनिश्चिततेचे वातावरण निर्माण होते.

या पद्धतीत कर्जाची परतफेड होत नाही तर फक्त कर्जाचे स्वरूप बदलते जर व्याजाचा दर जास्त असताना सरकारने कर्ज घेतले असेल परंतु आता व्याजाचा दर कमी झाला त्यामुळे कर्जाचा भार कमी करण्यासाठी सरकार अशा कर्जाचे रूपांतर कमी व्याजाचा दर असलेल्या कर्जात करते. कर्जाचे परिवर्तन हे जेव्हा घेतलेले कर्ज परत करण्याची वेळ येते तेव्हा तसेच सरकारने केलेली विनंती ऋणदात्याला मान्य असेल तर कर्जाची मुदत संपण्यापूर्वीही परिवर्तन अथवा व्याजाचे दर कमी करता येतात. व्याजाचे दर कमी करण्यासाठी मुख्यत: सरकारची पत कशी आहे यावर अवलंबून असते तसेच सरकारची

पत, सरकारचा कर्जफेडीचा नियमितपणा, कार्यक्षमता आणि कर्जफेडीची योग्य व चांगली व्यवस्था इ. गोष्टींवर अवलंबून असते जर सरकारची पत चांगली असेल तर व्याजाचे दर कमी करण्यात सरकार यशस्वी होते तसेच कर्ज परत करण्याच्यावेळी व्याज दर कमी असेल तरच ते यशस्वी होते.

९) अंदाजपत्रकातील शिल्लक रक्कम वापरणे : सरकारचे अंदाजपत्रक शिलकीचे असेल तर त्याचा उपयोग कर्जफेडीसाठी केला जातो. पूर्वीच्या काळी या पद्धतीचा उपयोग होत होता. अलीकडच्या काळात अंदाजपत्रकात तूट असल्यामुळे त्याचा उपयोग कर्जफेडीसाठी होत नाही. आधुनिक काळात या पद्धतीचे केवळ तात्त्विक महत्त्व उरले आहे.

१०) करांचे प्रमाण वाढविणे : लवकर कर्जाची परतफेड करता येण्यासाठी करांचे दर वाढवून, मोठ्या प्रमाणावर उत्पन्न मिळवून कर्जफेड करता येते. या पद्धतीच्या वापरामुळे उत्पादन, राहणीमान, रोजगार, आर्थिक स्थैर्य इ. वर अनिष्ट परिणाम होण्याची शक्यता असते. बाह्य कर्जातून लवकर मुक्त होण्यासाठी अशा मार्गांचा अवलंब केला जातो.

११) चलन विस्तार : कधी कधी सरकार जाणूनबुजून चलन विस्तार करते त्यामुळे पैशांची खरेदी शक्ती कमी होते. त्यामुळे कर्जदात्यांना व्याजासहित रक्कम परत मिळत असली तरी तिचे प्रत्यक्षात मूल्य बरेच कमी झालेले असते; त्यामुळे कर्जदात्यांचे आर्थिक नुकसान होते.

१२) तुटीचा अर्थभरणा : तुटीच्या अर्थभरण्याचा उपयोग अंतर्गत कर्जाची परतफेड करण्यासाठी होतो. नवीन नोटा छापून सरकार कर्जाची परतफेड करू शकते. परंतु त्यामुळे चलनवाढ होऊन पैशांची किंमत कमी होते व कर्जदारांच्या लाभांचे प्रमाण कमी होते. तसेच चलनवाढीचे दुष्परिणामही अर्थव्यवस्थेत दिसून येतात.

१३) व्याजदरात सक्तीने घट : जेव्हा व्याजाचा दर अधिक असतो तेव्हा सार्वजनिक कर्जाची परतफेड करणे अवघड होते. तेव्हा सरकार या पद्धतीचा आधार घेते. या पद्धतीत सरकार कर्मचाऱ्यांना व्याजाचा दर घटविण्याची सक्ती करते. परंतु यामुळे सरकार वचनाचा भंग करत असते त्यामुळे हे धोरण योग्य नाही कल्याणकारी देशाचे सरकार अशा पद्धतीने वागत नाही.

१४) उच्च उत्पन्नावर अधिक कर : सरकार कर्जफेडीसाठी आवश्यक असणारा पैसा गोळा करण्यासाठी उच्च उत्पन्नावर अधिक प्रमाणात तीव्र कर आकारते. जसजसे

उत्पन्न वाढत जाते. तसतसा कराचा दरसुद्धा तीव्र होत जातो त्यामुळे समाजातील श्रीमंत वर्गातील पैसा गोळा केला जातो परंतु या पद्धतीचा उपयोग काळजीपूर्वकच करणे आवश्यक आहे अन्यथा त्याचा परिणाम बचतीवर व गुंतवणुकीवर होऊन व्यवसाय व उद्योगांवर त्याचा प्रतिकूल परिणाम होतो.

१३.१५ भारताचे सार्वजनिक कर्ज

कर्जाचे दोन प्रकार करता येतात- देशांतर्गत कर्ज आणि परकीय कर्ज.

देशांतर्गत कर्ज म्हणजे देशातील व्यक्ती, वित्तीय व अन्य संस्था यांच्याकडून काढलेले कर्ज होय.

परकीय कर्ज म्हणजे- परकीय लोकांकडून, परकीय वित्तीय संस्थांकडून व आंतरराष्ट्रीय संस्थांकडून जसे जागतिक बँक, जागतिक नाणेनिधी, आशियाई विकास बँक इ. यांच्याकडून काढलेले कर्ज होय.

ब्रिटिश कालखंडात भारताने मुख्यत: युद्ध खर्च भागविण्यासाठी कर्ज उभारले. नंतरच्या काळात ब्रिटिशांनी आपल्या धोरणात बदल केला तसेच भारताच्या सरकारने सिंचन प्रकल्प, रेल्वे प्रकल्प इ. उत्पादक कारणांसाठी देशांतर्गत तसेच परकीय कर्ज उभारले.

१९३९मध्ये एकूण सार्वजनिक कर्ज १२०० कोटींचे होते. भारत सरकारने दुसऱ्या महायुद्धाच्या काळात युद्धाचा खर्च भागविण्यासाठी सार्वजनिक कर्ज उभारले. १९४५-४६मध्ये भारताचे सार्वजनिक कर्ज २३०८.३९ कोटींपर्यंत वाढले.

स्वातंत्र्यानंतर पहिल्या पंचवार्षिक योजना काळात देशांतर्गत मार्गाने ५२० कोटींचे कर्ज उभारले. दुसऱ्या योजनेत भांडवल बाजारातून व अल्प बचतमार्गाने १८०० कोटी रुपयांचे कर्ज उभारले. तिसऱ्या योजनेतसुद्धा बाजारातून आणि अल्प बचत मार्गाने १८०० कोटी रुपये उभारले. चौथ्या योजनेत ११६० कोटी रुपये उभारले.

पाचव्या योजना काळात अंतर्गत मार्गाने २०२० कोटी रुपये उभारले.

१९८० पासून केंद्र आणि घटक राज्यांच्या अंदाजपत्रकात महसुली अंदाजपत्रकात तूट दिसून येऊ लागली. ही तूट सार्वजनिक कर्जाद्वारे भरून काढली जात आहे.

सध्या सरकार चालू खर्चासाठीसुद्धा कर्ज काढताना दिसून येते. जलद आर्थिक विकासासाठी सरकारला कर्ज उभारावे लागत आहे.

तक्ता क्र. १३.१

केंद्र सरकारची सार्वजनिक कर्ज आणि इतर देणी (कोटी रुपये)

	१९५०-५१	२००२-०३	२०१५-१६ (अंदाजपत्रकीय)
अ) सार्वजनिक कर्ज	२०५४	१०,८०,३००	५५,०३,६७६
१) देशांतर्गत	२०२२	१०,२०,६९०	५२,९८,२१७
२) परकीय	३२	५९६१०	२०,५४,६०
ब) इतर देणी *	५११	४,७८,६००	१३,९१,३१५
एकूण सार्वजनिक कर्ज व इतर देणी	२५६५	१५,५८,९००	६८,९४,६९१

* ३०० कोटी रुपये पाकिस्तानला देणे.

(संदर्भ : Indian Economy - Dutt & Sundaram 72th Edition 2018, Pg.70)

१९५०-५१मध्ये भारतातील केंद्र सरकारचे फेडावयाचे राहिलेले देशांतर्गत कर्ज २०२२ कोटी इतके होते. ते १९९०-९१मध्ये १,५१,००० कोटी इतके झाले. नवीन कर्ज काढताना जुन्या केंद्रीय कर्जाचा काही देय भाग फेडला जातो. तसेच केंद्र सरकारने उभारलेल्या कर्जापैकी काही भाग घटक-राज्य सरकारांना कर्ज म्हणून दिले जाते व त्यावर केंद्र सरकारला व्याज मिळते.

सन २००२-०३ पर्यंत देशांतर्गत कर्ज १०,२०,६९० कोटी रुपये होते ते २०१५-१६ पर्यंत ५२,९८,२१७ कोटी रुपयांपर्यंत पोहोचले.

सार्वजनिक परकीय कर्ज : देशांतर्गत कर्जाप्रमाणेच केंद्र सरकार परकीय कर्ज उभारते. विशेषत: विविध विकास प्रकल्प, यंत्रसामग्री व त्याचे सुटे भाग, तांत्रिक ज्ञान व कौशल्य उपलब्ध करून देणे इ. साठी परकीय कर्ज उभारले जाते. भारताचे आयात मूल्य हे निर्यात मूल्यापेक्षा अधिक असल्याने विकासासाठी आवश्यक असलेले परकीय चलन कर्जाद्वारे मिळवावे लागते. भारताने युरोपिअन देशांकडून तसेच जागतिक बँक नाणेनिधी, आशियायी विकास बँक इ. आंतरराष्ट्रीय संस्थांकडून कर्ज उभारले आहे. काढलेले परकीय कर्ज कराराप्रमाणे परकीय चलनात फेडावे लागते.

मार्च अखेरीस ज्या परकीय कर्जाची परतफेड केलेली नव्हती, अशा कर्जाची रक्कम पुढीलप्रमाणे-

१९५१मध्ये ३२ कोटी रुपये, १९७९मध्ये ६४८५ कोटी रुपये, २००२-०३मध्ये ५९६१० कोटी रुपये, २०१५-१६मध्ये २०,५४,६० कोटी रुपये. तर सप्टेंबर २०१७ अखेर ४७१.९ अब्ज डॉलर एवढे होते. ते जीडीपीच्या २०.२ टक्के होते. यावरून असे दिसून येते की स्वातंत्र्यानंतर भारताचे परकीय कर्ज मोठ्या प्रमाणात वाढत आहे.

भारताचे देशांतर्गत व परकीय कर्ज १९५०-५१मध्ये २०५४ कोटी रुपये होते ते २००२-०३मध्ये १०,८०, ३०० कोटी रुपये झाले तर २०१५-१६मध्ये ५५,०३,६७६ कोटी रुपयांपर्यंत पोहोचले.

सरकारचे व्याज व इतर देणी, प्रॉव्हीडंट फंड इ. देणी वाढत आहेत. जसे १९५०-५१मध्ये ही देणी ५११ कोटींची होती ती २००२-०३ पर्यंत ४,७८,६०० कोटींपर्यंत गेली; तर २०१५-१६मध्ये १३,९१,३१५ कोटी झाली.

भारत सरकारची कर्जे आणि इतर देणी मार्च २०१६मध्ये ६८,९४,६९१ कोटी रुपये झाली. ती मार्च २००३मध्ये १५,५८,९०० कोटी होती ती २००३ ते २०१६ या तेरा वर्षांत ४.५ पटीने वाढली.

१३.१६ घटकराज्यांची कर्ज विषयक स्थिती

स्वातंत्र्यानंतर घटकराज्यांना राज्यकारभारासंबंधीची आणि विकास कार्ये कार्यक्षमतेने करण्यासाठी अनेक बाबींवर खर्च करावा लागत आहे. वाढत्या खर्चाच्या मानाने महसुली उत्पन्न कमी पडत आहे. त्यामुळे घटकराज्यांना कर्ज उभारावे लागत आहे.

भारतातील घटकराज्यांत सरकारांचे कर्ज पुढीलप्रमाणे दिसून येते-

अ) अंतर्गत कर्ज : यामध्ये बाजारातून घेतलेली कर्जे व दिलेले कर्ज रोखे (जमीनदारीचे उच्चाटन करताना भरपाई म्हणून दिलेले कर्ज रोखे) तसेच रिझर्व्ह बँकेकडून घेतलेली अधिकर्ष सवलत (Over Draft Facilities) आणि व्यापारी बँका, स्टेट बँक ऑफ इंडिया, रिझर्व्ह बँकेच्या राष्ट्रीय पत निधीकडून व राज्य विमा महामंडळाकडून घेतलेले कर्ज.

ब) केंद्र सरकारकडून घेतलेले कर्ज : पंचवार्षिक योजनांतील प्रकल्पांसाठी घेतलेले कर्ज व बिगर योजनांसाठी घेतलेले कर्ज.

क) निर्वाह निधी (Provident fund) : यामध्ये घटकराज्यांवरील निर्वाह निधींचा समावेश होतो.

घटकराज्ये केंद्रांकडून ७०% पेक्षा जास्त कर्जे घेतात. त्यामुळे राज्ये केंद्रावरच अधिक अवलंबून आहेत.

तक्ता क्र. १३.२ : घटकराज्यांची कर्ज विषयक स्थिती

मार्च अखेर (कोटी रुपये)

कर्जे	१९६१	१९७१	२००८	२०१४ (अंदाजपत्रकीय)
१) अंतर्गत कर्जे यात बाजार कर्जे रिझर्व्ह बँकेची कर्जे व बँका व इतर संस्थांकडील कर्जे	५९०	१८५०	१८१६२३	१६६६९००
२) केंद्र सरकारकडून कर्जे	२०२०	६३६०	२३८६५५	१६०३४०
३) निर्वाह निधी व इतर देणी	१३०	५४०	१७३८६९	६०६०३०
एकूण कर्ज	२७४०	८७५०	५७९१४७	२४३३२८०

(संदर्भ : Indian Economy - Dutt & Sundaram 72th Edition 2018, P.971)

स्वातंत्र्यानंतर घटकराज्यांच्या कर्जात वाढ झाल्याचे दिसून येते. १९६१मध्ये २७४० कोटी इतके कर्ज होते ते २००८मध्ये ५७९१४७ कोटींपर्यंत वाढले तर २०१४ पर्यंत २४३३२८० कोटी झाले.

सराव प्रश्न :

१) सार्वजनिक कर्जाविषयी सनातनवादी दृष्टिकोन स्पष्ट करा.
२) सार्वजनिक कर्जाचे उद्देश सांगून महत्त्व स्पष्ट करा.
३) सार्वजनिक कर्जाच्या व्यवस्थापनाची तत्त्वे सांगा.
४) क्राऊडिंग आऊटवर चर्चा करा.
५) सार्वजनिक कर्जाचे प्रकार विशद करा.
६) सार्वजनिक कर्जाचे स्रोत स्पष्ट करा.
७) सार्वजनिक कर्ज वाढण्याची कारणे स्पष्ट करा.
८) सार्वजनिक कर्जाचे परिणाम विशद करा.
९) सार्वजनिक कर्जाच्या मर्यादा स्पष्ट करा.
१०) सार्वजनिक कर्जफेडीच्या पद्धती स्पष्ट करा.
११) भारताच्या सार्वजनिक कर्जाविषयी चर्चा करा.
१२) घटकराज्यांची कर्जविषयक स्थिती विशद करा.

प्रकरण १४ | राजकोषीय धोरण (Fiscal Policy)

१४.१ प्रास्ताविक (Introduction)

सरकारला मिळणारा महसूल आणि सरकारकडून केला जाणारा खर्च या संबंधित धोरण म्हणजे राजकोषीय अथवा वित्तीय धोरण होय. इ. स. १९३०च्या दशकात लॉर्ड केन्सच्या 'जनरल थिअरी ऑफ एम्प्लॉयमेंट इंटरेस्ट' या ग्रंथाच्या प्रकाशनानंतर देशाच्या अर्थव्यवस्थेला आर्थिक मंदीच्या परिस्थितीतून बाहेर काढण्याचे व आर्थिक व्यवहारांच्या पातळीत होणाऱ्या चढ-उतारांवर नियंत्रण ठेवण्याचे एक साधन म्हणून राजकोषीय धोरणाला महत्त्व प्राप्त झाले.

राजकोषीय धोरण हे आर्थिक विकासाचे एक महत्त्वाचे साधन आहे. विकसनशील आणि विशेषत: भारताच्या दृष्टीने आर्थिक विकास कार्यांना महत्त्वाचे स्थान असते. त्यामुळे अशा कार्यावरील खर्चाचे प्रमाणसुद्धा अधिक असते. त्यामुळे त्याने कर रूपाने रक्कम जमा करावी लागते. कर्जे घ्यावी लागतात आणि त्या रकमेतूनच विकासाचे कार्यक्रम

राबवावे लागतात. तसेच रोजगार वाढ होण्यासाठी प्रयत्न करावा लागतो. विकसित देश आणि विकसनशील देश यांच्या समोरील प्रश्नांचे स्वरूप वेगवेगळे असते. विकसित देशात आर्थिक विकासाचा वेग वाढविणे, तेजी-मंदीच्या चक्रात अर्थव्यवस्था अडकू नये म्हणून प्रयत्नशील राहणे अशा समस्यांचा विचार करून वित्तीयधोरणे आखली जातात. विकसनशील देशांच्या अनेक अडचणी असतात; बहुजन समाजाचे कल्याण दृष्टीआड होऊ न देता आर्थिक विकास साधणे महत्त्वाचे असते.

१४.२ राजकोषीय अथवा वित्तीय धोरणाचा अर्थ आणि भूमिका (Meaning, Role of Fiscal Policy)

व्याख्या :

१) **हॅने आणि जॉन्सन यांच्या मते,** ‘‘आर्थिक कृतीची रचना व पातळीवर परिणाम करण्यासाठी सरकारी खर्चात व कररचनेत केलेले बदल म्हणजे वित्तीय अथवा राजकोषीय धोरण होय.’’

२) राष्ट्रीय उत्पन्न, उत्पादन आणि रोजगार यावर योग्य परिणाम घडवून आणणे आणि अयोग्य परिणाम टाळणे यासाठी सरकारी उत्पन्न व खर्चविषयक कार्यक्रमांचा वापर करणारे धोरण म्हणजे ‘वित्तीय धोरण’ होय.

३) सरकारला मिळणारा महसूल आणि सरकारकडून केला जाणारा खर्च या संबंधित धोरण म्हणजे ‘राजकोषीय’ अथवा ‘वित्तीय धोरण’ होय.

४) शासकीय कोषागारामार्फत होणाऱ्या व्यवहाराबाबतचे धोरण म्हणजे ‘वित्तीय धोरण’ होय.

५) Mrs. Hicks says, "Fiscal Policy is concerned with the manner in which all the different elements of public finance, while still primarily concerned with carrying out their duties (as the first duty of a tax is to raise revenues, may collectively be geared to sorrow and the aims) of the economic policy."

६) प्रा. जे. ए. मॅक्सवेल यांच्या मते, ‘‘वित्तीय / राजकोषीय धोरण म्हणजे आर्थिक स्थैर्य मिळविण्यासाठी संतुलित घटक म्हणून सरकारी खर्च आणि सरकारी उत्पन्न यांचा वापर करणे.’’

७) वित्तीय अथवा राजकोषीय धोरण म्हणजे सरकारी धोरण की जे आर्थिक, सामाजिक उद्दिष्टे पूर्ण करण्यासाठी जाणीवपूर्वक प्रयत्न करते, ही उद्दिष्टे म्हणजे जलद आर्थिक

विकास, रोजगाराची उच्च पातळी गाठणे, मंदी व चलनविस्तार कमी करणे. किंमत स्थैर्य प्रस्थापित करणे, उत्पन्न व संपत्ती यांच्यातील विषमता कमी करणे, इ.

८) कर; खर्च, कर्ज उभारणी व सार्वजनिक कर्जाचे व्यवस्थापन यांच्याशी संबंधित असलेल्या धोरणास 'राजकोषीय धोरण' म्हणतात.

वरीलप्रमाणे राजकोषीय / वित्तीय धोरणाच्या व्याख्यांवरून वित्तीय धोरणात सरकारी उत्पादन व खर्च विषयक बाबींचा समोवश अंतर्भूत असल्याचे दिसून येते. त्यातच वित्तीय धोरणाचा अर्थ स्पष्ट होतो.

राजकोषीय अथवा वित्तीय धोरणाची साधने म्हणजे -

अ) कर आणि सार्वजनिक महसूल, ब) सार्वजनिक खर्च, क) सार्वजनिक कर्ज, ड) तुटीचा अर्थभरणा.

राजकोषीय धोरणाची उद्दिष्टे. उदा. आर्थिक वृद्धी, स्थैर्य, पूर्ण रोजगार, आर्थिक न्याय इ. ही उद्दिष्टे गाठण्यासाठी देशाच्या चलनविषयक धोरणाला सुसंगत धोरणे आखण्याची भूमिका राजकोषीय धोरणाची असते.

आर्थिक व्यवहारांची पातळी यावर परिणाम करण्याच्या हेतूने कर आणि खर्च यामध्ये राजकोषीय धोरणांतर्गत सरकार बदल करते. तसेच सार्वजनिक खर्चविषयक बदलही सरकार करते. याशिवाय अर्थसंकल्पातील तूट आणि शिल्लक या संदर्भातील दृष्टिकोन राजकोषीय धोरणात अंतर्भूत असतो.

देशाच्या अर्थव्यवस्थेत जेव्हा आर्थिक वृद्धीची पातळी वाढवावयाची असेल आणि पूर्ण रोजगार निर्माण करावयाचा असेल तेव्हा सरकार कर कमी करणे, नवीन कर शोधणे, सार्वजनिक खर्च वाढविणे, सार्वजनिक कर्ज, तुटीचे अंदाजपत्रक अथवा तुटीचा अर्थभरणा, इ. गोष्टींचा राजकोषीय धोरणात अवलंब करते. याउलट, जेव्हा अर्थव्यवस्थेत भाव वाढातिरेकाच्या समस्येला तोंड द्यावे लागत असेल तेव्हा वरील उपाय विरुद्ध दिशेने वापरले जातील.

थोडक्यात, आर्थिक उद्दिष्टे पूर्ण करण्यासाठी आपल्याजवळील उपाय कसे उत्तमपणे वापरता येतील यावर वित्तीय धोरणाचे यश अवलंबून असते.

वित्तीय धोरणाच्या व्याप्तीत पुढील बाबींचा समावेश होतो-

अ) विविध कर आकारणे, करांच्या वसुलीसाठी योजना आखणे.

ब) करांच्या परिणामांचा अभ्यास करणे.

क) सार्वजनिक कर्ज उभारणे व कर्ज परतफेडीचे नियम तयार करणे.

ड) सार्वजनिक खर्च आणि त्यांच्या परिणामांचा अभ्यास करणे.
इ) परकीय देशांना दिलेली मदत.
ई) विविध क्षेत्रांच्या विकासासाठी मदत ठरविणे.
उ) सार्वजनिक क्षेत्रातील उद्योगातील गुंतवणूक ठरवणे व त्याचा अभ्यास करणे.
ए) अंदाजपत्रक तयार करणे व त्याच्या परिणामांचा अभ्यास करणे.
ऐ) तुटीचा अर्थभरणा इ.

१४.२.१ राजकोषीय धोरणाची भूमिका (Role of Fiscal Policy)

गेल्या काही वर्षांत राजकोषीय धोरणाची भूमिका बदलत चालली आहे. ती पुढीलप्रमाणे सांगता येते-

१) राजकोषीय धोरण म्हणजे कर, खर्च आणि कर्ज यांच्या कार्यक्रमात हेतूपुरस्सर केलेल्या बदलांचे एकत्रीकरण होय. हे एकत्रीकरण सामान्यत: निर्माण होणाऱ्या तेजीच्या व मंदीच्या प्रवृत्तीचा प्रतिकार करण्यास अतिशय योग्य असते.

२) केंद्र सरकारच्या राजकोषीय धोरणांची सांगड राज्य सरकारांच्या व स्थानिक सरकारांच्या राजकोषीय नीतीशी घातली पाहिजे.

३) राजकोषीय व अराजकोषीय धोरणांचा एकमेकांशी विरोध निर्माण न होता त्या परस्परपूरक व्हायला हव्यात.

४) तेजीच्या वा मंदीच्या प्रवृत्तीत एकतर किमती वृद्धी व लाभ यांच्या परस्पर संबंधात विसंगती निर्माण झाल्यामुळे किंवा गुंतवणूक, उपभोग यांच्या परस्पर संबंधात विसंगती निर्माण झाल्यामुळे उद्भवतात. केवळ तेजी-मंदीचा प्रतिकार करण्यासाठी जी राजकोषीय नीती उपयोगात आणली जाते, ती मूलभूत विसंगती दूर करण्यास असमर्थ ठरते. तेव्हा राजकोषीय व इतर धोरणांचा उपयोग या विसंगती तेजी-मंदी निर्माण करण्याच्या पूर्वीच नष्ट करण्यासाठी केला पाहिजे.

५) जर मूलभूत विसंगती वेळीच दूर न केल्यामुळे तेजी-मंदीची परिस्थिती उद्भवली तर राजकोषीय नीतीचा उपयोग तेवढ्या काळाकरिता का होईना केला पाहिजे; त्यानंतर मात्र मूलभूत उपाय योजले पाहिजेत.

६) जेव्हा देशातील लोकांना राजकोषीय धोरणाचे तत्त्व समजते व या नीतीवर विश्वास ठेवून जेव्हा ते योग्य परिणामांची अपेक्षा करतात. तेव्हाच राजकोषीय नीती यशस्वी होते.

७) राजकोषीय धोरणांचा उपयोग काही दीर्घकालीन उद्दिष्टे पूर्ण करण्यासाठी केला पाहिजे. ही दीर्घकालीन उद्दिष्टे पुढीलप्रमाणे आहेत- देशातील राहणीमान वाढविणे, देशातील उत्पादनाचे प्रमाण वाढविणे, देशाचे योग्य ते संरक्षण करणे, देशाचा

सर्वांगीण विकास घडवून आणणे. यांपैकी कोणत्या उद्दिष्टांना अग्रक्रम द्यायचा हे अर्थातच सभोवतालच्या परिस्थितीवर अवलंबून राहील.

१४.३ राजकोषीय धोरणाची उद्दिष्टे (Objectives of Fiscal Policy)

सनातनवादी अर्थशास्त्रज्ञांचा निर्हस्तक्षेपाच्या विचारप्रणालीवर विश्वास होता. त्यांच्या मते, राजकोषीय धोरणाचे उद्दिष्ट सरकारने आवश्यक तेवढा महसूल गोळा करावा व तो आवश्यक कार्यासाठीच खर्च करावा म्हणजेच शासनाने अर्थव्यवस्थेत अधिक हस्तक्षेप न करता मर्यादितच कामे करावीत. उदा. देशाचे संरक्षण, कायदा व सुव्यवस्था राखणे व काही सार्वजनिक कामे करावी इ. परंतु १९२९-३०च्या महामंदीनंतर जे. एम. केन्स यांनी १९३६मध्ये सर्वसामान्य सिद्धान्त (General Theory) हा ग्रंथ लिहून त्यात सार्वजनिक आयव्ययासंबंधी विश्लेषण करताना असे स्पष्ट केले की, 'राजकोषीय धोरण तटस्थ असून उपयोगाचे नाही तर अनेक आर्थिक व सामाजिक उद्दिष्टे पूर्ण करण्यासाठी हे धोरण प्रभावी साधन बनले पाहिजे.' थोडक्यात, आर्थिक विकास साधण्यासाठी अनेक उद्दिष्टे पुढे ठेवावी लागतात.

त्यातील काही उद्दिष्टे पुढीलप्रमाणे -

१) आर्थिक स्थैर्य निर्माण करणे : तेजी-मंदीचे चक्र टाळून उत्पादन, उत्पन्न आणि रोजगारपातळी यामध्ये आर्थिक स्थैर्य निर्माण करणे. आर्थिक अस्थैर्य, भाववाढ इ. टाळण्यासाठी प्रयत्न करणे. किमती, उत्पादन, उत्पन्न आणि रोजगार या संदर्भात आर्थिक स्थैर्य राखण्यासाठी योग्य रोजगार पातळीस प्रभावी मागणी निर्माण करावी लागते व त्यासाठी उच्च रोजगार पातळीसाठी राजकोषीय उपाय योजावे लागतात; तेच उपाय या उद्दिष्टांबाबतसुद्धा करावे लागतात.

२) आर्थिक वृद्धी : दीर्घकालीन आर्थिक वृद्धीसाठी उपलब्ध साधनसामग्रीची जास्तीतजास्त बचत करून, देशाच्या भांडवली साठ्यात वाढ करून, ज्ञानाचा वापर करून विविध क्षेत्रांत राजकोषीय धोरणांद्वारे आर्थिक विकासाचा वेग वाढविता येतो. आर्थिक वृद्धीकरण हे एक महत्त्वाचे राजकोषीय धोरणाचे उद्दिष्ट आहे.

३) पूर्ण रोजगार निर्माण करणे : रोजगारपातळी ही प्रभावी मागणीवर अवलंबून असते. प्रभावी मागणी ही लोकांचा उपभोग खर्च व भांडवली वस्तू आणि गुंतवणूक यांच्या खर्चावर अवलंबून असते. त्यामुळे सार्वजनिक आणि खासगी या दोन्ही क्षेत्रांत गुंतवणूक करून रोजगार पातळी वाढविता येते.

राजकोषीय धोरणांद्वारे योग्य रोजगारपातळी गाठण्यासाठी प्रभावी मागणी वाढविता येते. त्यासाठी कर कमी करणे, सार्वजनिक क्षेत्राचा विस्तार करणे, तुटीचा अर्थभरणा,

अप्रत्यक्ष कर कमी करणे, सामाजिक सुरक्षितता योजनांवर खर्च करणे, नुकसान भरपाई खर्चाचे धोरण इ. उपाय करणे आवश्यक ठरते.

४) सामाजिक न्याय : सामाजिक न्यायासाठी राजकोषीय धोरण महत्त्वाचे मानले जाते. प्रत्यक्ष कर आणि अप्रत्यक्ष कररचना योग्य प्रकारे राबवून सामाजिक न्याय प्राप्त करू शकते. त्यासाठी चैनीच्या व सुखोपभोगाच्या वस्तूंवर उच्चदराने कर आकारून उपभोग्य वस्तूंना करात सूट देऊन तसेच मागासलेल्या प्रदेशांचा व जनतेचा विकास करून, करविषयक व खर्चविषयक धोरणातून उपाय योजून, सामाजिक सुरक्षिततेचे उपाय करून इ. द्वारे सामाजिक न्याय देण्याचे राजकोषीय धोरणाचे उद्दिष्ट असते.

वरील उद्दिष्टांशिवाय भारतासह विकसनशील देशांबाबत राजकोषीय धोरणाची उद्दिष्टे पुढीलप्रमाणे सांगता येतात -

१) **बचत, गुंतवणूक व भांडवल निर्मितीचा वेग वाढविणे :** प्रत्यक्ष व सुप्त उपभोगात कपात करून बचतीचा दर वाढविणे महत्त्वाचे असते; कारण आर्थिक विकासाचा वेग वाढविण्यासाठी भांडवल निर्मिती करणे आवश्यक ठरते.

२) **गुंतवणुकीचा ओघ वाढविणे :** गुंतवणुकीचा ओघ अनुत्पादक कार्याकडून सामाजिकदृष्ट्या उपयुक्त कार्याकडे वळविणे.

३) **प्रेरक व पूरक अशी भूमिका :** आर्थिक विकासाच्या प्रक्रियेला प्रेरक व पूरक अशी भूमिका स्वीकारणे.

४) **विषमता कमी करणे :** श्रीमंत वर्गावर अधिक कर बसवणे; उदा. उत्पन्नकर, संपत्तीकर, खर्चकर, मालमत्ताकर, नफाकर. इ. तसेच चैनीच्या वस्तुंवर अप्रत्यक्ष कर अधिक बसविणे तर लोकांच्या आवश्यक उपभोग्य वस्तूंना करातून सूट देणे अथवा कमी कर आकारणे. तसेच गरज पडल्यास गरिबांसाठी उपभोग्य वस्तूंना आर्थिक मदत करणे; अशा रीतीने आर्थिक विषमता कमी होण्यास मदत होते.

५) **राहणीमान उंचावणे :** लोकांचे राहणीमान उंचावण्यासाठी विशेषतः गरीब लोकांसाठी कमी भावात घरे देणे, रोजगार हमी योजना राबविणे, स्वस्तात वैद्यकीय सुविधा; मोफत शिक्षण, पिकांसाठी व पशुंसाठी विमा योजना राबविणे इ. द्वारे राहणीमानात वाढ करणे. तसेच जीवनावश्यक वस्तू स्वस्तात उपलब्ध करून देणे आवश्यक ठरते.

वरीलप्रमाणे अनेक उद्दिष्टे साध्य करण्यासाठी राजकोषीय धोरणांचा अवलंब केला जातो. राजकोषीय धोरणांची प्रमुख साधने म्हणजे - १) कर आकारणी (विविध मार्गाने महसुली उत्पन्न मिळविणे), २) सार्वजनिक कर्जाची उभारणी, ३) तुटीचा अर्थभरणा, ४) भेदजन्य दरांचे धोरण (दरांची आकारणी).

सरकारला आपला खर्च भागविण्यासाठी पुढील मार्गांनी उत्पन्न मिळते -

१) विविध प्रकारचे कर, २) करेतर मार्ग, अ) निरनिराळ्या प्रकारचे शुल्क (फी); दंड, ब) कर्ज उभारणी, क) सरकारी उद्योगांचा नफा, ड) तुटीचा अर्थभरणा इ. या सर्व मार्गांपैकी कर हे शासनाच्या उत्पन्नाचे प्रमुख साधन आहे. कररूपाने शासन फार मोठा महसूल गोळा करते. कर आकारणीमुळे उत्पादन, विभाजन इ. आर्थिक बाबींवर दूरगामी परिणाम घडून येतात.

१४.४ भारताचे २००१ पासूनचे वित्तीय / राजकोषीय धोरण (Indian Fiscal Policy Since 2001)

राजकोषीय / वित्तीय धोरणात मुख्यत: महसूल - रचना, अथवा कर आकारणी, सार्वजनिक खर्च, तुटीचा अर्थभरणा, सार्वजनिक कर्ज या बाबींचा समावेश होतो. या साधनांद्वारे राजकोषीय धोरणाची उद्दिष्टे गाठण्याचा प्रयत्न केला जातो. उदा. आर्थिक स्थैर्य, पूर्ण रोजगार, आर्थिक विकासाचा उच्च दर गाठणे, सामाजिक-आर्थिक विकास इत्यादी भारताच्या राजकोषीय धोरणाचा पुढीलप्रमाणे आढावा घेता येतो-

महसूल अथवा कर रचना : राजकोषीय धोरणाचा हा महत्त्वाचा भाग आहे. करविषयक धोरण उदार स्वरूपाचे असेल तर लोकांजवळ प्रत्यक्ष पैसा उपलब्ध होतो. प्रत्यक्ष कर पद्धतीने उत्पन्नाचा काही भाग घेतला जातो; तर काही कर अप्रत्यक्ष स्वरूपाचे असतात. प्रत्यक्ष आणि अप्रत्यक्ष करांचे प्रमाण काय असावे याचा विचार करविषयक धोरणात असतो. करांचे दूरगामी कसे परिणाम होतात हे लक्षात घेऊन करविषयक धोरण सरकार आखते. यामुळे शासनाला उत्पन्नाचा स्रोत निर्माण होतो. भारतात प्रत्यक्ष आणि अप्रत्यक्ष कर आकारला जातो. या करांमुळे सरकारला निश्चित स्वरूपाचे उत्पन्न मिळते. या करांमध्ये दिल्या जाणाऱ्या सवलतींमुळे उद्योजकांना प्रोत्साहन मिळते तसेच योग्य अशा गुंतवणुकीमध्ये वाढ करता येते. देशातील मागासलेल्या भागांना प्रगती करण्यास संधी निर्माण होते. कर आकारणी धोरणामुळे उत्पन्नातील विषमता आणि प्रादेशिक असमतोलावर उपाययोजना करता येतात. तसेच आर्थिक आणि इतर उत्पादन साधने खासगी मालकीकडून सरकारकडे हस्तांतरित करता येतात. त्याचप्रमाणे सार्वजनिक क्षेत्रात गुंतवणूक करून आर्थिक विकासाला गती देता येते. भारतात त्या दृष्टीने प्रयत्न झाले. गेल्या काही वर्षांत भारताने कररचनेत सुधारणा घडवून आणल्या. नव्या आर्थिक धोरणाबरोबर या सुधारणांचे श्रेय कर सुधारणा समितीस जाते. ही समिती १९९१ साली स्थापन झाली. त्याचे अध्यक्ष डॉ. राजा जे. चेल्लय्या हे होते. त्यांनी समितीचा पहिला अहवाल फेब्रुवारी १९९२मध्ये तर अंतिम अहवाल जानेवारी १९९३मध्ये सादर केला. कर महसूल अधिक कार्यक्षम आणि लाभ पद्धतीने जमा केला जावा हे मुख्य उद्दिष्ट

डोळ्यांसमोर ठेवले. समितीने प्रत्यक्ष व अप्रत्यक्ष करात काही महत्त्वाचे बदल सूचविले.

डॉ. चेल्लय्या समितीने कररचनेत काही बदल केलेले आहेत. त्यांपैकी काही महत्त्वाचे बदल पुढीलप्रमाणे -

१) महसूल लवचिकतेत सुधारणा : भारतीय कररचनेची पुनर्रचना घडवून आणण्याचे मुख्य उद्दिष्ट म्हणजे कर महसुलाची लवचिकता वाढविणे हे होय. एखाद्या देशाचे स्थूल राष्ट्रीय उत्पादन वाढू लागते. त्याबरोबर सरकारचा कर महसूल वाढीस लागतो. कररचनेत अंगभूत लवचिकता असेल तर सरकारला फार प्रयत्न न करता देशाच्या आर्थिक वाढीबरोबर कर महसूल वाढत जातो. त्यालाच कर महसुलातील 'अंतर्गत लवचिकता' म्हणतात. परंतु भारतीय कररचनेत अशी लवचिकता कमी होती त्यामुळे राष्ट्रीय उत्पन्न वाढीच्या मानाने कर महसूल वाढत नव्हता. यासाठी समितीने दोन उपाय सुचविले ते म्हणजे - १) करांचे दर कमी करणे. २) कर आकारणीचा पाया रुंदावणे; म्हणजेच जास्तीतजास्त लोकांना करांच्या कक्षेत आणणे. जुन्या कर रचनेत उलट परिस्थिती होती ती म्हणजे कर दर जास्त होते व करांचा पाया अरुंद होता. नव्या धोरणांमुळे छोटे दुकानदार, व्यावसायिक, अल्प उत्पन्न असणाऱ्या व्यक्तीला कर कक्षेत आणण्यात आले. १९९४-९५च्या अंदाजपत्रकानुसार टेलिफोनची बिले, आयुर्विमा खेरीजचे इतर विमे इ. वर सेवाकर आकारण्यात आला. प्रत्यक्ष करांचे दरही कमी करण्यात आले. अप्रत्यक्ष करांच्या बाबतीतही मोठ्या प्रमाणात कमी केलेले दर खूपच परिणामकारक ठरलेले आहेत. उदा. आयात शुल्क, उत्पादन शुल्क इ. मध्ये झालेली घट हे बदल भूतकालीन कररचनेशी तुलना करता खूपच धाडसाचे होते.

प्रत्यक्ष करांचे दर कमी केल्यामुळे उत्पादन वाढीस प्रोत्साहन मिळेल अशी आशा केली. अप्रत्यक्ष करांचे दर कमी केल्याने किमती कमी होतील व त्याचा परिणाम म्हणून विक्री वाढेल व आयातीतील अडथळे दूर होतील अशी अपेक्षा केली. नव्या कर आकारणीमुळे कर बुडवेपणास आळा बसेल व एकंदरीतच करांचा पाया विस्तारेल व स्थूल राष्ट्रीय उत्पन्न वाढीबरोबरच कर महसूल वाढेल अशी अपेक्षा केली.

२) विकासास प्रोत्साहन : नव्या करविषयक धोरणात आर्थिक वाढीस महत्त्व दिले आहे.

अ) टिकाऊ, उपभोग्य वस्तू तसेच इलेक्ट्रॉनिक वस्तूंच्या उद्योग क्षेत्रातील मंदी कमी करण्यासाठी उत्पादन शुल्क मोठ्या प्रमाणात कमी करण्यात आले.

उदा. टिव्ही., फ्रिज इ. उत्पादनांकडे श्रीमंतांची उत्पादने म्हणून कर आकारण्याचे साधन म्हणून पाहिले जात असे. परंतु नव्या कर धोरणात हा दृष्टिकोन बदलला.

ब) मागासलेल्या भागात नवा कारखाना उभा केला तर पहिली पाच वर्षे करामध्ये सूट देण्यात येईल; म्हणजेच कर आकारणी केली जाणार नाही. ऊर्जा क्षेत्रासाठीसुद्धा ही सवलत देण्यात आली. तसेच,

क) अर्थव्यवस्थेचा विकास होण्यासाठी प्रकल्प, कच्चा माल, भांडवली वस्तूंच्या आयातीवरील शुल्क कमी करण्यात आले. भारतीय अर्थव्यवस्था खुली करून ती अधिक बाजाराभिमुख करण्यासाठी सरकारने नवे आर्थिक धोरण स्वीकारले. या धोरणास पाठिंबा देण्यासाठी वरील करविषयक सुधारणा करण्यात आल्या. आर्थिक विकासाच्या दृष्टीने त्याचे परिणाम होतात; ते म्हणजे - १) देशात व देशाबाहेर स्पर्धा वाढीस लागेल. २) देशात प्रत्यक्ष गुंतवणुकीत वाढ होईल. ३) भारतात उपलब्ध असणाऱ्या श्रमशक्तीचा व नैसर्गिक साधनसामग्रीचा जास्तीतजास्त वापर केला जाईल अशी गुंतवणूक होईल.

सरकारचे नवे करधोरण अनेक बाबतीत चांगले आहे. करांचे दर पूर्वीसारखे जास्त राहिलेले नाहीत त्यामुळे लोकांना अधिक काम करण्यास, अधिक उत्पन्न मिळविण्यास, अधिक खर्च करण्यास प्रोत्साहन मिळाले आहे. टिकाऊ, उपभोग्य वस्तूंवरील उत्पादन शुल्क कमी केल्यामुळे किंमत कमी होऊन अशा वस्तूंच्या मागणीत वाढ झाली. निर्यातीस प्रोत्साहन, वस्तू व सेवांच्या पुरवठ्यातील वाढ व आर्थिक वाढीस उत्तेजन मिळाले, असे फायदे अथवा जमेच्या बाजू आहेत. मात्र, कर - धोरणात पुढील त्रुटी अथवा दोष राहून गेलेले दिसतात-

१) कर महसुलात त्रुटी : १९९१ नंतर झालेल्या कर सुधारणात मुख्यत: करांचे दर कमी करून कर महसूल वाढविण्यावर भर देण्यात आला; पण सध्या ही वाढ मुख्यत: देशाच्या आर्थिक विकासावर अवलंबून आहे; म्हणजे कर महसूल वाढविण्यापेक्षा इतर उद्दिष्टांवरच भर दिलेला दिसून येतो.

२) कर जमा करण्यात त्रुटी : करांचे दर कमी केले परंतु उत्पन्न अथवा महसूल वाढविण्यावर परिणामकारक उपाय सुचविले नाहीत. उदा. प्राप्तीकर जमा करण्याबाबतच्या त्रुटी. सध्या प्राप्तीकर भरणाऱ्यांची संख्या अतिशय कमी आहे. १९९०मध्ये एकूण चालू महसुली उत्पन्नाच्या १५.४% उत्पन्न प्राप्तीकर, नफ्यावरील कर व भांडवली नफा कराच्या उत्पन्नातून जमा झाले. हेच प्रमाण अमेरिकेत ५१.६%, कॅनडात ५३.७%, जपानमध्ये ७१.२% तर इंग्लंडमध्ये ४०.३% होते. यावरून भारतात एकूण महसूल प्राप्तीकर व संलग्न कराचा हिस्सा अतिशय कमी आहे, हे स्पष्ट होते. त्यासाठी अनेक अप्रत्यक्ष कर रद्द करून त्याऐवजी एकच अप्रत्यक्ष कर 'व्हॅट' लावण्याचे योजले. १९९१ नंतर भारतात कर सुधारणा झाल्या तरी त्यात त्रुटी दिसून येतात; १ जुलै २०१७ पासून वस्तू व सेवाकर (GST) लागू करण्यात आला.

३) भाववाढ आटोक्यात नाही : भाववाढीवर नियंत्रण ठेवणे हेसुद्धा कर आकारणीचे उद्दिष्ट असते. नव्या करधोरणात भाववाढीकडे पूर्णपणे दुर्लक्ष झालेले आहे. प्रत्यक्ष कररचनेवर व विशेषत: प्राप्ती करावर भाववाढीचे विपरीत परिणाम होताना दिसून येतात. कर आकारणीसाठी उत्पन्नाचे केलेले टप्पे, करात दिल्या जाणाऱ्या सवलती या बाबी भाववाढीमुळे निष्प्रभ होतात.

थोडक्यात, भारतीय लोकांचे दरडोई उत्पन्न कमी असल्याने प्राप्तीकरदात्यांची संख्या कमी आहे. त्यामुळे प्राप्तीकर, संपत्तीकर, नफ्यावरील कर इ. प्रत्यक्ष करांच्या स्वरूपात पुरेशा प्रमाणात सरकारला उत्पन्न मिळत नाही. वाढत्या लोकसंख्येच्या सामाजिक गरजा भागविण्यासाठी व कल्याणकारी योजना राबविण्यासाठी मोठ्या प्रमाणात खर्च करावा लागतो. त्यामुळे उत्पन्न मिळविण्याच्या दृष्टीने प्रत्यक्ष करापेक्षा अप्रत्यक्ष करांना अधिक महत्त्व द्यावे लागते. देशाचा जलद आर्थिक विकास करण्यासाठी लागणारा पैसा जमा करण्यासाठी जास्तीतजास्त लोकांना करकक्षेत आणण्यासाठी प्रत्यक्ष व अप्रत्यक्ष करांना सारखेच महत्त्व दिले जाते. मात्र, प्रत्यक्ष करांपेक्षा अप्रत्यक्ष करांना कररचनेत अधिक महत्त्वाचे स्थान देण्यात आले.

४) सार्वजनिक खर्च : राजकोषीय धोरणाचे हे एक महत्त्वाचे साधन आहे. सध्या या साधनाला अधिक महत्त्व दिले जाते. राज्यांची सरकारे आधुनिक काळात वार्षिक राष्ट्रीय उत्पन्नांपैकी जवळ जवळ १/४ उत्पन्न खर्च करीत असतात. सार्वजनिक खर्च दोन कारणांसाठी केला जातो-

अ) सार्वजनिक कल्याणकारी योजना कार्यवाहीत आणणे. उदा. रस्ते, पूल, विद्युत पुरवठा, धरणे, कालवे, आरोग्य, शिक्षण, अन्यायव्यवस्था, अंतर्गत सुरक्षा, अत्यावश्यक सेवा, दूरध्वनी, दूरसंचार, टपाल व तार इ. अशा रीतीने हे क्षेत्र खूपच व्यापक आहे; त्यावरचा खर्चसुद्धा मोठा असतो.

ब) शासकीय प्रशासन चालविण्यासाठी शासकीय ऑफिस व त्यावरील कर्मचारी यावरील खर्च, पगार, वेतन, भत्ते, सानुग्रह अनुदान इ. विषयक धोरण ठरवून त्याप्रमाणे प्रत्येक वर्षी अंदाजपत्रकात तरतूद केली जाते.

१९८७-८८ पासून एकूण सार्वजनिक खर्चाचे दोन गटांत वर्गीकरण करण्यात येते- १) योजना खर्च, २) योजनेतर खर्च.

जमा केलेला महसूल (उत्पन्न) निरनिराळ्या क्षेत्रांत योग्य वाटप केल्यास त्या क्षेत्रातील वाढ होऊन आर्थिक विकास होण्यास मदत होते. आर्थिक विकासाचे उद्दिष्ट गाठण्यासाठी खर्चाची गुणवत्ता वाढवावी लागते; म्हणजेच खर्चामुळे सामाजिक व्ययासह

राजकोषीय असमतोलात सुधारणा झाली पाहिजे. तसेच योजनेतर खर्चापेक्षा योजना खर्च वाढवून खर्चाची काटकसर करता आली पाहिजे. त्यामुळे विकासेतर खर्च कमी होऊन विकास खर्चात वाढ होते. परिणामी विकासाला चालना मिळते.

योजना खर्च : पंचवार्षिक योजना काळातील नव्याने प्रस्तावित केलेल्या विकासाच्या योजना किंवा प्रकल्पांवर उदा. शेती, उद्योग, ऊर्जा, दळणवळण, वाहतूक, ग्रामीण विकास, शिक्षण, आरोग्य इ. वर केलेला भांडवली व महसुली खर्च म्हणजे 'योजना खर्च' होय. हा खर्च उत्पादन क्षेत्रांची उत्पादकता वाढविणारी गुंतवणूकच असते.

योजनेतर खर्च : हासुद्धा महसुली व भांडवली असतो. महसुली योजनेतर खर्चात व्याज, निवृत्तीवेतन, अनुदाने, संरक्षण, वित्तआयोगाकडून राज्याला दिला जाणारा कर महसुलातील हिस्सा, टांकसाळ, अगोदरच्या पंचवार्षिक योजनाकाळात अपूर्ण राहिलेल्या योजना किंवा प्रकल्पावरील चालू पंचवार्षिक योजनेत केलेला खर्च आणि योजनाकाळात पूर्ण झालेल्या योजना प्रकल्पांच्या परिकक्षांवरील खर्च यांचा समावेश होतो. भांडवली खात्यावरील योजनेतर खर्चात प्रामुख्याने केंद्र सरकारने राज्य आणि केंद्रशासित प्रदेशांना व इतर देशांना दिलेली कर्जे यांचा समावेश असतो. थोडक्यात, योजना खर्च, उत्पादनक्षमता वाढविणारा अथवा मालमत्ता निर्माण करणारा असतो; तर योजनेतर खर्च फक्त वाढलेल्या उत्पादनक्षमतेचो किंवा निर्माण केलेल्या मालमत्तेची परिरक्षा करणाराच असतो किंवा सरकारचा दैनंदिन आर्थिक व्यवहार अखंडपणे चालू राहण्यासाठी असतो. योजनेतर खर्चात मोठ्या प्रमाणावर वाढ म्हणजे आर्थिक संकट ओढवून घेणेच असते म्हणून योजना खर्च जास्त करणे फायदेशीर असल्यामुळे त्यात सातत्याने वाढ कशी होईल यासाठी प्रयत्न केला जाणे आवश्यक असते. १९९१ पासूनचा विचार करता भारत सरकारला योजना खर्चापेक्षा योजनेतर खर्चच जास्त करावा लागला आहे. त्यामुळे खर्चाची गुणवत्ता किती ढासळलेली आहे हे दिसून येते. १९९१-९२मध्ये योजनेतर खर्च एकूण खर्चाच्या ७२% होता. तो १९९८-९९मध्ये ७६% पर्यंत वाढला मात्र २००३-०४मध्ये कमी होऊन ७४% झाला. कमी न होणारा हा योजनेतर खर्च वाढण्यास केंद्र सरकारच्या महसुली शिलक्रीतील प्रचंड घसरण बऱ्याच प्रमाणात जबाबदार आहे, असेच म्हणावे लागते. चालू खात्यावरील जमा केलेल्या स्वत:च्या महसुलापेक्षा त्याच खात्यावरील योजनेतर खर्च कमी केला गेल्यास महसुली शिल्लक निर्माण होते. ही शिल्लक नेहमी लाभदायक असते कारण तिचा उपयोग योजना खर्च किंवा उत्पादनक्षमता वाढविणाऱ्या योजनांमध्ये गुंतवणूक करण्यासाठी सहजपणे करता येऊ शकतो. परंतु चालू खात्यावरील महसुलापेक्षा त्याच खात्यावरील योजनेतर खर्च जास्त केल्यास महसुली शिलकीत घट होऊन मोठ्या प्रमाणावर तूटही निर्माण होऊ शकते; असे होणे म्हणजे स्वत:च्या महसुली

मिळकतीपेक्षा जास्तीचा खर्च करणे होय. नेमके हेच केंद्र सरकारच्या महसुली शिलकीच्या संदर्भात गेल्या काही वर्षांपासून घडत आहे. १९९१-९२ यावर्षी केंद्र सरकारने चालू खात्यावरील स्वत:च्या महसुली मिळकतीपेक्षा जास्तीचे रु. ६०९२ कोटी योजनेतर बाबींवर खर्च केले. १९९८-९९मध्ये रु. ३६४९२ कोटी २०००-०१मध्ये रु. ४६५३१ कोटी आणि २००१-०२मध्ये रु. ५५७९२ कोटी रु. एवढे अधिक खर्च केले. २००२-०३मध्ये मात्र थोडे कमी म्हणजे रु. ४९,८७७ कोटी रु. खर्च केले. या तेरा वर्षांत हा खर्च साठेआठ पटींपेक्षा अधिक वाढलेला आहे. हा खर्च व्याज, संरक्षण, अर्थसाहाय्य, प्रशासन, राज्यांना दिली जाणारी अनुदाने, इ. वरील अनुत्पादक खर्च भागविण्यासाठीच केला आहे. या तेरा वर्षांत केंद्र सरकारने व्याजापोटी दरवर्षी एकूण खर्चाच्या सरासरी २८% संरक्षणावर, १४.६% अर्थसाहाय्यासाठी ८.६% खर्च केला. एकूण खर्चाच्या ५१% खर्च तर या तीन बाबींवर झालेला आहे. उत्पादनाची क्षमता वाढविणारी गुंतवणूकच कमी झाली आहे, हे स्पष्ट होते. १९९१-९२ यावर्षी एकूण खर्चाच्या फक्त २८% खर्च उत्पादन क्षमता वाढविण्यासाठी केला. १९९३-९४ यावर्षीपर्यंत हा ३०.८% पर्यंत वाढला. परंतु नंतरच्या काळात तो ३०% पर्यंत कधीच वाढला नाही. १९९१ ते २००३ या काळात हा खर्च एकूण खर्चाच्या सरासरी फक्त २७% च झाला. यामुळे शेती, ग्रामीण विकास, शिक्षण, आरोग्य यांसारख्या मूलभूत सोयी उपलब्ध करण्यासाठी होणाऱ्या खर्चावर दुर्दैवाने बराच मोठा फटका बसला आहे. आजही शेती व्यवसायावर अवलंबून असणारी बरीच लोकसंख्या ग्रामीण भागात राहात आहे. अशा वेळी ग्रामीण विकासाबरोबरच शेती व संलग्न सेवा, जलसिंचनांच्या सोयी उपलब्ध करण्यासाठी जास्त खर्च करण्याची आवश्यकता असताना १९९१ ते २००३ पर्यंत भारत सरकारने सरासरी अनुक्रमे २.५% आणि १.२% एवढाच खर्च केला. एवढेच नव्हे तर शिक्षण आणि आरोग्य यांसारख्या मूलभूत आणि अत्यावश्यक सोयी उपलब्ध करून देण्याची सरकारची जबाबदारी असूनही अनुक्रमे सरासरी फक्त १.३% आणि १.२% एवढा कमी खर्च केला; म्हणजेच हे परिपक्व राजकोषीय धोरण व्यवस्थापनाचे लक्षण नाही, हेच म्हणावे लागते.

तक्ता क्र. १४.१

केंद्रसरकारचे उत्पन्न आणि खर्चाच्या प्रवृत्ती व त्याचे GDP शी प्रमाण (%)

	२०१० -११	२०११ -१२	२०१२ -१३	२०१६ -१७ प्रत्यक्ष	२०१७ -१८ अंदाजपत्रक
१) महसुली उत्पन्न	१०.१	८.३	८.७	९.१	९.०
२) एकूण कर महसूल	१०.२	९.९	१०.२	९.१	९.०
३) भांडवली उत्पन्न	५.२	६.१	५.३	४.०	३.७
४) कर्जाव्यतिरिक्त उत्पन्न	१०.६	८.८	९.१	९.५	९.५
५) एकूण उत्पन्न	१५.४	१४.५	१३.९	१३.००	१२.७
६) एकूण खर्च	१५.४	१४.५	१३.९	१३.००	१२.७
अ) महसूल खर्च	१३.४	१२.७	१२.३	११.२	१०.९
ब) भांडवली खर्च	२.०	१.८	१.६	१.९	१.८
अ) बिगर योजना खर्च	१०.५	९.९	९.९	NA	NA
ब) योजना खर्च	४.९	४.६	४.१	NA	NA

(Source - Economic Survey 2014-15, Volume II - P.25, Economic Survey 2017-18, Volume I, Page A 60)

कर्जाव्यतिरिक्त उत्पन्न : २०१३-१४च्या तुलनेत २०१४-१५मध्ये १८.६ टक्क्याने कर्जाव्यतिरिक्तचे उत्पन्न वाढले आहे. महसुली उत्पन्नात २०१४-१५मध्ये ११.९० लाख कोटींचे होते त्यात निव्वळ करापासून उत्पन्न ९.७७ लाख कोटींचे व कराव्यतिरिक्तचे उत्पन्न २.१२ लाख कोटींचे होते.

कर महसूल : वित्तीय सुधारणा आणि अंदाजपत्रक व्यवस्थापन कायदा २००३ नुसार २००४-०५ ते २००७-०८ या काळात एकूणच वित्तीय सुधारणा झाली. विशेषत: कराच्या उत्पन्नात वाढ झाली हे पुढील तक्त्यावरून दिसून येते.

तक्ता क्र. १४.२

कर महसूल (लाख कोटी रुपये)

	एकूण कर महसूल	कॉर्पोरेशन कर (निगम कर)	उत्पन्न कर	कस्टम ड्युटी (जकाती)	केंद्रीय अतिरिक्त शुल्क	सेवा कर
२०१०-११	७.९३	२.९९	१.३९	१.३६	१.३८	०.७१
२०११-१२	८.८९	३.२३	१.६४	१.४९	१.४५	०.९८
२०१२-१३	१०.३६	३.५६	१.९७	१.६५	१.७६	१.३३
२०१३-१४ (सुधारित)	११.३९	३.९५	२.३८	१.७२	१.६९	१.५५
२०१४-१५ अंदाजपत्रकीय	१३.६५	४.५१	२.७८	२.०२	२.०६	२.१६

(Source - Economic Survey 2014-15, Volume II - p. 26)

एकूण कर महसुलात ११.६५ लाख कोटी रुपयांपर्यंत वाढ झाली. ती २०११-१२ मध्ये ७.९३ लाख कोटी होती; तर उत्पन्न करात २.७८ लाख कोटींपर्यंत वाढ झाली तर सेवा करात लक्षणीय वाढ झाल्याचे दिसून येते; २०१०-११मध्ये सेवा कर ०.७१ लाख कोटी रु. होता तो २०१४-१५मध्ये २.१६ लाख कोटी रुपयांपर्यंत वाढला.

२०१५-१६च्या अंदाजपत्रकात प्रत्यक्ष कर वसुली १४.४९ लाख कोटी होईल असे स्पष्ट केले. १ एप्रिल २०१६ पासून राज्यांमध्ये प्रत्यक्ष कर प्रणाली अंतर्गत वस्तू सेवा कर लागू केला जाणार आहे, स्पर्धात्मक प्रत्यक्ष कर प्रणाली लागू करणार जी स्थिर आणि विवेचनकारी असेल.

चार वर्षांत कार्पोरेट करांचे सर्वसाधारण दर ३० टक्क्यांवरून २५ टक्क्यांपर्यंत कमी केले जातील.

मालावरील सीमा शुल्क कमी करण्यात आले आहे. सेवा करात सरसकट २ टक्के वाढ करून तो १२.३६ टक्क्यांवरून १४ टक्के केला आहे. त्यामुळे काही प्रमाणात महागाई वाढण्यास प्रोत्साहन मिळेल कारण त्याचा सरळ परिणाम ग्राहकांच्या पैशांवर होणार आहे.

२८ फेब्रुवारी २०१५ रोजी अर्थमंत्री श्री. अरुण जेटली यांनी २०१५-१६ चा अर्थसंकल्प सादर करताना देशाचा विकास घडवून आणण्यासाठी राज्यांच्या विकासाला महत्त्व देण्यात आले. त्यासाठी त्यांनी 'टिम इंडिया' तयार करण्यावर भर दिला. विविध योजना आणि विकास कार्यावर खर्च करण्यासाठी ४,६५,२७७ कोटी रुपयांची तरतूद केली आहे.

तक्ता क्र. १४.३

केंद्र सरकारचे उत्पन्न (लाख कोटी रुपये) (एप्रिल ते नोव्हेंबर)

	२०१५-१६	२०१६-१७	२०१७-१८
एकूण स्थूल कर महसूल	७.६८	९.३३	१०.८७
निव्वळ कर महसूल (केंद्र)	४.६५	६.२१	६.९९
करेतर महसूल	१.७३	१.७५	१.०५
महसुली उत्पन्न	६.३८	७.९६	८.०५
कर्जेतर भांडवली उत्पन्न	०.२१	०.३३	०.६२
कर्जेतर उत्पन्न	६.५९	८.२९	८.६७

(संदर्भ - आर्थिक सर्व्हे सन २०१७-१८ भाग - १, पान २९)

केंद्र सरकारच्या एकूण कर महसुलात वाढ होताना दिसून येते जसे सन २०१५-१६ मध्ये ७.६८ लाख कोटी रुपयांवरून २०१७-१८मध्ये १०.८७ लाख कोटी रुपयांपर्यंत वाढला; तर करेतर महसुलात घट होत आहे जसे सन २०१५-१६मध्ये १.७३ लाख कोटींवरून २०१७-१८मध्ये १.०५ लाख कोटी रुपयांपर्यंत कमी झाला. कर्जेतर उत्पन्नात वाढ होताना दिसून येते जसे सन २०१५-१६मध्ये ६.५९ लाख कोटींवरून २०१७-१८मध्ये ८.६७ लाख कोटी रुपयांपर्यंत वाढले.

३) सार्वजनिक कर्ज : राजकोषीय धोरणात सार्वजनिक कर्जाला महत्त्व दिले जाते. सार्वजनिक कर्ज उभारण्याचे धोरण कौशल्याने वापरावे लागते. सार्वजनिक कर्जाचा उपयोग सार्वजनिक विभागात वाढ करणे, विहिरी खोदण्यासाठी आर्थिक मदत करणे, लहान पाणी पुरवठा करणाऱ्या योजनांना साहाय्य करणे इ. साठी सार्वजनिक कर्जाचा उपयोग होतो. केंद्र सरकारची भांडवली जमा उभारलेल्या कर्जापेक्षा फारच कमी म्हणजे १९९१ ते २००३-०४ या वर्षात दरवर्षी सरासरी फक्त ६.६% च होती. त्यामुळेच सरकारने अंतर्गत आणि बाह्य कर्ज उभारणीवर भर दिला. अंतर्गत कर्जे पुढील

मार्गाने काढली-

१) वित्तीय बाजारातील कर्ज १९९१-९२मध्ये ७.१%; ९२-९३ यावर्षी एकूण महसुलाच्या फारच कमी म्हणजे ३.४% एवढेच होते. १९९८-९९ यावर्षी २४% पर्यंत वाढ झाली. नंतर २००२-०३ पर्यंत अल्पशी घट झाली असली तरी २२.५% पेक्षा कमी झाली नाही. मात्र, हे प्रमाण २००३-०४मध्ये १८.७% पर्यंत घसरले.

२) अल्पबचत म्हणजेच केंद्र सरकार पोस्ट खात्यातील अल्पबचत, आवर्ती ठेवी, राष्ट्रीय बचत प्रमाणपत्र इ. मार्गाने जमा झालेल्या रकमेतून तसेच भविष्यनिर्वाह निधीतून ही उचल घेत असते. १९९१-९२ यावर्षी घेतलेली उचल ६.४% वरून १९९७-९८ यावर्षी १०.५% पर्यंत वाढली. २००१-०२मध्ये तर २.४% पर्यंत घटली. नंतरच्या काळात तर वरील बचतीतून काहीच मिळाले नाही.

२००२-०३ पासून या निधीमधील संपूर्ण निव्वळ रक्कम राज्याच्या कर्ज रोख्यात गुंतविली असल्यामुळे केंद्र सरकारला अल्पबचत निधीतून एकही पैसा मिळाला नाही.

३) विशेष ठेवी म्हणजे बिगर सरकारी भविष्यनिर्वाह निधी, राज्यकामगार विमा महामंडळ, आयुर्विमा महामंडळ इ. कडील अतिरिक्त निधी यातूनही केंद्र सरकार उचल करीत असते. १९९१ ते २००३-०४ या काळात ही उचल जवळजवळ ६% ने कमी झाली आहे.

४) विदेशी कर्ज तर अंतर्गत कर्जाच्या तुलनेने अतिशय कमी उचलले आहे. १९९१-९२ यावर्षी ५.२% काढलेले कर्ज २००१-०२मध्ये तर फक्त १.५% एवढेच घेतले गेले.

५) इतर कर्जात रेल्वे, राखीव निधी, कर्ज रोखे इ. नाणेनिधी, १९९१-९२ यावर्षी ती १.८% बँक, आंतरराष्ट्रीय विकास संघटना यांच्याकडूनही केंद्राने कर्जे घेतली. १९९१-९२ यावर्षी ती १.८% होती; ती २००३-०४ मध्ये ९.३% झाली.

एकूणच केंद्र सरकारने वरील सर्व मार्गांनी १९९१-९२ यावर्षी एकूण महसुलाच्या २८.८% कर्जे उभी केली. त्यात ९६-९७मध्ये ३०.६%, ९७-९८मध्ये ३५.५% तर २००१-०२मध्ये ३९.२% पर्यंत वाढ झाली. नंतर २००२-०३मध्ये ३४.८% आणि २००३-०४मध्ये २६.८% पर्यंत कमी झाली. यावरून असे स्पष्ट होते की, केंद्र सरकार विकासाचे उद्दिष्ट गाठण्यासाठी महसुलासाठी परावलंबी आहे. १९९१ ते २००३-०४ या काळात केंद्र सरकारला सरासरी ३३.७% कर्जे काढावी लागली आणि दरवर्षी सरासरी ६६.३% च महसूल गोळा करण्याची कुवत होती.

थकबाकीत वाढ : भारत सरकारने कर्जे काढली मात्र या कर्जाची थकबाकी वाढत गेली; म्हणजेच कर्जाचा योग्य उपयोग केला गेला नाही; म्हणूनच वाढीव थकबाकीमुळे

कर्जाचा डोंगर उभा राहिला आहे. आर्थिक अरिष्टाला हे कारण मिळते. गेल्या १९९१ ते २००३-०४ पर्यंत थकबाकी जवळजवळ पाच पटीने वाढली. एकूण थकबाकीमध्ये परकीय कर्जाच्या थकबाकीचे प्रमाण कमीच आहे. परंतु अंतर्गत कर्जाची थकबाकी १९९१-९२ यावर्षी ४८.७% वरून १९९९-२००० पर्यंत, तर ६९.९% पर्यंत वाढली; नंतर ती कमी होऊन २००३-०४मध्ये ६५.७% झाली. परंतु या काळात बऱ्याच मोठ्या प्रमाणात म्हणजे १९% नी थकबाकीत वाढ झाल्याचे स्पष्ट होते. इतर कर्जाच्या थकबाकीत १९९१-९२मध्ये ४०.९% वरून ९७-९८मध्ये ४२.९% पर्यंत वाढून ती २००३-०४मध्ये ३१.६% झाली. यावरून असे दिसून येते की, परकीय कर्जांच्या थकबाकीपेक्षा अंतर्गत कर्जाच्या थकबाकीचे प्रमाण अधिक आहे. देशाच्या राष्ट्रीय उत्पन्नाच्या एकूण कर्ज थकबाकी ५७.५% होती; ती २००२-०३मध्ये ६३.१% पर्यंत झाली.

भारत न पेलवेल एवढ्या कर्जाच्या ओझ्याखाली असूनसुद्धा केंद्र सरकार सार्वजनिक क्षेत्रातील उद्योग उपक्रमांना अर्थसंकल्प बाह्य उचललेल्या कर्जाची हमी घेतच आहे. या हमीची रक्कम २००२मध्ये ९५,८५९ कोटींपर्यंत गेली. जी राष्ट्रीय उत्पन्नाच्या ४.२% आहे. कर्जाच्या थकबाकीचे प्रमाण ही चिंतेची बाब आहे.

मार्च २०१३मध्ये भारतावरील कर्ज मार्च २०१४ पर्यंत ४४०.६ अब्ज डॉलर्स एवढे झाले, ही वाढ ३१.२ अब्ज डॉलर्सची आहे.

मार्च २०१४ मधील परकीय कर्ज जी. डी. पी.च्या २३.३ टक्के होते, एकूण परकीय कर्जांपैकी ८९.२ अब्ज डॉलर्स अल्पकालीन कर्ज होते तर ३५१.४ अब्ज डॉलर्स दीर्घकालीन कर्ज होते.

सप्टेंबर २०१७च्या अखेर भारतावरील परकीय कर्ज ४७१.९ अब्ज डॉलर एवढे होते. ते जी.डी.पी.च्या २०.२ टक्के होते. सन २०१५-१६ या आर्थिक वर्षात याचे प्रमाण जी.डी.पी.च्या २३.५ टक्के (४८५ अब्ज डॉलर) एवढे होते.

एकूण परकीय कर्जांपैकी सरकारी कर्जाचे प्रमाण मार्च २०१४ अखेर १८.५ टक्के होते तर बिगर सरकारी कर्जाचे प्रमाण मार्च २०१४ अखेर ८१.५ टक्के होते.

विकसनशील देशांपैकी २०१२मध्ये भारत तिसरा सर्वांत मोठा कर्जबाजारी देश होता.

४) तुटीचा अर्थभरणा : तुटीच्या अर्थभरण्यामुळे शासनाला खरेदी शक्तीचा लाभ होतो. सरकार जादा पैसा उभा करण्यासाठी तुटीचा अर्थभरणा करते; म्हणजेच उत्पन्न व खर्च यामधील तफावत दूर करण्यासाठी.

देशाच्या आर्थिक विकासासाठी आवश्यक ती वित्तीय साधनसामग्री कर; सार्वजनिक कर्जे इ. मार्गांनी पुरेशा प्रमाणात उपलब्ध न झाल्यास तुटीच्या अर्थभरण्याचा मार्ग

अवलंबिला जातो. तुटीच्या अर्थभरण्याने उत्पादन व रोजगारात वाढ घडवून आणण्याचा प्रयत्न केला जातो. विशेषत: आर्थिक मंदीच्या काळात तुटीचा अर्थभरणा अर्थव्यवस्थेला पुनरुज्जीवन देणारा ठरतो. मात्र, तुटीचा अर्थभरणा केल्याने आर्थिक विकासासाठी आवश्यक असणारी वास्तव सामग्री नव्याने निर्माण होत नाही.

भारतात विकास योजनांचा व विकासेतर अवाढव्य खर्च महसुलाच्या नेहमीच्या मार्गांनी भागविण्यासाठी सतत तुटीच्या अर्थभरण्याचा अवलंब केलेला दिसून येतो. त्यामुळे भाववाढीचा धोका, उपभोगात सक्तीची घरे, साठेबाजी, आवश्यक गुंतवणूक, पतनिर्मितीत अवास्तव वाढ, सरकारकडून पैशांची अनावश्यक उधळपट्टी इ. ची शक्यता असते. त्यासाठी वस्तू व सेवांचे उत्पादन जलदगतीने वाढविणे हाच तुटीच्या अर्थभरण्याचे दोष टाळण्याचा मार्ग आहे.

भारतात महसुली, राजकोषीय आणि प्राथमिक तूट १९९१ ते २०१४-१५ पर्यंत सतत वाढल्याचे दिसून येते. सन २०१५-१६मध्ये राजकोषीय तूट आणि प्राथमिक तुटीच्या तुलनेत महसुली तूट थोडी कमी झाली. सन २०१६-१७ ते २०१८-१९मध्ये महसुली तूट ३,१६,३८१ कोटी रुपयांवरून ४,१६,०३४ कोटी रुपयांपर्यंत वाढली.

राजकोषीय तूट याच काळात ५,३५,६१८ कोटींवरून ६,२४,२७६ कोटींपर्यंत वाढली तर प्राथमिक तूट ५४९०४ कोटींवरून ४८४८१ कोटींपर्यंत कमी झाली. सरकारने स्वत:च्या मिळकतीच्या मर्यादेत महसुली खर्च केला असता तर राजकोषीय तूट भरून काढण्यासाठी उभारलेल्या कर्जाचा उपयोग उत्पादन वाढविणारी गुंतवणूक करून आर्थिक विकासाला वेग देता आला असता; पण महसुली जमेपेक्षा महसुली खर्चात सतत वाढ होऊन महसुली तूट वाढल्याने राजकोषीय तुटीतही प्रचंड वाढ झाली. परिणामी, मोठ्या प्रमाणावर कर्जे काढावी लागली. एवढी मोठी कर्जे उभारून शेवटी अनुत्पादक बाबींवर जास्त आणि उत्पादकता वाढविणाऱ्या बाबींवर कमी खर्च केला गेला. राजकोषीय तूट भरून काढण्यासाठी काढलेल्या कर्जाचा उपयोग सातत्याने जास्त प्रमाणात अनुत्पादक खर्च भागविण्यासाठी केल्यामुळे भांडवल गुंतवणुकीकडे दुर्लक्ष झाले आणि न पेलवेल एवढे कर्जाचे ओझे वाढले.

त्यासाठी महसुली जमेत वाढ झाली पाहिजे. त्यामुळे महसुली तूट कमी होईल परिणामी राजकोषीय तुटीतही घट होऊन डोंगराएवढ्या उभ्या केलेल्या कर्जाचे ओझे कमी होईल.

१४.५ विकसनशील अर्थव्यवस्थेतील राजकोषीय धोरण (Fiscal Policy in Developing Economy)

विकसनशील देशात आर्थिक विकास घडवून आणण्यासाठी राजकोषीय धोरण महत्त्वपूर्ण ठरते. त्यासाठी सरकारला महत्त्वपूर्ण भूमिका पार पाडावी लागते. विकसनशील अर्थव्यवस्थेत पुढील बाबींच्या विकासासाठी राजकोषीय धोरण महत्त्वाचे ठरते -

१) विकसनशील देशात बेरोजगार, दारिद्र्य इ. सारख्या समस्या असल्याने त्या सोडविण्यासाठी आर्थिक विकास घडवून आणणे महत्त्वाचे असते. राजकोषीय धोरण आर्थिक विकासासाठी महत्त्वाचे ठरते. विविध प्रकारची कर आकारणी करून उत्पन्न मिळविले जाते. ज्या क्षेत्रात गुंतवणूक होत नाही अशा ठिकाणी सरकार गुंतवणूक करते जसे दळणवळण व्यवस्था, ऊर्जा विकास, अवजड उद्योग इ. परिणामी देशाच्या अर्थव्यवस्थेचा विकास वेगाने वाढतो.

२) अर्थव्यवस्थेतील उत्पन्न वाढविण्यासाठी राजकोषीय धोरण उपयोगाचे ठरते. विकसनशील देशात उत्पन्न व संपत्तीचे विषम वाटप झालेले दिसून येते, त्यासाठी राजकोषीय धोरणाद्वारे करांच्या रूपाने श्रीमंतांकडून जास्तीतजास्त कर गोळा केला जातो व त्या जमा झालेल्या पैशांतून गरिबांसाठी कल्याणकारी योजना राबविल्या जातात, त्यामुळे उत्पन्नातील विषमता कमी होण्याला मदत होते.

३) विकसनशील देशात बेकारीचे प्रमाण मोठे असते, ग्रामीण भागात लोकसंख्येचे प्रमाण मोठे असते तर भांडवल गुंतवणूक कमी असते. त्यासाठी श्रमप्रधान तंत्राचा जास्तीतजास्त उपयोग करून रोजगार वाढविण्याचा प्रयत्न केला जातो. तसेच योग्य ती गुंतवणूक करण्याचा प्रयत्न केला जातो, त्या मागे रोजगार संधीत वाढ होणे, हा उद्देश असतो.

४) राजकोषीय धोरणात खासगी व सार्वजनिक क्षेत्रात गुंतवणूक वाढ करणे हा उद्देश असतो. सरकार सार्वजनिक क्षेत्रात गुंतवणूक वाढविण्याचा प्रयत्न करून खासगी क्षेत्रातील गुंतवणुकीला प्रेरणा देते; उपभोग कमी करून गुंतवणुकीत वाढ करण्याचा सरकारचा प्रयत्न असतो. तसेच बचतीला प्रोत्साहन दिले जाते. अशा प्रकारे विकसनशील देशात सरकारचे धोरण असते.

५) विकसनशील देशात भांडवलाची टंचाई असते, आर्थिक विकासासाठी सरकार राजकोषीय धोरणाचा अवलंब करते. कर आकारणीच्या साहाय्याने वित्तीय साधनसामग्री उभारण्याचा प्रयत्न केला जातो. विकसनशील देशात वेतनाची पातळी अल्प असते. उत्पन्नात विषमता असते त्यामुळे त्याचा परिणाम भांडवल

निर्मितीवर होतो. त्यासाठी सरकार भांडवल निर्मितीवर भर देते.

६) विकसनशील देशात आर्थिक विकासासाठी मोठ्या प्रमाणावर गुंतवणूक केली जाते त्यामुळे खर्चाचे प्रमाण वाढते व चलनवाढ निर्माण होते; त्यासाठी राजकोषीय धोरण महत्त्वपूर्ण ठरते. किंमत स्थैर्य निर्माण करण्याचा प्रयत्न राजकोषीय धोरणाद्वारे केला जातो. करांचे प्रमाण वाढवून पैशांत घट करण्याचा प्रयत्न केला जातो. अशा प्रकारे चलन वाढीला आळा घालण्याचा प्रयत्न केला जातो.

१४.६ आर्थिक स्थैर्य प्रस्थापित करणारी राजकोषीय साधने (Fiscal Policy for Stabilisation)

आर्थिक स्थैर्य प्राप्त करणारे अंतर्रचित आणि स्वेच्छाधीन अशी दोन स्थिरके आहेत. या दोन्ही स्थिरकांद्वारे अर्थव्यवस्थेत स्थैर्य प्राप्त करून देण्यात येते. या स्थिरकांना 'राजकोषीय साधने' म्हटले जाते.

अ) अंतर्रचित स्थिरके (Automatic Stabilisers)

अंतर्रचित स्थिरकाद्वारे अर्थव्यवस्थेत स्थैर्य प्राप्त होत असते जसे व्यक्तिगत उत्पन्न कर, निगम उत्पन्न कर, हस्तांतरित प्रदान इ.

तेजी अथवा मंदी नियंत्रणात आणण्यासाठी अविभेदी (non-discreationary) राजकोषीय धोरण वापरण्यात येते. या धोरणात राष्ट्रीय उत्पन्नातील बदलाप्रमाणे कर व शासकीय खर्चात आपोआप योग्य दिशेने बदल होतो; म्हणजेच आपोआप मंदीच्या काळात एकूण मागणीत वाढ होते व तेजीच्या काळात एकूण मागणीत घट होते. त्यामुळे आर्थिक स्थैर्य निर्माण होण्यास मदत होते. यामध्ये सरकारला जाणीवपूर्वक कोणतीही कृती करण्याची गरज नसते.

यामध्ये अंतर्रचित स्थिरकात वैयक्तिक उत्पन्न कर, निगम किंवा कंपनी कर व हस्तांतरित देणे (Transfor payment) यांचा समावेश होतो.

प्राप्तीकर अथवा व्यक्तिगत उत्पन्नाची अशी रचना केलेली असते की, करापासून मिळणारी प्राप्ती ही उत्पन्नातील बदलानुसार बदलते जसे तेजीच्या काळात लोकांचे उत्पन्न वाढते, त्यामुळे उत्पन्न करांपासून अधिक प्राप्ती होते तर मंदीच्या काळात लोकांच्या उत्पन्नात घट झाल्यामुळे करांपासून उत्पन्न कमी मिळते; म्हणजेच तेजीच्या काळात एकूण मागणीत घट होणे व मंदीच्या काळात मागणीत वाढ होणे शक्य होते.

कंपनीकरामध्ये कंपन्यांतील नफ्यातील काही भाग कर म्हणून सरकारला दिला जातो. जेव्हा तेजी असते तेव्हा कंपन्यांच्या नफ्यात वाढ होते. त्यामुळे सरकारला अधिक

कर मिळतो, तर मंदीच्या काळात कंपन्यांचा नफा घटतो त्यामुळे सरकारला कमी कर मिळतो. त्यातून मागणीत वाढ होण्याला मदत होते आणि तेजीच्या काळात मागणीत घट घडून येण्याला मदत होते.

हस्तांतरित रकमेचा उपयोग मंदीच्या काळात सरकार बेकारी भत्ता व कल्याणकारी कार्यक्रमांवर खर्च करते. त्यामुळे लोकांचे उत्पन्न वाढून उपभोगात वाढ होते त्यामुळे मंदीची तीव्रता कमी होण्याला मदत होते; तर तेजीच्या काळात बेकारीत घट होते अशा प्रकारे अंतर्रचित स्थिरकांचा आर्थिक स्थैर्य प्राप्त करण्यासाठी उपयोग होतो.

ब) स्वेच्छाधीन स्थिरके (Discretionary Stabilisation)

राजकोषीय धोरणातील स्वेच्छाधीन स्थिरके ज्यामध्ये सरकारकडून गरजेनुसार बदल केला जातो. त्यामध्ये सार्वजनिक खर्च, सार्वजनिक कर्ज, कर इ. चा समावेश होतो. अर्थव्यवस्थेतील आर्थिक चढ-उतार नाहीसे करण्यासाठी या स्वेच्छाधीन स्थिरकांचा उपयोग होतो.

अ) मंदीच्या काळातील राजकोषीय धोरण : मंदीच्या काळात सरकारी खर्चात वाढ केली जाते; जसे रस्ते, पाणलोट क्षेत्र विकास कार्यक्रम, जल सिंचन कामे इ. सार्वजनिक कामे केली जातात. त्यामुळे लोकांच्या उत्पन्नात वाढ होते तर सरकार सार्वजनिक उपक्रमांसाठी विविध वस्तू व साहित्य खरेदी करते; त्यामुळे प्रत्यक्ष व अप्रत्यक्ष परिणाम घडून येतो. साहित्य विक्रीतून लोकांना उत्पन्न वाढते. तसेच श्रमांचा पुरवठा वाढतो, त्यामुळे उत्पन्नात वाढ होते हा प्रत्यक्ष परिणाम दिसून येतो.

तर गुणकाच्या कार्यवाहीमुळे अप्रत्यक्ष परिणामसुद्धा दिसून येतो. ज्याचे उत्पन्न वाढते, त्याची सीमान्त उपभोग प्रवृत्ती वाढते. उपभोग्य वस्तुंची मागणी वाढल्याने वस्तू उद्योगात उत्पादनात वाढ केली जाते त्यामुळे बेरोजगारांना काम मिळून त्यांचे उत्पन्न वाढते. नवीन उत्पन्न खर्च केले जाते त्यामुळे गुणकाची प्रक्रिया गतिमान होते. त्यातूनच उत्पन्न, उत्पादन व रोजगार वाढतो.

मंदीच्या काळात सरकारने घेतलेले कर्ज परत केले जाते. त्यामुळे लोकांच्या उपभोगात वाढ होते. त्याचासुद्धा अनुकूल परिणाम दिसून येतो.

मंदीच्या काळात सरकार करात कपात करून उत्पादन व रोजगार वाढविण्याचा प्रयत्न करते. जेव्हा करात कपात केली जाते तेव्हा समाजाच्या खर्चयोग्य उत्पन्नात वाढ होते; त्यामुळे लोकांचा उपभोग खर्च वाढतो व अर्थव्यवस्था मंदीच्या स्थितीतून बाहेर येण्याला मदत होते. कर कपातीचा रोजगार व उत्पादन यावर उपभोग फलनातील वाढीमुळे अप्रत्यक्ष परिणाम दिसून येतो.

ब) तेजीच्या काळातील राजकोषीय धोरण : जेव्हा अर्थव्यवस्थेत चलनवाढ अथवा चलनविस्तार स्थिती निर्माण होते तेव्हा सरकार सरकारी खर्चात कपात करते. त्यामुळे लोकांच्या उत्पन्नात घट होते परिणामी लोकांचा उपभोग खर्च घटतो. त्यामुळे मागणीत घट घडून येते व त्यामुळे अतिरिक्त मागणी नियंत्रणात येते व किमती कमी होऊ लागतात व त्यामुळे चलनवाढ नियंत्रणात येते.

तसेच तेजीच्या काळात सरकार कर्ज उभारते. कर्ज रोखे विक्रीला काढल्यामुळे लोकांचा अतिरिक्त पैसा सरकारकडे जमा होतो. त्यामुळे चलनवाढ नियंत्रणात येण्याला मदत होते.

तेजीच्या काळात चलनवाढ नियंत्रणात आणण्यासाठी सरकार करात वाढ करते व त्यामुळे मागणीत घट घडून येते. करांमध्ये वाढ घडून आल्यामुळे लोकांचा उपभोग खर्च योग्य उत्पन्नात घट होते, त्यामुळे मागणीत घट होते, परिणामी किमती आटोक्यात येतात. अशा प्रकारे आर्थिक स्थैर्य प्राप्त करणारी राजकोषीय आंतर्रचित स्थिरके व स्वेच्छाधीन स्थिरके उपयोगी ठरतात.

१४.७ राजकोषीय धोरणाच्या मर्यादा (Limitations of Fiscal Policy)

राजकोषीय धोरणाच्या मर्यादा पुढीलप्रमाणे सांगता येतात -

१) कराबाबत समाजात नेहमीच विरोध होतो. कर चुकविण्यासाठी अनेक मार्गांचा अवलंब केला जातो, त्यामुळे राजकोषीय धोरणास मर्यादा येतात.

२) राजकोषीय धोरणाचा भारतासारख्या लोकशाही देशात फारसा प्रभाव पडत नाही. राजकोषीय धोरण अधिक चांगला परिणाम घडवून आणू शकत नाही.

३) राजकोषीय धोरणाची उद्दिष्टे परस्पर विसंगत दिसून येतात. उदा.पूर्ण रोजगार आणि किंमत स्थैर्य या दोन उद्दिष्टांत परस्पर संघर्ष दिसून येतो. परिणामी, राजकोषीय धोरण कोणत्याच उद्दिष्टांची पूर्तता करू शकत नाही.

४) राजकोषीय धोरण (एखादे) अंमलात आले तर यशाचे मोजमाप व्यवहारात करणे अवघड असते.

५) राजकोषीय धोरणाचा समाजातील काही लोकांवर विपरीत परिणाम होतो. चलनविस्तार रोखण्यासाठी राजकोषीय धोरणात प्रत्यक्ष करांमध्ये वाढ केल्यास त्याला श्रीमंत लोक विरोध करतात व राजकीय दबाव आणण्याचा प्रयत्न करतात. राजकोषीय धोरण परस्पर विरोधी दृष्टिकोनातून अंमलात आणले गेले तर त्याचा फारसा प्रभाव पडत नाही.

६) भविष्य काळातील अंदाज अचूक असतील तरच राजकोषीय धोरण परिणामकारक ठरते. परंतु, असे अचूक अंदाज बांधणे व्यवहारात अशक्यच कठीण असते. भावी काळातील बदल आधी समजत नाहीत, त्यामुळे राजकोषीय धोरण योग्य वेळी अंमलात आणणे कठीण असते. राजकोषीय धोरणांचे अनुकूल परिणाम होण्यास खूप अवधी लागतो.

१४.८ प्रतिपूरक वित्तव्यवस्था (Compensatory Finance)

अलीकडच्या काळात सरकारचा अर्थव्यवस्थेतील हस्तक्षेप वाढला असल्यामुळे सरकार पूर्ण रोजगार, किंमत नियंत्रण, उत्पन्न विभाजन या उद्दिष्टांच्या पूर्ततेसाठी एकूण महसुलापेक्षा खर्च अधिक करते, तेव्हा तुटीच्या अर्थभरण्याच्या साधनांचा उपयोग करते, अशा निर्माण केलेल्या पैशांस 'प्रतिपूरक वित्तव्यवस्था' म्हणतात. त्यालाच Functional Finance असे म्हटले जाते.

सराव प्रश्न :

१) राजकोषीय धोरणाची भूमिका स्पष्ट करा.
२) राजकोषीय धोरणाची उद्दिष्टे सांगा.
३) १९९१ पासूनचे राजकोषीय धोरण थोडक्यात विशद करा.
४) केंद्र सरकारच्या महसुली आणि भांडवली प्रवृत्ती स्पष्ट करा.
५) केंद्र सरकारच्या उत्पन्नाबाबत सविस्तर माहिती सांगा.
६) भारताच्या तुटीच्या अर्थभरण्याबाबत विवेचन करा.
७) विकसनशील देशाचे राजकोषीय धोरण स्पष्ट करा.
८) आर्थिक स्थैर्य प्राप्त करणारी राजकोषीय साधने स्पष्ट करा.
९) प्रतिपूरक वित्तव्यवस्थेवर टिपण तयार करा.
१०) राजकोषीय धोरणाच्या मर्यादा सांगा.

प्रकरण १५	# अंदाजपत्रक (Budget)

१५.१ प्रास्ताविक (Introduction)

प्रत्येक देशात वित्तीय प्रशासन असते. भारतात वित्तीय प्रशासन केंद्र व राज्य पातळीवर केले जाते. वित्तीय प्रशासनाची जबाबदारी अर्थमंत्र्यांवर असते. वित्तीय प्रशासन हे अंदाजपत्रक, त्याची अंमलबजावणी, खर्चाचे नियंत्रण, लेखा परीक्षण इ. गोष्टींवर अवलंबून असते. सरकारच्या उत्पन्न, खर्च आणि कर्ज यासंबंधीच्या धोरणांना व्यावहारिक रूप देण्याचे कार्य अंदाजपत्रक करते. त्यासाठी अंदाजपत्रकाचा अर्थ समजणे आवश्यक आहे.

अंदाजपत्रक किंवा अर्थसंकल्प म्हणजेच बजेट. बजेट हा शब्द Bougette या फ्रेंच शब्दापासून निर्माण झाला आहे. बजेट हा शब्द सर्वप्रथम १९३३मध्ये इंग्लंडमध्ये वापरण्यात आला. या शब्दाचा अर्थ कातडी पिशवीत भरलेले आर्थिक दस्तऐवज. वित्तीय/

आर्थिक प्रशासनाचा अर्थसंकल्प हा अत्यंत महत्त्वपूर्ण घटक आहे. कल्याणकारी राज्य या संकल्पनेमुळे अंदाजपत्रकाला अनन्यसाधारण महत्त्व प्राप्त झाले. अंदाजपत्रकातील तरतुदी आणि कार्यक्रम यांचा नागरिकांवर परिणाम होत असतो.

प्रत्यके सरकार योजना आणि अनेक कार्यक्रम हाती घेत असते. ज्यांची निश्चित उद्दिष्टे असतात. या योजना आणि कार्यक्रम चालू राहण्यासाठी आणि त्यांची योग्य अंमलबजावणी करण्यासाठी शासनाला महसूल जमा करणे व खर्च करणे या प्रक्रिया पार पाडाव्या लागतात. जेणेकरून शासन आर्थिक योजना तयार करते आणि योजनांची कार्यवाही येत्या आर्थिक वर्षामध्ये करत असते. ज्यामध्ये योजनांसाठी येणारा अंदाजे खर्च आणि भविष्यात विविध विभागांसाठी आवश्यक खर्च आणि राखीव निधी यांचा समावेश होतो. आपल्या देशात केंद्र सरकार दरवर्षी साधारणपणे फेब्रुवारी किंवा मार्च महिन्यात अर्थसंकल्प सादर करीत असते. सध्या १ फेब्रुवारी रोजी अर्थसंकल्प सादर केला जातो.

१५.२ भारताचे वित्तीय प्रशासन (Indian Financial Administration)

वित्तीय प्रशासन प्रत्येक देशात कोणत्या ना कोणत्या स्वरूपात असते. भारतात वित्तीय प्रशासन केंद्र सरकारच्या पातळीवर व राज्य सरकारच्या पातळीवर केले जाते. भारतीय प्रशासनाची व्यवस्था तीन बाबींवर आधारलेली आहे. केंद्र व राज्यात वित्तीय प्रशासनाची जबाबदारी अर्थमंत्र्यांवर सोपविलेली असते. अर्थमंत्री अंदाजपत्रक सादर करतो, त्याला संसद अथवा विधानसभेची मान्यता मिळवून घेत असतो. ज्या खर्चाला मान्यता असते ते खर्च केले जातात; तर मान्य झालेले प्राप्त केले जातात. सरकारने केलेला खर्च योग्य प्रकारे झाला की नाही त्याचे परीक्षण लेखापालांकडून केले जाते. अशा रीतीने भारतात वित्तीय प्रशासनाची व्यवस्था अंदाजपत्रक, त्याची अमंलबजावणी, खर्चाचे नियंत्रण, लेखा परीक्षण इ. गोष्टींवर अवलंबून असते.

लोकशाही देशात ज्या पाच अवस्थांतून अंदाजपत्रक सादर केले जाते तसे भारतातही सादर केले जाते- १) अंदाजपत्रक तयार करणे, २) अंदाजपत्रक सदनात सादर करणे, ३) अंदाजपत्रकावर चर्चा करणे, ४) अंदाजपत्रकावर मतदान करणे, ५) स्वीकृत अंदाजपत्रकाची अंमलबजावणी करणे. इ. वरील पाच अवस्थांची माहिती भारताच्या केंद्रीय अर्थसंकल्पाची आखणी यामध्ये दिलेली आहे.

(टीप - आकडेवारीचे तक्ते पाहणे.)

१५.३ अंदाजपत्रकाचा किंवा अर्थसंकल्पाचा अर्थ (Meaning of the Budget)

एखाद्या देशाच्या पुढील वर्षीसाठी कोणकोणत्या मार्गाने उत्पन्न जमा करावयाचे आणि जमा केलेले उत्पन्न वेगवेगळ्या उत्पादन क्षेत्रात कशा रीतीने खर्च करावयाचे याचा तपशीलवार आराखडा म्हणजे 'अर्थसंकल्प' होय. दुसऱ्या शतकात अर्थसंकल्प हा देशाच्या पुढील वर्षाच्या उत्पन्न आणि खर्चाविषयी वर्तविलेल्या अंदाजाचा आराखडा असतो किंबहुना असे म्हणता येते की, अर्थसंकल्प हा ठरावीक काळात काही उद्दिष्टे साध्य करण्यासाठी तयार केलेल्या राजकोषीय धोरणाचा मसुदाच असतो. थोडक्यात, ठरावीक उद्दिष्टे साध्य करण्याच्या नियोजन प्रक्रियेतील महत्त्वाचे साधन म्हणजे 'अर्थसंकल्प' होय.

विविध अर्थशास्त्रज्ञांनी अर्थशास्त्राच्या व्याख्या पुढीलप्रमाणे केल्या आहेत-

१) प्रा. डिमॉक यांच्या मते, निश्चित काळासाठी खर्च आणि जमा यांचे संतुलन विवरणपत्र म्हणजे अर्थसंकल्प की जे प्रशासनाच्या अधिकारामध्ये असते. ज्यामध्ये मागील कामगिरीचा आढावा असतो. चालू घडामोडींवर नियंत्रणाच्या पद्धती असतात. भविष्यकालीन योजनांचे अंदाज वर्तविलेले असतात.

२) जे. एल. हॅन्सन यांच्या मते, अंदाजपत्रक म्हणजे शासनाच्या खर्चाचा आणि महसुलाचा पुढील वर्षाचा अंदाज होय.

३) सी. एल. किंग यांच्या मते, अंदाजपत्रक म्हणजे खर्च आणि उत्पन्न या दोन्हीतील समतोल निर्माण केला जातो अशी वित्तीय योजना होय.

४) भारतीय राज्यघटनेमध्ये अर्थसंकल्प म्हणजे शासनाचे वार्षिक जमा-खर्चाचे विवरणपत्र असे सांगितले आहे.

५) अर्थसंकल्प म्हणजे संपूर्ण अर्थव्यवस्थेवर नियंत्रण ठेवण्याचे शासनाचे साधन आहे, अशीसुद्धा व्याख्या करता येते.

अर्थसंकल्प म्हणजे पैसे कसे उभारणे व ते योग्य रीतीने खर्च कसे करणे. याविषयीचा अर्थमंत्र्यांनी सोडलेला संकल्प किंवा मांडलेले अंदाजपत्रक होय. चालू वर्षाच्या १ एप्रिलपासून सुरू होऊन पुढील वर्षाच्या ३१ मार्च पर्यंतच्या आगामी आर्थिक वर्षातील सरकारच्या उत्पन्न, खर्च, गुंतवणूक या सर्वांविषयीचे अपेक्षित अंदाज यांचे विवरण म्हणजे 'अर्थसंकल्प' होय; म्हणूनच आपल्या घटनेच्या ११२ व्या कलमात अर्थसंकल्पाला 'वार्षिक वित्तीय विवरण' (ॲन्युअल फायनॅन्शियल स्टेटमेंट) असे म्हटले आहे. आगामी वर्षातील जमा-खर्चाच्या विवरणाबरोबर आपल्या अर्थसंकल्पात दोन वर्षांपूर्वीच्या जमा-

खर्चाची प्रत्यक्ष (ॲक्च्युअल) आकडेवारी आणि चालू आर्थिक वर्षातील बजेट तरतूद आणि त्यांचे सुधारित अंदाज यांची आकडेवारी दिलेली असते.

अशा रीतीने अंदाजपत्रकात/अर्थसंकल्पात सरकारला करावा लागणार खर्च आणि सरकारला मिळणारा महसूल यांचा मेळ घातला जातो. त्यामुळे अंदाजपत्रक सरकारच्या अर्थव्यवहाराची माहिती मिळविण्याचे कायदेशीर साधन ठरते. अंदाजपत्रकात पुढील वर्षात सरकारला कोणकोणत्या बाबींवर खर्च करावयाचा आहे आणि हा खर्च भागविण्यासाठी सरकारला कोणकोणत्या मार्गांनी किती उत्पन्न मिळणार आहे, याची तपशीलवार माहिती असते; तो खर्चाचा आणि महसुलाचा सुव्यवस्थित अंदाज असतो. सरकारच्या आर्थिक धोरणाचे प्रतिबिंब अंदाजपत्रकात पडलेले असते; त्यामुळे अंदाजपत्रकावरून सरकारी धोरणे आणि कार्यक्रम यांची कल्पना येते.

१५.३.१ अंदाजपत्रकाचे स्वरूप (Nature of Budget)

अंदाजपत्रक म्हणजे सरकारच्या जमा-खर्चाचे विवरण असणारे पत्रक अशी अंदाजपत्रकाची मूळ व्याख्या होती. परंतु आज सर्व जुन्या संकल्पना पूर्णपणे बदललेल्या दिसून येतात. पूर्वी जमा व खर्च यांचा ताळमेळ बसला की, सरकारचे कर्तव्य संपले असे मानले जात असे. आता अंदाजपत्रकाचे वेगळे सामर्थ्य अर्थतत्त्वज्ञ व राज्यकर्त्यांना दिसून आले आहे. त्यांना अंदाजपत्रकाचा संपूर्ण अर्थव्यवस्थेवर परिणाम होतो हे दिसून आले एवढेच नाही तर अंदाजपत्रकाच्या साहाय्याने योग्य तो परिणाम अर्थव्यवस्थेवर घडवून आणता येतो, हेसुद्धा समजले आहे.

अंदाजपत्रकाचे नवे स्वरूप पुढीलप्रमाणे -

१) अंदाजपत्रकात जमा व खर्चाच्या क्रियांचे निर्देश असतात. विविध खात्यांवर अंदाजपत्रकाच्या साहाय्याने नियंत्रण ठेवता येते. १९२१ नंतर अंदाजपत्रकाची प्रथा सुरू झाली.

२) अंदाजपत्रक हे आर्थिक व सामाजिक प्रगतीचे साधन आहे. देशात जर सामाजिक आर्थिक सुधारणा करावयाच्या असतील तर अंदाजपत्रक हे त्यासाठी प्रभावी साधन आहे. सरकार अंदाजपत्रकाच्या साहाय्याने उद्योग, शेती व सेवाक्षेत्राला आर्थिक मदत करू शकते. तसेच त्यांच्यावर आकारलेले कराचे दर कमी करून उत्पादनाला प्रेरणा देऊ शकते; तसेच प्रगतिशील दराने कर लावून श्रीमंत व्यक्तींकडून पैसे घेऊन त्याचा उपयोग गरीब व्यक्तींसाठी केला जातो आणि आर्थिक विषमता दूर करण्याचा प्रयत्न केला जातो.

३) अंदाजपत्रक हे आर्थिक स्थैर्य निर्माण करण्याचे एक साधन आहे. सध्या

अंदाजपत्रकाचा उपयोग आर्थिक स्थैर्य निर्माण करण्यासाठी केला पाहिजे कारण व्यापार चक्र म्हणजेच तेजी-मंदीच्या काळात वेगवेगळ्या प्रकारचे अंदाजपत्रक उपयोगात आणले पाहिजे. जसे तेजीच्या काळात आधिक्याचे अंदाजपत्रक सादर केले पाहिजे तर मंदीच्या काळात तुटीचे अंदाजपत्रक सादर केले पाहिजे. भांडवलशाही अर्थव्यवस्थेत अतिरिक्त किमती, बेकारी अशा समस्या सतत निर्माण होत असतात. त्यासाठी अंदाजपत्रकाच्या मदतीने देशातील अर्थव्यवस्थेत स्थैर्य निर्माण केले पाहिजे.

४) अंदाजपत्रकामुळे प्रत्येक अधिकाऱ्याचे कार्यक्षेत्र मर्यादित होते तसेच त्याला त्याची जबाबदारीही पार पाडावी लागते. त्यामुळे अधिकाऱ्यांच्या कार्यक्षमतेत वाढ होते. अंदाजपत्रकाचा उपयोग केला नाही तर सरकारी अधिकाऱ्यांना कोणता खर्च नेमून दिलेला आहे आणि तो कसा प्राधान्याने करावयाचा हे त्यांना समजणार नाही म्हणजेच अंदाजपत्रक हे प्रशासकीय कुशलतेचे साधन आहे.

५) अंदाजपत्रकात पुढील वर्षातील अपेक्षित उत्पन्न आणि अपेक्षित खर्च यांचा मेळ घातला जातो. त्यात केंद्र सरकारच्या उत्पन्न किंवा महसुलाच्या विविध मार्गांचे तपशीलवार विवेचन केलेले असते. तसेच पुढील वर्षात सरकार कोणकोणत्या कार्यक्रमांवर किती खर्च करेल याचे विवरण असते, तसेच अंदाजपत्रकातील अंतिम तूट कशी भरून काढली जाईल याचाही उल्लेख असतो. अंदाजपत्रकात महसुली तूट, वित्तीय तूट, प्राथमिक तूट इ. प्रकारच्या तुटीचे मोजमाप केलेले असते.

भारताचे २०१९-२० चे अंदाजपत्रक तक्ता क्र. १५.१ मध्ये दर्शविलेले आहे.

तक्ता १५.१ दृष्टिक्षेपात भारतीय अर्थसंकल्प (कोटी) रुपये

		२०१७-१८	२०१८-१९	२०१८-१९	२०१९-२०
		प्रत्यक्ष Actuals	अर्थसंकल्प अंदाज Budget Estimates	सुधारित अंदाज Revised Estimates	अंदाजपत्रकीय अंदाज Budget Estimates
१) महसुली उत्पन्न	1) Revenue Receipts	१४३५२३३	१७२५७३८	१७२९६८२	१९७७६९३
२) कर महसूल (केंद्राला मिळणारा निव्वळ)	2) Tax Revenue (net to Centre)	१२४२४८८	१४८०६४९	१४८४४०६	१७०५०४६
३) करव्यतिरिक्त महसूल	3) Non-Tax Revenue	१९२७४५	२४५०८९	२४५२७६	२७२६४७
४) भांडवली उत्पन्न १	4) Capital Receipts 1	७०६७४२	७१६४७५	७२७५५३	८०६५०७
५) कर्जाची वसुली	5) Recoveries of Loans	१५६३३	१२१९९	१३१५५	१२५०८
६) इतर उत्पन्न	6) Other Receipts	१०००४५	८००००	८००००	९००००
७) कर्ज आणि इतर देयता २	7) Borrowings and Other liabilities 2	५९१०६४	६२४२७६	६३४३९८	७०३९९९
८) एकूण उत्पन्न (१ + ४)	8) Total Receipts (1 + 4)	२१४१९७५	२४४२२१३	२४५७२३५	२७८४२००
९) एकूण खर्च	9) Total Expenditure (10+13)	२१४१९७५	२४४२२१३	२४५७२३५	२७८४२००
१०) महसुली खात्यावरील खर्च	10) On Revenue Account PF Which	१८७८८३५	२१४१७७२	२१४१७७२	२४४७९०७
११) व्याज	11) Interest Payment	५२८९५२	५७५७९५	५८७५७०	६६५०६१
१२) भांडवली मालमत्ता अनुदान	12) Grant in Aid for Creation of Capital Assets	१९१०३४	१९५३४५	२००३००	२००७४०

		२०१७-१८ प्रत्यक्ष Actuals	अर्थसंकल्प अंदाज Budget Estimatess	सुधारित अंदाज Revised Estimates	अंदाजपत्रकीय अंदाज Budget Estimates
१३) भांडवली खात्यावरील	13) On Capital Account	२६३१४०	३००४४१	३१६६२३	३३६२९३
१४) महसुली तूट (१०-१)	14) Revenue Deficit (10-1)	४४३६०२(२.६)	४१६०३४(२.२)	४१०९३०(२.२)	४७०२१४(२.२)
१५) प्रभावी महसुली तूट (१४-१२)	15) Effective Revenue Deficit (14-12)	२५२५६८(१.५)	२२०६८९(१.२)	२१०६३०(१.१)	२६९४७४(१.३)
१६) वित्तीय तूट १६ (१ + ५ + ९)	16) Fiscal Deiat 9 - (1 + 5 + 6)	५९१०६४(३.५)	६२४२७६(३.३)	६३४३९८(३.४)	७०३९९९(३.४)
१७) प्राथमिक तूट (१६ - ११) Gross Domestic Product	17) Primary Deficit (16-11)	६२११२ (०.४)	४८४८१(०.३)	४६८२८(०.२)	३८९३८(०.२)

1) Excluding receipts under market stabilisation scheme
2) Includes drawdown of cash Balance

(स्रोत : अंतरिम अर्थसंकल्प - २०१९-२०)

तक्ता क्र. १५.२

रुपया कसा येईल व कसा जाईल (अंदाजपत्रक २०१९-२०)

रुपया असा येईल (आकडे पैशांमध्ये)		रुपया असा खर्च होईल (आकडे पैशांमध्ये)	
कर्जे	१९	केंद्र पुरस्कृत योजना	९
कंपनीकर	२१	केंद्रीय विभागवार योजना	१२
प्राप्तीकर	१७	व्याज	१८
सीमा शुल्क	७	संरक्षण	८
वस्तू व सेवाकर	२१	अंशदान	९
करांव्यतिरिक्त उत्पन्न	८	वित्तआयोग व इतर देणी	८
कर्जाव्यतिरिक्त भांडवली जमा	३	करांतील राज्यांचा वाटा	२३
		निवृत्तीवेतन	५
		इतर खर्च	८

१५.३.२ अंदाजपत्रकाची उद्दिष्टे (Objectives of Budget)

अंदाजपत्रकाची उद्दिष्टे पुढीलप्रमाणे -

१) देशात पूर्ण रोजगार निर्माण करणे.

२) देशात गुंतवणुकीची उच्च पातळी गाठणे.

३) देशात चलनविस्तार आणि चलनसंकोच विरहित परिस्थिती निर्माण करणे.

४) देशातील उत्पन्न आणि संपत्तीची समतोल विभागणी करणे.

५) उत्पादनात वृद्धी घडवून आणणे.

६) आर्थिक स्थैर्य निर्माण करणे.

७) महत्तम सामाजिक कल्याण साधणे.

८) जलद आर्थिक विकास करणे.

ही सर्व उद्दिष्टे एकाचवेळी साध्य करता येणार नाही. परंतु त्यातील जास्तीतजास्त उद्दिष्टे साध्य करण्याचा प्रयत्न केला पाहिजे. तसेच कोणते उद्दिष्ट प्रथम घ्यावे अथवा कोणते अधिक महत्त्वाचे हा वादही महत्त्वाचा नसतो. अर्थशास्त्रज्ञांना आर्थिक स्थैर्य महत्त्वाचे वाटते. कोणते धोरण राबवावे हे विशिष्ट परिस्थिती नुसारच ठरवावे व तशी कृती करणे आवश्यक आहे व त्या पद्धतीने अंदाजपत्रक तयार केले पाहिजे.

१५.४ भारताच्या केंद्रीय अर्थसंकल्पाची आखणी (Preparation of Indian Central Budget)

भारताचा केंद्रीय अर्थसंकल्प कसा तयार होतो अथवा त्याची आणखी कशी केली जाते व तो संसदेकडे कसा येतो, ते पुढीलप्रमाणे सांगता येते-

दरवर्षी अर्थमंत्रालयाकडून मे अखेरीस किंवा जूनच्या सुरुवातीस सर्व मंत्रालयांकडे एक विशिष्ट फॉर्म पाठविला जातो. त्यामध्ये त्या त्या खात्यांमध्ये जी जी कामे चालू आहेत त्यावर तत्पूर्वी प्रत्यक्ष झालेला खर्च व पुढे होऊ शकणारा अपेक्षित खर्च या संबंधीची माहिती व पुढील वर्षासाठी अंदाजे रक्कम भरून तो परत पाठवायचा असतो, अशा प्रकारे संबंधित मंत्रालयाकडे माहिती मागितली की, ती मंत्रालये आपापली उपखाती - केंद्रस्तरावर व राज्य स्तरावरील विभागांकडे पाठवतात. शेवटच्या टोकापर्यंत हे फॉर्म्स पोहोचण्यास जूनची अखेर होते. जुलै, ऑगस्ट माहिन्यात हे फॉर्म्स (तक्ते) खालून-वर आपापल्या मंत्रालयाकडे जातात. प्रत्येक मंत्रालयात या सर्व फॉर्म्सचे एकत्रीकरण होते व सप्टेंबरच्या मध्यावर ते अर्थमंत्रालयाकडे येतात.

अर्थमंत्रालयात अशी माहिती एकत्र आल्यावर त्या माहितीचे संकलन, विश्लेषण व पृथक्करण सुरू होते. त्यावेळी बऱ्याच म्हणजेच बहुतेक मंत्रालयाकडे स्पष्ट नसणाऱ्या मुद्द्यांविषयी खुलासे विचारले जातात; मग ते तक्ते दुसऱ्या एका फॉर्म्समध्ये पुन्हा मागवले जातात. नोव्हेंबरमध्ये ते पुन्हा संकलित होतात; विशिष्ट पद्धतीने त्यांची मांडणी होते.

अशी सर्व माहिती एकत्र आल्यावर नोव्हेंबर अखेरीस किंवा डिसेंबरमध्ये अर्थमंत्री व पंतप्रधान यांची दीर्घ बैठक होते. केवळआकडेवारीच नव्हे तर अन्य बाह्य आंतरराष्ट्रीय व देशाची एकूण राजकीय, सामाजिक परिस्थिती इ. विषयांवर सांगोपांग चर्चा होऊन बजेटविषयक सर्वसामान्य धोरण निश्चित होते.

भारतात लोकशाही असल्यामुळे डिसेंबर व जानेवारीमध्ये निरनिराळ्या सामाजिक, आर्थिक घटक पक्षांशी चर्चा व विचारविनिमय होतो. म्हणजेच अर्थमंत्री मालक लोकांच्या निरनिराळ्या संघटना, कामगार संघटना, (भा.म.संघ; इंटक, आयटक, सीटू इ.) ग्राहक संघटना, शेतकरी संघटना, तंत्रज्ञ, विचारवंत, अर्थतज्ज्ञ अशा सर्वांना चर्चेला स्वत: बोलावतात व गटागटांनी त्यांच्याशी चर्चा करतात. त्यांची लेखी निवेदने स्वीकारतात व तोंडी म्हणणे ऐकतात. या सर्व गोष्टींची पूर्तता जानेवारी अखेरीपर्यंत केली जाते व २८ फेब्रुवारीस अर्थसंकल्प संसदेत सादर होते.

अर्थसंकल्प म्हणजे काय? 'अर्थ' म्हणजे पैसा. त्यामुळे अर्थसंकल्प म्हणजे पैसे कसे उभारणे व ते योग्य रीतीने कसे खर्च करावे या विषयीचा अर्थमंत्र्यांनी सोडलेला संकल्प किंवा मांडलेले अंदाजपत्रक होय. चालू वर्षाच्या १ एप्रिलपासून सुरू होऊन

पुढील वर्षाच्या ३१ मार्च पर्यंतच्या आगामी आर्थिक वर्षातील (उदा. १ एप्रिल २०१४ ते ३१ मार्च २०१५) सरकारच्या उत्पन्न, खर्च, गुंतवणूक या सर्वांविषयीचे अपेक्षित अंदाज यांचे विवरण म्हणजे 'अर्थसंकल्प' होय; म्हणूनच आपल्या घटनेच्या ११२ व्या कलमात अर्थसंकल्पाला वार्षिक वित्तीय विवरण (ॲन्युअल फायनॅन्शियल स्टेटमेंट) असे म्हटले जाते; अशा आगामी वर्षातील जमा-खर्चाच्या विवरणाबरोबर आपल्या अर्थसंकल्पात दोन वर्षांपूर्वीच्या (म्हणजे २०१२-२०१३ च्या) जमा-खर्चाची प्रत्यक्ष (ॲक्च्युअल) आकडेवारी आणि चालू आर्थिक वर्षातील (म्हणजे २०१३-१४) बजेट तरतूद आणि त्यांचे सुधारित अंदाज यांची आकडेवारी दिलेली असते. सध्या अंदाजपत्रक १ फेब्रुवारीला मांडले जाते.

आपल्या अर्थसंकल्प संचामध्ये १०-१२ प्रकारची पुस्तके-पुस्तिका असतात. या संचाचे वजन सुमारे १.७५ किलोग्रॅम असते व त्याची किंमत साधारणत: तिनशे रुपये असते परंतु संसद सदस्य, रिझर्व्ह बँक, काही व्यक्ती व संस्थांना तो विनामूल्य मिळतो.

अंदाजपत्रकात मागील व चालू वर्षाच्या वार्षिक हिशोबाचा आढावा असतो. तसेच पुढील अथवा आगामी वर्षाच्या खर्च आणि उत्पन्नाचा अंदाज असतो. अंदाजपत्रक फेब्रुवारी महिन्याच्या शेवटच्या दिवशी केंद्रीय अर्थमंत्री संसदेत सादर करतात. सध्या एक फेब्रुवारीला अंदाजपत्रक सादर केले जाते. अंदाजपत्रक सादर होण्यापूर्वी अर्थमंत्र्याचे लोकसभेत भाषण होते. ठरलेल्या दिवशी व निश्चित वेळेला अर्थमंत्री संसदीय कामकाज मंत्र्यांच्या सोबत अंदाजपत्रक सादर करण्यासाठी संसदेत प्रवेश करतात. अंदाजपत्रकीय भाषण अत्यंत महत्त्वाचे असते. त्यातून अर्थव्यवस्थेच्या परिस्थितीचा आढावा समजतो. अंदाजपत्रकीय भाषणाची दोन भागात विभागणी केली जाते. 'अ' भाग आणि 'ब' भाग. 'अ' भागात (Part A) अर्थसंकल्पीय धोरणांची उद्दिष्टे, अर्थव्यवस्थेच्या विविध क्षेत्रांचा आढावा, सुधारणा व उपाययोजना (गत वर्षाचा आढावा घेतात) आणि शेवटी चालू आर्थिक वर्षातील अर्थसंकल्पीय तरतुदीचे सुधारित अंदाज अर्थमंत्री मांडतात आणि 'ब' भागात (Part B) कर प्रस्ताव असतात. त्यात प्रत्यक्ष कर व अप्रत्यक्ष कर यातील वाढ, घट, बदल सवलत याविषयींच्या तरतुदी अर्थमंत्री जाहीर करतात. या भागाच्या शेवटी ते या कर प्रस्तावामुळे महसूल किती वाढेल, वित्तीय तूट किती येईल, हे सांगतात. केंद्रीय अर्थमंत्र्यांचे भाषण संपण्याच्या वेळेस अर्थमंत्रालयाच्या राज्यमंत्र्यांकडून अंदाजपत्रक राज्यसभेत मांडले जाते. अंदाजपत्रक सादर झालेल्या दिवशीच त्यावर चर्चा होत नाही. त्यासाठी सभापतींकडून सभागृहाच्या नेत्याच्या सल्ल्याने चर्चेचा वेळ व दिवस ठरवला जातो. अंदाजपत्रकावर दोन्हीही सभागृहात चर्चा होते.

सुरुवातीस स्पष्ट केल्याप्रमाणे अंदाजपत्रक तयार करण्यासाठी विविध खात्यांची

माहिती घेतली जाते. या विहित नमुन्यातील प्रपत्रांमध्ये १) गतवर्षाचा प्रत्यक्ष खर्च, २) चालू वर्षाचा मंजूर अंदाज, ३) चालू वर्षाचा सुधारित अंदाज आणि ४) पुढील वर्षासाठी अर्थसंकल्पीय अंदाज इत्यादी वर्गीकरण असते. या अंदाजपत्रकात महसुली आणि भांडवली अंदाजपत्रकाचा समावेश घटनेच्या तरतुदींनुसार केला जातो.

अंदाजपत्रकावर मतदान : अंदाजपत्रकावर चर्चा घडवून आणल्यानंतर अंदाजपत्रकावर मतदान केले जाते. राज्यसभा व लोकसभा या दोन्ही सभागृहात पास झाल्यानंतर राष्ट्रपतींकडे ते सहीसाठी जाते. राष्ट्रपतींच्या सहीनंतर अंदाजपत्रक स्वीकृत मानले जाते.

मतदानाच्या सोयीसाठी अंदाजपत्रकात दोन प्रकारचे खर्च स्वतंत्रपणे दाखविले जातात.

१) **मतदानास योग्य बाबी :** यात वेगवेगळ्या मंत्रालयाकडून आलेल्या अनुदानाच्या मागण्या असतात. याला लोकसभेची मान्यता आवश्यक असते. त्यावर चर्चा करून नंतर मतदान घेतले जाते जी मागणी मंजूर होते तिला 'अनुदान' म्हणतात.

२) **मतदानाची गरज नसणाऱ्या बाबी :** मतदानाची गरज नसलेल्या पुढील खर्चाच्या बाबींचा समावेश होतो.

अ) राष्ट्रपतींचे वेतन, भत्ते, कार्यालयीन खर्च.

ब) लोकसभा व राज्यसभेच्या सभापती, उपसभापती यांचा वेतन व भत्ते यावरील खर्च.

क) सर्वोच्च न्यायालयाच्या न्यायाधीशांचे वेतन, भत्ते व निवृत्ती वेतन.

ई) राज्यघटना अथवा संसदेद्वारे जाहीर इतर खर्च.

इ) भारताचा महालेखापाल व हिशोब तपासणीस यांच्या वेतन व भत्त्याचा खर्च.

अंदाजपत्रकावर चर्चा, वादविवाद. अंदाजपत्रक मंजूर झाल्यावर भारतीय राज्य घटनेनुसार विनियोग विधेयक मंजूर करून घ्यावे लागते. यामध्ये मतदानास योग्य व अयोग्य अशा सर्व अनुदानाचा समावेश असतो. विनियोग विधेयकामुळे (Appropriation Bill) सरकारला खर्च करण्याचा अधिकार प्राप्त होतो. भारताच्या राज्यघटनेतील तरतुदींनुसार सरकारला कायद्याने अधिकार प्राप्त झाल्याशिवाय कोणताही कर आकारण्याचा आणि गोळा करण्याचा अधिकार नसतो. ही समस्या सोडविण्यासाठी संसदेसमोर वित्त विधेयक (Finance Bill) सादर केले जाते. विधेयक मंजूर झाल्यावर त्याचे कायद्यात रूपांतर होते. त्यामुळे सरकारला अंदाजपत्रकात दर्शविल्याप्रमाणे कराद्वारे व इतर मार्गाने महसूल उभा करण्यास परवानगी मिळते. तेव्हा विनियोग विधेयक आणि वित्त विधेयक

संमत होते तेव्हा अर्थसंकल्प मंजूर झाला असे म्हटले जाते. लोकसभेत मंजूर झालेले अंदाजपत्रक नंतर राज्यसभेकडे पाठविले जाते; राज्यसभेला अंदाजपत्रकात सुधारणा करण्याचा किंवा ते नामंजूर करण्याचा अधिकार नसतो. केवळ दुरुस्ती संदर्भात लोकसभेकडे शिफारस करता येते. दोन्हीही सभागृहांची मंजुरी मिळाल्यानंतर अंदाजपत्रक मतप्रदर्शनासाठी राष्ट्रपतींकडे पाठविले जाते; ते अंदाजपत्रकास मंजुरी देतात.

अंदाजपत्रकाची अंमलबजावणी करणे

अंदाजपत्रकाची अंमलबजावणी करताना कराची वसुली, अंदाजपत्रकातील तरतुदींनुसार खर्च, हिशेब तपासणी इ. कार्ये पूर्ण करावी लागतात. वित्तविधेयक मंजूर झाल्यानंतर कर व इतर उत्पन्न गोळा करण्याचा अधिकार अर्थमंत्रालयास प्राप्त होतो. यात केंद्रीय महसूल मंडळ असते; त्यात विविध विभाग असतात. ते आपआपल्या क्षेत्रांत कर एकत्रित करतात. विनियोग विधेयक पास झाल्यावर स्वीकृत खर्च करण्याचा अधिकार सरकारला मिळतो. आर्थिक वर्ष संपण्यापूर्वी अनुदानाचा वापर होणे आवश्यक असते. प्रत्येक राज्यात लेखापाल व केंद्रात महालेखापाल परीक्षक यांची नियुक्ती केली जाते. सर्व देणी सरकारी कोषागाराद्वारा रिझर्व्ह बँकेवर अथवा स्टेट बँकेवर धनादेश/चेक काढून दिली जातात.

१५.५ अंदाजपत्रकीय धोरण/नीती (Budget Policy)

अंदाजपत्रकाच्या धोरणात विशेषत: पुढील धोरण/नीतीचा विचार केला जातो.

चलनविस्तार आणि अंदाजपत्रक : जेव्हा चलनविस्तार निर्माण होतो तेव्हा नियंत्रणासाठी एकूण मागणीत झालेली वाढ कमी करणे, उपभोग कमी करणे, बचतीमध्ये वाढ करणे आवश्यक असते आणि त्यासाठी शिलकी अंदाजपत्रक मांडले जाणे आवश्यक असते. विशेषत: या अंदाजपत्रकात सरकारी खर्च कमी करणे, सार्वजनिक कर्जामध्ये वाढ करणे व सरकारी उत्पन्न वाढविणे या उपाययोजना केल्या जातात.

अ) जेव्हा चलनविस्तार स्थिती निर्माण होते तेव्हा एकूण मागणीमध्ये घट घडवून आणणे आवश्यक असते, त्याचबरोबर शासनाच्या खर्चामुळे चलनविस्तार स्थिती निर्माण होत असते त्यामुळे शासनाचा खर्च कमी केला पाहिजे आणि करामध्ये वाढ करणे अपेक्षित असते. शासनाचा खर्च काही ठिकाणी तुलनात्मकपणे घटविला पाहिजे आणि त्याची तशी गरजही असते त्याबरोबरच इतर प्रकारच्या खर्चात कपात करता येत असेल तर ती केली पाहिजे. काही कमी महत्त्वाच्या योजना पुढे ढकलल्या पाहिजेत. सार्वजनिक क्षेत्रातील उद्योगात अधिक गरज असेल तरच गुंतवणूक करावी अन्यथा ती टाळावी.

तसेच प्रशासकीय खर्च कमी करणे आवश्यक आहे. अनावश्यक खर्चातील काही भाग आवश्यक खर्चाकडे वळविला पाहिजे. शासनाच्या मूळ उद्दिष्टांना धक्का न पोहचू देता काही खर्चात काटकसर करणे आवश्यक आहे. चलनविस्ताराची गती कमी करण्यासाठी शासकीय खर्चात जमेल तेवढी घट करणे आवश्यक आहे. शासकीय खर्चात घट करण्याला थोडाफार वाव असतो. ती केलीच पाहिजे तरच चलनविस्ताराला आळा बसण्यास मदत होईल.

ब) करामध्ये वाढ करणे हा एक चलनविस्ताराला आळा घालण्याचा एक मार्ग आहे. चलनविस्तार काळात किमती सतत वाढत असतात. त्यामुळे अनेक लोकांचे नुकसान होते अशा वेळी सरकार अधिक कर आकारून लोकांची क्रयशक्ती कमी करू शकते व त्यामुळे किंमत वाढ रोखण्याला मदत होते.

आयकराद्वारे लोकांची खरेदीशक्ती कमी करता येते. त्यामुळे वस्तुंची मागणी वाढत नाही. उत्पादन कर आणि विक्रीकर यामध्ये वाढ केल्यास उपभोग कमी होऊ शकतो म्हणजेच कराच्या आकारणीत वाढ केल्यास चलनविस्ताराला आळा बसू शकतो.

क) सार्वजनिक कर्जाद्वारे चलनविस्ताराला आळा घालता येऊ शकतो. शासनाने वेगवेगळ्या प्रकारची ऋणपत्रे, वचनपत्रे विक्रीस काढून त्यावर आकर्षक व्याज व बक्षीस दिल्यास ती मोठ्या प्रमाणात विकली जाऊ शकतात. तसेच बचत योजनेतसुद्धा लोकांना मोठ्या प्रमाणात सहभागी करून घेणे आवश्यक असते. त्यामुळे लोकांकडील अतिरिक्त उत्पन्न कमी होण्याला मदत होऊ शकते. लोकशाही देशात अशा योजना काळजीपूर्वक लागू करणे आवश्यक असते.

चलनसंकोच आणि अंदाजपत्रक

चलनसंकोचामध्ये बचत ही गुंतवणुकीपेक्षा अधिक झालेली असते. चलनाच्या संकोचामुळे किमती कमी होतात. उत्पादनाला मागणी कमी असल्याने उत्पादन कमी करावे लागते तसेच बेकारी निर्माण होते. या अवस्थेत उपभोगसुद्धा कमी होतो. बचतीचा पाहिजे तसा उपयोग होत नाही. चलन संकोचात बचतीवर मर्यादा आणणे आवश्यक असते तर उपभोग वाढविणे महत्त्वाचे असते अथवा गुंतवणुकीत वाढ करावी लागते. चलसंकोच्याचा स्थितीत तुटीचे अंदाजपत्रक महत्त्वाचे ठरते अशा अंदाजपत्रकात उत्पन्नापेक्षा खर्च अधिक असतो अशा अंदाजपत्रकात पुढील उपाययोजना केल्या जातात-

अ) सार्वजनिक खर्चात वाढ करणे चलन संकोच्याचा स्थितीत महत्त्वाचे असते. सरकारने विविध उपक्रमांवर अधिक खर्च केला पाहिजे. जसे रस्ते, सिंचन प्रकल्प, पूल इ. त्यामुळे लोकांना रोजगार उपलब्ध होतो. अनेक लोकांची क्रयशक्ती वाढेल व वस्तुंच्या मागणीत वाढ होईल आणि उत्पादनाला चालना मिळेल. सरकारने खर्च केल्यास गुणक

पद्धतीनुसार उत्पादनात अधिक वाढ होई व अर्थव्यवस्थेला गती प्राप्त होईल.

ब) सरकार खासगीक्षेत्राला गुंतवणूक करण्यास प्रोत्साहन देऊन रोजगार वाढवू शकते. मंदीच्या काळात उपभोग व उत्पन्नात वाढ करून मंदीला प्रतिकार करता येतो.

क) करात कपात अथवा सूट दिल्यास उत्पादनाला चालना मिळते व त्यामुळे रोजगारात वाढ होते. रोजगार वाढल्याने लोकांच्या हाती पैसा येतो. त्यामुळे वस्तुंची व सेवांची मागणी वाढते. किंमतपातळी खाली जात नाही. उत्पन्न कर, संपत्ती कर, लाभ कर इ. करात सूट दिल्यास उद्योजक नवीन उद्योग सुरू करण्याला प्रोत्साहित होतात.

ड) कर्जाची परतफेड केल्यास चलनसंकोचाला आळा बसण्यास मदत होते. चलनाचा पुरवठा वाढणे आवश्यक असते. लोकांकडून घेतलेली कर्जे परत केल्यास लोकांकडे पैसा उपलब्ध होतो व एकूण उत्पन्न व रोजगारात वाढ होते. सरकारने कर्जे परत केल्याने लोकांचे उत्पन्न वाढते व त्यांचा उपभोग खर्च वाढतो.

आर्थिक स्थैर्य व अंदाजपत्रक

आर्थिक स्थैर्य अर्थव्यवस्थेत महत्त्वाचे असते. चलनविस्तार व चलनसंकोच निर्माण होणार नाही याची काळजी घ्यावी लागते. बचत गुंतवणूक समानता असणे आवश्यक असते. तरच चलनसंकोच अथवा चलनविस्ताराची स्थिती निर्माण होत नाही. जेव्हा बचत व गुंतवणुकीत असमानता निर्माण होते तेव्हा आर्थिक स्थैर्य नष्ट होते. त्यासाठी सरकारला जाणीवपूर्वक अर्थिक स्थैर्य निर्माण करावे लागते. त्यासाठी खासगी व सार्वजनिक बचत आणि सार्वजनिक व खासगी गुंतवणूक बरोबर असणे आवश्यक असते. त्यामुळे उत्पादक वस्तू व उपभोग्य वस्तू यांच्यात पुरवठा व मागणीत समन्वय साधला जातो. समन्वय नसेल व अंतर निर्माण होणारे असेल तर चलनविस्तार अथवा चलनसंकोच निर्माण होऊ शकतो. त्यामुळे समन्वय असणे आवश्यक असते. ज्या अंदाजपत्रकाद्वारे हे साधले जाते ते अर्थव्यवस्थेला स्थैर्य प्राप्त करून देते. त्यामुळे अंदाजपत्रक हे अर्थव्यवस्थेला स्थैर्य प्राप्त करून देण्याचे एक साधन आहे.

अर्थव्यवस्थेतील स्थैर्यासाठी अंदाजपत्रकाचा आकार व रचना महत्त्वाची असते.

अंदाजपत्रकाचा आकार

जर अंदाजपत्रकाचा आकार मोठा असेल तर त्याचा उपयोग अर्थव्यवस्थेत स्थैर्य निर्माण करण्याला होतो. आकार जेवढा मोठा असेल तेवढा त्याचा अपेक्षित परिणाम अधिक तीव्र असतो. अंदाजपत्रकातील दोन्ही बाजूंकडील घटक निश्चित स्थिर स्वरूपाचे असतील तर ते अंदाजपत्रक स्थैर्य निर्माण करू शकते. स्थिर घटकांचा आकार वाढतो तेव्हा स्थैर्य निर्माण होण्यास मदत होते.

अंदाजपत्रकाची रचना

अंदाजपत्रकाची रचना ही सरकारी खर्चाची योजना व करांची योजना या बाबींवर अवलंबून असते. सरकार कशा प्रकारे खर्च करणार आहे आणि कर आकारणी कशी केली आहे यावर अंदाजपत्रक कितपत स्थैर्य निर्माण करील हे अवलंबून असते. करांच्या आकारणीवर विविध वर्गांवर परिणाम होतो तसाच खर्चामुळे विविध वर्गांवर परिणाम होतो. आर्थिक स्थैर्य निर्माण करण्यासाठी या बाबींचा अंदाजपत्रकात विचार करणे आवश्यक असते. अंदाजपत्रकात साधारणपणे अंगभूत, पूर्वनियोजित व विशिष्ट परिस्थितीतील उपाय योजले जातात.

अंगभूत उपाय

अंदाजपत्रकामध्ये आर्थिक स्थैर्य निर्माण करण्यासाठी खर्चाची व कराची विशिष्ट अशी रचना केलेली असते. खर्च अथवा करामध्ये आपोआप परिवर्तन होण्याची सोय केलेली असते. आर्थिक अस्थैर्य निर्माण झाल्यावर खर्च किंवा कर आपोआप स्थैर्य निर्माण करण्याचा प्रयत्न करतात; म्हणून त्यांना अंगभूत अथवा स्वयंचलित उपाय म्हटले जातात. सार्वजनिक खर्चाच्या बाबतीत बेकारी भत्ता, साहाय्यक अनुदाने आणि इतर भत्ते हे अंगभूत स्थिरकारक आहेत तर करांच्या बाबतीत आयकर, विक्रीकर सध्या जीएसटी, उत्पादन कर, कॉर्पोरेशन कर इत्यादी अंगभूत स्थिरकारक आहेत. या दोन्हीही बाबींचा विचार करता येतो.

करांच्या बाबतीत काही करांचे उत्पन्न राष्ट्रीय उत्पन्नाबरोबर वाढत अथवा घटत जाते; जसे आयकर हा कर पुरोगामी स्वरूपाचा असल्याने या कराचा उपयोग स्थैर्य निर्माण करण्यासाठी होतो. लोकांचे उत्पन्न जसजसे वाढते तसतसे लोक या कराच्या कक्षात येतात. जे लोक आधीच कर भरतात त्यांच्या दराच्या कक्षेत वाढ होते. परिणामी करापासून मिळणाऱ्या उत्पन्नात आपोआपच वाढ होते. विक्री कर व उत्पादन कर हे अशा वस्तूंवर लावले की ज्यादा खरेदी देशाच्या उत्पन्नाबरोबर वाढते अथवा घटते तर ते अंगभूत अथवा स्वयंचलित स्थिरकारक म्हणून उपयोगी येऊ शकते. मात्र, या करात पुरोगामीत्व पुरेशा प्रमाणात आणता येत नाही. निगम कर फारसा पुरोगामी दिसून येत नाही व गोळा करण्याला उशीर लागतो.

खर्चाचा विचार करता काही खर्च अंगभूत स्थिरकारक असतात. जसे बेकारीभत्ता. बेकारीभत्ता रूपाने सरकार जो खर्च करते तो अंगभूत स्थिरकारक असते. बेकारीच्या काळात बेकारीभत्ता वाढलेला असतो, याउलट तेजीच्या काळात बेकारीचे प्रमाण घटल्यामुळे बेकारीभत्त्यात घट होते. मंदीच्या काळात खर्चात वाढ व तेजीच्या काळात

खर्चात घट करण्याचे काम बेकारीभत्ता करतो. त्यामुळे बेकारीभत्ता हा आर्थिक स्थैर्य निर्माण करण्यास मदत करतो तसेच साहाय्यक अनुदानेसुद्धा आर्थिक स्थैर्य निर्माण करण्यास मदत करतात.

पूर्वनियोजित उपाय

अंगभूत उपायांचा मर्यादित उपयोग लक्षात घेता इतर उपाय महत्त्वाचे ठरतात. पूर्वनियोजित व विशिष्ट परिस्थितीत लागू होणारे उपाय यांचा विचार करता कायदे व प्रशासकीय बाबींचा विचार सरकारद्वारे केला जातो. कोणत्या स्थितीत करांमध्ये वाढ करायची अथवा घट करायची किंवा खर्च कोणते वाढवायचे किंवा घटवायचे याबाबतीत आधीच योजना तयार केली तर विशिष्ट परिस्थिती आल्यास अंगभूत उपायांबरोबरच सरकारचे कायदे व प्रशासकीय बाबींचा आधार घेऊन स्थिरीकरणाचा प्रयत्न केला जाऊ शकतो. जसे स्वीडनमध्ये अंदाजपत्रकाचा संबंध व्यापारचक्राशी जोडला गेला. काही राजकीय विचारवंतांनी असे सुचविले आहे की, आदर्श अंदाजपत्रक तयार करून आर्थिक संकटाच्या वेळी उपाययोजना करावी परंतु असे उपाय प्रत्यक्ष लागू करणे कठीण असते.

विशिष्ट परिस्थितीतील उपाय

अर्थव्यवस्थेत काही बदल अचानकपणे होतात. तसेच ते मोठ्या प्रमाणातसुद्धा होतात. या बदलांचा प्रतिकार करण्यासाठी विशिष्ट उपाय अंमलात आणावे लागतात. जसे चलनसंकोच, चलनविस्तार, बेकारी इ. आर्थिक घटना मर्यादेबाहेर जायला लागल्यास सरकार काही उपाय करते. यांपैकी जी परिस्थिती उद्भवेल त्याप्रमाणे उपाय केले जातात. जसे करांच्या दरात व रचनेत बदल करणे, साहाय्यक अनुदानात बदल करणे, खर्चात बदल करणे, सरकारी कार्यात विशिष्ट बदल करणे इ. उपाययोजना केल्या जातात. या उपाययोजना विशिष्ट परिस्थितीतच त्या मर्यादेतच ठेवणे आवश्यक असते.

१५.६ अंदाजपत्रकाचे प्रकार (Types of Budget)

अंदाजपत्रकाचे वेगवेगळे प्रकार आहेत; त्याची माहिती पुढीलप्रमाणे -

१) महसुली व भांडवली अंदाजपत्रक (Revenue and Capital Budget)

महसुली व भांडवली अंदाजपत्रक असे भाग पाडण्याची अनेक देशात पद्धत आहे. महसुली खात्यात अशा बाबींचा समावेश होतो की, त्या निसर्गत:च शासनास प्राप्त होतात; तर भांडवली खात्यात भांडवली संपत्तीच्या बाबींचा समावेश होतो. अंदाजपत्रकात हे दोन प्रकार महत्त्वाचे मानले जातात कारण चालू खर्च हा चालू उपभोगाएवढाच महत्त्वाचा असतो, तसे भांडवली खर्चात नसते. जास्त खर्चाच्या वजावटीतून भांडवली उत्पन्न

निर्माण होते; उपभोगाच्या दृष्टीने चालू खर्चाकडे दुर्लक्ष केले जाते, चालू खर्च हा कराच्या उत्पन्नापासून भागविला जातो तर भांडवली खर्च हा व्याजातून मिळणाऱ्या उत्पन्नातून भागविला जावा अशी अपेक्षा असते असे असले तरी करभाराचा निर्णय हा आर्थिक धोरणांचा विचार करूनच घ्यावा लागतो.

आपल्या घटनेप्रमाणे अर्थसंकल्पात महसुली खर्च हा इतर खर्चाहून निराळा दाखविण्याचे बंधन आहे. त्यामुळे सरकारी (केंद्रीय) अर्थसंकल्प हा 'महसुली अंदाजपत्रक' व 'भांडवली अंदाजपत्रक' अशा दोन विभागात विभागलेला असतो.

महसुली अंदाजपत्रक (Revenue Budget)

महसुली खात्यावरच्या जमा-खर्चाला महसुली अंदाजपत्रक असे म्हटले जाते. महसुली अंदाजपत्रकात एक बाजू खर्चाची तर दुसरी बाजू जमेची असते. महसुली अंदाजपत्रकात जो खर्च समाविष्ट केला जातो त्याचे वर्गीकरण दोन प्रकारे केले जाते-

१) कार्यानुसार आणि २) आर्थिक वर्गीकरण

कार्यानुसार वर्गीकरणात कोणकोणत्या कार्यावर किती खर्च केला जातो हे दाखविले जाते. कार्यानुसार वर्गीकरणात लष्करी खर्च, नागरीकारभारावरील खर्च, समाजसंवर्धनासाठी खर्च, आर्थिक विकासासाठी खर्च इ. भाग पाडले जातात.

लष्करी खाते वगळून इतर कारभारासाठी जो खर्च केला जातो तो नागरी कारभारासाठी केला जातो. देशातील नागरिकांसाठी म्हणजे मनुष्य बळ विकासासाठी उदा. शिक्षण, आरोग्य या कार्यासाठी खर्च सामाजिक खर्च या भागात समाविष्ट होतो.

आर्थिक खर्चातून देशातील नागरिकांच्या आर्थिक जीवनास हातभार लागतो. रस्तेबांधणी, टपाल, तारखाते, शेती सुधारणेवरील खर्च इ. खर्चांचा यात समावेश होतो.

महसुली अंदाजपत्रकात जमेच्या बाजूच्या पुढील बाबींचा समावेश होतो-

या अंदाजपत्रकात सरकारकडे जमा होणारा एकूण महसूल (यात करांद्वारे मिळणारा व इतर महसूल यांचा समावेश होतो.) (Tax Revenue and Non-Tax Revenue) व त्यातून केल्या जाणाऱ्या खर्चाचा समावेश असतो तसेच वित्त विधेयकात (Finance Bill) नव्याने केलेल्या कर प्रस्तावांचा परिणाम लक्षात घेऊन वार्षिक वित्तीय विवरणात महसुली जमेचा अंदाज समाविष्ट केलेला असतो. सरकारच्या इतर जमेत प्रामुख्याने सरकारनेच केलेल्या गुंतवणुकीवरील व्याज व लाभांश, इतर शुल्क, विदेशी अनुदाने यांचा समावेश होतो.

केंद्रीय उत्पादन शुल्क, सीमा शुल्क, कंपनीकर, आयकर, सेवाकर, केंद्रशासित प्रदेशांचेकर या सर्वांचे उत्पन्नकर महसुलात (Tax Revenue) येते. करांपासून मिळणाऱ्या उत्पन्नाच्या संदर्भात प्रत्यक्ष करांचा व अप्रत्यक्ष करांचा विचार करावा लागतो.

महसुली अंदाजपत्रकात खर्चाच्या बाजूच्या पुढील बाबींचा समावेश होतो-

सरकारच्या दैनंदिन कामकाजांसाठी होणार खर्च तसेच निरनिराळ्या विभागांच्या कामकाजांसाठी होणारा खर्च यांचा महसुली खर्चात समावेश केलेला असतो.

थोडक्यात, ज्या खर्चांमधून नवीन मालमत्तेची (Assets) निर्मिती होत नाही; अशा सर्व खर्चांचा समावेश महसुली खर्चात होतो.

महसुली खर्च म्हणजे महसुली खात्यावरचा खर्च. या खर्चात दोन प्रकारचे खर्च समाविष्ट असतात. एक म्हणजे, सरकारी प्रशासनावरील खर्च आणि दुसरा म्हणजे, सरकारला आपल्या कर्जावर द्यावे लागणारे व्याज. सरकार देत असलेल्या अन्न, खते, वीज, निर्यात इ.साठी सबसिडी, तसेच पेन्शन आणि ग्रँट्स. याशिवाय, सरकार पुरवत असलेल्या आर्थिक, सामाजिक व सामान्य सेवांवरील खर्चही यात येतो. महसुली खर्च अर्थसंकल्पात बिगरयोजना खर्च व योजना खर्च असा विभागलेला असतो. बिगरयोजना खर्चात वर सांगितलेले प्रशासकीय व इतर खर्च येतात. योजना खर्चात केंद्र सरकारच्या विकास प्रकल्पांवरील प्रशासकीय खर्च आणि केंद्रशासित प्रदेश यांना त्यांच्या विकास प्रकल्पांसाठी दिलेल्या मदतीचा अंतर्भाव असतो. या दोन खर्चांपैकी बिगरयोजना खर्च हा तर निखालस अनुत्पादक असतो; कारण त्यामुळे कोणत्याही उत्पादक संपत्तीची निर्मिती होत नाही; त्यामुळे अशा खर्चाचे प्रमाण कमी असले पाहिजे व योजना खर्चाचे प्रमाण जास्त पाहिजे, अर्थसंकल्प वाचताना आपण या खर्चांची तुलना केली पाहिजे. आत्तापर्यंतचा अनुभव असा की, योजना खर्च काही लाख कोटींचा, तर बिगरयोजना खर्च त्यांच्या दोन-अडीचपट असतो आणि हे सर्वथैव अयोग्य आहे.

भांडवली अंदाजपत्रक (Capital Budget)

भांडवली खात्यावरच्या जमा-खर्चाला भांडवली अंदाजपत्रक अथवा अर्थसंकल्प म्हटले जाते.

भांडवली अंदाजपत्रकाच्या जमेच्या बाजू

भांडवली जमा खात्यात सरकारने बाजारातून घेतलेली कर्जे (Market Loans), रिझर्व्ह बँक, परकीय सरकारे, संस्था यांच्याकडून घेतलेली कर्जे आणि इतर राज्ये व केंद्रशासित प्रदेश यांना वेळोवेळी दिलेल्या कर्जांची परतफेड म्हणून मिळणाऱ्या रकमा इत्यादींचा समावेश असतो.

थोडक्यात, देशांतर्गत कर्ज व परकीय कर्ज भांडवली अंदाजपत्रकाच्या जमेची महत्त्वाची बाब आहे. तसेच प्रॉव्हिडंट फंड. लोकांनी पोस्टात केलेली बचत या सर्व रकमा भांडवली अंदाजपत्रकातील जमेच्या बाजू होत.

भांडवली उत्पन्न म्हणजे मुख्यत: सरकारने विविध कर्जाच्या स्वरूपात गोळा केलेला पैसा होय. यात इतरही उत्पन्नाचा अंतर्भाव होतो. उदा. सरकारी उद्योगांचे शेअर्स विकून (निर्गुंतवणूक) आलेली रक्कम; कर्जाच्या वसुलीची रक्कम, बचत योजनांची रक्कम इ.

भांडवली अंदाजपत्रकातील खर्चाच्या बाजू

भांडवली खर्चात विविध मालमत्ता (उदा. जमीन, इमारती, मशिनरींची खरेदी, उपकरणे) विविध गुंतवणुका इ. समाविष्ट केलेल्या असतात.

'ज्या खर्चांमधून नव्या मालमत्तेची निर्मिती होते.' अशा सर्व खर्चांना 'भांडवली खर्च' म्हणतात; अशा खर्चांचा समावेश भांडवली अर्थसंकल्पात होतो. भांडवली अंदाजपत्रकात लोकलेखा कोषातील देवाणघेवाणींचासुद्धा अंतर्भाव होतो.

थोडक्यात, सरकारकडून येणारी भांडवल गुंतवणूक व सरकारने दिलेली कर्जे यांचा समावेश होतो.

भांडवली खर्चाला स्वतंत्र अर्थ आहे. देशात उत्पादक व विकासात्मक ॲसेट्स निर्माण करण्यावर केला जाणारा खर्च म्हणजे 'भांडवली खर्च' होय; अशा ॲसेट्समध्ये धरणे, कालवे, लोहमार्ग, रस्ते इत्यादींचा समावेश असतो. प्रशासकीय आणि अनुत्पादक स्वरूपाच्या महसुली खर्चासारखा हा खर्च नसून तो उत्पन्न मिळवून देणाऱ्या ॲसेट्सची निर्मिती करणारा खर्च असतो. याही खर्चाचे विभाजन बिगरयोजना भांडवली खर्च आणि खात्यावरील योजना खर्च असे आपल्या अर्थसंकल्पात केले जाते. बिगरयोजना भांडवली खर्चाच्या योजनेत आता समाविष्ट नसलेल्या विकासाच्या कामांच्या परिपूर्तीसाठी व देखभालीसाठी करण्यात येणाऱ्या खर्चांचा समावेश असतो. शिवाय केंद्र सरकारने अशा विकास प्रकल्पांसाठी सरकारी उद्योगधंद्यांना, राज्यांना आणि केंद्रशासित प्रदेशांना उसनवार दिलेल्या रकमांचाही त्यात अंतर्भाव असतो. या खात्यावरच्या योजना मात्र पंचवार्षिक योजनेअंतर्गत वार्षिक योजनेतील विकासाच्या कामांवर आगामी अर्थसंकल्पीय वर्षात करण्यात यावयाच्या खर्चांचा समावेश असतो. शिवाय केंद्रशासित प्रदेशांची सरकारे आणि राज्य सरकारे यांना त्यांच्या विकासाच्या प्रकल्पांसाठी केंद्र सरकारने दिलेल्या आर्थिक मदतीच्या रकमेचाही त्यात अंतर्भाव केला जातो.

अर्थसंकल्पातील महसुली खर्च व भांडवली खर्च यांची अभ्यासकांनी तुलना केली पाहिजे. भांडवली खर्च उत्पादक असल्याने त्याचे प्रमाण अनुत्पादक अशा महसुली खर्चापेक्षा अधिक आणि वाढते असले पाहिजे.

पूर्वीच्या काळी सरकारची अंदाजपत्रके ही संतुलित असत; परंतु १९३० नंतर ब्रिटिश अर्थशास्त्रज्ञ जॉन मेनार्ड केन्स यांनी अर्थव्यवस्थेच्या जलद विकासासाठी तुटीच्या अर्थसंकल्पाला महत्त्व दिले. आजच्या काळात बहुतेक सर्व देशांचा अर्थसंकल्प हा

तुटीचा असतो.

महसुली अंदाजपत्रकाचा आणि भांडवली अंदाजपत्रकाचा एकत्र विचार करून त्या आधारे सरकारी अर्थव्यवहारांचे 'संकलित अंदाजपत्रक' मांडले जाते; त्यामुळे एकूण जमा व एकूण खर्च यांचा आढावा घेता येतो; अशा अंदाजपत्रकाचे एक वेगळ्या प्रकारे वर्गीकरण करण्यात येते; ते म्हणजे शिलकीचे अंदाजपत्रक, तुटीचे अंदाजपत्रक आणि समतोल अंदाजपत्रक या संकल्पनांचा आता विचार करू.

२) शिलकीचे अंदाजपत्रक (Surplus Budget)

खर्चापेक्षा उत्पन्न अधिक असेल त्यास 'शिलकी अंदाजपत्रक' असे म्हणतात. सरकारचे वार्षिक उत्पन्न वार्षिक खर्चापेक्षा अधिक असेल तर अंदाजपत्रकात शिल्लक राहते. थोडक्यात, अंदाजपत्रकात सरकारचे एकूण अपेक्षित उत्पन्न जास्त व एकूण अपेक्षित खर्च कमी असतो. तेव्हा त्याला 'शिलकी अंदाजपत्रक' असे म्हणतात. देशातील भाववाढातिरेकी परिस्थिती नियंत्रित करण्यासाठी शिलकी अंदाजपत्रकाचे धोरण एक परिणामकारक साधन म्हणून अंगीकारता येते. शासनाने शिलकी अंदाजपत्रक केल्यास देशातील जादा खर्च कमी करण्याचा शासनाचा हेतू व्यक्त होतो. यात सरकारी खर्च जाणूनबुजून कमी केल्यास अर्थव्यवस्थेच्या दृष्टीने धोक्याचे असते. आर्थिक विकासासाठीचा विचार करता शिलकीचे अंदाजपत्रक अयोग्य ठरते.

३) तुटीचे अंदाजपत्रक (Deficit Budget)

उत्पन्नापेक्षा खर्च अधिक असेल तर त्यास 'तुटीचे अंदाजपत्रक' म्हटले जाते.

जेव्हा अंदाजपत्रकात सरकारचे एकूण उत्पन्न कमी व एकूण खर्च जास्त असतो तेव्हा त्यास 'तुटीचे अंदाजपत्रक' असे म्हणतात. देशातील एकूण खर्च आवश्यकतेपेक्षा कमी असेल व तो वाढावयाचा असेल तर सरकार तुटीच्या अंदाजपत्रकाचे धोरण अवलंबिते. अंदाजपत्रकातील दाखविलेल्या जादा खर्चामुळे गुणक यंत्रणेद्वारे मोठा परिणाम घडून येतो; त्यामुळे अर्थव्यवस्थेतील उत्पन्न पातळी, मागणी, उत्पादन आणि रोजगारपातळी यामध्ये मोठी वाढ घडून येते. मंदीच्या काळात सरकारी खर्चाच्या वाढीमुळे प्रभावी मागणी वाढून आर्थिक मंदीचे प्रमाण अधिक प्रभावीपणे नियंत्रण करणे शक्य होते.

विकसनशील देशांच्या दृष्टिकोनातून तुटीच्या अंदाजपत्रकास विशेष महत्त्व आहे, कारण विकसनशील देशांत नैसर्गिक साधनसामग्री उपलब्ध असते; तसेच मनुष्यबळसुद्धा उपलब्ध असते. मात्र, त्यांचा वापर करून उत्पादन वाढविणे आणि देशाचा आर्थिक विकास घडवून आणणे ही अडचण असते. त्यासाठी वित्तीय साधनसामग्री महत्त्वाची

असते. त्यासाठी गुंतवणुकीत मोठा खर्च दाखवून अंदाजपत्रकात तूट निर्माण करणे ही विकसनशील देशांत नेहमीचीच पद्धत बनली आहे. भारतातही पंचवार्षिक योजनांचा खर्च भागविण्यासाठी मोठ्या प्रमाणात तुटीच्या अर्थभरण्याचा आधार घेतलेला आहे.

४) समतोल अंदाजपत्रक (Balance Budget)

ज्या अंदाजपत्रकात उत्पन्न आणि खर्च समान असतात; अशा अंदाजपत्रकाला 'समतोल अंदाजपत्रक' म्हणतात. समतोल अंदाजपत्रक धोरण देशाच्या आर्थिक स्थैर्यावर अथवा आर्थिक उलाढालींवर परिणाम घडून आणण्याबाबत तटस्थ असते. त्यामुळे सनातन पंथीय अर्थशास्त्रज्ञांनी समतोल अंदाजपत्रकाचा पुरस्कार केला होता. मात्र, केन्स यांनी समतोल अंदाजपत्रकाचे महत्त्व नाकारले.

समतोल अंदाजपत्रकाच्या बाजूने मांडलेले मुद्दे पुढीलप्रमाणे-

समतोल अंदाजपत्रकाचे समर्थन करताना ॲडम स्मिथ, जे.बी.से.इ. सनातनवादी अर्थशास्त्रज्ञांनी पुढीलप्रमाणे युक्तिवाद केला-

१) सनातनवादी अर्थशास्त्रज्ञांनी निर्हस्तक्षेप धोरणाचे समर्थन केले. सरकारचा अर्थव्यवस्थेतील हस्तक्षेप कमी असावा. त्यासाठी समतोल अंदाजपत्रक असावे, असे त्यांचे मत होते.

२) तुटीच्या अंदाजपत्रकामुळे सरकारी खर्च वाढतो. अर्थव्यवस्थेतील पैशांचा एकूण पुरवठा वाढतो. तसेच भाववाढीला सुरुवात होते म्हणून समतोल अंदाजपत्रक असावे.

३) कमीत कमी खर्च आणि तो भरून काढण्यासाठी कराच्या साहाय्याने कमीत कमी उत्पन्न असणारी वित्तीय व्यवस्था चांगली असते असे 'से' यांचे मत होते. त्यामुळे समतोल अंदाजपत्रकाचे त्यांनी समर्थन केले.

४) सनातनवादी अर्थशास्त्रज्ञांचा अनुत्पादक सरकारी खर्च भरून काढण्यासाठी कर्ज काढण्याला विरोध होता; कारण कर्ज परत करताना भावी पिढीला त्रास सहन करावा लागतो.

समतोल अंदाजपत्रकाच्या विरुद्ध युक्तिवाद : सनातन अर्थशास्त्रज्ञांच्या मते, अंदाजपत्रक तटस्थ हवे; परंतु आजची परिस्थिती वेगळी आहे. आज अनेक देशांनी 'कल्याणकारी राज्य' ही संकल्पना स्वीकारली त्यामुळे अंदाजपत्रक समतोल अथवा तटस्थ न राहता कल्याणकारी राज्यांच्या उद्दिष्टांशी सुसंगत अशी भूमिका पार पाडावी लागते; त्यामुळे अंदाजपत्रकात, समतोलाला महत्त्व न देता अंदाजपत्रकात तूट निर्माण झाली तरी हरकत नसावी असा विचार आधुनिक अर्थशास्त्रज्ञांनी मांडला.

१) केन्स यांनी असे स्पष्ट केले की, व्यापारचक्रे निर्माण होणाऱ्या अर्थव्यवस्थेमध्ये

समतोल अंदाजपत्रकाला महत्त्व न देता व्यापारचक्र आणि विशेषत: मंदी रोखण्यासाठी तुटीचे अंदाजपत्रक महत्त्वाचे ठरते. मंदीमध्ये प्रभावी मागणी निर्माण करण्यासाठी तुटीच्या अंदाजपत्रकाची आवश्यकता असते.

२) आज बहुसंख्य देश विकासासाठी आणि नियोजनासाठी 'तुटीचा अर्थभरणा' करताना दिसतात. या देशांच्या दृष्टीने अंदाजपत्रकीय समतोलापेक्षा देशाचा आर्थिक विकास अधिक असणे स्वाभाविकच आहे.

३) तुटीच्या अर्थभरण्याचा वापर उत्पादक कारणासाठी वापरला गेला तर भाववाढ न होता वस्तूंचे व सेवांचे उत्पादन वाढून देशाचा विकास साध्य होतो.

४) समतोल अंदाजपत्रकामुळे सरकारी खर्चात आणि करात अपेक्षेप्रमाणे बदल करता येत नाही; त्यामुळे अंदाजपत्रकात ताठरता येते.

५) अंदाजपत्रक समतोल ठेवून सरकारी खर्च नियंत्रित ठेवला तरी जो खर्च केला जातो तो कार्यक्षम होईलच हे कशावरून, त्यापेक्षा तुटीचा अर्थभरणा करून योग्य, उत्पादक व कार्यक्षम सार्वजनिक खर्च करणे जास्त योग्य ठरते.

६) अंदाजपत्रकात समतोल राखला तर भविष्यात अनंत अडचणी येण्याची शक्यता असते व हा धोका जास्त गंभीर आहे.

५) असमतोल अंदाजपत्रक (Imbalance Budget)

जेव्हा सरकारचे उत्पन्न आणि खर्च समान नसतात तेव्हा त्यास 'असमतोल अंदाजपत्रक' म्हणतात. हा असमतोल उत्पन्नापेक्षा खर्च जास्त होतो किंवा खर्चापेक्षा जास्त उत्पन्न निर्माण होते तेव्हाही होऊ शकतो. उत्पन्नापेक्षा खर्च अधिक असेल त्याला 'तुटीचे अंदाजपत्रक' म्हटले जाते आणि खर्चापेक्षा उत्पन्न अधिक असेल तर त्याला शिलकीचे अंदाजपत्रक असे म्हटले जाते.

६) कृतिशील अंदाजपत्रक (Performance Budget) आणि योजना अंदाजपत्रक (Plan Budget)

इंग्लंडच्या अंदाजपत्रक विभागाच्या मते, कृतिशील अंदाजपत्रक म्हणजे असे अंदाजपत्रक की, जे योजना राबविण्यासाठी आवश्यक निधी यांचे निश्चित उद्दिष्ट आणि हेतू समोर ठेवून मांडले जाते. त्या योजनेची उद्दिष्टे पूर्ण होण्यासाठी प्रत्येक कार्यक्रम व योजनेच्या माध्यमातून संख्यात्मक माहितीची मोजणी केली जाते. कृतिशील अंदाजपत्रक सरकारच्या महत्त्वाच्या कार्याच्या आधारे विभागला जातो आणि नंतर इतर योजना आणि कार्यक्रमांनुसार त्याची आखणी व उपविभाग पाडले जातात. या अंदाजपत्रकामध्ये प्रत्येक

कामाच्या गुणवत्तेनुसार निधी पुरविला जातो. कृतिशील अंदाजपत्रकानुसार एका विशिष्ट कालखंडामध्ये प्रत्येक खात्याला अपेक्षित खर्च आणि प्रत्यक्ष उद्दिष्टपूर्ती दर्शविली जाते. यामध्ये योजना कार्यान्वित करण्यासाठी लागणारा खर्च आणि आकार यावर लक्ष केंद्रित केले जाते.

योजना अंदाजपत्रक : मसग्रेव्ह आणि मसग्रेव्ह यांच्या मते, योजना अंदाजपत्रकामध्ये संपूर्ण योजनेचे मूल्यमापन हे नफा व तोटा या आधारे केले जाते तसेच त्याचे औपचारिक विश्लेषण केले जाते. योजना अंदाजपत्रकात आपणास अनेक योजनेमध्ये योजना निश्चिती आणि ध्येय ठरविण्यास मदत होते आणि त्यानुसार कार्याचे मोजमाप करता येते. योजना अंदाजपत्रक हे अधिक सर्वसमावेशक अंदाजपत्रक असते त्यामध्ये अनेक घटकांचा समावेश असतो. योजना अंदाजपत्रकामध्ये मागे राबविल्या गेलेल्या योजनांचे भविष्यातील आडाखे असतात; तसेच योजना अंदाजपत्रकात मागील योजनांसंबंधी पूर्वी घेतलेल्या बाबींचा कार्यात्मकतेच्या दृष्टीने आढावा घेतलेला असतो.

७) शून्याधारित अंदाजपत्रक (Zero-Based Budget)

अमेरिकेत १९६२मध्ये शून्याधारित अंदाजपत्रकाची पद्धत वापरण्यात आली. सार्वजनिक खर्चाच्या नियंत्रणासाठी ही पद्धत वापरण्यात आली.

या अंदाजपत्रकाची सुरुवात शून्य आधारभूत मानून होते. पारंपरिक अंदाजपत्रकात मागील वर्षाची किंमत पातळी आधारभूत मानून चालू वर्षाच्या अंदाजपत्रकाची तयारी केली जाते. मागील वर्ष हे चालू वर्षाच्या अंदाजपत्रकासाठी मार्गदर्शक मानले जाते. परंतु शून्याधारित अंदाजपत्रकात प्रत्येक वर्ष हे नवे वर्ष म्हणून गृहीत धरण्यात येते आणि त्यामुळे चालू वर्षाचे अंदाजपत्रक चालू परिस्थिती लक्षात घेऊन केल्याने मान्य होते. त्यामध्ये सर्व योजनांचे प्राधान्यक्रम आणि मूल्यमापन मंजुऱ्या यांचा समावेश होतो.

शून्याधारित अंदाजपत्रकात मांडलेल्या खर्चाला प्रत्येक खात्याने मान्यता देणे आवश्यक असतेच. योजनेच्या क्रमाप्रमाणे योजनांचे मूल्यमापन करून, योजना मंजूर करून त्याप्रमाणे साधानसामग्रीचे वाटप करावे लागते तसेच मागील अथवा चालू योजनांचा विचार न करता योजना अंदाजपत्रकामध्ये समावेश होतो अथवा वगळली जाते. प्रत्येक अंदाजपत्रक शून्यापासून सुरू होते. त्याबरोबर प्रत्येक अंदाजपत्रक स्वयंपूर्ण व ताजे असे असते.

शून्याधारित अंदाजपत्रकाचे फायदे

१) शून्याधारित अंदाजपत्रकामुळे विविध योजनांमध्ये प्राधान्यक्रम ठरविण्यास मदत होते जेणेकरून त्यांची सारख्या क्रमाने अंमलबजावणी करता येते.

२) प्रत्येक विभागाची कार्यक्षमता वाढते. प्रत्येक विभागाला संसाधनांची मागणी पुरी करावी लागते. तसेच अशा प्रकल्पांना अर्थपुरवठा केला जातो की, ज्याची अंदाजपत्रकात उद्दिष्ट पूर्ण करण्याची आवश्यकता असते.

३) शून्याधारित अंदाजपत्रकामुळे उपलब्ध साधनसामग्रीचा पुरेपूर वापर करता येतो. प्राधान्यक्रमाची यादी करून फायदा-तोटयाचा विचार करून त्या त्या प्राधान्यक्रमाची अंमलबजावणी करता येते.

४) शून्याधारित अंदाजपत्रकामुळे फायदेशीर आणि टाकाऊक्षेत्र ओळखता येते ज्यामुळे आर्थिक कर्त्यावर भर देता येतो त्याचबरोबर पर्यायी उपयोगी घटकांचा अभ्यास करता येतो.

५) जिथे प्रदान घटक उत्पन्नाशी संबंधित नसतात त्या ठिकाणी शून्याधारित अंदाजपत्रक अधिक उपयुक्त ठरते.

६) शून्याधारित अंदाजपत्रकामुळे विभागीय अथवा संघटनात्मक उद्दिष्टांनी अंदाजपत्रक जोडले जाते.

मर्यादा

१) या अर्थसंकल्पामध्ये लवचिकतेचा अभाव असतो त्यामुळे बदलांना सामावून घेणे शक्य होत नाही.

२) आर्थिकेतर प्रकरणामध्ये फायदा-तोटा असे विश्लेषण प्रत्येक वेळेस शक्य नाही.

३) शून्याधारित अंदाजपत्रक तयार करण्यास आणि त्याची अंमलबजावणी करण्यासाठी वेळ आणि पैसा खर्च होतो.

८) अंदाजपत्रकाचे आर्थिक आणि कार्यात्मक वर्गीकरण

अर्थव्यवस्थेला नियंत्रित करण्याचे एक धोरणात्मक साधन म्हणून जेव्हा अर्थसंकल्पाचा विचार होतो, तेव्हा अर्थसंकल्पाचे वर्गीकरण आर्थिक व कार्यात्मक गटात केले जाणे उपयोगाचे ठरते. अर्थव्यवस्थेच्या आर्थिक वर्गीकरणामध्ये खर्चाचे वर्गीकरण, विविध विभागांवर होणारा खर्च उदा. वेतन, रोजगार, जमा आणि बाजारातून उचललेला पैसा असे वर्गीकरण केले जाते; त्यास अर्थसंकल्पाचे 'आर्थिक वर्गीकरण' म्हटले जाते.

या पद्धतीच्या वर्गीकरणामुळे बचत निर्मिती, गुंतवणूक, उपभोग, आर्थिक मालमत्तांची निर्मिती, आर्थिक देणी जी संपूर्ण अर्थव्यवस्थेमध्ये विखुरलेली असतात. या सर्वांची एकत्रित आर्थिक माहिती आर्थिक वर्गीकरणामुळे प्राप्त होते.

कार्यात्मक वर्गीकरणामध्ये/वित्तव्यवस्थेमध्ये शासनाकडून पार पाडल्या जाणाऱ्या

विविध सेवांचा समावेश होतो. यामध्ये आर्थिक सेवा, सामाजिक सेवा, संरक्षण सेवा इ. चा समावेश होतो.

आर्थिक व कार्यात्मक वित्तव्यवस्थेमध्ये शासनाच्या विविध विभाग व संस्थांमध्ये भांडवल गोळा होणाऱ्या क्रिया यांचे स्पष्ट चित्र सादर केले जाते.

आर्थिक वर्गीकरण

आर्थिक वित्तव्यवस्थेत अर्थसंकल्प हा सहा खात्यांमध्ये विभागला जातो. तो पुढीलप्रमाणे -

खाते क्र. १ : शासकीय प्रशासनामधील वस्तू व सेवांचा विनिमय आणि देवाणघेवाण जी चालू खात्यावर केली जाते.

या खात्यामध्ये शासकीय प्रशासनावरील होणारा खर्च हा दोन विभागांत वाटला जातो. १) प्रशासनावर होणारा उपभोग खर्च, २) दुसऱ्या घटकांकडून उपभोगासाठी होणारा खर्च.

खाते क्र. २ : वस्तू, सेवा आणि हस्तांतरण यामध्ये झालेली देवाणघेवाण व्यापारीदृष्ट्या अखत्यारीत असलेले विभागीय चालू खाते.

या खात्यामध्ये होणारी देवाणघेवाण ही वस्तू व सेवांची संपूर्ण अर्थव्यवस्थेत होणारी विक्री यांचा समावेश होतो म्हणून यामधील खर्च हा वस्तू व सेवांच्या किमतीमध्ये गणला जातो. या खात्यातील घटक हे खाते क्र. १ सारखेच असतात.

खाते क्र. ३ : वस्तू, सेवा या हस्तांतरणामधील देवाणघेवाण ही शासनाच्या भांडवली खात्यांवर आणि शासकीय प्रशासनाचा व्यापारी विभाग अशा संयुक्त खात्यांतर्गत येते.

या खात्यात शासनाच्या आणि अंगीकृत व्यापारी विभागांद्वारे भांडवलाचा खर्च आणि भौतिक साधनसंपत्ती जी अस्तित्वात आहे यांचा समावेश होतो.

खाते क्र. ४ : वित्तीय संपदेमधील बदल शासकीय प्रशासनाचे भांडवली खाते व व्यावसायिक अंगीकृत विभागात येते.

या खात्यात संपूर्ण अर्थव्यवस्थेमध्ये आर्थिक मालमत्तेच्या व्यवहारासंबंधी झालेली देवाणघेवाण यांचा समावेश होतो; यामध्ये शेअर्स व कर्जामध्ये झालेल्या गुंतवणुकीचा उल्लेख असतो.

खाते क्र. ५ : वित्तीय जबाबदाऱ्यांमध्ये झालेले बदल शासकीय प्रशासनाचे आणि अंगीकृत व्यवसायी विभागांचे भांडवली खाते यांचा समावेश या खात्यामध्ये केंद्रशासनाचे कर्ज खाते आणि खाते क्र. ३ आणि ४मध्ये निर्माण झालेल्या तुटीचा समावेश केला जातो.

खाते क्र. ६ : शासकीय प्रशासनाचे व अंगीकृत व्यावसायिक विभागाचे रोखी व समेटाचे (Reconciliation) खाते यांचा समावेश होतो.

हे सर्वसमावेशक असे समेटाचे खाते आहे. यामध्ये एकूण स्थितीचा खाते क्रमांक ३, ४ आणि ५ यांच्या संदर्भात आढावा घेतला जातो आणि केंद्रीय सरकारच्या देवाणघेवाणीचा परिणाम दर्शविते.

१) आर्थिक पद्धत ही अशा तऱ्हेने केली आहे की, राष्ट्रीय उत्पन्न आणि भांडवली उभारणी संबंधित विविध कार्यक्रमांच्या उत्पन्न आणि खर्चाशी निगडित असते.

२) शासनाच्या कर्ज विषयक आणि भाडे विषयक होणाऱ्या देवाणघेवाण त्याचबरोबर आर्थिक मालमत्तेच्या मालकी मूल्यमापनासंबंधी माहिती पुरविते.

३) इतर माध्यमांतर्गत होणाऱ्या अर्थसंकल्पीय व्यवहारांमार्फत होणारी भांडवली उभारणी जी अप्रत्यक्षपणे असते त्याचे मूल्यांकन करण्यासाठी त्याचबरोबर आर्थिक व्यवहारांचे मूल्यमापनासाठी ही पद्धती उपयोगी पडते.

कार्यात्मक वर्गीकरण/वित्त

कार्यात्मकमध्ये अर्थसंकल्पीय व्यवहारांच्या उद्दिष्टांनुसार खर्चाचा समावेश होतो. उदा. संरक्षण, शिक्षण, आरोग्य इ. मात्र जमा यामध्ये ग्राह्य धरली जात नाही. शासकीय खर्चाच्या कार्यात्मक विभागात पुढील बाबी येतात-

१) सर्वसाधारण सेवा : यामध्ये नागरी आणि संरक्षण विषयक खर्चाचा समावेश होत नाही. यामध्ये सर्वसाधारण प्रशासन, कर संकलन, पोलीस, चलन आणि टांकसाळ, परकीय घटना, संरक्षण इ. अंर्तभूत होतात.

२) आर्थिक सेवा : देशामध्ये आर्थिक क्रियांना चालना देणाऱ्या शासकीय खर्चाचा समावेश यामध्ये होतो. उदा. कृषी, उद्योग, वाहतूक आणि दळणवळण इत्यादी.

३) इतर : जे घटक इतर कोणत्याही विभागात येत नाही ते या गटात समाविष्ट केले जातात. यामध्ये व्याज दर, निवृत्तीवेतन, अन्नविषयक अनुदाने, राज्यसरकारांना दिला जाणारा सर्वेधानिक निधी इ. चा समावेश होतो.

जेव्हा आपण ओळीनुसार वाचतो तेव्हा आपणास केंद्र सरकारच्या आर्थिक विभागानुसार खर्च समजतो व जेव्हा आपण स्तंभानुसार वाचत जातो तेव्हा आपणास शासनाच्या कार्याविषयी माहिती मिळते; हेच आर्थिक वर्गीकरणाबरोबरच कार्यात्मक वर्गीकरण असते.

राज्यसरकारसुद्धा अशा प्रकारचे अर्थसंकल्पाचे वर्गीकरण करते. मात्र, केंद्रशासना-

प्रमाणे ते सर्वसमावेशक असे नसते आणि म्हणूनच एकत्रित सादर केले जाते.

१५.७ लिंगभेद अर्थसंकल्प (Gender Budget)

जेंडर बजेटची संकल्पना सर्वप्रथम ऑस्ट्रेलिया या देशात स्वीकारण्यात आली. अर्थसंकल्पनेत जेव्हा महिलांसाठी स्वतंत्र वित्तीय तरतुदी केल्या जातात तेव्हा त्यास 'जेंडर बजेट' असे म्हणतात. २००६-०७ पासून स्त्रिया व लहान मुले यांच्यासाठी काय करता येईल त्यासाठी तरतुदी केलेल्या आहेत ते स्पष्ट करण्यासाठी 'जेंडर बजेट'ची स्वतंत्र कागदपत्रे, अर्थसंकल्पना सोबत सादर केली जातात. (उदा. अर्थसंकल्प २००७-०८).

२००७-०८ साठी १००% महिलांसाठीच्या कार्यक्रमासाठी ८७९५ कोटी आणि ज्या योजनात किमान ३०% भाग महिलांसाठीच्या कार्यक्रमासाठी ठेवला आहे; अशा योजनांसाठी २२,३८२ कोटींची तरतूद केली आहे.

२०१०-११च्या बजेटमध्ये समाज कल्याणाच्या क्षेत्रांत मुख्यत: महिलांचे सबलीकरण आणि कल्याण तसेच लहान मुलांची आरोग्यपूर्ण वाढ आणि विकास यादृष्टीने या अर्थसंकल्पात महिला व मुले यांच्या विकासासाठीच्या योजनेत ही तरतूद ५०% ने वाढविण्यात आली. महिलांच्या सबलीकरणासाठी एक मिशन स्थापन करण्यात येत आहे. तसेच मोठ्या मुलींसाठी राजीव गांधी योजनेची प्रभावी अंमलबजावणी करण्यासाठी एक व्यासपीठ खुले केले जात आहे. महिलांमधील साक्षरता वाढीसाठी 'साक्षर भारत' नावाचा नवीन कार्यक्रम सप्टेंबर २००९ पासून सुरू झाला असून त्याचे उद्दिष्ट ७ कोटी निरक्षर मोठ्या माणसांना साक्षर करणे असून त्यांपैकी ६ कोटी स्त्रिया आहेत. शेतकरी महिलांच्या विशिष्ट गरजा पूर्ण करण्यासाठी महिला किसान सशक्तीकरण परियोजना सुरू करण्यात येत असून अर्थमंत्र्यांनी त्यासाठी १०० कोटींची तरतूद केली आहे.

सामाजिक न्याय आणि सबलीकरण मंत्रालयासाठी असलेला योजना खर्च ४५०० कोटींपर्यंत वाढविण्यात आला असून ही वाढ २००९-१०च्या तरतुदींपेक्षा ८०% जास्त आहे. या खर्चातून मागासलेल्या जाती, जमाती, इतर मागास वर्ग, अपंग व्यक्ती, ज्येष्ठ नागरिक आणि दारू-नशाग्रस्त यांच्या कल्याणासाठी कार्यकर्त्यांना पैसा पुरवला जाणार आहे. या तरतुदीतील वाढीमुळे सामाजिक न्याय मंत्रालयाला शेड्यूल्डकास्ट आणि ओबीसी यातील विद्यार्थ्यांना दिल्या जाणाऱ्या स्कॉलरशिपच्या दरांमध्ये वाढ करता येईल. शिवाय, कर्णबधिरांसाठीही काही प्रशिक्षण कार्यक्रम व साधने यावर खर्च करता येईल; तसेच 'मिनिस्ट्री ऑफ मायनॉरिटीज अफेअर्स'ची तरतूद २६०० कोटींपर्यंत वाढविली आहे. अल्पसंख्याक कामकाज मंत्रालय त्यामुळे त्यांच्याही कल्याणासाठी त्या मंत्रालयाला

अधिक खर्च करता येईल.

जेंडर बजेटच्या माध्यमातून सरकारद्वारे महिलांचा विकास, सबलीकरण तसेच कल्याण यासंबंधित कार्यक्रमांसाठी प्रत्येक वर्षात एक ठरावीक रक्कम खर्च करण्याची तरतूद केली जाते.

सन २०१५-१६ च्या केंद्रीय अर्थसंकल्पात महिलांसाठी विशेष तरतूद केल्याचे दिसून येते. महिलांच्या सुरक्षेसाठी निर्भय फंडात १००० कोटी रुपयांची वाढ, उच्च शिक्षणाच्या वाढलेल्या संधी, पंतप्रधान विद्यालक्ष्मी योजनांचा लाभ, मुलींच्या उच्चशिक्षण आणि विवाहासाठी सुकन्या समृद्धी योजना खात्याला कर वजावट, अल्पसंख्याक विद्यार्थीनींना 'नयी मंजिल' योजना इ. साठी या अर्थसंकल्पात तरतूद केलेली आहे. तसेच असंघटित क्षेत्रात काम करणाऱ्या महिला दरमहा एक रुपया म्हणजे वर्षाला १२ रुपये भरून दोन लाखांपर्यंतच्या अपघाती विम्याचा लाभ मिळवू शकतील. महिलांच्या सामाजिक सुरक्षा व वैयक्तिक सुरक्षेवर भर देण्यात आलेला आहे.

समान लिंगभाव विवरणपत्र हा खर्च अर्थसंकल्पाचा महत्त्वाचा भाग असतो, या कार्यक्रमात महिलांसाठी खास ३० टक्के विशिष्ट कार्यक्रमांतर्गत तरतूद केलेली आहे. महिला विशिष्ट कार्यक्रमात २०१५-१६ च्या अर्थसंकल्पात १७ कोटी रुपयांची तरतूद केलेली आहे. प्रौढ मुलींच्या सक्षमतेसाठी सबला मोहिमेत दहा कोटींची तरतूद केलेली आहे. हा निधी कमी दिसून येतो. परंतु प्रत्येक राज्यांना निर्भया निधीतून मदत दिली जाईल. उद्यमशील महिलांना विशेष करून कॉर्पोरेट क्षेत्रातील महिलांना पुढील पाच वर्षांसाठी पाच टक्के करात घट केली आहे त्यामुळे त्यांना उद्योग व्यवसायासंबंधी प्रोत्साहित करू शकतील. आरोग्य विमा योजनेची कर वजावट वाढविल्याचा फायदा महिलांना होईल. अतिज्येष्ठ वर्गात मोडणाऱ्या महिलांना त्यांच्या कोणत्याही आजारावर झालेल्या खर्चापोटी ३० हजार रुपयांची वजावट मिळेल. निवृत्तीवेतन योजनेसाठी केलेली ५० हजारांच्या जादा वजावटीची तरतूद महिलांना फायदेशीर ठरेल. महिलांच्या दृष्टीने सोन्यातील गुंतवणूक ही वळे, दागिने खरेदी यातूनच होते परंतु त्यांनी ती बँकेत बाँडमध्ये गुंतविली अथवा नाणी खरेदी केली तर त्यांना त्याच सोन्यातील गुंतवणुकीवर व्याज किंवा लाभांश मिळू शकेल. परंतु महिलांना सोन्याकडे पाहण्याचा दृष्टिकोन बदलावा लागेल.

२०१८-१९च्या अंदाजपत्रकात महिलांसाठी महिलांच्या बचत गटासाठी कर्जात ७० हजार कोटी रुपयांपर्यंत वाढ केली. ती २०१७-१८च्या तुलनेत ३७ टक्क्यांनी अधिक आहे. महिला नोकरदारांसाठी प्रथम नोकरीला लागलेल्या महिलेच्या भविष्यनिर्वाह निधीसाठी पहिली तीन वर्षे ८.३३ टक्के कपात केली जाईल. तसेच या अंदाजपत्रकात

सर्व महिला, निराधार मुले यांच्यासाठी सामाजिक सुरक्षा आणि संरक्षणासाठी भरीव तरतूद केलेली आहे. त्याचप्रमाणे उज्ज्वल योजनेतून ग्रामीण भागातील ८ कोटी महिलांना मोफत एलपीजी कनेक्शन देण्यात येणार आहे.

स्वच्छ भारत मिशनमधून २ कोटी नवी शौचालये होणार आहेत तर महिला बचत गटांना सेंद्रिय शेतीकडे वळवण्यासाठी प्रवृत्त केले जाणार आहे. जेणेकरून सेंद्रिय शेतीला मोठ्या प्रमाणात प्रोत्साहन मिळेल.

१५.८ समतोल अर्थसंकल्पीय गुणक (Balanced Budget Multiplier)

जेव्हा समतोल अंदाजपत्रक असते तेव्हा विस्तारकारक परिणाम घडून येत नाही. समतोल अंदाजपत्रकामुळे राष्ट्रीय उत्पन्न व रोजगारात वाढ होत नाही. त्याचे कारण म्हणजे सरकारच्या खर्चामुळे गुणक प्रक्रियेद्वारे राष्ट्रीय उत्पन्न व रोजगारात वाढ होते.

तर कराच्या आकारणीतील वाढीमुळे लोकांचे खर्चयोग्य उत्पन्न घटून गुणक उलट्या दिशेने कार्य करून उत्पन्न व रोजगारात घट घडून येईल. समतोल अंदाजपत्रकात थोड्याफार प्रमाणात का होईना विस्तारकारक परिणाम घडून येईल.

समतोल अंदाजपत्रकात अपेक्षित उत्पन्न व खर्च समान असतो.

जर सरकारने खर्च आणि कर समान वाढविला तर राष्ट्रीय उत्पन्न तेवढ्याच प्रमाणात वाढते.

$$\text{गुणक} = \frac{१}{\text{सीमान्त उपभोग प्रवृत्ती}}$$

$$\text{सरकारी खर्च गुणक मूल्य} = \frac{१}{१ - \text{सीमान्त उपभोग प्रवृत्ती}}$$

जसे सीमान्त उपभोग प्रवृत्ती $\frac{४}{५}$ किंवा ०.८० असेल तर गुणकाचे मूल्य

$$\frac{१}{१-०.८} = \frac{१}{०.२} = ५ \text{ येते.}$$

जर सरकारने ५०० कोटी रु. आपल्या खर्चात वाढ केल्यास राष्ट्रीय उत्पन्नात खर्चातील वाढीच्या पाचपट वाढ होईल. राष्ट्रीय उत्पन्न ५०० कोटी रु. × ५ = २५०० कोटी रु. वाढ होईल.

सरकारने अर्थसंकल्प संतुलित ठेवण्यासाठी ५०० कोटी रु. कर महसूल मिळविण्यासाठी करात वाढ केली. सरकारने ५०० कोटी रु. कराच्या रूपाने मिळविले नसते तर ते उपभोगासाठी वापरले नसते. उपभोग प्रवृत्ती ०.८ असल्याने ४०० कोटी उपभोगासाठी वापरले असते व १०० कोटी रुपयांची बचत केली असती.

कराच्या साहाय्याने मिळविलेल्या ५०० कोटी रु. उपभोग खर्चात ४०० कोटी रुपयांची घट होईल व उपभोग खर्चाच्या घटीमुळे गुणकाचा विरुद्ध दिशेने परिणाम होईल व उत्पादनात घट होईल. गुणक मूल्य पाच असल्याने उपभोग खर्चातील ४०० कोटी रुपये घटीमुळे उत्पन्नात २००० कोटी रु. घट होईल.

समान रकमेने सरकारी खर्च आणि कर वाढ यामुळे राष्ट्रीय उत्पन्नात निव्वळ परिणाम ५०० कोटी रुपयांनी झालेली वाढ हा असेल.

$\triangle y = (\triangle GXK) + (-\triangle CXK)$

y = उत्पन्न, G = सरकारी खर्च, C = उपभोग खर्च,

K = गुणक, $\triangle$ = बदल

= ५०० × ५ + (-४०० × ५)

= २५०० - २०००

= ५०० कोटी रुपये

यावरून असे दिसून येते की, प्रत्येकी ५०० कोटी या रकमेने सरकारी खर्च व करात वाढ केल्याने राष्ट्रीय उत्पन्नात ५०० कोटी रु. एवढी वाढ झालेली आहे.

प्रथम सरकारी खर्चात वाढ केल्यामुळे एकूण मागणीत वाढ होऊन गुणक मूल्याच्या पटीत राष्ट्रीय उत्पन्नात वाढ होते हे दिसून येते. हा घनात्मक ताबडतोब परिणाम दिसून येतो; तर कर वाढीमुळे लोकांच्या उपभोगयोग्य खर्चात घट होते त्यामुळे मागणी घटून राष्ट्रीय उत्पन्नात घट होते, हा ऋणात्मक परिणाम दिसून येतो. परंतु येथे ऋणात्मक परिणाम हा घनात्मक परिणामापेक्षा कमी असतो त्यामुळे राष्ट्रीय उत्पन्नावर काही प्रमाणात विस्तारकारक परिणाम दिसून येतो. अशा प्रकारे समतोल अर्थसंकल्पीय गुणक स्पष्ट करता येतो.

सराव प्रश्न :

१) भारताच्या वित्तीय प्रशासनाबाबत चर्चा करा.

२) अंदाजपत्रकाचे स्वरूप व उद्दिष्टे स्पष्ट करा.

३) भारताच्या केंद्रीय अर्थसंकल्पाच्या आखणीबाबत सविस्तर चर्चा करा.

४) अंदाजपत्रकीय धोरण स्पष्ट करा.

५) महसुली व भांडवली अंदाजपत्रक स्पष्ट करा.

६) तुटीच्या अंदाजपत्रकाबाबत विवेचन करा.

७) लिंगभेद अर्थसंकल्प स्पष्ट करा.

८) समतोल अर्थसंकल्पीय गुणक स्पष्ट करा.

प्रकरण १६ | तुटीचा अर्थभरणा (Deficit Financing)

१६.१ प्रास्ताविक (Introduction)

तुटीचा अर्थभरणा हा सार्वजनिक आयव्ययातील एक नवीन शोध आहे. सनातनवादी अर्थशास्त्रज्ञ अंदाजपत्रकातील तूट अयोग्य मानीत असे. विसाव्या शतकाच्या पहिल्या काही दशकापर्यंत ही स्थिती होती. राज्यकर्त्यांना तुटीच्या अर्थभरण्याचे महत्त्व पटल्याने त्यांनी ते पूर्णपणे व समर्थपणे हाताळण्याला सुरुवात केली.

प्रा. केन्स यांनी १९३०च्या दरम्यानच्या मंदीच्या काळात तुटीच्या अर्थभरण्याची संकल्पना मांडली व ती अल्पावधीतच लोकप्रिय झाली. आर्थिक मंदीच्या काळात खासगी क्षेत्रातील एकूण खर्चाचे प्रमाण अत्यंत कमी असते; अशा वेळी सरकारने तुटीच्या अर्थभरण्याचे साहाय्य घ्यावे अशी केन्सने शिफारस केली. केन्सच्या मते, अर्थव्यवस्थेत एकूण उत्पन्न, एकूण उत्पादन, एकूण खर्च आणि एकूण रोजगाराचे प्रमाण कमी होते म्हणून रोजगाराचे प्रमाण वाढविण्यासाठी एकूण खर्चात वाढ करणे आवश्यक असते. अर्थव्यवस्थेतील एकूण खर्च म्हणजे खासगी क्षेत्रातील सार्वजनिक क्षेत्रातील एकूण खर्च होय. जेव्हा खासगी क्षेत्रातील एकूण खर्चाचे प्रमाण होते तेव्हा सार्वजनिक खर्चात वाढ

करून एकूण खर्चाची पातळी योग्य स्तरावर राखता येते. केन्स यांनी पूर्ण रोजगाराची स्थिती प्राप्त करण्यासाठी खासगी खर्चातील घट भरून काढण्यासाठी सार्वजनिक खर्चात वाढ करावी असे सुचविले होते व ही खर्चातील वाढ तुटीच्या अर्थभरण्याच्या साहाय्याने करावी अशी शिफारस केली होती. अमेरिकन सरकारने या शिफारशीनुसार मंदीच्या काळातील बेरोजगारी दूर करण्यात यश प्राप्त केले. त्यामुळे ही संकल्पना लोकप्रिय झाली. भारतानेसुद्धा आर्थिक विकास साधण्यासाठी ही संकल्पना उपयोगात आणली. सदर प्रकरणात तुटीच्या अर्थभरण्याचा अर्थ, उद्दिष्टे, परिणाम आणि २००१ पासूनच्या तुटीच्या अर्थभरण्याचे विश्लेषण केले आहे.

१६.२ तुटीच्या अर्थभरण्याचा अर्थ (Meaning of Deficit Financing)

विकसित आणि विकसनशील देशात तुटीच्या अर्थभरण्याचा वेगवेगळ्या पद्धतीने अर्थ घेतला जातो.

अमेरिकेसारख्या विकसित देशात तुटीचा अर्थभरणा म्हणजे सरकारच्या एकूण महसुली उत्पन्नापेक्षा महसुली खर्च व भांडवली खर्चाचे प्रमाण अधिक असते तेव्हा तुटीचा अर्थसंकल्प अस्तित्वात येतो व ही तूट भरून काढणे हे होय. ही तूट सरकारने जनतेकडून आणि व्यापारी बँकांकडून कर्ज घेऊन भरून काढली तरी त्याला 'तुटीचा अर्थभरणा' म्हटले जाते.

थोडक्यात, विकसित देशात सरकारच्या चालू उत्पन्नापेक्षा अधिक खर्च झाला की, अंदाजपत्रकात तूट दिसून येते व ती कोणत्याही मार्गाने भरून काढली की त्याला 'तुटीचा अर्थभरणा' म्हटले जाते. व्यापारी बँकांकडून व जनतेकडून सरकारने कर्ज घेतले तर ते सरकारचे उत्पन्न म्हणून समजण्यात येत नाही. यावरून असे दिसून येते की, प्रगत देशांत तुटीचा अर्थभरणा व अंदाजपत्रकातील तूट यामध्ये फरक नसतो.

विकसनशील देशात लोकांच्या बँकेच्या व्यवहारात फारशी वाढ झालेली नसते कारण लोक साधारणपणे रोख पैशांच्या साहाय्याने अधिक व्यवहार करतात. त्यामुळे अविकसित देशात तुटीचा अर्थभरणा हा सरकारचा एकूण महसूल आणि कर्ज यापेक्षा खर्च अधिक असेल तर अंदाजपत्रकात तूट दर्शविली जाते व ती भरून काढल्यामुळे तुटीचा अर्थभरणा अस्तित्वात येतो म्हणजेच मागासलेल्या देशात तुटीचा अर्थभरणा म्हणजे मध्यवर्ती बँकेकडून केली जाणारी उसनवारी होय. त्यामुळे देशाच्या पैशांच्या एकूण पुरवठ्यात मोठी वाढ होते.

"सरकारने आपल्या अंदाजपत्रकात एकूण उत्पन्नापेक्षा एकूण खर्च जास्त दाखवून निर्माण केलेली तूट ज्या मार्गांनी भरून काढली जाते त्याला तुटीचा अर्थभरणा म्हणतात."

भारत सरकार तुटीच्या अर्थभरण्याचा उपयोग निधी (Funds) उभारून आर्थिक विकास करण्यासाठी केला जातो. जेव्हा सरकारला विकास कामांसाठी खर्च करण्याला कर या साधनाद्वारे उत्पन्न कमी पडते; तेव्हा- अ) संचयित रोख शिल्लक रिझर्व्ह बँक ऑफ इंडियाकडून उपलब्ध केली जाते. ब) बाजारातून कर्ज उभारणे - आणि क) रिझर्व्ह बँकेकडून सरकार तात्पुरत्या स्वरूपात कर्ज उभारते; अशा रीतीने सरकार आर्थिक विकासासाठी या साधनांचा वापर करते.

भारत सरकार जेव्हा सरकारचा चालू महसूल आणि व्यापारी बँका व खासगी व्यक्ती यांच्याकडून घेतलेली कर्जे या दोहोंच्या बेरजेपेक्षा सरकारचा एकूण खर्च जेव्हा अधिक असतो त्याला 'तुटीचा अर्थभरणा' असे म्हटले जाते.

भारतीय नियोजन मंडळाच्या दृष्टिकोनानुसार सरकारच्या कार्यवाहीमुळे अर्थव्यवस्थेत जनतेच्या क्रयशक्तीत जी निव्वळ भर पडते; ती तुटीच्या भरण्याइतकी असते. थोडक्यात, मध्यवर्ती बँकेकडून सरकारला जी पतप्राप्ती होते ती म्हणजे 'तुटीचा अर्थभरणा' होय. मध्यवर्ती बँक सरकारला जेव्हा पतपुरवठा करते तेव्हा त्या रकमेचे कागदी चलन निर्माण करते व ते व्यवहारात आणले जाते. यालाच 'सार्वजनिक खर्चाचे मौद्रीकरण' असे म्हणतात. वित्तीय तुटीचे मौद्रीकरण म्हणजे तुटीचा अर्थभरणा होय. अलीकडच्या काळात सरकारच्या आर्थिक व्यवहारांचे नीट आकलन होण्यासाठी तीन प्रकारच्या तुटी आपल्या अर्थसंकल्पातून दाखविल्या जातात. त्या म्हणजे- १) महसुली तूट, २) वित्तीय तूट, ३) प्राथमिक तूट या होत.

''अर्थसंकल्पीय तुटीची संकल्पना केल्यामुळे तुटीच्या अर्थभरण्याने भरून काढण्यात येणारी तूट म्हणजे राजकोषीय वित्तीय तूट होय.''

भारताच्या तुटीच्या अर्थभरण्यामध्ये अ) रिर्झव्ह बँकेकडून घेतलेले कर्ज ब) चलननिर्मिती सरकार आपले रोखे रिझर्व्ह बँकेकडे पाठविते आणि रिझर्व्ह बँक त्या आधारावर तेवढ्या प्रमाणात नोटा छापून सरकारला देते. त्यामुळे नवीन पैसा निर्माण होतो. क) स्वत:च्या संचित रोख पैशांतून पैसे वापरणे या बाबींचा समावेश होतो. भारताच्या संदर्भात तुटीचा अर्थभरणा म्हणजे सरकारने नवीन तूट भरून काढण्यासाठी नवीन नोटा निर्माण करून वाढविलेला 'चलन पुरवठा' होय.

१६.२.१ तुटीच्या अर्थभरण्याची उद्दिष्टे (Objectives of Deficit Financing)

तुटीच्या अर्थभरण्याची महत्त्वाची उद्दिष्टे पुढीलप्रमाणे सांगता येतील-

१) प्रत्यक्ष युद्ध अथवा आणीबाणीच्या प्रसंगाला तोंड देणे : सर्वसाधारणपणे युद्ध अथवा इतर प्रकारच्या आणीबाणीच्या प्रसंगी सरकारला वित्तसाहाय्य करण्यासाठी तुटीच्या अर्थभरण्याचा वापर केला जातो; कारण अशा प्रसंगी सरकारला करवसुलीसारख्या

नित्याच्या मार्गांनी ताबडतोब पैसा उभा करणे शक्य नसते.

२) आर्थिक मंदीची समस्या सोडवणे : केन्स यांच्या मते, आर्थिक मंदीच्या काळात सरकारने उत्पन्न, उत्पादन व रोजगार यांची वाढ करण्यासाठी तुटीच्या अर्थभरण्याचे साहाय्य घेणे हितकारक ठरते; कारण ते आर्थिक व्यवहारास चालना देण्यास प्रभावी साधन होऊ शकते. याउलट, कर आकारणीत वाढ करून आवश्यक तो पैसा उभा करण्याचा सरकारने प्रयत्न केल्यास ते देशातील आर्थिक व्यवहारांना चालना देण्याच्या कामी प्रभावी दिसून येत नाही. याउलट, जनतेच्या क्रयशक्तीत घट होऊन समस्या तीव्र रूप धारण करण्याची शक्यता असते.

३) अर्थव्यवस्थेतील साधनसामग्री गोळा करणे : देशातील वापरात नसलेली, पूर्णपणे न वापरलेली व जादा पडून राहणारी साधनसामग्री उत्पादनाच्या कामासाठी गोळा करण्याचे महत्त्वाचे कार्य तुटीच्या अर्थभरण्याच्या साहाय्याने साधता येते.

४) आर्थिक विकासास चालना देणे : आर्थिक विकास जलद व अधिक गतीने साधण्यासाठी सरकारला सार्वजनिक क्षेत्रात मोठी गुंतवणूक करावी लागते. त्यासाठी सरकारच्या हाती तुटीचा अर्थभरणा हे महत्त्वाचे साधन असते व ते वापरले जाते.

५) गुंतवणुकीतील कमतरता दूर करणे : खासगी गुंतवणुकीचे प्रमाण जेव्हा कमी होते तेव्हा उत्पादन वाढीचा वेग कमी होतो. तेव्हा सरकार पैसा छापून किंवा कर्ज घेऊन स्वत:च्या उत्पन्नापेक्षा अधिक खर्च करते त्यामुळे गुंतवणुकीतील कमतरता दूर होते.

६) तुटीच्या अर्थभरण्याचा उपयोग काही देशात अतिरिक्त बेकार आणि उपयोगात न आणलेली साधनसामग्री यांना एकत्र करून त्यांचा योग्य उपयोग करण्यासाठी केला जातो.

१६.३ तुटीच्या अर्थभरण्याची गरज आणि प्रक्रिया (Needs Process of Deficit Financing)

तुटीच्या अर्थभरण्याचा उपभोग विविध उद्देशांनी केला जातो त्यामुळे वेगवेगळ्या परिस्थितीत तुटीच्या अर्थभरण्याची गरज आणि प्रक्रियांचे विवेचन करणे आवश्यक आहे.

१) आजकाल संरक्षणावरील अथवा युद्धखर्च मोठ्या प्रमाणात वाढलेला आहे. हा खर्च नेहमीच्या मार्गाने पैसा गोळा करून पूर्ण होत नाही. त्यामुळे तुटीच्या अर्थभरण्याची गरज निर्माण होते. परंतु या गरजेचा जपून उपयोग केला पाहिजे.

२) जर देशात मंदीची परिस्थिती असेल किमती खाली उतरलेल्या असतात. उत्पादन कमी झालेले असते आणि रोजगार पातळी घसरलेली असते अशा वेळी तुटीच्या अर्थभरण्याचा उपयोग करून उत्पादनाची आणि रोजगाराची पातळी वाढविली जाते आणि मंदीला अटकाव केला जातो.

३) केन्स यांनी तुटीच्या अर्थभरण्याची गरज असल्याचे स्पष्ट केले; त्यांच्या मते, तुटीच्या अर्थभरण्याद्वारे प्राप्त झालेला पैसा समाज उपयोगी कामावर खर्च केल्यास उदा. धरणे, रस्ते व इतर बांधकामे त्यामुळे लोकांच्या हातात पैसा जाऊन लोकांची क्रयशक्ती वाढेल व त्यामुळे प्रभावी मागणीत वाढ होईल. प्रभावी मागणी वाढल्यामुळे रोजगारात वाढ होईल आणि रोजगार वाढीमुळे पुन्हा प्रभावी मागणीत वाढ होईल त्यामुळे देशातील एकूण उत्पन्न, एकूण मागणी व एकूण रोजगार वाढेल.

४) देशाचा आर्थिक विकास करण्यासाठी तुटीच्या अर्थभरण्याची गरज निर्माण होते. विशेषत: विकसनशील देशात आर्थिक विकासाचा कार्यक्रम यशस्वी करण्यासाठी तुटीच्या अर्थभरण्याचा उपयोग केला जातो.

जर तुटीच्या अर्थभरण्यामुळे विकासखर्च हा मोबदला देणाऱ्या प्रकल्पावर केला तर चलनविस्ताराची स्थिती निर्माण होणार नाही; कारण उत्पादनात ताबडतोब वाढ होईल. त्यामुळे वास्तव उत्पन्न वाढीबरोबरच ऐच्छिक बचतही वाढेल. त्यामुळे विकासाच्या पुढील अवस्थेवर परिणाम होईल, कारण या अवस्थेत अधिक विकासखर्च करणे शक्य होईल.

५) प्रा. हर्शमन यांनी असंतुलित विकासाचे तंत्र स्पष्ट केले. त्यांच्या मते, असंतुलित तंत्र वापरून अविकसित देशांमध्ये आर्थिक विकासाचा वेग वाढवायचा असेल तर तुटीचा अर्थभरणा हे एक साधन आहे.

६) तुटीचा अर्थभरणा हा तात्पुरता उपाय असला पाहिजे; कारण त्याच्या साहाय्याने उत्पन्न आणि खर्च यातील अंतर भरून काढता आले पाहिजे तसेच दळणवळणासारख्या सोयीमध्ये खर्च करता आला पाहिजे. तसेच तुटीच्या अर्थभरण्याची गरज प्रकल्पाच्या आर्थिक व्यवस्थेसाठी होणे आवश्यक आहे कारण निर्मित कालखंड हा मोठा असतो परंतु त्याचा उपयोग सतत होता कामा नये.

७) तुटीच्या अर्थभरण्यामुळे अल्पकाळात चलनविस्तार निर्माण झाला तरी तो सहन केला पाहिजे कारण या कालावधीत सामाजिक सोयी व मूलभूत प्रकल्पांचा पाया घातला जातो. रस्ते, धरणे, पाणलोटक्षेत्र विकास इ. ची निर्मिती आर्थिक

विकासाला आवश्यक असते. उत्पादन वाढत जाते तसतसे चलनविस्तार कमी होतो.

८) देशातील साधनसामग्रीचा शोध घेणे गरजेचे असते. तसेच नवीन स्रोत शोधणे महत्त्वाचे असते. या सर्व स्रोतांचा उपयोग करण्यासाठी तुटीच्या अर्थभरण्याची गरज असते.

९) तुटीचे अंदाजपत्रक देशातील उत्पादन आणि रोजगार वाढविण्यासाठी वापरले जाऊ शकते.

१०) तुटीच्या अर्थभरण्याची आवश्यकता असते.

१६.४ तुटीच्या संकल्पना (Concepts of Deficit)

(अ) महसुली तूट (ब) वित्तीय तूट (क) प्राथमिक तूट (Revenue Fiscal and Primary Deficit)

अर्थसंकल्पाच्या अंतरंगातील शेवटचा भाग म्हणजे विविध प्रकारच्या तुटी (डेफिसिट्स) आणि वाढावा (सरप्लस) होय. एकूण खर्च आणि उत्पन्न यांच्या वजावटीतून निर्माण होतात.

अर्थसंकल्पातील तुटीची संकल्पना तशी अगदी साधी व सोपी आहे; एकूण खर्च भागविण्यासाठी एकूण महसूल जेवढ्या रकमेने कमी पडतो तेवढी अर्थसंकल्पातही तूट असते. ही तूट अर्थसंकल्पातील एकूण खर्चातून (महसुली खर्च + भांडवली खर्च) एकूण महसूल (महसुली जमा + भांडवली जमा) वजा करून काढली जाते. ही झाली ढोबळ अर्थसंकल्पाची तूट. या तुटीला 'पारंपरिक तूट' म्हणतात. पूर्वी प्रत्येक अर्थसंकल्पात ही तूट दाखविली जायची; परंतु अर्थसंकल्पाच्या आणि अर्थव्यवस्थेच्या आर्थिक विश्लेषणाच्या दृष्टीने ती तशी महत्त्वाची नसल्याने गेल्या दहा वर्षांपासून आपल्या अर्थसंकल्पातून या तुटीचे उच्चाटन करण्यात आले असून, ती आता दाखविण्यात येत नाही. अशी तूट सरकार कर्ज उभारून भरून काढते व परिणामी एकूण खर्च व एकूण महसूल यांची आकडेवारी अर्थसंकल्पात समसमान दाखविण्यात येते व ही तूट शून्य असते.

अलीकडच्या काळात सरकारच्या आर्थिक व्यवहारांचे नीट आकलन होण्याच्या दृष्टीने तीन प्रकारच्या तुटी आपल्या अर्थसंकल्पातून दाखविल्या जातात. त्या म्हणजे (अ) महसुली तूट (रेव्हेन्यू डेफिसिट), (ब) वित्तीय तूट (फिस्कल डेफिसिट) आणि (क) प्राथमिक तूट (प्रायमरी डेफिसिट) या तीन तुटींचे स्वरूप माहीत करून घेणे आवश्यक आहे.

अ) महसुली तूट (Revenue Deficit)

महसुली तूट = एकूण महसुली खर्च - एकूण महसुली जमा किंवा उत्पन्न = (प्रशासन खर्च + सरकारी कर्जावरील व्याज + सबसिडी + आर्थिक, सामाजिक व समाजसेवांवरील खर्च) - (कर + करेतर उत्पन्न)

एकूण महसुली खर्चातून एकूण महसुली उत्पन्न वजा जाता जी शिल्लक राहते ती 'महसुली तूट 'होय.

१९९०-९१ मधील महसुली तुटीचे आकडे शोधू.

एकूण महसुली खर्च = ७३,५१० कोटी रु.

एकूण महसुली उत्पन्न = ५४,९५० कोटी रु.

महसुली तूट = एकूण महसुली खर्च - एकूण महसुली उत्पन्न

= ७३,५१० कोटी रु. - ५४९५० कोटी रु.

= (-) १८५६० कोटी रु.

२०१९-२०च्या अंदाजपत्रकात महसुली तूट पुढीलप्रमाणे-

एकूण महसुली खर्च = २४,४७,९०७

एकूण महसुली उत्पन्न = १९,७७,६९३

२४,४७,९०७ - १९,७७,६९३ = (-)४,७०,२१४ कोटी रुपये

महसुली तूट = ४,७०,२१४ कोटी रुपये

महसुली तूट म्हणजे अर्थसंकल्पातील महसुली खात्यावरची (म्हणजे महसुली अर्थसंकल्पातील) तूट होय. एकूण महसुली खर्चातून एकूण महसुली जमा वजा करून ही तूट काढली जाते. महसुली खर्च हा आवश्यक असला तरी अनुत्पादक असतो. त्यात प्रशासन खर्च, सरकारी कर्जांवरील व्याज, सबसिडी इ. चा समावेश असल्याने त्यातून उत्पन्न देणाऱ्या संपत्तीची निर्मिती होत नाही. उलट, ही तूट भरून काढण्यासाठी सरकार भांडवली उत्पन्नाचा वापर करत असते. त्यामुळे उत्पादक स्वरूपाच्या भांडवली खर्चाला कात्री लावावी लागते. परिणामी, उत्पन्न देणाऱ्या, विकास घडवून आणणाऱ्या संपत्तीची व जिंदगीची (ॲसेट्सची) निर्मिती कमी होते व विकासाचा वेग कमी होतो. त्यामुळे सरकारने आपल्या महसुली खर्चात काटकसर करणे आवश्यक आहे. हा धडा सरकारला त्यापासून मिळत असतो. आपण तथापि, हा धडा काही अद्याप शिकलो नाही, हे या तुटीच्या वाढत जाण्यावरून स्पष्ट होते.

सन १९९०-९१ ते २०१९-२० पर्यंत महसुली तूट पुढील तक्त्यात दर्शविली आहे.

तक्ता क्र. १६.१ : भारतातील अर्थसंकल्पातील तूट प्रवृत्ती

(कोटी रुपये)

वर्ष	महसुली तूट	वित्तीय तूट	प्राथमिक तूट
१९९०-९१	१८,५६० (३.२)	४४,६३० (७.७)	२३,१३० (४.०)
१९९४-९५	३१,०३० (३.०)	५७,७०० (५.६)	१३,६४० (१.३)
१९९७-९८	४६,४५० (३.३)	८८,९४० (६.३)	२३,३०० (१.६)
२००६-०७	८०२२ (१.९)	१,४२,५७० (३.५)	-७,७०० - (०.२)
२००८-०९	२५३५३९ (४.५)	३,३६,९९२ (६.०)	१,४४,७८८ (२.६)
२०१२-१३	३,६५,८९६ (३.६)	४,९०,५९७ (४.९)	१,७७,४२८ (१.८)
२०१४-१५ (अंदाजपत्रक)	३,७८,३४८ (२.९)	५,३१,१७७ (४.१)	१,०४,१६६ (०.८)
२०१५-१६ (अंदाजपत्रक)	३,९४,४७२ (२.८)	५५५६४९ (३.९)	९९५०४ (०.७)
२०१७-१८ (प्रत्यक्ष)	४,४३,६०२ (२.६)	५,९१,०६४ (३.५)	६,२,११२ (०.४)
२०१९-२० (अंदाजपत्रक)	४,७०,२१४ (२.२)	७,०३,९९९ (३.४)	३,८,९३८ (०.२)

कंसातील टक्केवारी ही GDP शी संलग्न आहे.

(Source : (Indian Economy, Ruddar Datt and Sundharam 70th Edition 2018, P. 975 आणि असा आहे केंद्रीय अर्थसंकल्प २०१० - यशवंत रारावीकर पा. ५०, ५१) आणि २०१८-१९ चे अंदाजपत्रक).

ब) वित्तीय तूट (Fiscal Deficit)

वित्तीय तूट अथवा राजकोषीय तूट = एकूण खर्च - (महसुली उत्पन्न + कर्जाची वसुली अथवा भांडवली उत्पन्नातील फक्त कर्जाची परतफेड + इतर उत्पन्न).

१९९०-९१ ची वित्तीय तूट पुढीलप्रमाणे -

१९९१ चा एकूण खर्च = १,०५,३१० कोटी रु.

१९९१ चे महसुली उत्पन्न = ६०,६६०

भांडवली उत्पन्नातील कर्जाची परतफेड आणि इतर उत्पन्न = ५७१०

१,०५,३१० - ६६,३७०

वित्तीय तूट = - ३८३९० कोटी रुपये.

२०१४-१५ मधील वित्तीय तूट पुढीलप्रमाणे-

वित्तीय तूट = एकूण खर्च (१७९४८९२) कोटी रुपये - महसूल उत्पन्न (११८९७६३ कोटी रुपये) + भांडवली उत्पन्नातील कर्जाची परतफेड (१०५२७ कोटी रुपये) + इतर उत्पन्न (६३४२५ कोटी रुपये).

= - ५३११७७ कोटी रुपये.

वरील तक्त्यांवरून १९९०-९१ ते २०१९-२० पर्यंत वित्तीय तुटीची कल्पना येते. सन २०१४-१५मध्ये २०१२-१३च्या तुलनेत वित्तीय तूट ४.१ कमी झाल्याचे दिसून येते. वित्तीय तुटीचे प्रमाण कमी होताना दिसून येते. तसेच २०१९-२० पर्यंत ३.४ पर्यंत कमी झाली.

फिस्कल डेफिसिट म्हणजे वित्तीय तूट ही संकल्पना १९९१च्या आर्थिक सुधारणांच्या काळापासून महत्त्वाची मानली जाऊ लागली. ही तूट मोजण्याची विशिष्ट पद्धत आहे. अर्थसंकल्पातील एकूण खर्चातून (महसुली खर्च + भांडवली खर्च) महसुली जमा + सरकारची कर्जवसुली + भांडवली खात्यावरची बिगरकर्ज स्वरूपाची जमा अशा एकूण जमा रक्कम वजा जाता येणारी रक्कम म्हणजे 'वित्तीय तूट' होय. या सूत्रातील 'भांडवली खात्यावरची बिगरकर्ज स्वरूपाची जमा' म्हणजे सरकारी उद्योगातील काही शेअर्सची व्रिकी करून (निर्गुंतवणूक) येणारी रक्कम होय. या वित्तीय तुटीचा अर्थ असा की, सरकारच्या एकूण खर्चापैकी या तुटीइतकी रक्कम सरकारी महसुलातून भागविली न जाता सरकारला त्यासाठी तेवढ्या रकमेची कर्जे उभारावी लागतात; दुसऱ्या शब्दांत, वित्तीय तूट सरकारचा प्रचंड कर्जबाजारीपणा दर्शवत असते. ही बाब अतिशय चिंताजनक आहे; कारण वाढत्या कर्जामुळे व्याजाचा प्रचंड बोजा सरकारी तिजोरीवर पडत असून ते फेडण्यासाठी सरकारला कर्जे घ्यावी लागत आहेत. एका अर्थाने देश कर्जाच्या सापळ्यात अडकण्याच्या अवस्थेपर्यंत येऊन पोहोचल्याचे हे लक्षण आहे.

क) प्राथमिक तूट (Primary Deficit)

प्राथमिक तूट = राज्यकोषीय तूट - व्याज किंवा व्याजापोटी द्यावयाच्या रकमा.

२०१४-१५च्या अंदाजपत्रकात वित्तीय तूट (राजकोषीय तूट) ५,३१,१७७ कोटी रुपये होती तर व्याजापोटी द्यावयाची रक्कम ४,२७,०११ कोटी रुपये होती, म्हणून

२०१४-१५ ची प्राथमिक तूट

= ५,३१,११७ कोटी रु. - ४२७०११ कोटी रु.

= १०४१६६ कोटी रुपये.

वरील तक्त्यात सन १९९०-९१ ते २०१९-२० पर्यंत प्राथमिक तूट दर्शविलेली आहे.

ही तूट सरकारच्या निव्वळ कर्जाची निदर्शक असते. अर्थसंकल्पात ही तूट अगदी अखेरीस दाखविलेली असते. अर्थसंकल्पातील दस्तऐवजांपैकी 'दृष्टिक्षेपात अर्थसंकल्प' हा जो एक महत्त्वाचा दस्तऐवज असतो, त्याच्या पहिल्या पानावरील आकडेवारीतील तक्त्यात सगळ्यात तळाशी या तुटीचा आकडा असतो. ही तूट वित्तीय तुटीतून एकूण व्याजाची रक्कम वजा करून काढली जाते; अशा रीतीने या तुटीवरून सरकारची निखळ कर्जे किती, हे कळू शकते. ही तूट अलीकडच्या काळात कमी होत असून, तिचे राष्ट्रीय उत्पन्नाशी असलेले प्रमाण ०.८ इतके कमी झाले आहे. यावरून सरकारवर पूर्वीच्या कर्जांवरील बोजा किती वेगाने व किती मोठ्या प्रमाणात वाढत चालला आहे, हे दिसून येते. सध्या प्राथमिक तूट कमी होताना दिसून येते.

भारतामध्ये अर्थसंकल्प साधारणपणे ३१ मार्चच्या पूर्वी सादर केला जातो. काही अडचणींमुळे अर्थसंकल्प सादर करता आला नाही तर आंतरिम (Interim) अर्थसंकल्प सादर केला जातो.

आंतरिम अर्थसंकल्प हा काही विशिष्ट परिस्थितीत संपूर्ण व आंतरिम अर्थसंकल्पाऐवजी तात्पुरती सोय म्हणून घटनेच्या ११६ व्या कलमाखाली मांडला जातो. यालाच 'Vote on Account' असेही म्हणतात.

ड) अंदाजपत्रकीय तूट (Budgetary Deficit)

अंदाजपत्रकीय (अर्थसंकल्पीय) तूट = एकूण खर्च - एकूण उत्पन्न.

= (महसुली खर्च + भांडवली खर्च) - (महसुली उत्पन्न + भांडवली उत्पन्न)

सरकारचा एकूण खर्च = महसुली खर्च + भांडवली खर्च

सरकारच्या महसुली खर्चात व्याजापोटी होणारा खर्च, प्रशासन खर्च, सामाजिक व आर्थिक सेवा यांवर होणाऱ्या खर्चाचा समावेश होतो; तर सरकारच्या भांडवली खर्चात गुंतवणूक खर्चाचा समावेश होतो. उदा. रस्ते, धरणे, रेल्वे इ. सरकारचे एकूण उत्पन्न = महसुली उत्पन्न + भांडवली उत्पन्न सरकारच्या महसुली उत्पन्नात करापासून मिळणारे उत्पन्न व करेतर उत्पन्नाचा समावेश होतो; तर सरकारच्या भांडवली उत्पन्नात कर्जाची झालेली परतफेड, कर्जउभारणी व इतर उत्पन्नाच्या बाबींचा समावेश होतो.

१९९०-९१ या वर्षातील अंदाजपत्रकीय तूट पुढीलप्रमाणे -

एकूण खर्च = १,०५,३१० कोटी रु.

एकूण उत्पन्न = ९३९६० कोटी रु.

अंदाजपत्रकीय तूट = (-) ११३५० कोटी रु.

= २०१४-१५च्या अंदाजपत्रकातील अंदाजपत्रकीय तूट

= एकूण खर्च - एकूण उत्पन्न

= (१७९४८९२ कोटी रु.) - (१७९४८९२ कोटी रु.)

= नाही (Nil)

अंदाजपत्रकीय अथवा अर्थसंकल्पीय तूट : या तुटीला 'पारंपरिक तूट' म्हणतात. पूर्वी प्रत्येक अर्थसंकल्पात ही तूट दाखविली जायची. परंतु अर्थसंकल्पाच्या आणि अर्थव्यवस्थेच्या आर्थिक विश्लेषणाच्या दृष्टीने ती तशी महत्त्वाची नसल्याने गेल्या दहा वर्षांपासून आपल्या अर्थसंकल्पातून या तुटीचे उच्चाटन करण्यात आले असून आता ती दाखविण्यात येत नाही; अशी तूट सरकार कर्ज उभारून भरून काढते व परिणामी एकूण खर्च व एकूण महसूल/उत्पन्न यांची आकडेवारी अर्थसंकल्पात समसमान दाखविण्यात येते व ही तूट शून्य असते.

तुटीच्या अर्थभरण्याची कारणे (Causes of Deficit Financial)

तुटीच्या अर्थभरण्याची कारणे पुढीलप्रमाणे सांगता येतात-

१) **केन्सच्या मते,** अर्थव्यवस्थेत एकूण उत्पन्न, एकूण उत्पादन, एकूण खर्च आणि एकूण रोजगार हे एकमेकांवर अवलंबून असतात. जेव्हा एकूण खर्चात घट होते तेव्हा रोजगाराचे प्रमाण कमी होते म्हणून रोजगाराचे प्रमाण वाढविण्यासाठी एकूण खर्चात वाढ होणे आवश्यक असते. अर्थव्यवस्थेतील एकूण खर्च म्हणजे खासगी क्षेत्रातील आणि सार्वजनिक क्षेत्रातील एकूण खर्च होय. जेव्हा खासगी क्षेत्रातील एकूण खर्चाचे प्रमाण कमी होते तेव्हा सार्वजनिक खर्चात वाढ करून एकूण खर्चाची पातळी योग्य स्तरावर राखता येते. ही खर्चातील वाढ तुटीच्या अर्थभरण्याने करता येते हे एक कारण सांगता येते.

२) मंदीच्या काळात उत्पन्न, उत्पादन आणि रोजगार यामध्ये घट होते. त्यामध्ये वाढ व्हावी यासाठी तुटीच्या अर्थभरण्याने आर्थिक व्यवहारांना चालना मिळते. लोकांची क्रयशक्ती वाढते. वस्तुंना मागणी वाढते. उत्पादनांना चालना मिळते व रोजगार वाढतो.

३) देशातील उपलब्ध असलेली साधनसामग्री भांडवलाअभावी पडून असेल तर अशा वेळी तुटीच्या अर्थभरण्याने साधनसाम्रगीचा विकास करता येतो.

४) मागासलेल्या देशात आर्थिक विकासासाठी भांडवल गुंतवणुकीची खूप मोठी कमतरता जाणवते परंतु तुटीच्या अर्थभरण्याने सार्वजनिक क्षेत्रात मोठी गुंतवणूक

केली जाते. त्यामुळे सरकारला आर्थिक विकास जलदगतीने करता येतो.

५) विकसनशील देशात बचतक्षमता कमी असल्याने भांडवल निर्मितीत अधिक वाढ होत नाही. भांडवलाची टंचाई दूर करण्यासाठी विविध मार्गाने भांडवलाची उभारणी करावी लागते. त्यातूनच सरकारच्या भांडवल उभारणीचा मार्ग म्हणजे 'तुटीचा अर्थभरणा' होय.

६) सरकारचा सार्वजनिक खर्च मोठ्या प्रमाणात जेव्हा वाढतो तो भरून काढण्यासाठी सरकार तुटीच्या अर्थभरण्याचे साहाय्य होते. थोडक्यात, सरकारचा वाढता खर्च हे एक तुटीच्या अर्थभरण्याचे कारण आहे.

७) भारतासारख्या विकसनशील देशाला मोठ्या प्रमाणात परकीय कर्ज घ्यावे लागते त्यामुळे त्या कर्जाचे व्याज मोठ्या प्रमाणात वाढताना दिसून येते. काही वेळा व्याज परत करण्यासाठी कर्ज घेण्याची वेळ येते अशा स्थितीत सरकारची अवस्था दयनीयतेची होते, त्यामुळे तूट वाढताना दिसून येते.

८) कल्याणकारी राज्याची संकल्पना बहुतेक देशांनी स्वीकारल्याने त्यांच्या महसुली उत्पन्नापेक्षा खर्च अधिक होत असल्याने तूट वाढताना दिसून येते.

९) वित्तीय व्यवस्थापनाचा तोल ढळला की महसुली तूट, वित्तीय तूट आणि प्राथमिक तूट निर्माण होते; या तुटीत जितकी वाढ होते तितकी वित्तीय असमतोलात वाढ होते.

१०) देशाच्या स्वत:च्या एकूण महसुलापेक्षा जो जास्तीचा एकूण खर्च (महसुली + भांडवली) केला जातो त्यामुळे वित्तीय तूट निर्माण होते. त्यामुळे सरकारला हा खर्च भागविण्यासाठी कर्ज काढावे लागते.

११) महसुली तूट ही मुख्यत: वित्तीय तुटीला कारणीभूत ठरते कारण भारतात २००७ मध्ये महसुली तुटीचे वित्तीय तुटीशी प्रमाण किमान ४१.४% होते तर कमाल २००९-१०मध्ये ८१.०% होते.

१२) भारतात महसुली जमेपेक्षा महसुली खर्चात सतत वाढ होत गेली त्यामुळे महसुली तूट प्रचंड वाढली. त्यामुळे मोठ्या प्रमाणात कर्जे घ्यावी लागली.

१३) वित्तीय तूट भरून काढण्यासाठी काढलेल्या कर्जाचा उपयोग सातत्याने जास्त प्रमाणात अनुत्पादक खर्च भागविण्यासाठी केल्यामुळे भांडवल गुंतवणुकीडे दुर्लक्ष झाले त्यामुळे न पेलवेल एवढे कर्जाचे ओझे वाढले. भारताने २०१५-१६मध्ये

एकूण कर्जाचे जी.डी.पी.शी असणारे प्रमाण ३३.७८% होते.

१४) वित्तीय तूट आणि विस्तारणारा सार्वजनिक खर्च आणि देयता या कारणाने वित्तीय तूट मोठ्या प्रमाणात वाढत आहे.

१५) शेती, उद्योगधंदे या आवश्यक क्षेत्रांमध्ये गुंतवणुकीची गरज असते. लोकांच्या जीवनमानावर परिणाम करणारी ही क्षेत्रे असल्याने सरकारचा खर्च या क्षेत्रात मोठ्या प्रमाणावर होतो.

१६) अविकसित देशात लोकांची बचत कमी असते व गुंतवणुकीचे प्रमाणसुद्धा कमी राहते त्यामुळे या देशांना परकीय कर्ज घ्यावे लागते. त्यामुळे व्याजाची मोठी रक्कम द्यावी लागते.

१६.५ २००१ पासूनचा तुटीचा अर्थभरणा प्रवृत्ती (Deficit Financing Since 2001)

वित्तीय व्यवस्थापनाचा तोल ढळला की महसुली तूट, वित्तीय तूट आणि प्राथमिक तूट निर्माण होते. या तुटीत जितकी वाढ तितकी वित्तीय असमतोलात वाढ होते. परिणामी, आर्थिक स्थैर्याला धोकासुद्धा निर्माण होऊ शकतो. जेव्हा चालू खात्यावरील जमा केलेल्या महसुलापेक्षा त्याच खात्यावरील चालू किंवा महसुली खर्च जास्त होतो; तेव्हा महसुली तूट निर्माण होते तसेच जेव्हा देशाच्या स्वतःच्या एकूण महसुलापेक्षा जो जास्तीचा एकूण खर्च (महसुली + भांडवली) केला जातो त्यास 'वित्तीय तूट' म्हणतात. वित्तीय तूट म्हणजे हा जास्तीचा खर्च भागविण्यासाठी काढलेले कर्जच असते. ही तूट जितकी जास्त तितका कर्जाचा बोजा जास्त असतो आणि वित्तीय तुटीतून व्याजाची रक्कम वजा केल्यास जी शिल्लक राहते तिला 'प्राथमिक तूट' म्हणतात. प्राथमिक तूट म्हणजे व्याजाची देय रक्कम असते. प्राथमिक तूट जितकी जास्त तितकी व्याजाची देय रक्कम जास्त आणि तितकीच कर्जाची रक्कम खर्चासाठी कमी.

पुढील तक्त्यात तुटीची प्रवृत्ती दर्शविलेली आहे.

तक्ता क्र. १६.२

भारताच्या अर्थसंकल्पातील तूट प्रवृत्ती (कोटी रु.)

वर्ष	महसुली तूट	वित्तीय तूट	प्राथमिक तूट
१९९०-९१	१८५६० (३.२)	४४६३० (७.७)	२३१३० (४.०)
२०००-०१	८५२३४	११८८१६	१९५०२
२००१-०२	१००१६२	१४०९५५	३३४९५
०२-०३	१०७८८०	१४५०७२	२७२६८
०३-०४	९८२६२	१२३७२३	-३६५
०५-०६	९२२९९	१,४६४३५	१३८०५
०६-०७	८०२२ (१.९)	१,४२५७० (३.५)	-७७०० (-०.२)
०८-०९	२५३५३९ (४.५)	३३६९९२ (६.०)	१४४७८८ (२.६)
२०१०-११ (बजेट अंदाज)	२७५६१२ (४.०)	३८१४०८ (५.५)	१३२७४४ (१.९)
२०११-१२	(४.३)	(५.७)	-
२०१२-१३ (प्रत्यक्ष)	३६५८९६ (३.६)	४९०५९७ (४.९)	१७७४२८ (१.८)
२०१३-१४ (प्रत्यक्ष)	३५७००८ (३.१)	५०२८५८(४.४)	१२८६०४ (१.०)
२०१४-१५ (अंदाजपत्रक)	३७८३४८ (२.९)	५३११७७ (४.१)	१०४१६६ (०.८)
२०१४-१५ (सुधारित)	३६२४८६ (२.९)	५१२६२८ (४.१)	१०१२७४ (०.८)
२०१५-१६ (अंदाजपत्रक)	३९४४७२ (२.८)	५५५६४९ (३.९)	९९५०४ (०.७)
२०१६-१७ (प्रत्यक्ष)	३१६३१८१	५३५६१८	५४९०४
२०१८-१९ (अंदाजपत्रक)	४१६०३४	६२४२७६	४८४८१

(Source : Indian Economy Datt Sundharam Edition 72th Edition 2018, P. 975 असा आहे. केंद्रीय अर्थसंकल्प - यशवंत रारावीकर २०१० व २०१८-१९ चे अंदाजपत्रक)

(कंसातील आकडे GDP शी टक्केवारी - Figuers in brackets are estimated percentages of GDP) वित्तीय तुटीशी महसुली तुटीची टक्केवारी.

(GoI, Receipt Budget (Yellow Books) 2000-01-2005-06)

१९९०-९१ यावर्षी महसुली तूट रु. १२५६० कोटी होती. ती २००२-०३मध्ये रु. १०७८८० कोटींपर्यंत वाढली आणि २००३-०४मध्ये रु. ९६१६ कोटीने कमी झाली असली तरी ६ पटीने वाढली. २००३ ते ०६पर्यंत महसुली तूट कमी झालेली दिसून येते. २००८-०९ पासून २०१०-११ पर्यंत महसुली तूट वाढलेली दिसून येते. मागील पाच वर्षांत महसुली तुटीत घट झाली आहे तिचे राष्ट्रीय उत्पन्नाशी असलेले प्रमाण जवळपास १.५ टक्के इतके कमी झाले आहे.

महसुली तुटीचे प्रमाण जी.डी.पी.शी प्रमाण साधारणपणे ३ ते ५ टक्क्यांच्या दरम्यान आहे. २००९-१० या वर्षातील तूट मागील १० वर्षांत सर्वांत जास्त आहे कारण जागतिक वित्तीय संकटांमुळे भारतावर आलेले मंदीचे संकट होय. जागतिक वित्तीय संकटामुळे अर्थव्यवस्था मंदीतून वाचविण्यासाठी सरकारने वित्तीय तुटीचे समर्थन केले व एकूण मागणी वाढविण्यासाठी काही सवलती देण्याचे ठरविले त्यामुळे एकूण खर्च वाढून तूट वाढत गेली.

प्राथमिक तूट २००७-०८ या वर्षात ०.९% होती; म्हणजेच २००७-०८मध्ये वित्तीय तूट भरून काढण्यासाठी घेतलेले हे कर्ज मागील वर्षात घेतलेल्या कर्जावरील व्याज देण्यासाठीसुद्धा पुरेसे नव्हते, ही एक गंभीर बाब आहे. महसुली तुटीचे वित्तीय तुटीशी प्रमाण या बाबीचा विचार करता साधारणपणे हे प्रमाण किमान ४१.४% तर ८१.०% एवढे होते म्हणजे २००७-०८मध्ये वित्तीय तुटीचा किमान ४१.४% आणि कमाल ८१% भाग महसुली तुटीमुळे २००९-१०मध्ये निर्माण झाला. याचा अर्थ वित्तीय तुटीत मोठ्या प्रमाणात महसुली तूट कारणीभूत आहे. तसेच एकूण कर्जाचे (संचित) चालू GDP शी असणारे प्रमाण ५० ते ५५% आहे. ते २०१५-१६ या वर्षासाठी ३३.७८% आहे.

वित्तीय तूट १९९०-९१मध्ये रु. ४४६३० कोटींची २००३-०४मध्ये रुपये १२,३७,०३३ कोटींपर्यंत वाढली म्हणजेच ती ३.५ पट वाढली. ही तूट वाढत जाऊन २००८-०९मध्ये ३३६९९२ कोटी रुपयांपर्यंत वाढली तर २०१०-११च्या अंदाजपत्रकात (बजेट अंदाजानुसार) ३,८१,४०८ कोटींपर्यंत वाढली. तर २०१४-१५ च्या बजेट अंदाजानुसार ५३११७७ (४.१) कोटींपर्यंत वाढली. परंतु २०१५-१६मध्ये GDP शी असणारे प्रमाण ३.९% पर्यंत कमी झाले.

प्राथमिक तुटीतसुद्धा वाढ झालेली आहे. १९९०-९१मध्ये फक्त २३१३० कोटी

रुपये असणारी तूट २००१-०२मध्ये ३३४९५ कोटी रुपयांपर्यंत वाढली. २००२-०३ पासून प्राथमिक तूट २००५-०६ पर्यंत कमी झालेली दिसून येते. मात्र, त्यानंतर २००८-०९ पासून या तुटीत वाढ झाली.

२०१४-१५ या वर्षापासून पुन्हा ती कमी होण्याला सुरुवात झाली. २०१५-१६ च्या अंदाजपत्रकात ती ०.७% पर्यंत कमी झाली; तर २०१८-१९ मध्येसुद्धा ती कमी झाली.

वित्तीय तूट आणि प्राथमिक तुटीच्या तुलनेत महसुली तुटीत जास्तच पटीने वाढ झाली आहे. सरकारने स्वत:च्या मिळकतीच्या मर्यादेत महसुली खर्च केला असता तर वित्तीय तूट भरून काढण्यासाठी उभारलेल्या कर्जाचा उपयोग उत्पादन वाढविणारी गुंतवणूक करून आर्थिक विकासाला वेग देता आला असता पण महसुली जमेपेक्षा महसुली खर्चात सतत वाढ होऊन महसुली तूट वाढल्याने वित्तीय तुटीतही प्रचंड वाढ झाली. परिणामी मोठ्या प्रमाणात कर्जे घ्यावी लागली. एवढी मोठी कर्जे उभारून शेवटी खर्च अनुत्पादक बाबींवर जास्त व उत्पादकता वाढविण्याच्या बाबींवर कमी हे तक्त्यातील महसुली तुटीचे वित्तीय तुटीशी असलेल्या टक्केवारीवरून सहज लक्षात येते.

१९९१-९२ यावर्षी वित्तीय तूट भरून काढण्यासाठी उभारलेल्या एकूण कर्जाच्या ४४.७ टक्के कर्जाचा उपयोग महसुली खर्च काढण्यासाठी केला. २००३-०४मध्ये तर तो तब्बल ७९.४ टक्क्यांपर्यंत केला गेला. वित्तीय तूट भरून काढण्यासाठी काढलेल्या कर्जाचा उपयोग सातत्याने जास्त प्रमाणात अनुत्पादक खर्च भागविण्यासाठी केल्यामुळे भांडवल गुंतवणुकीकडे दुर्लक्ष झाले आणि न पेलवेल एवढे कर्जाचे ओझे वाढले. २०१५-१६मध्ये एकूण कर्जाचे GDP शी असणारे प्रमाण ३३.७८% होते. वित्तीय व्यवहारांचे व्यवस्थापन कार्यक्षम करावयाचे असेल तर महसुली जमेत वाढ झाली पाहिजे त्यामुळे महसुली तूट कमी होईल; परिणामी वित्तीय तुटीत ही घट होऊन डोंगराएवढ्या उभ्या केलेल्या कर्जाचे ओझे कमी होईल. उभारलेल्या कर्जाचा उपयोग योजनेतर बाबींवर खर्च करण्याऐवजी योजना खर्च किंवा भांडवली गुंतवणूक करण्यासाठी अधिकतम खर्च केल्यास उत्पादन वाढून कर्ज परत करण्याची ऐपत वाढेल आणि वित्तीय तूट सुसह्य होईल. हे करण्याची राजकीय इच्छाशक्ती असेल तर, वित्तीय व्यवहारांचे व्यवस्थापन सुधारून विकासाचे अपेक्षित उद्दिष्ट निश्चित गाठण्याला मदत होईल.

१६.६ तुटीच्या अर्थभरण्याचे परिणाम (Effects of Deficit Financing)

तुटीच्या अर्थभरण्याचे पुढीलप्रमाणे परिणाम सांगता येतात-

१) वित्तीय तूट आणि विस्तारणारा सार्वजनिक खर्च आणि देयता : मागील

दोन दशकांपासून वित्तीय तुटीत जलद वाढ होत आहे. भारत सरकारचा सार्वजनिक खर्च आणि देयता अनेक पटीने वाढली. भारत सरकारचा सार्वजनिक खर्च आणि देयता पुढीलप्रमाणे-

१९९०-९१मध्ये रुपये ३,१४,५६० कोटी

१९९९-२०००मध्ये रुपये ९,९०,२६० कोटी

२००९-१०मध्ये रुपये ३४,९५,१५२ कोटी

या अठरा वर्षांत भारत सरकारच्या खर्चात आणि देयतेत १० पटीने वाढ झाली. तसेच भारत सरकारची देयता आणि वार्षिक व्याजाच्या रक्कमेत मोठी वाढ होत आहे.

तर २०१४-१५च्या अंदाजपत्रकानुसार तो ६२२२६५८ कोटी रुपयांपर्यंत वाढला. या २४ वर्षांत भारताचा सार्वजनिक खर्च व इतर देयता १९.८ पट वाढली.

भारत सरकारच्या व्याजाच्या ओझ्यात वाढ होत आहे. ती पुढीलप्रमाणे-

१९८०-८१	रुपये ३५०० कोटी
१९९०-९१	रुपये २१,५०० कोटी
१९९९-२०००	रुपये ८८,००० कोटी
२००९-१०	रुपये २,२५,५११ कोटी

केंद्र सरकारचा चालू महसुली करातील जवळपास ४८ टक्के खर्च व्याज देण्यासाठी झाला तसेच सरकारचे कर्जाचे ओझे वाढत आहे.

तर २०१२-१३मध्ये ३१३१७० कोटी रुपयांपर्यंत व्याज देणे होते तर २०१४-१५ मध्ये ते ४२७०११ कोटी रुपयांपर्यंत वाढले. केंद्र सरकारच्या चालू महसुली उत्पन्नाच्या ते ३५.४९% आहे म्हणजे एवढा खर्च व्याज देण्यासाठी होतो.

सन १९९०-९१ ते २०१४-१५ या काळात सरकारचे सरासरी व्याजाचे ओझे १३.३% ने वाढले.

२) जलद भाववाढ : तुटीच्या अर्थभरण्यामुळे अर्थव्यवस्थेत पैशांचा पुरवठा वाढतो व खर्चाचे प्रमाण वाढत जाते. वस्तू व सेवा यांच्या मागणीत जलदगतीने वाढ होते. त्या मानाने उत्पादनात वाढ होऊ शकत नाही; याचा परिणाम अतिरेकी भाववाढीत होतो. त्याचा सर्वसामान्य जनतेच्या राहणीमानावर विपरीत परिणाम होतो.

३) सक्तीची बचत : तुटीच्या अर्थभरण्याच्या साहाय्याने बचतीच्या अगोदरच गुंतवणूक करण्यात येते. ऐच्छिक बचत ही अल्प प्रमाणात असल्याने ती भांडवल निर्मितीस

अपुरी पडते म्हणून सक्तीची बचत करणे आवश्यक असते. परंतु त्यामुळे जनतेच्या उपभोगाच्या पातळीत सक्तीने घट घडून येते.

४) गुंतवणुकीच्या पद्धतीत बदल : तुटीच्या अर्थभरण्यामुळे अर्थव्यवस्थेत भाववाढीस चालना मिळते. ज्या वस्तूंच्या निर्मितीमुळे जादा नफा मिळतो अशा चैनीच्या वस्तू निर्माण करण्यात गुंतवणुकीचे प्रमाण वाढत जाते. देशाच्या विकास योजनेतील गुंतवणुकीपेक्षा ही गुंतवणूक वेगळी असल्याने त्याचा देशाच्या विकासाच्या गतीवर विपरीत परिणाम होतो. शेती, उद्योग इ. आवश्यक क्षेत्रांना गुंतवणुकीचा दुय्यम दर्जा मिळतो.

५) पतनिर्मितीस चालना मिळते : तुटीच्या अर्थभरण्यामुळे सरकारी खर्चात जलद वाढ होते. जनतेच्या व्यापारी बँकांच्या ठेवीत वाढ होते. त्यामुळे या बँका पतनिर्मिती मोठ्या प्रमाणावर करण्यास प्रवृत्त होतात. जादा पतनिर्मितीमुळे देशात भाववाढीस चालना मिळते. जनतेची बचत कमी होते व देशातील गुंतवणुकीच्या प्रमाणात घट होते. याचा देशाच्या विकासावर प्रतिकूल परिणाम होतो.

६) उत्पन्नाच्या वाटपात विषमता : तुटीच्या अर्थभरण्यामुळे सर्वसाधारण किमतीच्या पातळीत वाढ होते व जनतेच्या क्रयशक्तीत घट होते. ठरावीक वार्षिक उत्पन्न असणाऱ्या व्यक्तींना व गरीब जनतेस त्याचे दुष्परिणाम भोगावे लागतात. याउलट, व्यापारी व उद्योजक यांच्या उत्पन्नात वाढ होते अशा प्रकारे देशात उत्पन्नाच्या वाटपात विषमता वाढीस लागते व गरीब व श्रीमंत जनतेतील अंतर वाढत जाते.

७) सरकारची पैशांची उधळपट्टी : तुटीच्या अर्थभरण्यामुळे सरकारच्या हाती सहजपणे भरपूर पैसा उपलब्ध होतो. त्यामुळे सरकारकडून पैशांची उधळपट्टी होण्याची शक्यता वाढीस लागते.

८) पैशांच्या पुरवठ्यात वाढ : तुटीच्या अर्थभरण्यामुळे देशाच्या एकूण खर्चात वाढ होते व पैशांच्या पुरवठ्यात वाढ होते. पैशांच्या अतिरिक्त वाढीमुळे सर्वसाधारण किंमत पातळीत वाढ होते अथवा चलनविस्तार घडून येतो.

तुटीच्या अर्थभरण्याचे काही लाभसुद्धा होतात; म्हणजेच तुटीच्या अर्थभरण्याचे परिणाम लाभदायकसुद्धा असतात त्याचे विश्लेषण पुढीलप्रमाणे करता येते-

१) सरकारच्या उत्पन्नात वाढ : तुटीच्या अर्थभरण्यासाठी सरकार मध्यवर्ती बँकेकडून कर्ज घेते, त्यावर सरकारला व्याज द्यावे लागते. परंतु हे बँकेकडे भरले जाणारे व्याज शेवटी नफ्याच्यारूपाने सरकारलाच मिळते व सरकारच्या उत्पन्नात वाढ होते.

२) आर्थिक वृद्धीस चालना : अविकसित देशात उपलब्ध साधनसामग्री पूर्णपणे वापरली जात नाही. कित्येकदा ती तशीच पडून राहते. तुटीच्या अर्थभरण्यामुळे ही

साधनसामग्री वापरण्यात येते व देशात उत्पादन वाढते; त्यामुळे देशाच्या आर्थिक वृद्धीस चालना मिळते.

३) पैशांच्या पुरवठ्यात वाढ : अंदाजपत्रकातील तूट भरून काढण्यासाठी सरकार मध्यवर्ती बँकेकडून कर्ज घेते त्यामुळे सरकारची क्रयशक्ती वाढते व सार्वजनिक खर्चात वाढ होते. या वाढीमुळे खासगी क्षेत्रातील खर्चाच्या वाढीस चालना मिळते. गुणकाच्या प्रक्रियेमुळे पैशांच्या मूळ वाढीच्या अनेक पटीने अंतिम टप्प्यात एकूण पैशांच्या पुरवठ्यात प्रचंड प्रमाणावर वाढ होते. जनतेच्या हाती मुबलक पैसा आल्यामुळे आर्थिक व्यवहारास चालना मिळते व अर्थव्यवस्थेचे मौद्रीकरण जलदगतीने होत जाते.

४) देशातील साधनसामग्रीचे सरकारकडे हस्तांतर : सरकारला आर्थिक विकास करण्यासाठी मोठ्या प्रमाणावर गुंतवणूक करावी लागते. त्यासाठी कराच्या माध्यमातून पैसा गोळा करण्याचा प्रयत्न केला तर, सरकारला जनतेचा रोष पत्करावा लागतो. त्यापेक्षा तुटीच्या अंदाजपत्रकास कोणाचा फारसा विरोध होत नाही व देशातील साधनसामग्रीचे सरकारकडे हस्तांतर होऊ शकते ही सामग्री सरकार देशाच्या विकासासाठी वापरू शकते.

५) जनतेच्या बचत प्रवृत्तीस प्रोत्साहन : तुटीच्या अर्थभरण्यामुळे उपलब्ध साधनसामग्रीचे सरकारकडे हस्तांतर होते म्हणून जनतेस वापरण्यासाठी लागणाऱ्या साधनसामग्रीचे प्रमाण कमी होते; त्यामुळे जनतेस काटकसर करण्याची सवय लागते व ही प्रवृत्ती पुढे वाढत जाते अशा प्रकारे सरकार जनतेस सक्तीची बचत करण्यास भाग पाडते व उपभोगासाठी वापरली जाणारी सामग्री गुंतवणुकीच्या कामी वापरणे शक्य होते; देशाचा जलद विकास घडवून आणता येतो.

तुटीच्या अर्थभरण्याचे दुष्परिणाम टाळण्यासाठी सरकारने हा पैसा उत्पादनाच्या कामी वापरणे आवश्यक असते. देशातील उत्पादनात जलदगतीने वाढ घडून आल्यास सर्वसामान्य जनतेच्या राहणीमानात सुधारणा करणे व देशाच्या विकासाची गती वाढवणे शक्य होते. या संदर्भात दुसरा सर्वोत्तम इलाज म्हणजे तुटीच्या अर्थभरण्याचे प्रमाण शक्य तितके कमी ठेवणे हे होय; त्यामुळे या दुष्परिणामांचे प्रमाण आपोआप कमी राहते.

सराव प्रश्न :

१) तुटीचा अर्थभरणा म्हणजे काय ते सांगून तुटीच्या अर्थभरण्याची उद्दिष्टे सांगा.
२) तुटीच्या अर्थभरण्याची गरज का निर्माण होते ते स्पष्ट करा.
३) तुटीच्या अर्थभरण्याच्या विविध संकल्पना स्पष्ट करा.
४) तुटीच्या अर्थभरण्याचे परिणाम स्पष्ट करा.
५) २००१ ते २०१८ पर्यंत तुटीच्या अर्थभरण्याचे विवेचन करा.

प्रकरण १७ भारतातील स्थानिक स्वराज्य संस्थांचे आयव्यय (Indian Local Government Finance)

१७.१ प्रास्ताविक (Introduction)

भारतामध्ये नियोजनाला सुरुवात झाल्यापासून सार्वजनिक संस्थांची सर्वच क्षेत्रातील कार्ये वाढत गेली. परंतु या कार्याचे स्वरूप स्थानिक असल्याने ती कार्ये राज्य अथवा केंद्राने करणे योग्य व शक्य नसते. लोकांच्या प्राथमिक गरजा पूर्ण करण्याची जबाबदारी सार्वजनिक सत्तांना स्वीकारावी लागते. स्थानिक संस्थांना जसे पिण्याचे पाणी, आरोग्य, रस्ते, स्वच्छता इ. कामे करण्यासाठी आर्थिकव्यवस्था करावी लागते. त्यासाठी त्यांना काही उत्पन्नाची साधने प्राप्त करून द्यावी लागतात. स्थानिक संस्था लघु अथवा कुटीरोद्योग सुरू करून उत्पन्न मिळवू शकतात. सर्वसाधारणपणे असे दिसून येते की स्थानिक स्वराज्य संस्थांना उपलब्ध झालेली उत्पन्न प्राप्तीची साधने वाढत्या गरजांचा विचार करता ती अपुरी दिसून येतात. त्यामुळेच स्थानिक स्वराज्य संस्थांना राज्य सरकारद्वारे अनुदान देण्यात येते. तसेच विभाज्य करांमध्ये त्यांना हिस्सा देण्यात येतो. केंद्र सरकार विविध योजनांसाठी त्यांना आर्थिक सहकार्य करीत असते.

१७.२ भारतातील स्थानिक संस्था

भारतात ग्रामीण आणि शहरी क्षेत्रासाठी स्थानिक स्वराज्य संस्था आहेत. ग्रामीण भागासाठी ग्रामपंचायत, पंचायत समिती आणि जिल्हा परिषद तर नागरी/शहरी भागांसाठी नगरपालिका, नगरपरिषदा व महानगरपालिका देशातील वेगवेगळ्या राज्यात स्थानिक

स्वराज्य संस्थांच्या कार्यात व स्वरूपात भिन्नता दिसून येते तरीसुद्धा स्थानिक गरजा पूर्ण करण्यासाठी लोकांनी निवडून दिलेल्या प्रतिनिधींद्वारे या संस्था देशात कार्य करतात.

१९५१ पासून स्थानिक पातळीवरच्या गरजा लक्षात घेऊन स्थानिक स्वराज्य संस्थांचे कार्य महत्त्वाचे दिसून येते. १९५७मध्ये स्थापन झालेल्या श्री. बळवंतराय मेहता समितीने अशी शिफारस केली की, सरकारने आपली काही कार्ये स्थानिक स्वराज्य संस्थांकडे सुपुर्द करावीत. या संस्थांना आपल्या अधिकार क्षेत्रात विकास कामे सुरू करण्याची परवानगी दिली पाहिजे. सरकारने मार्गदर्शक व पर्यवेक्षणाची जबाबदारी स्वीकारली पाहिजे. तसेच सत्तेचे विकेंद्रीकरण करण्यासाठी त्रिस्तरीय पद्धत या समितीने सुचविली. ग्रामपातळीवर ग्रामपंचायती, गट स्तरावर पंचायत समिती आणि जिल्हा स्तरावर जिल्हा परिषदा स्थापन कराव्यात, या सर्व शिफारशींना राष्ट्रीय विकास परिषदेने १९५८मध्ये लोकशाही विकेंद्रीकरणाच्या शिफारशींना मान्यता दिली. त्यानुसार ग्रामीणक्षेत्रात त्रिस्तरीय रचना स्थापन केली. त्यामुळे ग्रामीण विकासाच्या योजना तयार करणे व त्याची अंमलबजावणी करणे या दोन्ही बाबींसाठी या संस्थांची भूमिका महत्त्वाची ठरत आहे.

ग्रामीण विभाग – देशातील ग्रामीण भागात बहुतेक क्षेत्रात ग्रामपंचायतीची स्थापना झाली आहे. शासकीय योजना ग्रामीण पातळीवर पोहोचविण्याचे काम ग्रामपंचायती करतात. एका खेड्यासाठी एक ग्रामपंचायत असली तरी दोन ते तीन खेड्यांसाठी (वाड्यांसाठी) ग्रामपंचायती असू शकतात. ग्रामपंचायतीवर ५ ते ३० सदस्य निवडून दिले जातात. वेगवेगळ्या भागात ग्रामपंचायतीचे कार्य वेगवेगळे आहे. खेडेगावामध्ये दिवाबत्तीची सोय करणे, पिण्याचे पाणी, प्राथमिक शिक्षण, रस्ते, वाचनालये, खेळाची मैदाने इ. ची सोय उपलब्ध करून देणे तसेच शेती, पशुपालन, अल्पबचत इ. ग्रामीण विकासात्मक कामे करणे. गट स्तरावर स्थानिक संस्थेला 'पंचायत समिती' म्हटले जाते. वेगवेगळ्या राज्यांमध्ये या संस्थांना वेगवेगळी नावे पहावयास मिळतात. जसे तामिळनाडूत पंचायत युनियन, पश्चिम बंगालमध्ये आंचलिक परिषद, बेंगलोर/म्हैसूर मध्ये तालुका विकास बोर्ड, उत्तरप्रदेशात क्षेत्र समिती इत्यादी नावांनी कार्यरत आहेत. सर्वसाधारणपणे पंचायत समिती गावांना जोडणारे रस्ते बांधणे, लहान पाणी पुरवठा योजना, सहकारी संस्थांचा विकास करणे, पशुपालन इ. प्रमुख कार्ये पंचायत समितीवर सोपविलेली आहेत. जिल्हा परिषदेने सोपविलेली कार्ये पंचायत समिती करते. पंचायत समितीच्यावरची स्थानिक संस्था म्हणजे 'जिल्हा परिषद' होय. प्रत्येक जिल्ह्याला एक जिल्हा परिषद स्थापन केली जाते. विविध राज्यांत जिल्हा परिषदेचे अधिकार वेगवेगळे पहावयास मिळतात. काही राज्यांत सल्लागाराचे काम जिल्हा परिषद करते; तर महाराष्ट्र, गुजरात, आंध्रप्रदेश, पंजाब इ. राज्यांत जिल्हा परिषदांना वेगळे स्थान आहे. त्यांना जिल्ह्यातील शिक्षण, आरोग्य,

दळणवळण इ. प्रमुख कार्ये करावी लागतात. तसेच कृषी विकास, पशुसंवर्धन, ग्रामोद्योगाचा विकास इ. कामे जिल्हा परिषद करीत असते. तसेच याशिवाय ग्रामपंचायती व पंचायत समित्यांवर देखरेख व योग्य मार्गदर्शन करावे लागते व वेळप्रसंगी त्यांना मदत करावी लागते.

नागरी/शहरी विभाग - शहरी भागामध्ये नगरपालिका व महानगरपालिका स्थानिक संस्था म्हणून कार्य करतात. हे कार्य विशिष्ट भागापुरतेच मर्यादित असते. नगर परिषद आकाराने लहान तर महानगरपालिका आकाराने मोठ्या असतात. जसे शिरूर नगरपालिका व पुणे महानगरपालिका. त्यांच्या रचनेत, कार्यात व प्रशासकीय सत्तेत फरक आहे. भारतातील सर्व राज्यांत महानगरपालिकांची रचना व प्रशासन पद्धती सारखीच दिसून येते. महानगरपालिकांना कर आकारणी, अंदाजपत्रक तयार करणे व बांधकामाबाबत पूर्ण व पुरेसे स्वातंत्र्य दिलेले असते. तसेच कायद्याची अंमलबजावणी करण्यासाठी स्वतंत्र आयुक्ताचे स्थान निर्माण केलेले असते. आयुक्तांचे कार्य विविध समित्यांच्या कार्यापासून वेगळे ठेवलेले असते. करांचे अधिकार महानगरपालिकेत प्रत्येक राज्यात व प्रत्येक नगरपालिकेत वेगळे असू शकतात.

सद्य:स्थितीत महानगरपालिकांची कार्ये वाढलेली दिसून येतात. मात्र, उत्पन्नाचे स्रोत मर्यादितच दिसून येते. त्याची कारणे अनेक आहेत जसे महानगरांचा वाढता आकार, वाढती लोकसंख्या, औद्योगिकीकरणाचा वाढता वेग, इत्यादी; त्यामुळे महानगर-पालिकांना, आपल्या पारंपरिक कार्याबरोबरच झोपडपट्ट्यांचे उच्चाटन, प्रदूषणास प्रतिबंध, नगरनियोजन, उड्डाणपूल इ. कार्येसुद्धा करावी लागतात. त्यासाठी केंद्र व राज्य सरकारकडून आर्थिक मदत मिळत असली तरी मुख्य भार महानगरपालिकांनाच उचलावा लागतो.

भारतात जवळपास सर्वच राज्यांत नगरपालिकांची निर्मिती झालेली आहे. त्यांच्या रचना, करांचे अधिकार, संघटना, कार्ये व अंमलबजावणी इ. मध्ये बऱ्याच बाबतीत समानता दिसून येते. आर्थिक स्थितीच्या बाबतीत सध्या त्यांची स्थिती समाधानकारक नसल्याचे दिसून येते कारण मर्यादित उत्पन्न व वाढता खर्च यामुळे नगरपालिकांना उत्पन्न व खर्चाचा मेळ घालावा लागतो. अपुरे उत्पन्न असल्याने पाणी, लाईट, ड्रेनेज व्यवस्था, आरोग्य, स्वच्छता इ. कामे मोठ्या प्रमाणात करता येत नाहीत. असेच सध्याचे चित्र दिसून येते. त्यासाठी नगरपालिकांना मोठ्या प्रमाणात आर्थिक साहाय्य करणे आवश्यक आहे. तरच ही कार्ये मोठ्या प्रमाणात करता येऊ शकतील. त्यासाठी करांमधून जास्तीतजास्त वाटा आणि मोठ्या प्रमाणात अनुदाने उपलब्ध करून देणे आवश्यक आहे.

१७.३ स्थानिक स्वराज्य संस्थांचे आर्थिक निष्कर्ष

ग्रामीण व शहरी भागांचा विचार करता उत्पन्न आणि खर्चाबाबतीत माहिती पाहिल्यावर पुढील निष्कर्ष दिसून येतात.

सत्तेचे विकेंद्रीकरण करून ग्रामीण भागात ग्रामपंचायत, पंचायत समिती, जिल्हा परिषद स्थापन करण्यात आल्या. त्यांना सत्ता दिली असतानासुद्धा त्यांना राज्य सरकारवर मोठ्या प्रमाणात अवलंबून राहावे लागते. ग्रामपंचायत व जिल्हा परिषदांना महत्त्वाचे स्थान असले तरी महाराष्ट्रात जिल्हा परिषदांना महत्त्व प्राप्त झालेले आहे. परंतु इतर राज्यांत जिल्हा परिषदा सरकारच्या वतीने काम पहाताना दिसून येतात. ग्रामपंचायत व जिल्हा परिषदांना उत्पन्नाचे स्रोत अपुरे पडते, त्या स्रोतात वाढ झाल्याशिवाय त्यांचे परावलंबित्व कमी होणार नाही. सध्या ग्रामपंचायतींना विशिष्ट कामासाठी केंद्राकडून थेट निधीसुद्धा दिला जातो. त्यामुळे ग्रामपंचायतींवरील परावलंबित्व थोडेफार कमी झाल्याचे दिसून येते. तरीही ग्रामपंचायतींना अनुदानामध्ये वाढ करणे आवश्यक आहे.

शहरी भागात नगरपालिकांपेक्षा महानगरपालिकांची आर्थिक स्थिती बरी दिसून येते; कारण महानगरपालिकांना दिलेली स्वायत्तता व अधिकार जास्त आहेत. उत्पन्नसुद्धा अधिक आहे व आयुक्त योग्य पद्धतीने अंमलबजवणी करू शकतात. त्यामुळे महानगर-पालिकांची कामे होतात. आयुक्तांमुळे राजकीय हस्तक्षेप कमी होताना दिसून येतो. महानगरपालिकांना मोठी प्रतिष्ठा प्राप्त झालेली असते.

नगरपालिकांना आपली कार्ये पूर्ण करणे अवघड झाल्याचे दिसून येते; कारण त्यांची उत्पन्नाची साधने अपुरी आहेत. राज्य व केंद्र सरकारकडून मिळणाऱ्या अनुदानाचाच अधिक आधार घ्यावा लागतो. परिणामी राज्यांचा हस्तक्षेप होतो.

काही राज्यांत नगरपालिकांत प्रशासकीय अधिकारी नेमण्याची पद्धत सुरू झालेली आहे. परंतु या प्रशासकीय अधिकाऱ्याचे अधिकार मर्यादित दिसून येतात. निवडून आलेल्या सदस्यांचे वर्चस्व अधिक दिसून येते. त्यामुळे कार्याची अंमलबजावणी व्यवस्थित होत नाही. पाणी पुरवठा, रस्ते, वीज, ड्रेनेज व्यवस्था इ. ची कामेसुद्धा पूर्ण होत नाहीत. त्यातच भ्रष्टाचार अस्तित्वात आल्याचे विविध उदाहरणांवरून दिसून येते.

नगरपालिकांना राज्य सरकारकडून अनुदान घेतल्याशिवाय आपली कामे करणे अतिशय अवघड झाल्याचे दिसून येते. त्यामुळे पालिकांचे परावलंबित्व वाढले आहे.

नवीन कर लावणे व जुने वसूल करणे ही स्थितीसुद्धा दिसून येत नाही. त्यातच निवडून आलेले सदस्य, प्रशासकीय अधिकारी, कामगार इ. सर्वच शहरांच्या भविष्याबाबत उदासीन असल्याने शहरांच्या सुविधांकडे पुरेसे लक्ष दिले जात नाही. त्यामुळे अनेक नगरपालिकांची स्थिती दयनीय झालेली दिसून येते. राजकीय स्वार्थामुळे व अंतर्गत

कलहामुळे सरकारला अनेक नगरपालिकेत प्रशासक नेमावे लागले आहेत.

ग्रामीण व शहरी भागांसाठी सत्तेचे विकेंद्रीकरण केले असले तरी त्यांची आर्थिक स्थिती भक्कम करणे आवश्यक आहे.

सराव प्रश्न :

१) भारतातील स्थानिक स्वराज्य संस्थांचे स्वरूप स्पष्ट करा.

२) स्थानिक स्वराज्य संस्थांचे उत्पन्नाचे मार्ग स्पष्ट करा.

३) ग्रामीण आणि शहरी भागातील स्थानिक स्वराज्य संस्थांचे आर्थिक निष्कर्ष विशद करा.

प्रकरण १८	आर्थिक विकास आणि वित्त (Economic Development & Finance)

१८.१ प्रास्ताविक (Introduction)

जगात विकसित आणि विकसनशील अशा दोन प्रकारचे देश दिसून येतात. आर्थिकदृष्ट्या बहुसंख्य देश गरीब दिसून येतात. त्या देशांचे अल्प उत्पन्न, निकृष्ट राहणीमान, अतिरिक्त लोकसंख्या, जन्म आणि मृत्यूचे अधिक प्रमाण इ. बाबी दिसून येतात. ही अवस्था बदलू शकते. त्यासाठी प्रयत्न करणे गरजेचे आहे असे अर्थशास्त्रज्ञांचे मत आहे.

आर्थिक विकासाच्या वेगवेगळ्या संकल्पना दिसून येत असल्या तरी त्यातील काही आर्थिक विकासाची वैशिष्ट्ये मानता येतात. जसे राष्ट्रीय उत्पन्नात वाढ, देशाच्या राष्ट्रीय उत्पन्नात वाढ, जीवनमान पातळीत वाढ, उपभोग क्षमतेत वाढ इ. परंतु सध्या आर्थिक विकासाची भांडवल वृद्धी ही महत्त्वाची बाब मानली जाते.

१८.२ आर्थिक विकास (Economic Development)

प्रा. केन्स, प्रा. मिर्डाल, प्रा. रॅग्नर नर्क्स यांनी विकसनशील देशांचा विकास करावयाचा असेल तर काही उपाय सुचविले आहेत.

प्रा. नर्क्स यांच्या मते, देशातील सुप्त बचत शक्तीचा योग्य वापर करून भांडवल-निर्मितीचा प्रश्न सुटू शकतो. केन्सच्या मते, सरकारने आपला खर्च वाढवावा व त्यातून भांडवलनिर्मिती होऊ शकते. तसेच लोकांची खरेदी शक्ती वाढवली पाहिजे; तर मिर्डाल यांनी सरकारी खर्चाचे प्रसारक परिणाम यावर भर दिला.

१८.३ भांडवलाचे स्थान (Place of Capital)

आर्थिक विकासाचे महत्त्वाचे साधन म्हणजे 'भांडवल' होय. हे वरील विश्लेषणावरून दिसून येते. 'भांडवलाचा जास्तीतजास्त विस्तृत आणि योग्य उपयोग करण्याच्या क्रियेला आर्थिक विकास असे म्हणता येते.' ज्या ठिकाणी पूर्वी भांडवलाचा उपयोग जास्तीतजास्त क्रियांसाठी केला जात असे तेथे आता योग्य पद्धतीने (सखोल) करावयाचा. विकसित देशाचा विचार करता तेथे भांडवल, यंत्रे, अवजारे इ. चा जास्तीतजास्त वापर केला जातो. तसेच नवनवीन ठिकाणी भांडवल वापरण्याचे प्रयत्न केले जातात. त्यामुळे नवीन बाबी निर्माण होताना दिसून येतात. तसेच भांडवलाचा जास्तीतजास्त वापर केला जातो. जसे लाकडी नांगराची जागा ट्रॅक्टरने घेतली आहे.

१८.३.१ भांडवल स्रोत (Capital Source)

आर्थिक विकासासाठी 'भांडवल संचय' ही महत्त्वाची बाब आहे. त्यासाठी भांडवली स्रोत महत्त्वाचे आहेत. ते एकतर देशांतर्गत उपलब्ध होते अथवा विदेशातून, या भांडवलाचा उपयोग खासगी व सार्वजनिक क्षेत्रात अतिशय कार्यक्षमपणे करणे आवश्यक असते.

अ) देशांतर्गत स्रोत - १) विकसनशील देशात हे स्रोत अनुत्पादक उपभोगातच अडकून पडलेले असतात. ते उत्पादक कार्याकडे वळविणे महत्त्वाचे असते; जसे अतिरिक्त लोकसंख्या भार, पडीक जमीन, छुपी बेकारी इ.

२) उत्पन्नाचा ओघ उपभोगाकडून भांडवल निर्मितीकडे वळविणे महत्त्वाचे असते. त्यालाच बचत अथवा भांडवलनिर्मिती असे म्हटले जाते. विकसनशील देशात गरिबीचे दुष्टचक्र असते, ते भेदण्याचा प्रयत्न करावा लागतो.

ब) बाह्यस्रोत : अंतर्गत भांडवलाच्या कमतरतेमुळे बाह्य भांडवलाचा उपयोग करावा लागतो. हे स्रोत मदत म्हणूनच वापर करणे महत्त्वाचे असते. प्रथमत: अल्प भांडवल घेऊन भांडवलनिर्मिती करण्याच्या क्रियेला चालना द्यावी लागते.

सरकार : विकसनशील देशात सरकारची भूमिका महत्त्वाची असते. त्यासाठी सरकारला अंतर्गत स्रोताचा विचार करून बाह्यस्रोताचासुद्धा आधार द्यावा लागतो.

देशांतर्गत स्रोत : स्वदेशी भांडवलाच्या साहाय्याने सरकार भांडवलनिर्मिती करत

असते. ही भांडवलनिर्मिती दोन प्रकारे करता येते - १) बचतीला प्रोत्साहन देणे. २) सक्तीची बचत करावयास लावणे.

१) बचतीला प्रोत्साहन : बचतीला प्रोत्साहन दोन प्रकारे देता येते - १) खासगी उद्योगात गुंतवणूक - इंग्लंड, अमेरिकेसारख्या देशात बचतीला प्रोत्साहन दिले जाते. लोक स्वखुशीने बचत करून भांडवलनिर्मिती करतात. त्यासाठी दोन बाबी महत्त्वाच्या असतात-

अ) खासगी उद्योगातील गुंतवणूक सुरक्षित व लाभदायक असावी. सरकार यासाठी मदत करते जसे सरकार काही उद्योगांना संरक्षण देते. तसेच तांत्रिक सोयी व मार्गदर्शन करते.

ब) गुंतवणुकीसाठी काही संस्था असणे आवश्यक असते जसे बँका, बचत गृहे, संयुक्त भांडवली संस्था इ. सरकारने बँकांच्या विकासासाठी प्रयत्नशील असले पाहिजे. औद्योगिक वित्तपुरवठा करण्यासाठी सरकारने प्रोत्साहन देणे आवश्यक आहे. सरकारने औद्योगिक व्यापारी व सहकारी बँकेची स्थापना करणे आवश्यक आहे. त्यामुळे बचतीला चालना मिळून भांडवल निर्मिती होऊ शकेल.

२) गुंतवणूक करण्याला प्रोत्साहन : बचत गोळा करणे हे एक सरकारचे कर्ज उभारण्याचे महत्त्वाचे साधन आहे. अल्पबचत योजना ही महत्त्वाची एक योजना आहे. त्यासाठी ग्रामीण भागामध्ये लहान लहान बचत संस्था स्थापन होणे आवश्यक आहे. तसेच पोस्टातील बचत योजनांना जास्तीतजास्त उत्तेजन देणे आवश्यक आहे. लोकांना सोन्याबद्दल असलेले आकर्षण त्यासाठी सरकारने सोन्याची नाणीसुद्धा पोस्टाद्वारे वितरित केली जात आहे. त्यामुळे सरकारला मोठ्या प्रमाणात बचत रूपाने कर्ज उपलब्ध होत आहे व ही गुंतवणूक फायदेशीर ठरते आहे. लोकांना बचत करण्यासाठी पोस्ट खात्याने LRD (आवर्ती जमा) एजंटांची संख्या वाढवणे गरजेचे आहे. सध्या महिला प्रधान योजना राबवली जात आहे. परंतु त्यांची नवीन एजन्सी देण्याचे सरकारने बंद केले आहे. लोकांनी जास्तीतजास्त गुंतवणूक करण्यासाठी महिला एजंटांची संख्या वाढवली तर सरकारला कर्ज मोठ्या प्रमाणात उपलब्ध होईल असे या क्षेत्रातील महिला एजंट सौ. शुभांगी ढमढेरे यांचे मत आहे.

लोकांचा सरकारच्या कर्जफेडीवरसुद्धा विश्वास असणे गरजेचे आहे. विकसनशील देशात नेहमीच चलनविस्ताराची स्थिती असते त्यामुळे सरकारी कर्जात अथवा बचत योजनात बचत करण्याची लोकांची तयारी नसते; बचतीची किंमत भविष्यात कमी होण्याची शक्यता असते.

बचत : वरील उपाययोजना करूनसुद्धा स्वखुशीने बचत जास्त नसते. त्याला अनेक घटक कारणीभूत असतात - अ) गरीब व्यक्तीचे उत्पन्न कमी असते. त्यामुळे बचतसुद्धा कमी होते. ब) उत्पन्न वाढले तरी चैनीच्या बाबींकडे अधिक खर्च केला जातो. तसेच विकसित देशांचे अनुकरण करण्यामुळेसुद्धा खर्च वाढतो व बचत कमी होते. क) लोकांची खरेदी शक्ती कमी असल्याने वस्तूंची मागणी म्हणावी तेवढी होत नाही. ड) बचतीचा उपयोग सोने, चांदी, जमीन, घरे घेण्यासाठी केला जातो. अथवा रोख पैसा जमविला जातो. इ) बचत संस्थांअभावी बचत न होणे अथवा कमी होणे इ. सर्व कारणांमुळे सरकारला लोकांवर बचतीची सक्ती करावी लागते. त्यासाठी सक्तीच्या बचत योजना हाती घ्याव्या लागतात. जसे कर, चलनविस्तार, तुटीचा अर्थसंकल्प इ.

कर : करामुळे लोकांचा उपभोग कमी होतो. उपभोगात वाढ पूर्वी होत असे ते स्रोत आता भांडवलनिर्मितीकडे वळलेले आहेत. करांनासुद्धा काही मर्यादा आहेत कारण करामुळे उत्पादनाला आणि वितरणाला धक्का पोहोचता कामा नये. तसेच गरिबांच्या उपभोगात घट होता कामा नये.

महत्त्वाचे म्हणजे करापासून मिळणाऱ्या रकमेतून भांडवलनिर्मिती होणार हे महत्त्वाचे आहे. कराचा बचतीवर परिणाम होणार नाही याची काळजी घेणे गरजेचे आहे. करापासून सूट, सवलती देऊनसुद्धा बचतीला चालना मिळते; म्हणून पूर्वी पोस्टातील विविध योजनांवर कर आकारला जात नव्हता. उदा. आवर्ती योजना (R.D.) तेव्हा अधिकाधिक गुंतवणूक होत होती परंतु आता मिळणाऱ्या व्याजावर कर आकारला जातो परिणामी गुंतवणूक कमी होते. बचत अधिकाधिक होण्यासाठी कर आकारला जाऊ नये.

चलनविस्तार : साधारणपणे एखाद्या विशिष्ट कालावधीत (महिना अथवा वर्ष) वस्तू व सेवांच्या किंमत पातळीवर होणारी अनियंत्रित वाढ म्हणजे ‘चलनविस्तार’ होय. चलनविस्तारामुळे वस्तू व सेवांच्या किमती वाढतात परंतु चलनाची खरेदीशक्ती कमी होत असते. क्राऊथर यांच्या मते, ज्या परिस्थितीत पैशांचे मूल्य कमी होत असते म्हणजे किमती वाढत असतात, अशा परिस्थितीला ‘चलनविस्तार’ असे म्हणतात. प्रा. पिगू यांच्या मते, जेव्हा रोख वेतनातील वाढ उत्पादन क्षमतेतील वाढीपेक्षा जास्त प्रमाणात असते तेव्हा चलनविस्ताराचे लक्षण समजावे; थोडक्यात, चलनाचे प्रमाण पूर्वीपेक्षा वाढते परंतु उत्पादनाचे प्रमाण त्या प्रमाणात वाढत नाही तेव्हा चलनविस्तार झाला असे समजले जाते.

चलनविस्तारामुळे भांडवलात वृद्धी होते. रोख्यांची खरेदी केल्यामुळे लोकांना तेवढ्याच किमतीचे चलन उपलब्ध होते व त्यांच्याकडील शिल्लक वाढते. त्यामुळे

लोकांच्या ठेवीचे प्रमाण वाढते. व्यापारी बँकांनी व्याजाचा दर कमी केला तर उत्पादक वर्गाला कर्ज स्वस्त दराने मिळू शकते त्यामुळे मोडकळीस आलेले व्यवसाय सावरू शकतात; अथवा नवीन उद्योग/व्यवसाय सुरू करू शकतात. बेकार साधनसामग्रीचा उपयोग केला जातो. आर्थिक विकास हा नवीन चलनाचा पुरवठा होताच अधिक वेग घेतो.

सरकार भाववाढीची समस्या निर्माण होऊ नये म्हणून उद्योग सुरू करणे, पडून राहिलेल्या साधनसामग्रीचा उपयोग करणे, उत्पादन कार्यासाठी कर्ज देणे इ. मार्गाचा सरकार अवलंब करते.

१८.४ तुटीचा अर्थसंकल्प (Deficit Budget)

सनातनवादी अर्थशास्त्रज्ञ अंदाजपत्रकातील तुटीला अनिष्ट मानत असे. त्यांच्या मते, अर्थव्यवस्थेत आपोआप संतुलन होत असल्याने बाह्य हस्तक्षेपाची गरज नसते. जे.बी.से. यांच्या विचारांचा पगडा त्या काळात होता. परंतु १९३६मध्ये केन्सने आर्थिक विचारसरणीला वेगळे वळण दिले. आर्थिक मंदी आणि बेरोजगारी ही प्रभावी मागणीच्या अभावामुळे निर्माण होते असे त्यांचे मत होते. त्यांच्या मते, जेव्हा आर्थिक मंदी असते तेव्हा खासगी खर्च कमी होतो. त्यासाठी तुटीच्या अर्थभरण्याने सरकारने सार्वजनिक क्षेत्रात खर्च वाढविला तर रोजगारात वाढ होईल. ही विचारसरणी पाश्चात्त्य देशात मान्य झाली. त्यामुळे मंदीवर नियंत्रण ठेवण्यासाठी तुटीचा अर्थभरणा उपयोगी ठरतो असे स्पष्ट झाले. सध्या विकसनशील देशात आर्थिकव्यवस्था करण्यासाठी तुटीच्या अर्थसंकल्पाचाच उपयोग केला जातो.

१८.५ तुटीची अर्थव्यवस्था आणि चलनविस्तार (Deficit Economy & Inflation)

सर्वसाधारणपणे पैशांच्या संख्येत वाढ आणि किमतीमध्ये वाढ ही दोन साम्ये तुटीची अर्थव्यवस्था व चलनविस्तारामध्ये दिसून येतात. परंतु दोन्हींमध्ये फरक दिसून येतो. तो पुढीलप्रमाणे -

चलनविस्ताराचा संबंध वस्तूंचा उत्पादन खर्च आणि त्यांची किंमत यांच्याशी संबंधित आहे. चलनविस्तारामुळे किमतीमध्ये फरक पडेलच असे नाही. डॉ.व्ही.के.आर.व्ही.राव यांच्या मते, ‘‘तुटीच्या अर्थव्यवस्थेमुळे किमतीची पातळी निश्चितपणे वाढते. परंतु त्यामुळे तुटीची अर्थव्यवस्था ही चलनविस्ताराची प्रवृत्ती आहे असे म्हणता येत नाही. किमतीतील वाढ चलनविस्तारामुळे तेव्हाच होते की, जेव्हा या

किमतीतून अधिक किंमत वाढ व त्यातून अधिकाधिक किंमत वाढ निर्माण होते."

तुटीच्या अर्थव्यवस्थेचे रूपांतर चलन विस्तारात होईलच असे नाही, ते दोन बाबींवर अवलंबून असते - अ) तुटीच्या अर्थव्यवस्थेचा आकार मर्यादित केला व त्याबरोबर उत्पादनाचे प्रमाण वाढविले तर त्यामध्ये वाढ होण्याचा कमी धोका असतो. ब) चलनविस्तार होऊ द्यावयाचा नाही असा हेतू समोर ठेवून चलनविस्ताराला प्रतिबंध करण्याच्या उपाययोजना करणे आवश्यक आहे. जसे करआकारणी, कर्जे इ. च्या साहाय्याने करता येईल.

चलनविस्तार हे उत्पादनखर्च आणि किमती यामधील संबंधाद्वारे अर्थव्यवस्थेत बदल घडवून आणणारे तंत्र आणि तुटीची अर्थव्यवस्था भांडवलातील तूट भरून काढणारे एक आर्थिक तंत्र आहे.

चलनविस्ताराला काही प्रमाणात मौल्यवान धातू अथवा तत्सम आधार असल्यामुळे व्यवहारामध्ये जास्त आलेले चलन कमी करण्याचा काहीतरी मार्ग असतो. परंतु भविष्यकाळात उत्पादनात वाढ होईल हा तुटीच्या अर्थव्यवस्थेला आधार असतो. त्यामुळे अर्थव्यवस्थेत आलेले अतिरिक्त चलन बाहेर काढून घेण्याचा मार्ग नसतो.

तुटीच्या अर्थभरण्यामुळे भांडवलाची कमतरता दूर करता येते त्यामुळे आर्थिक विकासातील अडचण दूर होते. परंतु प्रकल्प सुरू होण्याला बराच कालावधी लागतो. सरकारने या प्रकल्पासाठी खर्च सुरू केलेलाच असतो. त्यामुळे लोकांची क्रयशक्ती वाढते परंतु वस्तूंची निर्मिती त्या प्रमाणात होत नाही. त्यामुळे किमती वाढून चलनविस्तार होतो. परिणामी लोकांना अल्पकाळात अनैच्छिक त्याग सहन करावा लागतो. लोकांची क्रयशक्ती कमी होते. त्यातच स्थिर उत्पन्न असणाऱ्यांची स्थिती दयनीय होते. या सर्व कारणांमुळे विकसनशील देशांना सहन कराव्या लागणाऱ्या त्यागाची तीव्रता वाढते. त्यामुळे अशा देशांनी तुटीच्या अर्थसंकल्पाचे तंत्र अनिर्बंधपणे वापरणे योग्य होणार नाही, त्यांनी ते सावधपणे वापरले पाहिजे.

१८.५.१ विदेशी मदत (Foreign Aid)

कोणत्याही देशाच्या सरकारला दोन कारणाने विदेशी मदत घ्यावी लागते-

१) देशांतर्गत आर्थिक स्रोत कमी पडणे. देशातील लोकांचे उत्पन्न कमी असल्यामुळे बचत कमी होते. करांचे उत्पन्न ठरावीक मर्यादितच असते. कराचे दर वाढविले तर त्याचा परिणाम उपभोगावर होतो. तसेच करांचा उत्पादनावरसुद्धा परिणाम होऊ नये म्हणून तुटीचा अर्थभरणा मोठ्या प्रमाणात करता येत नाही. अशा रीतीने सर्व बाबींचा विचार करता देशांतर्गत स्रोत अपुरे पडतात त्यामुळे बाह्य स्रोताचा मार्ग अवलंबला जातो.

२) विकसनशील देशांना भांडवली वस्तू आणि यंत्रसामग्रीची गरज असते. परंतु त्यांच्याकडे पुरेसे भांडवल नसते. विदेशातून या वस्तू आणण्यासाठी परदेशातून कर्ज घेऊन खरेदी करणे भाग पडते.

विदेशी मदत विविध माध्यमातून घेतली जाते.

१) परकीय लोकांकडून कर्ज : ही कर्जे खासगी स्वरूपाची असतात. विकसनशील देशात अशा खासगी कर्जामुळे मोठ्या प्रमाणात विकास घडून आलेला आहे. खासगी भांडवल अनेक माध्यमातून उपलब्ध होते - अ) त्यांनाच नवे उद्योग स्थापन करण्याची परवानगी देणे. ब) योग्य दराने भांडवल घेऊन क) स्वदेशी व विदेशी भांडवलदारांची भागीदारी निर्माण करणे इ. बऱ्याच खासगी भांडवलदार अटी व सवलती लादतात.

२) विदेशी सरकारकडून घेतलेले कर्ज : हा एक महत्त्वाचा मार्ग आहे. ही कर्जे सरकारी पातळीवरील असतात. कर्ज देण्याच्या आर्थिक हेतू बरोबरच राजकीय हेतूसुद्धा असतो.

३) प्रत्यक्ष आर्थिक मदत : विकसित देश अविकसनशील देशांना प्रत्यक्ष मदत देत असतात; म्हणजेच अनुदानाच्या स्वरूपात आर्थिक मदत केली जाते. दुसऱ्या योजना काळात भारताला अमेरिका, इंग्लंड, कॅनडा इ. देशांनी आर्थिक मदत केली.

४) आंतरराष्ट्रीय संस्था : जागतिक बँक, आंतरराष्ट्रीय वित्तीय महामंडळ अशा संस्थांकडून अनेक देशांनी कर्जे घेतली आहेत. अशा संस्थांकडून घेतलेल्या कर्जामागे राजकीय हेतू नसतो.

आंतरराष्ट्रीय कर्जे ही त्या त्या वेळी व हव्या त्या प्रमाणात मिळत नाहीत तसेच अशी कर्जे राजकीय हेतूनेच दिली जाण्याची शक्यता असते. अशी मदत पूरक म्हणून मिळणे आवश्यक असते. ती पर्याय म्हणून नसावी अशा काही मर्यादासुद्धा दिसून येतात.

सराव प्रश्न :

१) आर्थिक विकासाबाबत विवेचन करा.
२) आर्थिक विकासात भांडवलाचे स्थान स्पष्ट करा.
३) आर्थिक विकासासाठी भांडवलाचे स्रोत निर्माण करण्याचे मार्ग स्पष्ट करा.
४) आर्थिक विकासात तुटीच्या अर्थभरण्याची भूमिका स्पष्ट करा.
५) तुटीचा अर्थभरणा अथवा अर्थव्यवस्था व चलनविस्तार याबाबत विवेचन करा.
६) विदेशी मदतीबाबत आपले मत स्पष्ट करा.

विभाग ४

राज्य वित्तीय संबंध

प्रकरण १९ | केंद्र-राज्य वित्तीय संबंध (Central - State Financial Relationship)

१९.१ प्रास्ताविक (Introduction)

संघराज्याची कार्ये दोन गटात विभागली जातात. केंद्र सरकार आणि राज्य सरकार. केंद्र सरकार आणि राज्य सरकार यामध्ये जी वाटणी होते, ती वेगवेगळ्या देशात वेगवेगळ्या स्वरूपाची असते. भारतात केंद्र सरकार, राज्य व स्थानिक स्वराज्य संस्था यांच्यात सत्ता विभागली आहे. जी कार्ये देशाच्या दृष्टीने महत्त्वाची असतात ती केंद्र सरकारकडे सोपविलेली असल्याचे दिसून येते आणि जी स्थानिक पातळीवर महत्त्वाची वाटतात ती

राज्य सरकारकडे सोपविण्यात आल्याचे दिसून येते. जी कार्ये वेगवेगळ्या राज्य सरकारांकडे सोपविण्यात आलेली असतात, त्यांच्या कार्यात देशपातळीवर समन्वय असणे आवश्यक असते. हा समन्वय केंद्र सरकारला करावा लागतो.

जी कार्ये चांगल्या प्रकारे केली जाऊ शकतात ती राज्य सरकारकडे सोपविण्यात आल्याचे दिसून येते. जी कार्ये वेगवेगळ्या राज्य सरकारांकडे सोपविण्यात आलेली असतात, त्यांच्या कार्यात देशपातळीवर समन्वय असणे गरजेचे असते. हा समन्वय केंद्र सरकारला करावा लागतो.

भारताने संघराज्यात्मक राज्यव्यवस्था स्वीकारली असल्यामुळे केंद्र सरकार व घटक राज्यांची सरकारे यांच्यामध्ये वित्तसंबंधीचे अथवा उत्पन्नाच्या साधनांचे विभाजन करणे आवश्यक असते; इतर घटक राज्यांच्या तुलनेने भारतीय संघराज्यातील उत्पन्न साधनांची अथवा वित्तसाधनांची विभागणी अतिशय तर्कसंगत आणि परिपूर्ण आहे; एकतर (आकारणीचे) सर्व अधिकार २४६ व्या कलमाच्या सातव्या अनुसूचीतील केंद्रयादीत समाविष्ट केले आहे अथवा राज्ययादीत समाविष्ट केले आहेत. तुटीचा अर्थभरणा फक्त केंद्र सरकारच करू शकते. केंद्र व राज्य अशा दोन्ही स्तरांवरील शासनांना हा अधिकार दिला असता तर रुपयाचे मूल्य स्थिर राखणे अशक्य झाले असते. परराष्ट्राकडून कर्जे घेणे हा मुख्यत्वे केंद्राचा अधिकार आहे; कारण यात परराष्ट्रासंबंधीचा विचार येतो आणि हा विषय केंद्राच्या अखत्यारीत येतो. देशांतर्गत कर्जे राज्य शासनाला उभारता येतात. मात्र, केंद्र सरकारकडून घेतलेले कर्ज बाकी असेल तर अंतर्गत कर्ज उभारताना केंद्राची अनुमती आवश्यक असते. याशिवाय घटनेच्या २८० व्या कलमानुसार राष्ट्रपती वित्तआयोगाची (Finance Commission) नेमणूक करतात. दर पाच वर्षांनी नेमण्यात येणारा वित्त आयोग विभाज्य कर आणि अनुदाने यांच्या बाबतीत शिफारशी करतो. यामुळेही वारंवार बदलत्या गरजा व बदलती परिस्थिती पाहून उत्पन्न विभागणीची योग्य तरतूद होते. वित्तआयोगाची तरतूद हे भारतीय घटनेचे वैशिष्ट्य मानावे लागेल.

१९.२ भारतातील केंद्रीय आयव्ययाचा विकास : (Central Public Finance Development in India)

भारताच्या केंद्रीय आयव्ययाचा अभ्यास करताना आपल्याला प्रथमत: इ.स. १७६५ मध्ये ईस्ट इंडिया कंपनीला दिलेल्या कर वसुलीच्या अधिकाराचा विचार करावा लागतो. ईस्ट इंडिया कंपनीला हा अधिकार बंगाल, मद्रास आणि मुंबई या तीन प्रांतांसाठी मिळाला. या काळात या कंपनीची स्थिती चांगली नसल्याने ही कंपनी ब्रिटिश सरकारकडे कर्जाची मागणी करत असे. शेवटी ब्रिटिश सरकारने कंपनीच्या आर्थिक व्यवहारांवर नियंत्रणे

आणली त्यातूनच १८३३मध्ये चार्टर ॲक्ट पास झाला. त्यामुळे मुंबई, मद्रास, बंगाल या प्रांताची स्वायत्तता संपुष्टात आली व केंद्र सरकारने या तीन प्रांतांना उत्पन्न वाटून द्यावे असे ठरले. पुढे १८५८मध्ये ईस्ट इंडिया कंपनीची सत्ता संपुष्टात आली व भारत ब्रिटिशांच्या आधिपत्याखाली आला. इ.स. १८६१मध्ये अर्थमंत्री श्री. जेम्स विल्सन यांनी विकेंद्रीकरणाची संकल्पना मांडली. परंतु इ.स. १८७१मध्ये गव्हर्नर जनरल मेयो यांनी सरकार व करवसुली यांचे अधिकार केंद्र प्रांतांत वाटून दिले. तसेच केंद्राकडून प्रांतांना अनुदाने मिळू लागली. लॉर्ड मेयो यांनी केंद्रीय आयव्यय व्यवस्थेचा भारतात पाया घातला असे म्हणावे लागेल. पुढील काळात लॉर्ड लिटन यांनी या व्यवस्थेत बदल केले. १८८२ नंतर दर पाच वर्षांने पुनर्विचार करण्याची अस्थायी पद्धत सुरू झाली. परिणामी केंद्र आणि प्रांतामध्ये अनिश्चितता निर्माण झाली. इ.स. १९०४मध्ये लॉर्ड कर्झन यांनी अस्थायी पद्धत बदलली व त्यागी अर्थस्थायी पद्धत आणली.

इ.स. १९१९मध्ये मॉंटेग्यु चेम्सफोर्ड यांच्या अहवालानुसार भारत सरकारने भारत सरकार अधिनियम १९१९ पास केला. या कायद्यानुसार केंद्र आणि प्रांताच्या सरकारमधील उत्पन्न मिळविणाऱ्या साधनांमध्ये पूर्णपणे विभाजन करण्यात आले.

जर प्रांतांना वित्तीय तूट निर्माण झाल्यास त्यासाठी केंद्राने अनुदाने द्यावीत असे सुचविले गेले. परंतु जर केंद्रालाच तूट निर्माण झाल्यास ती कशी भरून काढावी याबाबत १९१९च्या कायद्यात कोणतीच तरतूद केलेली नव्हती. त्यामुळे १९२०मध्ये लॉर्ड मेस्टन मंडळाची नेमणूक केली. या मंडळाने केंद्राला तूट निर्माण झाल्यास प्रांतांनी अनुदाने द्यावीत अशी शिफारस केली. या निर्णयाला विरोध होऊन मेस्टन मंडळाची शिफारस रद्द केली.

जागतिक महामंदीच्या (१९२९) काळात आयव्ययाबाबत अनेक सुधारणा सुचविण्यात आला. १९३३मध्ये ब्रिटिश सरकारने श्वेतपत्रिका सादर केली. तिचा विचार करून १९३५मध्ये भारत सरकारचा कायदा पास करण्यात आला. त्यानुसार केंद्रीय शासन पद्धतीचा अवलंब करण्यात आला. प्रांताची नव्याने रचना करण्यात आली व त्यांना मोठ्या प्रमाणात स्वायत्तता देण्यात आली. आयव्ययाच्या बाबतीत या कायद्यात जे नियम होते त्यानुसार उत्पन्न प्राप्तीची साधने केंद्र सरकार आणि प्रांत सरकारामध्ये पूर्णपणे वेगळी करण्यात आली. आयव्ययाच्या बाबतीत कायद्यातील नियमानुसार केंद्र सरकार आणि प्रांत सरकार यामध्ये उत्पन्न प्राप्तीची साधने वेगवेगळी करण्यात आली. केंद्र सरकारकडे उत्पन्न प्राप्तीसाठी निगमकर, आयातकर तसेच रेल्वे व पोस्ट खात्यातील मिळणारी प्राप्ती इ. चा समावेश करण्यात आला तर प्रांताच्या सरकारांना उत्पन्नाची साधने शेतसारा, मधावरील उत्पादनकर, विक्रीकर इ. निश्चित करण्यात आली. तसेच या व्यतिरिक्त

काही करांपासून मिळणारे उत्पन्न केंद्र आणि प्रांतामध्ये वाटावे अशी तरतूद करण्यात आली. केंद्र व प्रांतामध्ये उत्पन्न करांपासून मिळणाऱ्या प्राप्तीचे विभाजन कसे करावे, अनुदाने राज्यांना कशी द्यावीत इ.साठी शिफारशी करण्यासाठी १९३६मध्ये सर ओटो निमिअर यांची नियुक्ती केली. परंतु निमिअर निर्णयाने काही प्रांतांचे समाधान झाले नाही. त्यात काही दुरुस्त्या केल्या गेल्या.

१९४७मध्ये भारत स्वतंत्र झाला. आयव्ययाबाबत बदल करण्यासाठी निमिअर निर्णयाचे संशोधन केले गेले.

प्रांतसरकारांना हे संशोधन मान्य नव्हते. आयकराचे वाटप आणि ज्यूटनिर्याततीतील वरील करात प्रांताचा हिस्सा ठरविण्यासाठी नव्याने उपाययोजनेसाठी इ.स. १९४८मध्ये भारत सरकारने श्री.सी.डी. देशमुख यांची नेमणूक केली. श्री. देशमुखांचा निर्णय १९५०-५२ या काळासाठी अमलात आणला. स्वातंत्र्यानंतर पाचशे संस्थानांचे विलीनीकरण करण्यात आले. काही संस्थाने जवळच्या राज्यात विलीन करण्यात आली तर काही संस्थानांची नवी राज्ये निर्माण करण्यात आली. या संस्थानांचे विलीनीकरणामुळे वित्तीय एकीकरण महत्त्वाचे होते त्यासाठी भारत सरकारने १९४८मध्ये श्री.व्हि.टी. कृष्णम्माचारी यांच्या अध्यक्षतेखाली भारतीय राज्य वित्त चौकशी मंडळाची स्थापना केली. या मंडळाच्या शिफारशीनुसार केंद्र सरकार व नव्याने राज्ये निर्माण झाली. त्यांच्यात करार करण्यात आले.

१९.३ संघराज्यात्मक वित्तीय तत्त्वे (Principal of Fedral Finance)

संघराज्यात्मक वित्तीय व्यवस्थेत विविध घटकांचा समावेश होतो. जसे केंद्र व राज्य सरकारचे वित्तीय स्रोत, वित्तआयोग, केंद्राचा निधी राज्यांना देणे, करांचा हिस्सा राज्य सरकारला दिला जातो. त्या निधीचे हस्तांतरण करणे इ. संघराज्यात्मक वित्तव्यवस्था म्हणजे केंद्र आणि राज्य सरकारांची वित्तीय व्यवस्था होय. संघराज्यात्मक वित्तव्यवस्थेची तत्त्वे पुढीलप्रमाणे सांगता येतात-

१) स्वातंत्र्य : संघराज्यातील प्रत्येक घटकास जसे केंद्र सरकार, राज्यशासन, स्थानिक स्वराज्य संस्था, आर्थिक स्वातंत्र्य असले पाहिजे. त्यांची स्वत:ची उत्पन्नाची साधने वेगवेगळी असली पाहिजेत. तसेच खर्चाचे क्षेत्र वेगवेगळे असावे. त्यामुळे ते आपले कार्य कार्यक्षमतेने करू शकेल. केंद्र व राज्य सरकारे वित्तीय दृष्टिकोनातून स्वतंत्र असली पाहिजेत. काही राज्यांजवळ कमी पैसा असणे शक्य असते तर काही राज्यात जास्त असणे शक्य असते; म्हणजेच उत्पन्नाचे स्रोत सर्व राज्यांना सारखेच असेल असे नसते तसेच केंद्र सरकार व राज्य सरकारे पूर्ण अलिप्त राहू शकत नाहीत. राज्य सरकारांना

केंद्राच्या आर्थिक स्रोतांवर अवलंबून राहावे लागते. केंद्र सरकार आपल्या उत्पन्नातून राज्य सरकारला काही वाटा देते त्यामुळे केंद्र सरकार पासून राज्य सरकारे स्वतंत्र व वेगळी राहू शकत नाहीत.

२) पर्याप्तता : या तत्त्वानुसार संघराज्यातील प्रत्येक घटकाला उत्पन्न प्राप्तीची साधने पर्याप्त असावी जेणेकरून वर्तमानाबरोबरच भविष्यकालीन गरजा पूर्ण करता आल्या पाहिजेत. प्रयत्नांची साधने लवचीक असली पाहिजेत. नैसर्गिक आपत्तीच्या वेळी पुरेसे उत्पन्न प्राप्त झाले पाहिजे. संघराज्याच्या वाढत जाणाऱ्या गरजा आणि जबाबदारी त्यासाठी उत्पन्नसाधनांच्यात वाढ झाली पाहिजे.

३) शासकीय सुविधा : वित्तव्यवस्था अशी असावी की कर संकलन कार्यक्षमपणे होणे आवश्यक आहे. कर आकारणी अशी करावी की कर चुकवू नये असे प्रत्येकाला वाटले पाहिजे. तसेच कर आकारणीचा व्यापार, उद्योग यावर परिणाम होऊ नये असे कर आकारावेत. आंतरराज्यीय कराची व्यवस्था केंद्रसरकारने केली पाहिजे; तर स्थानिक कराची व्यवस्था राज्य सरकारांनी करावी.

४) समानता : केंद्र आणि राज्यात कराबाबत समन्वय असणे आवश्यक आहे. केंद्र आणि राज्य सरकारचा कराचा सीमान्त भार प्रत्येकावर सारखाच असला पाहिजे. संघराज्यातील प्रत्येक राज्याने आपल्या क्षमता आणि आर्थिक स्थिती प्रमाणे योगदान देणे आवश्यक आहे.

५) समन्वय, जबाबदारी, एकरूपता : सद्य:स्थितीत विकसनशील देशांचा विचार करता समन्वय, जबाबदारी, एकरूपता इत्यादी तत्त्वांचासुद्धा विचार करावा लागतो. तसेच संघराज्यीय वित्तव्यवस्थेची काही वैशिष्ट्ये आहेत.

१९.४ संघराज्य वित्तव्यवस्थेची वैशिष्ट्ये (Features of Federal Finance)

संघराज्यीय वित्तव्यवस्थेची वैशिष्ट्ये पुढीलप्रमाणे सांगता येतात -

१) कार्याचे विभाजन : संघीय व्यवस्थेत केंद्र आणि राज्य सरकार यांच्या कार्यात विभाजन केलेले असते. साधारणपणे आंतरराष्ट्रीय पातळीवरची महत्त्वाची कामे केंद्र सरकारवर सोपविलेली असतात जसे आंतरराष्ट्रीय व्यापार, संरक्षण, विदेश विनिमय, टांकसाळ इ. या कामांचे परिणाम राष्ट्रीय व आंतरराष्ट्रीय स्वरूपाचे असतात; तर राज्य सरकारकडे शेती, शिक्षण, आरोग्य, सहकार इ. प्रादेशिक स्वरूपाची कामे सोपविली जातात.

२) संयुक्त कामे : संघराज्यीय प्रणालीत कामांची विभागणी झालेली असली तरी काही कामे संयुक्तपणे केली जातात. जसे केंद्र सरकार शिक्षण, शेती, आरोग्य इ. कामे स्वत: करते तसेच राज्य सरकारसुद्धा ही कामे स्वत: करते परंतु देशपातळीवर निर्णय दोन्ही सरकारांनाच घ्यावे लागतात. अशा वेळी केंद्र सरकार राज्य सरकारांना सहकार्य व मदत करते.

३) हस्तक्षेप : आणीबाणीच्या काळात केंद्र सरकार राज्य सरकारचा अधिकार काढून घेऊ शकते. परंतु राज्य सरकारसुद्धा न्यायालयात दाद मागू शकते.

४) संयुक्त कामे : काही प्रश्नांची सोडवणूक केंद्र सरकार व राज्य सरकारांना एकत्र येऊनच करावी लागते तसे कामगार कायदे, नद्या व पूरनियंत्रणाचे धोरण, पाणी वाटपाचा प्रश्न इ. या प्रश्नांची सोडवणूक एकत्रितच करावी लागते.

५) सार्वभौमत्व : उत्पन्नाच्या बाबतीत केंद्र व राज्य सरकारमध्ये वादविवाद झाले तरी ते कायद्यातील तरतुदीनुसार सोडवावे लागतात.

६) परस्पर सहकार्य : द्विरुक्ती टाळण्यासाठी केंद्र व राज्यांमध्ये परस्पर सहकार्य असणे आवश्यक असते. राज्य सरकारच्या मालमत्तेवर राज्याने तर केंद्र सरकारच्या मालकीच्या मालमत्तेवर केंद्राने कर आकारणे आवश्यक असते.

७) केंद्रीय कामे प्रथम : प्रथम केंद्र सरकारच्या कामांची यादी तयार केली जाते नंतर राज्य व स्थानिक स्वराज्य कामांची यादी केली जाते. थोडक्यात, कामांची विभागणी प्रथम केंद्राची व नंतर राज्याची त्यामुळे कार्यक्षेत्र निश्चित होते.

१९.५ केंद्र-राज्य यांच्या संबंधातील कार्यांची विभागणी (Distribution of Functions)

भारतीय संघराज्यात केंद्रसरकार आणि घटकराज्य सरकारे यांच्यामध्ये कार्यांची शास्त्रशुद्ध विभागणी करण्यात आली आहे. केंद्र सरकार आणि घटकराज्य सरकारे यांच्यातील कार्यांची विभागणी त्रिसूत्री योजनेनुसार करण्यात आली आहे. काही कार्ये आणि अधिकार फक्त केंद्र सरकारला नेमून देण्यात आली आहेत, अन्य काही कार्ये व अधिकार घटकराज्य सरकारांवर सोपविण्यात आली आहेत. यामध्ये सामाईक कार्यांचा समावेश करण्यात आला आहे. उर्वरित अधिकार केंद्र सरकारकडे देण्यात आले आहेत. मध्यवर्ती सरकारकडे पुढील कार्ये सोपविलेली आहेत-

संरक्षण, सशस्त्र बळ, परराष्ट्र व्यवहार, जहाज वाहतूक, राष्ट्रीय महामार्ग, टपाल व तार, नौकानयन व हवाई वाहतूक, दूरध्वनी, बिनतारी व तत्सम दळणवळण साधने,

चलन व नाणेपद्धती. बँकव्यवसाय व विमा, परराष्ट्र व्यापार, परकीय चलन व परकीय कर्जे, आंतरराज्य व्यापार, मत्स्यक्षेत्र, जणगणना आणि मध्यवर्ती व घटकराज्य सरकारांच्या हिशेबांची लेखापरीक्षणे.

घटकराज्य सरकारांकडे पुढील कार्ये सोपविलेली आहेत-

पोलीस शासकीय सुव्यवस्था, आरोग्य, सफाई, रुग्णालये व दवाखाने, अपंगांना मदत, शिक्षण, रस्ते व पूल, शेती व सिंचन, जंगले, अंतर्गत व्यापार व व्यापारव्यवसाय इ.

सामाईक सूचीमध्ये पुढील कार्यांचा समावेश केला आहे. आर्थिक व सामाजिक नियोजन, फौजदारी कायदा, दिवाळखोरी व नादारी, औद्योगिक व कामगार कलह, सामाजिक सुरक्षा व सामाजिक विमा, किंमत-नियंत्रण आणि अन्य वस्तूंची भेसळ आणि शिक्षण इ.

केंद्र सरकार व घटकराज्य सरकारे यांच्यामधील वित्तीय साधनांची विभागणी हा केंद्र सरकार व घटकराज्य सरकारे यांच्यामध्ये करण्यात आलेल्या कार्यांच्या व अधिकारांच्या विभागणीचा तर्कशुद्ध परिणाम होय. केंद्र सरकारला अथवा घटकराज्य सरकारांना विभागून देण्यात आलेली वित्तीय साधने त्यांच्यावर सोपविण्यात आलेल्या कार्यांशी व जबाबदाऱ्यांशी अनुरूप असावी लागतात. निरनिराळ्या घटकराज्यांत भिन्नता असणाऱ्या देशातील वैशिष्ट्यपूर्ण परिस्थितीत संघराज्यात्मक सरकार कार्यक्षम रीतीने कार्य करू शकेल अशी धारणा असल्यामुळे संघराज्यात्मक पद्धती अवलंबिली जाते. प्रादेशिक दृष्टीने महत्त्वाचे ठरणारे विषय, घटकराज्यांकडे सोपविले जातात. तसेच सामाईक हितसंबंधांचे विषय केंद्र सरकारकडे सोपविले जातात. वित्तीय साधनांचे वाटपसुद्धा कार्य समतेच्या तत्त्वावर आधारलेले असले पाहिजे. ज्या करांचा पाया आंतरराज्य स्वरूपाचा असतो. उदा. राज्याराज्यांतील व्यापारी, जकाती असे कर केंद्र सरकारकडे दिले जावेत. करमणूक करासारखा कर स्थानिक स्वरूपाचा असतो असे कर बसविण्याचा व वसूल करण्याचा अधिकार घटकराज्यांना असावा जे कर बसविण्याच्या व वसूल करण्याच्या बाबतीत घटकराज्य सरकारे अधिक कार्यक्षम असतात; अशा करांच्या बाबतीत केंद्र सरकारने आदर्श कायदे करावेत.

साधनसामग्रीच्या वाटपासंबंधी योजना लवचीक असावी कारण वित्तीय साधनांच्या वाटपासंबंधी योजना कितीही आदर्श स्वरूपाची असली तरी ती सर्व कालखंडाच्यादृष्टीने अंतिम स्वरूपाची ठरू शकत नाही.

बदलत्या परिस्थितीनुसार आणि काळाच्या ओघात कोणतीही व्यवस्था जुनाट व कालविसंगत ठरते यात शंकाच नाही, म्हणून देशाच्या हिताच्यादृष्टीने आवश्यक असणारे

बदल घडवून आणण्याची आवश्यकता असते अशा तरतुदींचा त्यामध्ये समावेश असणे आवश्यक असते. अशा प्रकारची वित्तीय साधनांची विभागणी योजना असली पाहिजे. थोडक्यात, घटकराज्य सरकारांनी शासकीय खर्चाच्या कर आकारणीच्या व शासकीय वित्तव्यवहारांच्या तत्त्वांचे पालन करावे यादृष्टीने किंवा राज्य सरकारे शासकीय वित्तव्यवहारांचे पालन करतील यासाठी स्थूल स्वरूपाचे संघराज्यात्मक अधिक्षण इष्ट ठरते.

१९.६ घटकराज्यांच्या साधनसामग्रीची समस्या व कर्जबाजारीपणा (Central State Financial Relations in India)

केंद्र आणि राज्य सरकार यांच्यात वित्तीय अधिकाराचे वाटप झालेले आहे. परंतु राज्यांना विकास कामे आणि कल्याणकारी कामे करावी लागतात. त्यासाठी त्यांच्याकडे पुरेसे उत्पन्न नसते, त्यासाठी त्यांना बऱ्याचदा कर्जे काढावी लागतात, त्यातूनच राज्यांचा कर्जबाजारीपणा वाढतो. राज्यांच्या साधनसामग्रीच्या समस्या व त्यांचा कर्जबाजारीपणा पुढीलप्रमाणे स्पष्ट करता येतो -

घटकराज्यांच्या समस्या : घटकराज्य सरकारांना विकासात्मक तसेच कल्याणकारी कार्ये करावी लागत असतात. जसे शिक्षण, आरोग्य, अंतर्गत सुरक्षा, सिंचन प्रकल्प, रस्ते, वीज इ. त्यामुळे राज्यांना मिळणारा विविध मार्गांचा निधी अपुरा पडतो. राज्य सरकारांना वित्तआयोगाने केलेली वित्तीय तरतूद, तसेच केंद्रीय कराचा राज्याचा हिस्सा, अनुदाने, कर्जे इ. उपलब्ध होत असतात. परंतु ती अपुरी पडतात.

राज्यांची महसूल उभारणी कमी पडते. तसेच राज्यांचे वित्तीय अधिकार अलवचिक स्वरूपाचे दिसून येतात. साधनसामग्रीच्या पर्यायवापराबाबत घटकराज्ये उदासीन दिसून येतात. त्याचप्रमाणे नैसर्गिक संकटाचा खर्च वाढता आहे, त्या तुलनेत वित्तीय साधने कमी पडतात.

कर्जबाजारीपणा : राज्यांच्या आर्थिक साधनसामग्री बाबतच्या समस्यांना नेहमीच तोंड द्यावे लागते. त्यातूनच कर्जबाजारीपणा वाढताना दिसून येतो.

देशांतर्गत कर्जे : यामध्ये व्यापारी बँका, वित्तीय संस्थांकडून घेतलेली कर्जे तसेच रिझर्व्ह बँकेकडून घेतलेली तात्पुरती कर्जे व अधिकर्ष सवलत इ.चा समावेश होतो.

केंद्राकडून घेतलेली कर्जे : केंद्र सरकारकडून योजना व बिगरयोजना खर्च भागविण्यासाठी कर्जे घेतली जातात. परंतु केंद्राकडून घेतलेल्या कर्जाचा हिस्सा काहीशा प्रमाणात घटत आहे; जसे १९६१मध्ये ७४% असणारा हिस्सा २००४ पर्यंत ३२%

पर्यंत घटला व तो घटत आहे.

अधिकर्ष सवलत : राज्य सरकारांना रिझर्व्ह बँक अर्थोपाय कर्जे व विशेष अर्थोपाय कर्जे अशा दोन पद्धतीने कर्जे देत असतात. ही साधारणपणे तीन महिन्यांच्या मुदतीची असतात. या अतिरिक्त कर्जांना 'अधिकर्ष सवलत' असेही म्हणतात. अशी सवलत विशेष प्रसंगांना वापरावी अशी अपेक्षा असते. राज्यांना आर्थिक संकटातून बाहेर काढण्यासाठी रिझर्व्ह बँक या साधनाचा वापर करते. राज्यांना अधिकर्ष सवलतीची सवयच लागल्याचे दिसून येते. रिझर्व्ह बँकेची अशी घेतलेली कर्जे नंतर केंद्राकडून आर्थिक मदत मिळाल्यानंतर ती परत केली जातात. राज्यांनी केंद्र सरकारकडून घेतलेली कर्जे परत केल्याने एक प्रकारे तुटीचा अर्थभरणा होतो त्यामुळे चलनपुरवठा वाढून भाववाढ होऊ शकते त्यामुळे राज्यांनी अधिकर्ष सवलतीचा अधिक वापर करू नये.

भविष्य निर्वाह निधी : राज्य सरकार भविष्य निर्वाह निधीच्याद्वारे कर्जे उभारत असते. ही कर्जे दिवसेंदिवस वाढत असताना दिसून येतात.

थोडक्यात, घटकराज्य सरकारांना आर्थिक अधिकार अलवचिक स्वरूपाचे असल्याने तसेच महसुली उत्पन्न वाढविण्याचे प्रयत्न अपुरे पडत असल्याने त्याचबरोबर साधनसामग्रीचा पर्याप्त वापर करण्यात कमी पडल्याने राज्यांना कर्जे घ्यावी लागतात आणि त्यातूनच घटकराज्यांचा कर्जबाजारीपणा वाढत जात आहे.

१९.७ केंद्र व राज्यांकडून स्थानिक संस्थांना साधनसामग्रीचे हस्तांतरण (Transfer of resources from union & states to Local Bodies)

भारतात केंद्र, राज्य आणि स्थानिक स्वराज्य संस्था कार्यरत असून केंद्राकडून राज्य सरकारांना वित्तीय हस्तांतरण हे राज्यघटनेत स्पष्ट केलेले आहे. मात्र, स्थानिक स्वराज्य संस्थांच्या वित्तीय साधनांचे हस्तांतरणाबाबत राज्यघटनेत कोणतीही तरतूद नव्हती; परंतु १९९२मध्ये ७३ वी आणि ७४ वी घटनादुरुस्ती करून स्थानिक संस्थांकडे कार्ये व अधिकारांचे हस्तांतरण केलेले आहे.

१९९२मध्ये भारतीय राज्यघटनेत महत्त्वाच्या दुरुस्त्या केल्या त्यानुसार ७३ व्या घटनादुरुस्तीनुसार ग्रामीण स्वराज्य संस्थांना स्वायत्त बनविण्यासाठी त्यांच्या कार्ये व अधिकारात हस्तांतरण करणे बंधनकारक केले. स्थानिक स्वराज्य संस्थांना आर्थिक साधनांचे हस्तांतरण करण्याचे अधिकार राज्य वित्त आयोगाला देण्यात आले. तसेच ७४ व्या घटना दुरुस्तीने शहरी स्थानिक स्वराज्य संस्थांना जसे नगरपालिका, महानगरपालिका इ. ना स्वायत्त बनवून अधिकार देण्यात आले.

या दुरुस्तीमुळे स्थानिक स्वराज्य संस्थांना स्थानिक पातळीवर काही कर आकारणे

व त्याद्वारे उत्पन्नाचा मार्ग निर्माण करण्याचा अधिकार मिळाला. तसेच राज्यांना प्राप्त झालेल्या महसुलातून स्थानिक स्वराज्य संस्थांना हा महसूल विभागला जाऊ शकतो. त्यामुळे स्थानिक स्वराज्य संस्थांना विकासात्मक व कल्याणकारी कार्ये करण्यास निधी उपलब्ध होऊ शकतो.

राज्य वित्तआयोगाद्वारे स्थानिक स्वराज्य संस्थांना वित्तीय साधनांचे हस्तांतरण करू शकतात. कर महसुलात सहभाग व अनुदाने या प्रकारे हस्तांतरण केले जाऊ शकते परंतु ते मर्यादित स्वरूपाचे असते. त्यासाठी स्थानिक स्वराज्य संस्थांना कर्ज पुरवठा केला जाऊ शकतो.

केंद्राकडून स्थानिक संस्थांना वित्तीय हस्तांतरण हे दहाव्या वित्त आयोगापासून सुरुवात झाली. पंचायत समिती व नगरपरिषदांसाठी वित्तीय साहाय्य ५३८० कोटी रु. दहाव्या वित्तआयोगाने शिफारस केली; तर अकराव्या वित्तआयोगाने दहा हजार कोटी रुपये अनुदान देण्याची शिफारस केली. तेराव्या वित्तआयोगाने स्थानिक स्वराज्य संस्थांसाठी ८७५९९ कोटी रुपयांची शिफारस केली.

चौदाव्या वित्तआयोगाने ग्रामपंचायत आणि नगपालिकांसाठी मूलभूत अनुदान आणि कामगिरी अनुदानाचे प्रमाण ग्रामपंचायतीसाठी ९:१० आणि नगरपालिकांसाठी ८०:२० असे केले आहे. स्थानिक स्वराज्य संस्थांना वित्तीय साहाय्यसाठी २०११ची जनगणना हा निकष लावला आहे. ग्रामपंचायतीसाठी सर्व राज्यांना १८०,२६,२९६ कोटी रुपये पायाभूत अनुदानासाठी आणि कामगिरी अनुदानासाठी २०,०२,९२२ कोटी रुपयांची शिफारस केली.

सर्व राज्यातील नगरपालिकांसाठी ६९,७१,५०३ कोटी रुपयांची पायाभूत अनुदान साठी व कामगिरी अनुदानासाठी १७,४२,८७६ कोटी रुपयांची शिफारस केली आहे.

स्थानिक स्वराज्य संस्थांना केंद्र सरकारकडून वित्तीय हस्तांतरणामुळे त्यांच्या उत्पन्नात वाढ होणार आहे. ७३ वी ७४ व्या घटना दुरुस्तीने स्थानिक स्वराज्य संस्थांना आर्थिक हस्तांतरणामुळे आर्थिक विकेंद्रीकरण गतिमान होणार आहे. त्यामुळे आरोग्य, पाण्याची व्यवस्था, स्थानिक रस्ते इ.ना चालना मिळणार आहे.

१९.८ राज्यघटनेतील तरतुदी (Constitutional Provisions)

भारताच्या राज्यघटनेत केंद्र सरकार व घटकराज्य सरकारे यांच्यामध्ये साधनसामग्रीचे वाटप करण्यासंबंधी तरतूद करण्यात आली असून केंद्र सरकारने आकारावयाचे कर आणि घटकराज्य सरकारांनी आकारावयाचे कर असे दोन भाग पाडण्यात आले आहेत.

सरकारच्या कर अधिकारकक्षा ठरविण्यात आल्या. केंद्र सरकारच्या वैधानिक अधिकारकक्षेत घटकराज्य सरकारांच्या वैधानिक अधिकारकक्षेत समाविष्ट होणारे कर कोणते, यांचा उल्लेख भारताच्या राज्यघटनेत असून उर्वरित कर आकारणीचे अधिकार सरकारला देण्यात आले आहेत. जे कर आंतरराज्य स्वरूपाचे आहेत असे कर केंद्र सरकारच्या अधिकारकक्षेत समाविष्ट करण्यात आले आहेत तर ज्या करांचा पाया स्थानिक स्वरूपाचा आहे, असे कर घटकराज्य सरकारांच्या अधिकार कक्षेत समाविष्ट करण्यात आले आहेत. भारताच्या राज्यघटनेच्या कलम २४६ मध्ये केंद्र आणि राज्यांच्या वित्तीय अधिकाराचे वाटप केलेले आहे.

केंद्रसरकारच्या वैधानिक अधिकारकक्षेत करांचे पुढील गटात वर्गीकरण केले जाते-

१) असे कर केंद्र सरकारने बसवायचे असतात व या करांपासून मिळणारे उत्पन्न केंद्र सरकारने स्वत:कडे ठेवावयाचे असते. उदा. जकाती, महामंडळ कर, व्यक्तींवरील व कंपन्यांवरील आयकर, उत्पन्न करावरील अधिकार आणि जे कर केंद्र सरकारने बसवायचे असतात व वसूल करावयाचे असतात. परंतु ज्या करांपासून मिळणारे उत्पन्न पूर्णपणे घटकराज्य सरकारांना द्यावयाचे असते अशा करांवरील अधिकार. २) जे कर केंद्र सरकारने बसवावयाचे असतात व वसूल करावयाचे असतात पण ज्या करांपासून मिळणारे उत्पन्न केंद्र सरकार व घटकराज्य यांच्यामध्ये विभागावयाचे असते. उदा. उत्पन्नावरील कर, उत्पादन कर इ. ३) जे कर केंद्र सरकारने बसवावयाचे व वसूल करावयाचे असतात पण ज्या करांपासून मिळणारे सर्व उत्पन्न राज्यांमध्ये विभागून द्यायचे असते असे कर. उदा. मालत्तेवरील मालमत्ता कर व वारसा कर, रेल्वेमार्ग, हवाई मार्ग व समुद्र मार्गे वाहतूक केल्या जाणाऱ्या वस्तूंवरील व प्रवाशांच्या तिकिटांवरील कर, मुद्रांक शुल्क वगळून रोखे व्यवहारावरील व कायदे बाजारातील कर, वृत्तपत्राच्या विक्रीवरील व खरेदीवरील व त्यामध्ये प्रसिद्ध होणाऱ्या जाहिरातींवरील कर इ. ४) जे कर केंद्र सरकारने बसवायचे असतात पण जे कर घटकराज्यांनी वसूल करावयाचे असतात व ज्या करांपासून मिळणारे उत्पन्न घटकराज्यांनी घ्यावयाचे असते असे कर. उदा. अल्कोहोल, अफू अशी मादक द्रव्ये आणि प्रशासन सामग्रीवरील अबकारी कर. अशा वस्तू ज्या वस्तूंमध्ये असतात अशा वस्तू दुहेरी अबकारी प्राधिकरणाच्या कक्षेत आल्या असत्या पण भारताच्या राज्यघटनेत करण्यात आलेल्या तरतुदींमुळे परस्पर व्याप्त अधिकारकक्षा टाळता येतात.

जे कर बसविण्याचा व वसूल करण्याचा अधिकार घटकराज्यांच्या वैधानिक अधिकार कक्षेत येतो; असे कर पुढीलप्रमाणे - जमीन महसूल, शेती उत्पन्नावरील कर, शेतजमिनीच्या बाबतीत वारसा कर व मालमत्ता कर, जमिनीवरील, इमारतीवरील व खनिजांच्या मालकी हक्कांवरील कर, अल्कोहोलयुक्त मध, अफू, गुंगीकारी व मादक

द्रव्ये यांच्या उत्पादनावरील कर, स्थानिक उपभोगाच्या वस्तूंवरील कर, विजेच्या वापरावर व विक्रीवर कर, वृत्तपत्रे वगळून इतर वस्तुंच्या विक्री अथवा खरेदीवरील कर, जाहिरातींवरील कर, मोटार अथवा जलमार्गे प्रवास करणाऱ्या प्रवाशांवरील कर, वाहनांवरील कर, जनावरांवरील किंवा बोटींवरील कर, पथ कर, व्यापार, धंदा, व्यवसाय व रोजगार यांवरील कर, प्रतिव्यक्ती कर, चैनीच्या वस्तूंवरील, करमणुकीवरील, मनोरंजनावरील व जुगारावरील कर, मुद्रांक शुल्क आणि नोंदणी शुल्क इ. कर राज्याने बसवावयाचे व वसूल करावयाचे असून त्यापासून मिळणारे सर्व उत्पन्न घटकराज्याने घ्यावयाचे असते. भारताच्या राज्यघटनेनुसार महसुलाचे/उत्पन्नाचे मार्ग कार्यकक्षेच्या निकषांनुसार विभागण्यात आले आहेत. प्राप्तिकरापासून आणि मध्यवर्ती अबकारी करांपासून मिळणाऱ्या निव्वळ उत्पन्नांपैकी काही हिस्सा घटकराज्यांना देण्यासंबंधीची तरतूद भारताच्या राज्यघटनेत असून, घटकराज्याचे अंदाजपत्रकी स्वातंत्र्य मर्यादित न ठेवता घटकराज्याच्या उत्पन्नात लवचिकता आणि प्रगतशीलता आणण्याचा प्रयत्न केला आहे.

केंद्र सरकार व घटकराज्य सरकारे यांच्यातील वित्तीय संबंधांच्या प्रश्नांचा ठरावीक कालावधीनंतर पुन: पुन्हा विचार करावा लागतो. त्यासाठी स्वावलंबनाचे तत्त्व आचरणात आणण्यासाठी योग्य त्या शिफारशी करण्यासाठी भारतीय राज्यघटनेच्या २८० व्या कलमान्वये दर पाच वर्षांनी वित्तआयोगाची नेमणूक केली जाते. त्यामुळे वित्तआयोगाच्या भूमिकेला अतिशय महत्त्व प्राप्त झाले आहे.

वित्तआयोग (Finance Commission)

भारताच्या राज्यघटनेच्या २८०च्या कलमानुसार राष्ट्रपती वित्तआयोगाची नेमणूक करतात. दर पाच वर्षांनी वित्तआयोगाची नेमणूक करतात. केंद्र सरकार व राज्य सरकारे यांच्यामध्ये वित्तीय सामग्रीचे वाटप करण्यासंबंधी शिफारशी करते. वित्तआयोग विभाज्य कर आणि अनुदाने यांच्या बाबतीत शिफारस करतो यामुळे वारंवार बदलत्या गरजा व बदलती परिस्थिती पाहून उत्पन्न विभागणीची योग्य तरतूद होते.

आत्तापर्यंत तेरा वित्तआयोगाच्या शिफारशी अमलात आल्या आणि चौदावा वित्तआयोग वाय.व्ही.रेड्डी यांच्या अध्यक्षतेखाली नेमला. २०१५-२० या कालावधीसाठी शिफारशी त्यांनी केल्या. आत्तापर्यंत जे वित्तआयोग नेमण्यात आले त्यांनी मुख्यत: आयकर व उत्पादन शुल्क यांची केंद्र सरकार व राज्य सरकारे यांच्यामध्ये कोणत्या प्रमाणात वाटणी करावी याविषयी शिफारशी केलेल्या आहेत. यांपैकी आयकराची वाटणी कशी करावी याबद्दल वेगवेगळ्या वित्तआयोगांनी वेगवेगळ्या शिफारशी केल्या आहेत. आयकरांपैकी ५० ते ८५ टक्के भाग घटकराज्यांना द्यावा असे वेगवेगळ्या वित्तआयोगांनी

सुचविले आहे. मध्यवर्ती अबकारी करापासून अथवा उत्पादन शुल्काच्या बाबतीतही हाच प्रकार दिसून येतो. एकतर अबकारी कर विभागणी ऐच्छिक आहे त्यामुळे प्रत्येक आयोगाने कोणत्या वस्तूंवरील अबकारी कराची वाटणी करावी आणि किती प्रमाणात करावी याबद्दल भिन्न भिन्न शिफारशी आहेत.

राज्यघटनेतील तरतुदींनुसार पहिला वित्तआयोग १९५१मध्ये नेमण्यात आला. पहिल्या आयोगाचे अध्यक्ष के.सी.नियोगी हे होते. दुसरा वित्तआयोग १९५६मध्ये के. संथानम् यांच्या अध्यक्षतेखाली नेमला. सन १९६०मध्ये तिसरा वित्तआयोग ए.के. चंदा यांच्या अध्यक्षतेखाली नेमला. १९६४मध्ये चौथा वित्तआयोग डॉ. पी.व्ही. राजमन्नार यांच्या अध्यक्षतेखाली नेमण्यात आला. पाचवा वित्तआयोग सन १९६८मध्ये श्री. महावीर त्यागी यांच्या अध्यक्षतेखाली नेमला. सहावा वित्तआयोग १९७२मध्ये श्री. ब्रह्मानंद रेड्डी यांच्या अध्यक्षतेखाली नेमला. सातवा वित्तआयोग जून १९७७मध्ये न्यायमूर्ती जे.एम. शेलाट यांच्या अध्यक्षतेखाली नेमण्यात आला. आठवा वित्तआयोग १९८२मध्ये श्री. यशवंतराव चव्हाण यांच्या अध्यक्षतेखाली नेमण्यात आला. नववा वित्तआयोग जून १९८७मध्ये श्री.एन.के.पी. साळवे यांच्या अध्यक्षतेखाली नेमण्यात आला. दहावा वित्तआयोग जून १९९२मध्ये श्री.के.सी. पंत यांच्या अध्यक्षतेखाली नेमण्यात आला. अकरावा वित्तआयोग १९९८मध्ये श्री.ए.एम. खुस्रो यांच्या अध्यक्षतेखाली नेमण्यात आला. बारावा वित्तआयोग २००२मध्ये श्री.सी. रंगराजन् यांच्या अध्यक्षतेखाली नेमण्यात आला. तेरावा वित्तआयोग २००७मध्ये श्री. विजय केळकर यांच्या अध्यक्षतेखाली नेमण्यात आला.

चौदावा वित्तआयोग २०१३मध्ये श्री.वाय. व्ही. रेड्डी यांच्या अध्यक्षतेखाली नेमण्यात आला; तर पंधरावा वित्तआयोग २०१७मध्ये एन.के. सिंह यांच्या अध्यक्षतेखाली नेमण्यात आला.

१९.९ वित्तआयोगाची भूमिका किंवा महत्त्व (Role of Finance Commission)

केंद्र आणि राज्य सरकारांच्या मधील उत्पन्न करांचे आणि उत्पादन करांचे विभाजन कसे केले जावे? तसेच राज्यांना साहाय्यक अनुदाने किती द्यावीत? इत्यादींबाबत केंद्र आणि राज्यातील वित्तीय संबंधाबाबत योग्य ती उपाययोजना करण्यासाठी राष्ट्रपती राज्यघटना अमलात आणल्यापासून दोन वर्षांच्या आत वित्तआयोगाची स्थापना करतील. त्यानंतर दर पाच वर्षांनी वित्तआयोगाची नियुक्ती केली जाईल. या आयोगात चार सदस्य राहतील व एक अध्यक्ष राहील. वित्त आयोगाच्या स्थापनेमुळे लवचिकता निर्माण झाली

आहे. भारतीय राज्यघटनेच्या अंतर्गत केंद्र आणि राज्यसरकारच्या दरम्यान उत्पन्न मिळणाऱ्या साधनांचे झालेले विभाजन प्रशासकीय दृष्टीने योग्य आहे. उत्पादनकर, आयात-निर्यातकर, उत्पन्नकर निश्चित करून ते वसूल करण्याची केंद्र सरकारवरील जबाबदारी योग्य ठरते, तसेच राज्य सरकारांच्या प्रशासनाबाबत विचार करता शेतसारा, विक्रीकर, करमणूककर इ. निश्चित करून हे कर वसूल करण्याची राज्यांवरील जबाबदारी योग्य वाटते. परंतु पर्याप्तता आणि राजकोषीय आत्मनिर्भरता यादृष्टीने हे विभाजन दोषपूर्ण वाटते. राज्यांना दिलेली उत्पन्न प्राप्तीची साधने सर्वसाधारणपणे स्थिर आणि लवचीक आहेत. केंद्र सरकारकडे अधिक उत्पन्न प्राप्तीची साधने दिली आहेत. केंद्र सरकारवरील जबाबदारी लक्षात घेता काही विचारवंतांना हे विभाजन योग्य वाटते, राज्या-राज्यांत समानता प्राप्त करण्यासाठी केंद्र सरकार सक्षम असणे योग्यच आहे. केंद्र आणि राज्य सरकारांना लोकांकडून कर्ज घेणेबाबत राज्यघटनेत तरतूद केलेली आहे. केंद्र सरकार भारतात व भारताबाहेरून कर्ज घेऊ शकते. केंद्र राज्यांना कर्ज देऊ शकते. राज्यांना कर्ज राज्यात व राज्याबाहेर उभे करता येऊ शकते. राज्यांना केंद्राकडून कर्ज मिळाल्यानंतर केंद्राचे नियंत्रण स्वीकारावे लागते. भारतात केंद्र आणि राज्य सरकारांच्या दरम्यान वित्तीय सामंजस्य निर्माण करण्यासाठी वित्त आयोगाला महत्त्वपूर्ण काम करावे लागते.

वेगवेगळ्या राज्यांची आर्थिक स्थिती वेगवेगळी असते. त्यामुळे राज्यामध्ये आर्थिक संसाधनाची वाटणी करताना वेगवेगळे मापदंड स्वीकारावे लागतात; तसेच केंद्र सरकार आणि राज्य सरकारे यामध्ये आर्थिक स्रोतांच्या वाटणीत विविध प्रकारच्या समस्या निर्माण होतात तसेच विसंगती निर्माण होतात. या सर्वांचा विचार करता केंद्र व राज्य सरकारमध्ये आर्थिक सामंजस्य निर्माण करण्यासाठी निश्चित कोणती उपाययोजना करावी त्यासाठी कोणता आधार घ्यावा यासाठी वित्तआयोगाची निर्मिती केली आहे. घटनेच्या कलम २८० नुसार वित्तआयोग एक स्वतंत्र संस्था म्हणून कार्य करते; राष्ट्रपतींना करांचे विभाजन, अनुदान इ. संदर्भात सल्ला देते, राज्यघटनेनुसार केंद्र आणि राज्यांमध्ये संसाधनांच्या विभाजनासाठी कोणताही असा नियम निर्धारित केलेला नाही. परंतु राज्यघटनेत वित्तआयोगाची स्थापना करण्याची व्यवस्था करण्यात आली आहे. वित्तआयोगाची केंद्र आणि राज्यांच्या वित्तीय संसाधन वाटपातील भूमिका अत्यंत महत्त्वाची आहे कारण वित्तआयोगाच्या शिफारशीमुळे परिस्थितीतील बदलानुसार आणि आवश्यकतेनुसार केंद्र आणि राज्यांमधील वित्तीय साधनात बदल करता येतो; वित्तआयोगाकडून केंद्र आणि राज्यांच्या करांच्या हस्तांतरणाबाबत शिफारशी करण्यात येतात. यामध्ये अधिभार आणि उपकरांसहित सर्व केंद्रीयकरांचा समावेश होतो, या करांना राज्यांमध्ये विभाजन करण्याचा केंद्रास राज्यघटनेद्वारे अधिकार मिळालेला आहे. त्या दृष्टीने वित्तआयोगाची भूमिका

महत्त्वपूर्ण ठरते.

१९.९.१ वित्तआयोगाची कार्यप्रणाली (Working of Finance Commission)

दर पाच वर्षांनी राष्ट्रपती वित्तआयोगाची नेमणूक करतात. या आयोगात एक अध्यक्ष आणि चार सदस्य असतात. या आयोगाच्या शिफारशी पाच वर्षे लागू असतात. कलम २८० (२) अनुसार त्यांच्या नेमणुकीची पद्धत निश्चित केली जाते; अध्यक्ष आणि सदस्यांची पात्रता ही अ) ती व्यक्ती सरकारी खात्यामध्ये वित्तीय क्षेत्रातील तज्ज्ञ असावी. ब) प्रशासन आणि वित्तीय क्षेत्रातील अनेक वर्षांचा अनुभव असावा. क) उच्च न्यायालयाचा अथवा सर्वोच्च न्यायालयाचा न्यायाधीश होण्याची पात्रता असावी. ड) तसेच अर्थशास्त्राचे ज्ञान असणे आवश्यक असते.

वित्तआयोग राष्ट्रपतींना पुढील शिफारशी करतो -

अ) केंद्र सरकारकडून राज्य सरकारांना दिल्या जाणाऱ्या अनुदानांचे धोरण ठरविते.

ब) केंद्रीय वाटप योग्य करउत्पन्नाची वाटणी केंद्र तसेच राज्यांमध्ये तसेच विविध राज्यांत करणे.

क) ७३ आणि ७४ व्या घटनादुरुस्तीनुसार स्थानिक स्वराज्य संस्थांना राज्य सरकारद्वारे देण्यात येणाऱ्या वित्तीय मदती वाढविण्यासाठी राज्यांचा संचित निधी कसा वाढविता येईल याबाबत शिफारस केली जाते.

ड) केंद्र सरकार आणि राज्य सरकारे यांच्यातील इतर कोणत्याही स्वरूपाच्या वित्त विषयक बाबी इ. चा समावेश होतो.

केंद्र सरकार आणि राज्य सरकारे यांच्यामधील वित्तीय संबंधाच्या बदलत्या परिस्थितीनुसार बदल करण्याचे कार्य वित्त आयोग करते.

वैयक्तिक प्राप्तीकर आकारण्याचा व तो संकलित करण्याचा अधिकार केंद्र सरकारला आहे. प्राप्तीकरापासून मिळणाऱ्या उत्पन्नाचे वाटप केंद्र आणि राज्यांमध्ये वित्त आयोग करते. राज्यांचा वाटा आणि वाटावयाची रक्कम कोणत्या तत्त्वानुसार वाटावयाची याची शिफारस वित्त आयोग करते; तसेच केंद्रीय कराची वाटणी व विभागणी राज्यांमध्ये कशी करावयाची याची शिफारस वित्त आयोग करते. घटकराज्यांना अनेक विकास कामे करावी लागतात. परंतु ही कामे करताना त्यांना करांपासून मिळणारे उत्पन्न कमी पडते त्यासाठी केंद्र सरकारकडून राज्यांना अनुदाने देण्याची पद्धत घटनेने पुरविली आहे. ही अनुदाने विशिष्ट हेतूने पुरविली जातात. ही साहाय्यक अनुदाने सर्वसाधारण स्वरूपाची असतात. ही साहाय्यक अनुदाने राज्यांना महसुली तूट भरून काढण्यासाठी अथवा राज्याराज्यांमधील वित्तीय साधनसामग्रीच्या बाबत तफावत कमी करण्यासाठी दिली जातात. शिक्षणासाठी

मागासलेल्या राज्यांना अनुदाने दिली जातात. प्रत्येक पंचवार्षिक योजनेत राज्यांना किती साहाय्यक अनुदाने द्यावीत हे वित्त आयोग ठरविते.

राज्य सरकारे केंद्र सरकारकडून कर्ज घेतात. त्यासाठी केंद्र सरकारने किती मुदतीची राज्यांना कर्जे द्यावीत त्याची शिफारस वित्त आयोग्य करते. थोडक्यात, केंद्र सरकार आणि घटक राज्य सरकारे यांच्यात वित्तीय साधनसामग्रीचे योग्य वाटप करण्याचे काम वित्तआयोग करते. वित्तआयोग हे वैधानिक मंडळ आहे. वित्त आयोगाद्वारे बिगर योजना वित्तीय सामग्रीचे केंद्र सरकारकडून राज्य सरकारांकडे स्थानांतर केले जाते; तसेच वित्तआयोगाच्या शिफारशी निर्णयात्मक असतात त्या केंद्र सरकारला स्वीकाराव्या लागतात.

दर पाच वर्षांनी वित्तआयोग नेमल्याने अनेक फायदे होतात. घटकराज्यांच्या दृष्टीने ही बाब चांगली आहे. विशिष्ट काळानंतर घटकराज्ये व केंद्र सरकार यांच्या उत्पन्नाच्या साधनांची व खर्चाच्या बाबींची सावधपणे व तज्ज्ञांच्या दृष्टिकोनातून तपासणी होणे अत्यंत आवश्यक आहे. दर पाच वर्षांनी नेमण्यात येणाऱ्या वित्त आयोगामुळे हे सहज शक्य होते.

भारतात केंद्र सरकार आणि राज्य सरकारे यांच्यामध्ये वित्तीय सामजंस्य निर्माण करण्यासाठी वित्तआयोगाला महत्त्वाचे कार्य पार पाडावे लागते. आत्तापर्यंत पंधरा वित्तआयोगांची स्थापना झाली आहे.

वित्तआयोग आणि शिफारशी (Finance Commission & Recommendations)

भारतातील वित्तआयोग व त्याच्या शिफारशी पुढीलप्रमाणे सांगता येतात-

पहिला वित्तआयोग : सन १९५१मध्ये पहिल्या वित्तआयोगाची स्थापना करण्यात आली. श्री.के.सी. नियोगी हे या आयोगाचे अध्यक्ष होते, त्यांनी १९५२मध्ये आपला अहवाल सादर केला. या आयोगाने १ एप्रिल १९५२ ते ३१ मार्च १९५७ या कालावधीसाठी शिफारशी केल्या. या शिफारशी पुढीलप्रमाणे होत्या-

प्राप्ती करांपासून मिळणाऱ्या निव्वळ उत्पन्नापैकी ५५ टक्के भाग घटकराज्यांना देण्यात यावा. तसेच प्राप्ती करातील राज्यांना द्यावयाच्या हिश्श्याच्या ८० टक्के रक्कम लोकसंख्येच्या आधारावर आणि २० टक्के रक्कम वसुलीच्या आधारे करण्यात यावी, अशी शिफारस केली. राज्यांना पूर्वीपेक्षा अधिक उत्पन्न मिळावे म्हणून आयोगाने तंबाखू व सिगारेट, आगपेट्या व वनस्पती तेल या तीन वस्तूंवरील उत्पादन करापासून मिळणाऱ्या उत्पन्नातून केंद्राने ४० टक्के उत्पन्न राज्यांना वाटून द्यावे असे सूचविले.

आयोगाने ताग उत्पादन करणाऱ्या चार राज्यांना तागाच्या निर्यातीवरील कराऐवजी

वार्षिक अनुदाने देण्याची शिफारस केली.

राज्यांच्या अंदाजपत्रकीय गरज, राज्यांच्या सामाजिक सेवांचा स्तर, प्राथमिक शिक्षणाची व्याप्ती इ. बाबतीत आयोगाने काही राज्यांना सर्वसाधारण स्वरूपाची तसेच काहींना विशेष स्वरूपाची अनुदाने दिली.

उत्पन्न कराच्या बाबतीत विभाजनाबाबत आयोगाची भूमिका महत्त्वाची वाटते; तर राज्यांच्या अनुदानाबाबत टीका केली गेली.

दुसरा वित्तआयोग : श्री.के. संथानम् यांच्या अध्यक्षतेखाली १९५६मध्ये दुसऱ्या वित्तआयोगाची स्थापना करण्यात आली. त्यांनी आपला अहवाल सप्टेंबर १९५७मध्ये सादर केला. त्यांनी १ एप्रिल १९५७ ते ३१ मार्च १९६२ या कालावधीसाठी शिफारशी केल्या.

प्राप्तीकरापासून मिळणाऱ्या निव्वळ उत्पन्नापैकी ६० टक्के उत्पन्न घटकराज्यांना वाटून द्यावे. घटकराज्यांना प्राप्तीकरापासून मिळणाऱ्या उत्पन्नांपैकी ९० टक्के लोकसंख्येच्या आधारावर आणि १० टक्के रकमेचे वाटप वसुलीच्या आधारावर करण्यात यावे, अशी शिफारस केली. केंद्र सरकारने तीन ऐवजी आठ वस्तूंवरील जसे तंबाखू, आगपेट्या, वनस्पती तेल, चहा, साखर, कागद इ. उत्पन्न कराचा २५ टक्के वाटा घटक- राज्यांमध्ये वाटून द्यावा. कायद्यानुसार संपत्तीकर लावण्याचा व वसूल करण्याचा अधिकार केंद्र सरकारला आहे परंतु वसूल केलेली सर्व प्राप्ती केंद्र सरकारला राज्यांमध्ये वाटून द्यावी लागते. या आयोगाने अशी शिफारस केली की, संपत्ती करापासून मिळणाऱ्या निव्वळ उत्पन्नांपैकी १ टक्का रक्कम केंद्रशासित प्रदेशांना द्यावी व उर्वीरत उत्पन्न राज्या-राज्यांत विभागून देण्यात यावे. १९५७ पासून रेल्वे भाड्यावर कर बसविण्यात आला. या करापासून मिळणाऱ्या उत्पन्नाचा १/४ हिस्सा केंद्रशासित राज्यांना राखून ठेवण्यात यावा व उरलेली रक्कम सर्व राज्यांना त्या त्या राज्यातील सीमाक्षेत्रातील रेल्वेला मिळणाऱ्या प्रवासी भाड्याच्या आधारावर ठरवली जाईल.

ज्यूट निर्यात करांऐवजी राज्यांना मिळणारे अनुदान पूर्वीप्रमाणेच ठेवण्यात आले. तसेच अकरा राज्यांना साहाय्यक अनुदाने देण्याची शिफारस केली. तसेच घटकराज्यांना कर्ज देण्याच्या बाबतीतही शिफारशी केल्या. अनुदानामुळे राज्यांना आपली अंदाजपत्रके संतुलित ठेवण्यास मदत झाली. औद्योगिकदृष्ट्या विकसित भागांना मात्र तुलनात्मकदृष्ट्या कमी अनुदाने मिळाली.

तिसरा वित्तआयोग : श्री.ए.के. चंदा यांच्या अध्यक्षतेखाली २ डिसेंबर १९६० रोजी तिसऱ्या वित्तआयोगाची स्थापना करण्यात आली. या वित्तआयोगाच्या शिफारशी १ एप्रिल १९६२ ते ३१ मार्च १९६६ या चार वर्षांच्या कालावधीसाठी होत्या. वित्तआयोग

व पंचवार्षिक योजना यांचा कालखंड समान राहण्यास मदत झाली. या आयोगाच्या शिफारशी पुढीलप्रमाणे -

प्राप्तीकरापासून मिळणाऱ्या निव्वळ उत्पन्नापैकी ६६ टक्के वाटा राज्यांना द्यावा तसेच प्राप्ती करातील राज्यांना द्यावयाच्या हिश्श्याच्या ८० टक्के रक्कम लोकसंख्येच्या आधारावर आणि २० टक्के रक्कम वसुलीच्या आधारावर करण्यात यावी अशी शिफारस केली. ३५ वस्तूंवरील उत्पादन करांपासून मिळणारे २० टक्के उत्पन्न राज्यांमध्ये वाटण्यात यावे तसेच राज्यातील उत्पादन कराच्या हिश्श्याचे वाटप करताना राज्याच्या लोकसंख्येबरोबरच राज्याची आर्थिक स्थिती, मागासवर्गीयांचे प्रमाण इ. निकषांचा आधार या आयोगाने घेतला. १९६१मध्ये केंद्र सरकारने रेल्वे भाड्यावरील कर रद्द केला. त्यामुळे राज्याचे नुकसान टाळण्यासाठी आयोगाने राज्यांना दरवर्षी एकूण १२.५ कोटी रुपये देण्याची शिफारस केली. राज्यातील वाहतूक विकसित व्हावी यासाठी दहा राज्यांना दरवर्षी ९ कोटी रुपयांची विशेष अनुदाने द्यावीत. भारत सरकारने जवळपास सर्वच शिफारशी स्वीकारल्या. नियोजन मंडळ आणि वित्तआयोगाची कामे एकमेकांना पूरक ठरली पाहिजेत असे मत व्यक्त केले जात होते.

चौथा वित्तआयोग : डॉ.पी.व्ही. राजमन्नार यांच्या अध्यक्षतेखाली मे १९६४ मध्ये चौथ्या वित्तआयोगाची स्थापना करण्यात आली. या आयोगाने आपल्या शिफारशी १ एप्रिल १९६६ ते ३१ मार्च १९७१ या कालावधीसाठी केल्या. प्राप्तीकरापासून मिळणाऱ्या निव्वळ उत्पन्नापैकी ७५ टक्के वाटा राज्यांना द्यावा. लोकसंख्या आणि वसुली या तत्त्वानुसार अनुक्रमे ८० टक्के आणि २० टक्के रकमेचे वाटप केले जावे अशी शिफारस केली. संपत्ती करापासून मिळणाऱ्या उत्पन्नाच्या २ टक्के वाटा केंद्र सरकारने केंद्रशासित राज्यांसाठी राखून ठेवावा आणि उरलेला सर्व वाटा राज्यांमध्ये वाटून द्यावी. रेल्वे प्रवास भाड्यावरील कराऐवजी वेगवेगळ्या राज्यांना अनुदान देण्यात यावे या अनुदानाची रक्कम रेल्वे समितीद्वारे निश्चित केली जाईल. चौथ्या आयोगाच्या शिफारशी भारत सरकारने काही फेरफार करून सर्व शिफारशी स्वीकारल्या.

या आयोगाने असे मत मांडले की, केंद्र आणि राज्य सरकारमध्ये अधिक समन्वय असला पाहिजे. त्यासाठी एखादी नवीन संस्था स्थापन करावी. राज्याच्या कर्जबाजारीपणाचा सविस्तर अभ्यास केला पाहिजे.

पाचवा वित्तआयोग : श्री. महावीर त्यागी यांच्या अध्यक्षतेखाली १९६८ साली पाचव्या वित्तआयोगाची स्थापना करण्यात आली. जुलै १९६९मध्ये आयोगाने आपला अहवाल सादर केला. या शिफारशी १९६९ ते १९७४ या कालखंडासाठी केल्या. त्यातील मुख्य शिफारशी पुढीलप्रमाणे-

प्राप्तीकरापासून मिळणाऱ्या निव्वळ उत्पन्नापैकी ७५ टक्के वाटा राज्यांना द्यावा. हा वाटा ९० टक्के लोकसंख्येच्या आधारावर आणि १० टक्के वाटप वसुलीच्या आधारावर केले जावे अशी शिफारस केली. तसेच केंद्रशासित राज्यांना उत्पन्न करापासून मिळणाऱ्या रकमेच्या २० टक्के भाग केंद्राने राज्यांना वाटून द्यावा. प्रत्येक राज्याचा हिस्सा ८० टक्के लोकसंख्येच्या आधारावर आणि २० टक्के राज्यांच्या तुलनात्मक मागासलेपणावर ठरविण्यात येईल. सर्व वस्तुंवरील करांमुळे केंद्राला होणारी निव्वळ प्राप्ती पूर्णपणे राज्यांमध्ये आणि केंद्रशासित राज्यांना वाटून द्यावी. एकूण निव्वळ उत्पन्नाच्या ९७.०३ टक्के हिस्सा राज्यांमध्ये २.५ टक्के हिस्सा केंद्रशासित राज्यांमध्ये आणि ०.८३ टक्के जम्मू व काश्मीरमध्ये आणि ०.०९ टक्के हिस्सा नागालँडमध्ये वाटण्यात यावा. पाच वर्षांसाठी दहा राज्यांना ६३७.८५ कोटी रुपयांचे एकूण साहाय्यक अनुदान देण्यात यावे. आयोगाने राज्यांच्या कर रचनेचा तुलनात्मक अभ्यास करून राज्यांना अधिक उत्पन्न मिळविण्यासाठी कोणते उपाय शक्य आहेत, या बाबतीतही शिफारशी केल्या. मागील वित्तआयोगाप्रमाणेच या वित्तआयोगाने उत्पन्न कराचे, उत्पादनावरील कराचे विभाजन राज्य आणि केंद्रांमध्ये कशा प्रकारे करावे तसेच राज्यांना साहाय्यक अनुदाने किती द्यावीत इ. बाबत शिफारशी केल्या. परंतु राज्यांची कररचना आणि अनधिकृत अधिविकर्षाची सोय उपलब्ध करून घेण्याची प्रवृत्ती यावरसुद्धा शिफारशी केल्या.

सहावा वित्तआयोग : श्री. ब्रह्मानंद रेड्डी यांच्या अध्यक्षतेखाली २८ जून १९७२ मध्ये सहाव्या वित्तआयोगाची स्थापना करण्यात आली. या आयोगाने आपल्या शिफारशी १ एप्रिल १९७४ ते ३१ मार्च १९७९ या कालावधीसाठी केल्या. या आयोगाने आपला अहवाल २९ ऑक्टोबर १९७३ रोजी सादर केला.

प्राप्ती करापासून मिळणाऱ्या एकूण निव्वळ उत्पन्नापैकी ८० टक्के हिस्सा राज्यांमध्ये वाटण्यात यावा. ही वाटणी ९० टक्के लोकसंख्येच्या आधारावर आणि १० टक्के रक्कम वसुलीच्या आधारावर करण्यात यावी. सर्व वस्तुंच्या उत्पादन करापासून मिळणाऱ्या रकमेच्या २० टक्के हिस्सा राज्यांमध्ये वाटून देण्यात यावा. हा हिस्सा देताना राज्यांच्या तुलनात्मक मागासलेपणाला महत्त्व दिले जावे. रेल्वे भाड्यावरील करांऐवजी राज्यांना अनुदान देण्यात यावे. कृषी वगळता इतर संपत्तीवर केंद्र सरकार जो कर लावेल त्या करापासून मिळणारी रक्कम राज्यांना वाटून द्यावी. पहिल्या पाच वित्तआयोगांनी घटकराज्यांना ती वित्तीय साधनसामग्री देण्याबाबत शिफारशी केल्या. त्यामानाने सहाव्या वित्तआयोगाने घटकराज्यांना द्यावयाची आर्थिक साधनसामग्री बरीच जास्त होती.

या वित्तआयोगाने राज्याराज्यांत अतिरिक्त उत्पादन शुल्काची विभागणी लोकसंख्या, राज्याचे देशांतर्गत उत्पादन व उत्पादन ७०:२०:१० प्रमाणात करण्यात यावे असे सुचविले.

तसेच बिगर योजना तूट भरून काढण्यासाठी १४ राज्यांना २५०९.६१ कोटी रुपयांचे अनुदान देण्यात यावे अशी शिफारस केली. या आयोगाने कर्जाच्या स्थितीचा अभ्यास करून कर्ज परतफेडीचा कालावधी ठरवावा आणि काही कर्ज काढून टाकावे अशी राज्यांच्या कर्जाबाबत शिफारस केली. पाचव्या योजनेच्या कालावधीत अवर्षण व पुरामुळे हानी होणाऱ्या भागाचा विकास करण्यासाठी २१ राज्यांना दरवर्षी ५०.७१ कोटी रु. मदत देण्यात येईल.

सातवा वित्तआयोग : न्यायमूर्ती जे.एम. शेलाट यांच्या अध्यक्षतेखाली सातवा वित्त आयोग जून १९७७ मध्ये स्थापन करण्यात आला. या आयोगापुढे सहाव्या पंचवार्षिक योजनेसाठी शिफारशी करण्याचे काम होते. त्यामुळे या शिफारशींना महत्त्व प्राप्त झाले. या आयोगाने आपल्या शिफारशी १९७९ ते १९८४ या कालावधीसाठी केल्या. या आयोगापुढे पुढील बाबींचा विचार करून शिफारशी करण्याचे सुचविण्यात आले.

अ) प्राप्तीकर, संपत्तीकर, केंद्रीय उत्पादनकर इ. केंद्रीय करांची विभागणी केंद्र सरकार व राज्य सरकारे यांच्यामध्ये कशी करावयाची तसेच त्यानुसार राज्य सरकारांना साहाय्यक अनुदाने कशी द्यावयाची याबाबत शिफारस करणे.

ब) राज्यांच्या योजनेतर कार्यासाठी सहाव्या योजनेत किती भांडवलाची उणीव भासेल याचे मूल्यांकन करणे व केंद्र सरकारने राज्य सरकारांना दिलेल्या कर्जाबाबतच्या परतफेडीच्या अटी ठरविणे इ.

क) नैसर्गिक आपत्तीमुळे ज्या राज्यांना झळ बसली त्यासाठी खर्चाबाबत धोरण ठरविणे व त्याबाबत मूल्यमापन करून शिफारशी करणे.

या वित्तआयोगाच्या महत्त्वाच्या शिफारशी म्हणजे प्राप्ती करापासून मिळणाऱ्या एकूण निव्वळ उत्पन्नापैकी राज्यांना मिळणारा हिस्सा ८० टक्के होता तो ८५ टक्क्यांपर्यंत वाढविला. राज्यामध्ये त्याची वाटणी करताना ९० टक्के हिस्सा लोकसंख्येच्या आधारावर आणि १० टक्के हिस्सा वसुलीच्या आधारावर द्यावा अशी शिफारस केली. सर्व वस्तूंवरील केंद्रीय उत्पादन कराच्या ४० टक्के हिस्सा घटकराज्यांना द्यावा. या हिश्श्यांची वाटणी करताना आयोगाने चार आधार समोर ठेवले. राज्यातील लोकसंख्या, दरडोई उत्पन्न, राज्यातील गरीब लोकांचे प्रमाण व महसूल समानतेचे सूत्र या चार आधारांना महत्त्व देऊन प्रत्येकी २५ टक्के भार देऊन राज्याराज्यांमध्ये रकमेचे वाटप करावे अशी शिफारस केली. विजेच्या उत्पादनावरील केंद्रीय उत्पादन कराची संपूर्ण रक्कम राज्यांनी वसूल केलेल्या कराच्या प्रमाणात वाटून द्यावी. तसेच रेल्वे प्रवासी वाहतुकीवरील कराच्या उत्पन्नात राज्याला मिळणारा हिस्सा किलोमीटर अंतरानुसार न देता राज्यातील उपनगरीय वाहतूक वगळून इतर प्रवासी वाहतुकीपासून मिळणाऱ्या उत्पन्नाच्या प्रमाणात द्यावी.

कापड व तंबाखू यांच्यावरील करांपासून मिळणाऱ्या उत्पन्नाची वाटणी ही लोकसंख्या आणि दरडोई वस्तूचे उत्पादन या आधारावर करावी तसेच साखरेवरील कराचे उत्पन्न १९७४-७५ ते १९७६-७७ या तीन वर्षांत सरासरी साखर आवक राज्यात किती झाली त्यानुसार वाटप करावे.

केंद्र सरकार राज्य सरकारांना काही साहाय्यक अनुदाने देते, ही अनुदाने तीन प्रकारची असतात -

१) योजनेतर तूट भरून काढण्यासाठी - केंद्राच्या करांच्या वसुलीतून हिस्सा मिळूनही ८ राज्ये महसुली तूट भरून काढू शकली नाहीत. ती भरून काढण्यासाठी साहाय्यक अनुदाने द्यावीत अशी शिफारस केली.

२) राज्यांचा प्रशासकीय स्तर उंचावण्यासाठी - या अनुदानाच्या बाबतीत गुजरात, हरियाना, कर्नाटक, महाराष्ट्र व पंजाब ही राज्ये सोडून १७ राज्यांना ४२७ कोटींचे समान हिश्श्यात अनुदान द्यावे.

३) दारूबंदीमुळे महसुलात येणारी तूट भरून काढण्यासाठी - दारूबंदीमुळे राज्यांचे होणारे नुकसान केंद्राने १०० टक्के अनुदान देऊन भरून काढावे असे आयोगाने सुचविले परंतु ते केंद्राने मान्य केले नाही. मात्र, ५० टक्क्यांपर्यंतचे दारूबंदीमुळे झालेले नुकसान भरून देण्याचे केंद्राने मान्य केले.

नैसर्गिक आपत्तीसाठी जसे दुष्काळ, महापूर, वादळे, भूकंप इ.साठी केंद्राने मदत करावयाची असते. त्यासाठी आयोगाने १००.५५ कोटी रुपयांची तरतूद करावी अशी शिफारस केली.

दुष्काळामुळे योजना खर्चातून निवारण खर्च भागविणे शक्य नसल्यास केंद्राने राज्याला पूर्णपणे अतिरिक्त खर्च द्यावा. अतिरिक्त खर्चाची अर्धी रक्कम कर्ज म्हणून आणि अर्धी अनुदान म्हणून देण्यात यावी अशी शिफारस केली.

कर्ज परतफेडीसाठी राज्यांच्या योजनेतर भांडवली तुटीचा भरणा करण्यासाठी ही सोय केलेली होती. योजनेतर भांडवली तूट ३५१२.१८ कोटी रुपये होती. त्यांपैकी ६१ टक्के म्हणजे २१५५.८० कोटींचे साहाय्य राज्यांना द्यावे अशी शिफारस सातव्या आयोगाने केली. सातव्या वित्त आयोगाच्या जवळ जवळ सर्व शिफारशी केंद्र सरकारने स्वीकारल्या.

या सर्व शिफारशींचा एकत्रित विचार केल्यास केंद्राकडून राज्यांना पूर्वीपेक्षा दुप्पट हिस्सा दिला गेला. देशातील गरीब राज्यांना ओरिसा, बिहार, बंगाल, तामिळनाडू, मध्यप्रदेश, उत्तरप्रदेश यांना या शिफारशींचा चांगला लाभ मिळाला. तो प्राप्तीकराच्या ५६.०९ टक्के एवढा होता.

आठवा वित्तआयोग : श्री यशवंतराव चव्हाण यांच्या अध्यक्षतेखाली जून १९८२मध्ये आठव्या वित्तआयोगाची स्थापना करण्यात आली. या आयोगाने आपल्या

शिफारशी १९८४ ते १९८९ या कालावधीसाठी केल्या. प्राप्तीकर, केंद्रीय उत्पादन कर, राज्य विक्रीकराऐवजी बसविण्यात आलेला जादा उत्पादन कर इ. करांपासून मिळणाऱ्या उत्पन्नाची केंद्र आणि घटकराज्यांमध्ये कशी विभागणी करावयाची व घटकराज्यांना द्यावयाची एकूण रक्कम असेल त्या रकमेचे घटकराज्यांना कोणत्या तत्त्वानुसार वाटप करावयाचे याबाबतच्या शिफारशी करण्याचे काम या आयोगावर सोपविण्यात आले तसेच करांपासून महसुली उत्पन्न वाढविण्याची कितपत शक्यता आहे. बसवता येणाऱ्या करांपैकी जे कर व जकाती त्यावेळी बसविण्यात आलेल्या नव्हत्या अशा करांना व जकातींना वाढविण्यात कितपत शक्य आहे याबाबत शिफारशी करणे. भांडवली तूट कमी करण्यासाठी उपाय सूचविणे व नैसर्गिक आपत्ती निवारण खर्चासाठी आढावा घेणे इ. नुसार या आयोगाने पुढील शिफारशी केल्या -

प्राप्ती करापासून मिळणाऱ्या एकूण उत्पन्नापैकी राज्यांना मिळणारा हिस्सा ८५ टक्के केला. राज्यामध्ये त्याची वाटणी करताना ९० टक्के हिस्सा लोकसंख्येच्या आधारावर आणि १० टक्के हिस्सा वसुलीच्या आधारावर द्यावा अशी शिफारस केली. सर्व वस्तूंवरील केंद्रीय उत्पादन कराच्या ४५ टक्के हिस्सा घटकराज्यांना द्यावा. तसेच त्यांपैकी २५ टक्के वाटप लोकसंख्येच्या आधारावर, २५ टक्के दरडोई उत्पन्नाचा व्यस्तांक व लोकसंख्येच्या गुणकाच्या निकषानुसार व ५० टक्के रक्कम जास्त दरडोई उत्पन्न असलेल्या राज्यांचे उत्पन्न व घटकराज्यातील फरकाला त्या राज्याच्या लोकसंख्येने गुणावे व त्यानुसार रक्कम द्यावी अशी शिफारस केली. आठव्या वित्तआयोगाने मालमत्ता कराबाबत कोणतेही बदल सुचविले नाहीत; तर १९८५मध्ये मालमत्ता कर रद्द करण्यात आला.

आठव्या वित्तआयोगाने १९८४ ते ८९ या कालावधीसाठी तुटीच्या राज्यांना १५५६ कोटी रुपये अनुदान देण्याबाबत शिफारस केली; तर काही राज्यांना प्रशासकीय सुधारणा करण्यासाठी ९१५ कोटी रुपयांचे अनुदान देण्याबाबत शिफारस केली. आठव्या वित्तआयोगाने काही शिफारशी सोडल्यास पूर्वीच्या आयोगांनी केलेल्या शिफारशींचेच प्रतिबिंब त्यामध्ये दिसून येते.

नववा वित्तआयोग : श्री.एन.के.पी. साळवे यांच्या अध्यक्षतेखाली जून १९८७ मध्ये नववा वित्तआयोग नेमला. या वित्तआयोगाने १९९० ते ९५ या काळासाठी शिफारशी केल्या. नवव्या वित्तआयोगाने दोन तत्त्वांचा अवलंब केला- अ) केंद्र सरकार व घटकराज्य सरकारे यांच्यात महसुली उत्पन्नाचे योग्य व न्याय्य पद्धतीने वाटप करणे. ब) केंद्र सरकार व घटकराज्य सरकारे यांना वित्तीय साधनसामग्रीचे वाटप करताना घटकराज्यांची राज्यवित्तीय स्वायत्तता अबाधित राखणे आणि केंद्राची व घटकराज्यांची जबाबदारी योग्य पद्धतीने राखणे इ.

केंद्र सरकार व घटकराज्यांची सरकारे यांच्या अंदाजपत्रकात सतत तूट निर्माण होत होती. ती कमी करण्याकडे या आयोगाने भर दिला.

नवव्या वित्तआयोगाने आदर्शवादी दृष्टिकोन स्वीकारला. घटकराज्यांच्या कर-महसुलाबाबत आणि बिगर महसुलाबाबत आदर्शवादी अंदाज बांधले. घटकराज्याने कर क्षमता सर्वसाधारण मर्यादिपर्यंत वापरले तर त्या राज्याला करांच्या मार्गाने किती महसूल मिळवता येईल हे आयोगाने ठरविले. कराशिवाय इतर मार्गांनी मिळणाऱ्या महसुलाबाबत या आयोगाने वेगळे निकष वापरले जसे शुल्करूपाने प्रत्यक्षात मिळालेली रक्कम, व्याज व लाभांश याबाबत आदर्श उत्पन्न दर या पद्धतीचा अवलंब केला.

प्राप्ती करापासून मिळणाऱ्या एकूण उत्पन्नापैकी राज्यांना मिळणारा हिस्सा ८५ टक्के मिळावा. राज्यामध्ये त्याची वाटणी करताना ९० टक्के हिस्सा लोकसंख्येच्या आधारावर आणि १० टक्के हिस्सा वसुलीच्या आधारावर दिला जावा अशी शिफारस केली. सर्व वस्तूंवरील केंद्रीय उत्पादन कराच्या ४५ टक्के रकमेचे वाटप घटकराज्यांना करावे त्यासाठी पुढील पद्धतीचा अवलंब केला.

१९७१च्या लोकसंख्येच्या आधारावर २५ टक्के रकमेचे वाटप करणे. १२.५ टक्के रकमेचे उत्पन्न समायोजित एकूण लोकसंख्येच्या आधारावर वाटप करावे. १२.५ टक्के रकमेचे वाटप मागासलेपणाच्या निर्देशांकाच्या आधारे करावे. ३३.५ टक्के रक्कम सर्वांत जास्त दरडोई उत्पन्न असलेल्या राज्याचे दरडोई उत्पन्न आणि घटकराज्याचे दरडोई उत्पन्न या फरकाच्या आधारे राज्याराज्यांमध्ये विभागून देण्यात यावे तर राहिलेली १६.५ टक्के रक्कम ही राज्यांना प्राप्तीकर, केंद्रीय उत्पादन कर आणि इतर विभागले जाणारे कर यांचा हिस्सा मिळूनसुद्धा तूट निर्माण झालेली असते, अशा राज्यांना विभागून देण्यात यावी. योजना व बिगर योजना खात्यातील तूट भरून काढण्यासाठी १५०१७ कोटी रुपये राज्यांना अनुदान द्यावे अशी या आयोगाने शिफारस केली. आपत्ती निवारण निधीला केंद्राने ३०१५ कोटी रु. साहाय्यक अनुदान द्यावे अशीही एक शिफारस केली. तसेच भोपाळ वायू गळतीसाठी पुनर्वसन आणि मदत कार्यासाठी १२२ कोटी रु. अनुदान द्यावे अशी शिफारस केली.

दहावा वित्तआयोग : श्री.के.सी. पंत यांच्या अध्यक्षतेखाली १९९२मध्ये दहावा वित्त आयोग नेमला. या वित्तआयोगाने १९९५ ते २००० या काळासाठी शिफारशी केल्या. या शिफारशी पुढीलप्रमाणे-

प्राप्तीकरापासून मिळणाऱ्या एकूण उत्पन्नापैकी राज्यांना मिळणारा हिस्सा ७७.५ टक्के मिळावा. (सातव्या पासून नवव्या वित्तआयोगाने ही शिफारस ८५ टक्के केली होती.) राज्यामध्ये त्याची वाटणी करताना ९० टक्के हिस्सा लोकसंख्येच्या आधारावर

आणि १० टक्के हिस्सा वसुलीच्या आधारावर दिला जावा, अशी शिफारस केली. सर्व वस्तुंवरील केंद्रीय उत्पादन कराच्या ४७.५ टक्के रक्कम घटकराज्यांना द्यावी व त्यांपैकी २० टक्के रक्कम घटकराज्यांच्या लोकसंख्येच्या प्रमाणात आणि ८० टक्के घटकराज्यांच्या आर्थिक मागासलेपणा व घटकराज्यातील गरिबांचे प्रमाण यांचा विचार करून द्यावी अशी शिफारस केली.

या आयोगाने १९७५ ते २००० या काळासाठी ७५८० कोटी रुपयांची अनुदाने देण्याची शिफारस केली.

दहाव्या वित्तआयोगापर्यंत कर्जामध्ये मोठ्या प्रमाणात वाढ झाली. १९५१ पूर्वी ७० कोटी रुपयांची कर्जे १९९०-९५ पर्यंत ५४६५० कोटी रुपयांपर्यंत वाढली.

ह्या आयोगाने रेल्वेच्या उत्पन्नापैकी घटकराज्यांना ३८० कोटी रुपये प्रत्येक वर्षी १९९५ ते २००० पर्यंत द्यावेत. तसेच घटकराज्यांच्या सरकारांच्या अंदाजपत्रकातील तूट भरून काढण्यासाठी त्यांना दरवर्षी (१९९५ ते २००० पर्यंत) ७५८० कोटी रुपये द्यावेत अशा शिफारशी या आयोगाने केल्या.

अकरावा वित्तआयोग : श्री.ए.एम. खुस्रो यांच्या अध्यक्षतेखाली ३ जुलै १९९८ मध्ये अकराव्या वित्तआयोगाची स्थापना करण्यात आली. या आयोगाने २००० ते २००५ या कालावधीसाठी शिफारशी केल्या. या आयोगाच्या मुख्य शिफारशी पुढीलप्रमाणे-

१) केंद्र सरकारच्या एकूण महसुली उत्पन्नापैकी राज्यांना द्यावयाचा हिस्सा जास्तीतजास्त ३७.५ टक्के पर्यंत असावा.

२) राज्या राज्यांमध्ये या कर उत्पन्न विभागणीसाठी पुढील सूत्र वापरण्यात आले. तसेच त्यासाठी विविध घटकांना देण्यात आलेले भार पुढीलप्रमाणे-

   अ) १९७१ची लोकसंख्या पायाभूत धरून निव्वळ प्राप्तीकर उत्पन्नाच्या १० टक्के हिस्सा राज्य सरकारांना दिला जावा.

   ब) प्राप्तीकराच्या उत्पन्नापैकी ६२.५ टक्के हा दरडोई उत्पन्नाच्या फरकावरून दिला जावा.

   क) ७.५ टक्के हिस्सा क्षेत्रफळानुसार दिला जावा.

   ड) ७.५ टक्के पायाभूत सुविधांचा निर्देशांक यानुसार देण्यात यावा.

   इ) कर प्रयत्नानुसार ५ टक्के आणि ७.५ टक्के वित्तीय शिस्त यानुसार महत्त्व प्रमाण देण्याची शिफारस केली.

३) निव्वळ विभाजन योग्य करांच्या (केंद्रीय अबकारी कर + आयकर) उत्पन्नापैकी २८ टक्के कर राज्यांना दिला जावा याशिवाय साखर, तंबाखू व कपडे यांच्यावर व्रिकीकर न आकारणाऱ्या राज्यांना एकूण उत्पन्नाच्या १.५ टक्के अधिक कर

उत्पन्न मिळेल म्हणजेच केंद्रीय विभाजन योग्य कर उत्पन्नापैकी २९.५ टक्के राज्यांना दिले जाईल.

४) पाच वर्षांसाठी महसुली खात्यातील तूट भरून काढण्यासाठी व प्रशासन सुधारणा आणि काही समस्या सोडविण्यासाठी ४९७३ कोटी रुपयांची शिफारस केली.

५) पाच वर्षांसाठी स्थानिक स्वराज्य संस्थांसाठी जसे पंचायतीसाठी दरवर्षी १६०० कोटी रुपये व नगरपालिकांसाठी ४०० कोटी रुपये अनुदान देण्याची शिफारस केली; म्हणजेच एकूण १०,००० कोटी रुपये देण्यात येतील.

६) नैसर्गिक आपत्तींना तोंड देण्यासाठी ८२५६ कोटी रुपयांचे अनुदान देण्यात येईल.

७) पाच वर्षांत ४,३७,९०५ कोटी रुपये कर व अनुदाने या स्वरूपात वाटप करण्यात येईल.

८) तूट कमी करण्यासाठी या आयोगाने अनेक शिफारशी केल्या जसे सेवा क्षेत्रास अधिक प्रमाणात करात समाविष्ट करणे, अर्थसंकल्पीय नियंत्रणाकडे लक्ष देणे इ.

या आयोगाने यातील अनेक शिफारशी मान्य केलेल्या आहेत.

बारावा वित्तआयोग : श्री.सी. रंगराजन् यांच्या अध्यक्षतेखाली नोव्हेंबर २००२ मध्ये बारावा वित्तआयोग नेमण्यात आला. त्यांनी आपला आंतरिम अहवाल ३० डिसेंबर २००४ रोजी सादर केला. या आयोगाच्या शिफारशींचा कालावधी २००५-१० असा होता. या आयोगाच्या मुख्य शिफारशी पुढीलप्रमाणे-

१) केंद्र सरकारच्या एकूण महसुली उत्पन्नापैकी (कर + करेतर) राज्यांना द्यावयाचा हिस्सा जास्तीतजास्त ३८ टक्के असावा.

२) केंद्रीय विभाजनयोग्य निव्वळ कर उत्पन्नापैकी ३०.५ टक्के हिस्सा राज्यांना दिला जाईल. साखर, कपडे व तंबाखू यांवर विक्रीकर आकारण्याचा अधिकार राज्यांना दिल्यास राज्यांना दिला जाणारा हिस्सा २९.५ टक्के असावा.

३) या कर उत्पन्नाची विभागणी राज्या-राज्यांमध्ये करण्यासाठी वापरण्यात आलेले सूत्र व त्यातील घटकांना देण्यात आलेले भार पुढीलप्रमाणे-

अ) लोकसंख्या पायाभूत धरून निव्वळ आयकर उत्पन्नाच्या २५ टक्के हिस्सा राज्य सरकारांना दिला जावा.

ब) न प्राप्तीकराच्या निव्वळ उत्पन्नापैकी ५० टक्के हिस्सा दरडोई उत्पन्नाच्या फरकावरून दिला जावा.

क) १० टक्के हिस्सा क्षेत्रफळावरून दिला जावा.

ड) ७.५ टक्के हिस्सा वित्तीय शिस्त यासाठी दिला जावा. अशा शिफारशी या आयोगाने केल्या.

सार्वजनिक वित्ताची पुनर्ररचना

१) केंद्र व राज्यांनी २००९-१० पर्यंत त्यांचा एकत्रित कर - GDP गुणोत्तर (Tax GDP Ratio) १७.६ टक्क्यांपर्यंत वाढवावेत.
२) २००९-१० पर्यंत एकत्रित कर्ज GDP गुणोत्तर (Debt - GDP Ratio) ७५ टक्क्यांपर्यंत कमी करण्यात यावे.
३) केंद्र व राज्य सरकारांनी राजकोषीय तुटीचे लक्ष्य ३ टक्के एवढे निश्चित करावे.
४) २००८-०९ पर्यंत केंद्र व राज्यांनी महसुली तूट शून्यापर्यंत कमी करावी.
५) राज्यांचे एकूण पगार, बिल हे त्यांच्या महसुली खर्चाच्या ३५ टक्क्यांपेक्षा अधिक नसावे.
६) प्रत्येक राज्याने 'वित्तीय दायित्व कायदा' संमत करावा. त्याद्वारे २००८-०९ पर्यंत महसुली तूट शून्यावर व राजकोषीय तूट ३ टक्क्यांपर्यंत कमी करावी.

स्थानिक स्वराज्य संस्था

१) २००५ ते २०१० या कालावधीसाठी राज्यांना अनुदानापोटी पंचायत राज संस्थांसाठी २००० कोटी रुपये तर नागरी संस्थांसाठी ५००० कोटी रुपये एवढी रक्कम देण्यात यावी.
२) पंचायत राज संस्थांनी या अनुदानाचा वापर अनुक्रमे पाणी पुरवठा व स्वच्छता यावरील देखभालीसाठी करावा तर नागरी संस्थांनी किमान ५० टक्के अनुदान घन कचरा व्यवस्थापनासाठी करावा.

आपत्ती निवारण : नैसर्गिक आपत्ती निवारण निधी योजना केंद्र व राज्याच्या ७५:२५ या प्रमाणातील हिश्श्याच्या स्वरूपात राहील. २००५ ते २०१० या कालावधीसाठी २१,३३३ कोटी रुपयांचा निधी निर्माण केला जाईल.

राज्यांना अनुदाने

१) २००५ ते २०१० या कालावधीसाठी १५ राज्यांना ५६,८५६ कोटी रुपये इतकी बिगर योजना महसुली तूट अनुदानाशी शिफारस केली; तसेच ८ राज्यांना १०,१७२ कोटी रुपये शिक्षण क्षेत्रासाठी आणि ७ राज्यांना ५८८७ कोटी रुपये आरोग्य क्षेत्रासाठीची शिफारस केली.
२) रस्ते आणि पुलासाठी १५००० कोटी रुपये अनुदानाची शिफारस केली.
   - राज्यांच्या भविष्यातील कर्ज उभारणीसाठी केंद्र सरकार मध्यस्थ म्हणून कार्य करणार नाही. (जी दुर्बल राज्ये बाजारातून कर्ज उभारू शकत नाही, त्यांना वगळून).

- परकीय संस्थांनी ज्या अटींवर परकीय मदत/कर्जे दिलेली असतील, त्या अटीस ती राज्य-राज्य सरकारांकडे स्थलांतरित करण्यात यावी.
- केंद्र सरकारने अपेक्षित जमा-खर्च आधारित लेखा पद्धतीचा स्वीकार करावा.

तक्ता क्र. १९.१

राज्यांना अनुदानासाठी अटी

घटक	भार (टक्के)
लोकसंख्या	४०
भौगोलिक क्षेत्र	१०
दरडोई उत्पन्नातील फरक	२०
नुकसान निर्देशांक	१०
महसुल योगदान	२०
एकूण	**१००**

राज्यांच्या कर्जाला साहाय्य : या वित्तआयोगाने घटकराज्यांना अनुदानासाठी देण्यात येणारी रक्कम १,४२,६२९ कोटी रुपये द्यावी अशी शिफारस केली. परंतु त्या रकमेतून ५६८५५ कोटी रुपये महसुली तूट भरून काढण्यासाठी आहे.

या वित्तआयोगाच्या अहवालानुसार केंद्र-राज्य वित्तीय संबंधात महत्त्वपूर्ण असे बदल सुचविलेले आहेत. ते पुढीलप्रमाणे -

१) घटकराज्यांना येथून पुढील काळात कोणत्याही योजनेसाठी कर्जस्वरूपात निधी मिळणार नाही.

२) केंद्राकडून मिळणाऱ्या कर महसुलातील घटकराज्यांचा हिस्सा एक टक्क्यांनी वाढविण्यात येईल.

३) आजपर्यंत घटकराज्य देय असलेल्या सर्व केंद्रीय कर्जाचे एकत्रीकरण करून त्यावर ७.५ टक्के व्याजदर लागू करणे व त्यामध्ये सरसकट ४ टक्के सवलत देणे.

४) १ एप्रिल २००५ पासून घटकराज्यांना फक्त अनुदानाच्या स्वरूपातच योजना व साहाय्य मिळेल.

१२ व्या वित्तआयोगाने असे स्पष्ट केले की राज्यांच्या कर्मचाऱ्यांची नियुक्ती व वेतन धोरण असे असले पाहिजे की सरकारचा वेतन, व्याज आणि पेन्शन यावरील खर्च महसुली खर्चाच्या ३५ टक्क्यांपेक्षा जास्त नसावा; तसेच अनुदानाच्या वापरावर देखरेख ठेवण्यासाठी उच्च स्तरिय समिती स्थापन करावी.

तेरावा वित्तआयोग :

डॉ. विजय केळकर यांच्या अध्यक्षतेखाली १३ नोव्हेंबर २००७ मध्ये तेरावा वित्त आयोग नेमण्यात आला. त्यांनी आपला अंतरिम अहवाल २७ डिसेंबर २००९मध्ये राष्ट्रपतींना सादर केला आणि २५ फेब्रुवारी २०१०मध्ये संसदेत मांडण्यात आला. या शिफारशींचा कालावधी २०१०-१५ असा होता.

आयोगाच्या मुख्य शिफारशी पुढीलप्रमाणे -

१) २०१०-११ ते २०१४-१५ या कालावधीत केंद्रीय करांच्या राज्यांना वाटावयाच्या निव्वळ रकमेतील राज्यांचा वाटा प्रत्येक वर्षात ३२ टक्के असावा.

२) केंद्रीय करातील राज्यांना वितरणासाठी निश्चित केलेल्या रकमेतील सर्वांत जास्त रक्कम उत्तरप्रदेशला १९.६७७ टक्के तर सर्वांत कमी सिक्किमला ०.२३९ टक्के मिळणार आहे तर महाराष्ट्राला ५.११९ टक्के मिळेल.

३) केंद्र सरकारकडील जमा झालेल्या सेवा करातील राज्यांना वितरणासाठी निश्चित केलेल्या रकमेतील ५.२८१ टक्के हिस्सा महाराष्ट्राला मिळेल.

४) केंद्रीय प्रायोजित योजनांची संख्या कमी करण्यासाठी पुढाकार घेण्यात यावा; तसेच सूत्राधारित Formula-Based योजना स्थानांतराचे वर्चस्व कायम राखावे.

५) केंद्रीय करातील हिस्सा व्यतिरिक्त वित्तआयोगाने राज्यांना जास्तीतजास्त रक्कम देण्याची शिफारस केली आहे. परंतु केंद्र सरकारच एकूण महसुली उत्पन्नापैकी (कर+करेतर) राज्यांना द्यावयाच्या हिस्सा जास्तीतजास्त ३९.५ टक्क्यांपर्यंत निश्चित करण्यात आला आहे.

६) निर्गुंतवणुकीपासूनच्या प्राप्तीच्या सामाजिक क्षेत्रातील कार्यक्रमावरील भांडवली खर्चासाठी वापर करण्याचे निश्चित करण्यात आले आहे. निर्गुंतवणुकीपासूनच्या प्राप्तीच्या वापरासंबंधीचे धोरण महत्त्वपूर्ण पायाभूत सुविधा व पर्यावरण यावरील भांडवली खर्चाचा समावेश करण्यासाठी शिथिल करण्यात यावे.

७) राज्याराज्यांमध्ये कर रकमेच्या विभागणीसाठी पुढील सूत्र वापरण्यात आले त्यासाठी विविध घटकांना देण्यात आलेले भार पुढीलप्रमाणे -

तक्ता क्र. १९.२

घटक	भार %
१) लोकसंख्या (१९७०१)	२५.०
२) क्षेत्रफळ	१०.०
३) राजकोषीय क्षमता अंतर	४७.५
४) राजकोषीयशिस्त	१७.५
एकूण	**१००**

अ) १९७१ ची लोकसंख्या पायाभूत मानून निव्वळ आयकर उत्पन्नाच्या २५% हिस्सा राज्य सरकारांना दिला जावा.

ब) १०% हिस्सा क्षेत्रीय तडजोडीनुसार दिला जावा.

क) राजकोषीय शिस्तीसाठी १७.५% हिस्सा दिला जावा.

ड) ४७.५% हिस्सा राजकोषीय क्षमता अंतरासाठी दिला जावा.

८) विविध बाबींसाठी १२ व्या आणि १३ व्या आयोगाचा हिस्सा

तक्ता क्र. १९.३

घटक	१३ वा वित्तआयोग		१२ वा वित्तआयोग	
	रु. कोटी	टक्केवारी	रु. कोटी	टक्केवारी
१) कर आणि जकातीचा हिस्सा	१४४८०९६	८४.८	६१३११२	८१.१
२) अनुदाने त्यांपैकी	२५८५७१	१५.२	१४२६४०	१८.९
अ) स्थानिक मंडळासाठी	८७५१९	५.१	२५०००	३.३
ब) पंचायत				
क) म्युनिसिपालीटी				
एकूण (१+२)	**१७०६६७६**	**१००.००**	**७५५७५२**	**१००.००**

कर आणि जकातीचा हिस्सा ८४.८% आहे आणि अनुदानांचा फक्त १५.२% हिस्सा आहे. स्थानिक मंडळांसाठी उदा. पंचायतराज, म्युनिसिपालीटी इत्यादींसाठी ८७५१९ कोटी रुपयांची शिफारस केली आहे.

९) सरकारने कर्ज उभारणी फक्त गुंतवणुकीच्या हेतूने करावी. केंद्राची महसुली तूट प्रगतिशील प्रमाणे कमी कमी करावी आणि नाहीशी करावी तसेच २०१४-१५ मध्ये महसुली शिल्लक निर्माण व्हावी. थोडक्यात, केंद्र सरकारचे दीर्घकालीन आणि कायमस्वरूपाचे लक्ष्य हे महसुली तुटी शून्य असावे असे असावे.

१०) केंद्र सरकार आणि राज्याच्या एकत्रित कर्जासाठीचे स्थूल देशांतर्गत उत्पादनाच्या ६८% हे लक्ष्य २०१४-१५ पर्यंत साध्य करावे.

११) सर्व विभागणीय योग्य केंद्रीय कराच्या वाटावयाच्या निव्वळ रकमेतील प्रत्येक वित्तीय वर्षातील प्रत्येक राज्याचा वाटा पुढील तक्त्यात दिलेला आहे. (सन २०१०-११ ते २०१४-१५).

तक्ता क्र. १९.४

राज्ये	सेवाकरा व्यतिरिक्त सर्व विभागणी योग्य करांचा वाटा (%)	सेवाकरांचा वाटा (%)
आंध्रप्रदेश	६.९३७	७.०४७
अरुणाचलप्रदेश	०.३२८	०.३३२
आसाम	३.६२८	३.६८५
बिहार	१०.९१७	११.०८९
छत्तीसगढ	२.४७०	२.५०९
गोवा	०.२६६	०.२७०
गुजरात	३.०४१	३.०८९
हरियाना	२.०४८	१.०६४
हिमाचलप्रदेश	०.७८१	०.७९३
जम्मू आणि काश्मीर	१.५५१	उ. नाही
झारखंड	२.८०२	२.८४६
कर्नाटक	४.३२८	४.३९७
केरळ	२.३४१	२.३७८
मध्यप्रदेश	७.१२०	७.२३२
महाराष्ट्र	५.१९९	५.२८१
मणिपूर	०.४५१	०.४५८
मेघालय	०.४०८	०.४१५

राज्ये	सेवाकरा व्यतिरिक्त सर्व विभागणी योग्य करांचा वाटा (%)	सेवाकरांचा वाटा (%)
मिझोराम	०.२६९	०.२७३
नागालँड	०.३१४	०.३१८
ओरिसा	४.७७९	४.८५५
पंजाब	१.३८९	१.४११
राजस्थान	५.८५३	५.९४५
सिक्कीम	०.२३९	०.२४३
तामिळनाडू	४.९६९	५.०४७
त्रिपुरा	०.५११	०.५१९
उत्तरप्रदेश	१९.६७७	१९.९८७
उत्तराखंड	१.१२०	१.१३८
पश्चिम बंगाल	७.२६४	७.३७९
सर्व राज्ये	**१००.००**	**१००.००**

१२) स्थानिक स्वराज्य संस्थांसाठी ८७५९९ कोटी रुपयांची शिफारस केलेली आहे.

१३) रॉयल्टीपासून राज्यांना मिळणारे उत्पन्न वाढत असल्याने राज्यांना ज्या स्थानिक स्वराज्य संस्थांच्या कार्यक्षेत्रातून हे उत्पन्न मिळत आहे त्यांना या उत्पन्नातील काही हिस्सा द्यावा.

१४) राष्ट्रीय आपत्ती आकस्मिता निधी राष्ट्रीय अरिष्ट प्रतिसाद निधीत सामील करावा तसेच आपत्ती साहाय्य निधी त्या त्या राज्यांच्या राज्य अरिष्ट प्रतिसाद निधीत जमा करावा.

१५) राज्य अरिष्ट प्रतिसाद निधी ३३५८१ कोटी रुपयांचा असेल आणि तो वरील प्रमाणात असेल क्षमता बांधणीसाठी आणखी ५२५ कोटी रुपयांची शिफारस केलेली आहे.

अशा रीतीने २०१०-११ ते २०१४-१५ या कालावधीत केंद्रीय करांच्या राज्यांना वाटावयाच्या निव्वळ रकमेतील राज्यांचा वाटा प्रत्येक वर्षात ३२ टक्के केला आहे. तसेच या आयोगाने राज्यांना अधिक साहाय्यक अनुदानांची शिफारस केलेली आहे. बाराव्या वित्तआयोगाच्या तुलनेत राज्यांना १३६ टक्के अधिक रक्कम मिळणार आहे.

१४ व्या वित्तआयोगाच्या शिफारशी (Recommendation of 14th Finance Commission)

रिझर्व्ह बँकेने माजी गव्हर्नर वाय.व्ही.रेड्डी यांच्या अध्यक्षतेखाली २ जानेवारी २०१३ मध्ये १४ वा वित्तआयोग नेमण्यात आला. या आयोगाने आपल्या शिफारशी १५ डिसेंबर २०१४मध्ये राष्ट्रपतींना सादर केल्या. या आयोगाचे सदस्य सुषमा नाथ, एम. गोविंदराव आणि सुदिप्तो मुंडल हे आहेत. या शिफारशींचा कालावधी २०१५-२०२० असा आहे.

या आयोगाकडे स्थिर आणि स्थायी राजकोषीय वातावरण निर्माण करणे, वित्त संसाधनांच्या स्थितीचा विचार करणे, आर्थिक तूट आणि कर्ज इ. बाबींच्या विचारांवर शिफारशी सुचविण्याचे काम देण्यात आले होते.

चौदाव्या वित्तआयोगाने १५ डिसेंबर २०१४ मध्ये आपल्या शिफारशी राष्ट्रपतींकडे सादर केल्या, त्यामध्ये मुख्यत: केंद्र सरकारकडून राज्य सरकारांना देण्यात येणारा विकास निधी, राज्याची लोकसंख्या, राज्याचे दरडोई उत्पन्न, योजना खर्च, विविध सामाजिक अनुदान, योजनांसाठीची अंदाजपत्रकीय तरतूद आणि राज्य सरकारांपुढील हा निधी योग्य प्रमाणात खर्च करण्याच्या शिफारशी केल्या आहेत.

या आयोगाकडे अ) केंद्र सरकारच्या आणि राज्यांच्या संसाधनांच्या स्थितीचा पुनर्विचार करणे ब) एक स्थिर आणि स्थायी राजकोषीय वातावरण निर्माण करणे. क) साहाय्यक अनुदानांची राशी व विभागणीस अधिशासित करणारी तत्त्वे ड) स्थानिक स्वराज्य संस्थांना संसाधने पुरविण्याबाबत गरज भासल्यास राज्य सरकारी वित्तीय संसाधनात वाढ करण्यासाठी उपाय करणे. इ) सरकारी विविध स्तरांवरील वित्त संसाधनांची स्थिती व ई) तूट आणि ऋण अटींचा पुनर्विचार करण्याच्या हेतूने शिफारशी करण्याचे कार्य सोपविण्यात आले होते.

१४ व्या वित्तआयोगाच्या मुख्य शिफारशी पुढीलप्रमाणे -

१) या आयोगाने केंद्रीय करांच्या राज्यांना वाटावयाच्या निव्वळ रकमेतील राज्यांचा वाटा प्रत्येक वर्षात ४२% असावा अशी शिफारस केली. बाराव्या वित्तआयोगाने व तेराव्या वित्तआयोगाने ही शिफारस अनुक्रमे ३०.५% आणि ३२% अशी केली होती.

२) या आयोगाने राज्यांदरम्यान विभाज्य संचयातील राज्यांच्या विभागणीसाठी नवीन क्षितिज समांतर पद्धतीची शिफारस केली आहे.

३) २०१५-१६मध्ये राज्यांना सुमारे एकूण ५.२६ कोटी रुपयांचा हिस्सा मिळणार

आहे. विभाजन पद्धतीमधील या बदलामुळे राज्यांच्या राजकोषीय संघीय संबंधामधील असणाऱ्या विषमतेच्या काळजीचे समाधान होण्याची शक्यता आहे.

४) या आयोगाने राजस्व तूट, स्थानिक संस्था आणि आपत्ती व्यवस्थापनासाठी राज्यांना राजस्व साहाय्यता अनुदानाची शिफारस केली आहे.

५) राज्याराज्यांमध्ये या कर उत्पन्न विभागणीसाठी पुढील सूत्र वापरण्यात आले तसेच त्यासाठी विविध घटकांना देण्यात आलेले भार पुढीलप्रमाणे आहेत -

तक्ता क्र. १९.५

राज्याच्या हिश्श्याबाबत नियम आणि भार

घटक	तेरावा वित्तआयोग	चौदावा वित्तआयोग
१) लोकसंख्या (१९७१)	२५	१७.५
२) लोकसंख्या (२०११)	०	१०
३) आर्थिक क्षमता/ उत्पन्नातील अंतर	४७.५	५०
४) क्षेत्र	१०	१५
५) जंगलक्षेत्र	०	७.५
६) वित्तीय शिस्त	१७.५	०
एकूण	**१००**	**१००**

(Source - Economic Survey 2014-15, volume I, page 131)

अ) १९७१ ची लोकसंख्या पायाभूत धरून निव्वळ आयकर उत्पन्नाच्या १७.५% आणि २०११ ची लोकसंख्या पायाभूत धरून १०% हिस्सा राज्य सरकारांना दिला जावा.

ब) निव्वळ आयकर उत्पन्नापैकी ५०% हिस्सा उत्पन्नातील अंतरावरून दिला जावा.

क) १५% हिस्सा क्षेत्रीय तडजोडीवरून दिला जावा.

ड) ७.५% हिस्सा जंगलक्षेत्रावरून दिला जावा.

इ) तर वित्तीय शिस्तीसाठी तरतूद केलेली नाही.

६) अकरा राज्यांच्या राजकोषीय तुटीची पूर्तता करण्यासाठी १,९४,८२१ कोटी रुपयांचे अनुदान देण्याची शिफारस केली आहे.

७) आयोगाने स्थानिक संस्थांच्या बाबतीत शिफारस केली आहे. २०११च्या जनगणनेनुसार ९०% आणि क्षेत्रीय विकास करताना राज्यांना स्थानिक संस्थांसाठी १०% भार शुल्कासह अनुदानाचे वितरण केले जावे.

८) राज्यांसाठी अनुदान हे ग्रामपंचायतीसाठी आणि नगरपालिकांसाठी २०१५-२० साठी २,८७,४३६ कोटी रुपयांच्या अनुदानाची शिफारस केली आहे.

९) आयोगाने अनुदानाची दोन भागात शिफारस केली. ग्रामपंचायत आणि नगरपालिकांसाठी मूलभूत अनुदान ते कामगिरी अनुदानाचे प्रमाण ग्रामपंचायतीसाठी ९:१० व नगरपालिकांसाठी ८०:२० असे आहे.

स्थानिक स्वराज्य संस्थांना वित्तीय साहाय्यासाठी २०११ ची जनगणना हा निकष लावला आहे. ग्रामपंचायतीसाठी सर्व राज्यांना १८०,२६,२९६ कोटी रुपयांची पायाभूत अनुदानासाठी शिफारस केली तर कामगिरी अनुदानासाठी २०,०२,९२२ कोटी रुपयांची शिफारस केली.

सर्व राज्यातील नगरपालिकांसाठी ६९,७१,५०३ कोटी रुपयांची पायाभूत अनुदानासाठी शिफारस केली आणि कामगिरी अनुदानासाठी १७,४२,८७६ कोटी रुपयांची शिफारस केली आहे.

१०) सर्व राज्यांच्या राज्य आपत्ती निधीमध्ये एकूण निधीतील संग्रहित रक्कम ६१२१६ कोटी रुपयांची शिफारस केली आहे.

राज्य आपत्ती निवारण निधीत १०% चे ६,१२२ कोटी रुपयांचे योगदान देतील आणि ९०% म्हणजे ५५,०९८ कोटी रुपयांचे योगदान केंद्र सरकार करेल. या निधी अंतर्गत उपलब्ध निधीच्या १०% पर्यंत निधी हा राज्यांवर अशा प्रकारची आपत्ती आल्यास तिच्या निवारणासाठी वापरला जाऊ शकतो.

११) सन २०१४-१५ व सन २०१५-१६च्या संबंधातील निश्चित मान्यतांवर अंदाजित लाभ (कर हस्तांतरण पासून आणि १४ व्या विमा आयोगाच्या अनुदानापासून) पुढील पत्रकामध्ये दर्शविला आहे.

तक्ता क्र. १९.६ चौदाव्या वित्तआयोगाचे अतिरिक्त हस्तांतरण (२०१४-१५ मधून २०१५-१६)

राज्य	वर्गवारी	एफएफसी कडून लाभ कोटी रु.	दरडोई उत्पन्न	ओटी-आर	एन एस डीपी मधील लाभ
आंध्रप्रदेश	GCS	१४६२०	१७२८	२७.४	२.२
अरुणाचलप्रदेश	SCS	५५८५	४०३५९	१७५८.१	५१.०
आसाम	SCS	७२९५	२३३८	९५.५	५.८
बिहार	GCS	१३२७९	१२७६	१०५.३	४.९
छत्तीसगढ	GCS	७२२७	२८२९	६७.५	५.२
गोवा	GCS	११०७	७५९१	४४.१	३.०
गुजरात	GCS	४५५१	७५३	१०.३	०.८
हरियाना	GCS	१५९२	६२८	७.८	०.५
हिमाचलप्रदेश	SCS	८५३३	१२४३०	२०७.७	१४.६
जम्मू आणि काश्मीर	SCS	१३९७०	१११४०	२९४.४	२२.४
झारखंड	GCS	६१९६	१८७८	८९.१	४.८
कर्नाटक	GCS	८४०१	१३७५	१८.१	१.८
केरळ	GCS	९५०८	२८४६	३७.०	३.१
मध्यप्रदेश	GCS	१५०७२	२०७५	५५.९	४.५
महाराष्ट्र	GCS	१०६८२	९५१	१२.२	०.९
मणिपूर	SCS	२१३०	८२८६	५७८.७	१९.५
मेघालय	SCS	१३८१	४६५५	१९८.०	८.६
मिझोराम	SCS	२५१९	२२९६२	१४१०.१	३३.३
नागालँड	SCS	२६९४	१३६१६	८८६.५	१८.७
ओरिसा	GCS	६७५२	१६०९	५०.२	३.२
पंजाब	GCS	३४५७	१२४६	१८.३	१.४
राजस्थान	GCS	६४७९	९४५	२५.५	१.६

राज्य	वर्गवारी	एफएफसी कडून लाभ कोटी रु.	दरडोई उत्पन्न	ओटी-आर	एन एस डीपी मधील लाभ
सिक्कीम	SCS	१०१०	१६५४३	३४३.७	१०.७
तामिळनाडू	GCS	५९७३	८२८	१०.०	०.९
त्रिपुरा	SCS	१५६०	४२४७	१८१.८	६.९
उत्तरप्रदेश	GCS	२४६०८	१२३२	४६.८	३.५
उत्तराखंड	SCS	१३०.३	१२९२	२३.२	१.४
पश्चिम बंगाल	GCS	१६७१४	१८३१	६७.०	३.०
एकूण		**२०४१९८**	**१७१५**		

GCS सर्वसाधारणपणे राज्ये SCS विशेष सूचीतील राज्ये; NSDP निव्वळ देशांतर्गत उत्पादन घेणारी राज्ये OTR - स्वकर महसूल.
(Source - Economic survey 2014-15 volume I, page 132)

सन २०१४-१५च्या तुलनेत सन २०१५-१६मध्ये चौदाव्या वित्तआयोग हस्तांतरणामधील एकूण वाढ ही सुमारे सव्वादोन कोटी रुपये राहील. एकूणच चौदाव्या वित्तआयोगाच्या शिफारशी हस्तांतरणापासून सर्वच राज्यांना लाभ होणार आहे.

वितरण प्रभावाच्या मूल्यमापनासाठी वर्तमान बाजार मूल्यावर निव्वळ राज्य घरगुती उत्पादन लोकसंख्या अथवा राज्यांची कर महसूल मिळकत इ.ना मानक बनविले आहे. सामान्य श्रेणीतील राज्यांचा एकूण विचार करता उत्तरप्रदेश, पश्चिम बंगाल व मध्यप्रदेश या राज्यांना सर्वांत जास्त लाभ होणार आहे; तर विशेष श्रेणीचा लाभ जम्मू व काश्मीर, हिमाचल प्रदेश, आसाम यांना होणार आहे. या राज्यांचे प्रभावाचे चांगले प्रमाण प्रतिव्यक्ती उत्पन्न हे आहे.

प्रतिव्यक्ती लाभाच्या संदर्भात सामान्य श्रेणीतील केरळ, छत्तीसगढ आणि मध्यप्रदेश ही राज्ये आहेत. विशेष श्रेणीत अरुणाचलप्रदेश, मिझोराम व सिक्कीम ही राज्ये आहेत. १४ व्या आयोगाच्या शिफारशी या राज्यांच्या अंदाजपत्रकातील खर्च क्षमतेत महत्त्वपूर्ण वाढ करतील.

अतिरिक्त खर्च क्षमतेत चालू बाजार मूल्यांवर निव्वळ राज्य घरगुती उत्पादन NSDP हे या राज्यांच्या स्वयंकर महसुलातील लाभप्राप्तीनुसार मोजले जाते. NSDP चा विचार

करता हस्तांतरणाचा जास्तीतजास्त लाभ छत्तीसगढ, बिहार, झारखंड या राज्यांना झाला आहे आणि विशेषश्रेणीतील लाभ अरुणाचलप्रदेश, मिझोराम, जम्मू आणि काश्मीर या राज्यांना होणार आहे. राज्यांचा स्वयंकर महसूल OTR चा विचार करता सामान्य श्रेणीतील राज्यात बिहार, छत्तीसगढ व झारखंड यांचा समावेश होतो तर विशेष श्रेणीत अरुणाचलप्रदेश, मिझोराम आणि नागालँड या राज्यांचा समावेश होतो.

१२) राजकोषीय स्वायत्तता आणि राजकोषीय अनुमानातील समतोल : चौदाव्या वित्तआयोगाच्या शिफारशींचा विचार करता राज्यांना स्वत: हस्तांतरण करण्याचा जेणेकरून त्यांना जास्तीतजास्त राजकोषीय स्वायत्तता दिली जाऊ शकेल व विभाज्य संचयातील राज्यांचा हिस्सा ३२% वरून ४२% करण्यात आला आहे.

तक्ता क्र. १९.७

१४ व्या वित्तआयोगाकडे राज्यांना वाटप केलेला निधी

राज्ये	१४ व्या वित्त-आयोगात राज्यांचा वाटा	राज्यांचा १३ व्या वित्त-आयोगातील वाटा	FFC चे विभाजन व वाटप	
			भाग-श्रालीतील बदलीमुळे	राज्यांना वाटप केलेला निधी
आंध्रप्रदेश	०.०६७४२	०.०६९३७	१०७.५	-७.५
अरुणाचलप्रदेश	०.०१३७	०.००३२८	२४.९	७५.१
आसाम	०.०३३११	०.०३६२८	१२९.०	-२९.०
बिहार	०.०९६६५	०.१०९१७	१४२.०८	-४२.८
छत्तीसगढ	०.०३०८	०.०२४७	६४.९	३५.१
गोवा	०.००३७८	०.००२६६	५३.९	४६.१
गुजरात	०.०३०८४	०.०३०४१	९६.७	३.३
हरियाना	०.०१०८४	०.०१०४८	९२.३	७.७
हिमाचलप्रदेश	०.००७१३	०.००७८१	१२८.३	-२८.९
जम्मू आणि काश्मीर	०.०१८५४	०.०१५५१	६९.५	३०.५
झारखंड	०.०३१३९	०.०२८०२	७८.२	२१.८

राज्ये	१४ व्या वित्तआयोगात राज्यांचा वाटा	राज्यांचा १३ व्या वित्त-आयोगातील वाटा	FFC चे विभाजन व वाटप	
			भागश्रालीतील बदलीमुळे	राज्यांना वाटप केलेला निधी
कर्नाटक	०.०४७१३	०.०४३२८	८२.७	१७.३
केरळ	०.०२५	०.०२३४१	८६.१	१३.९
मध्यप्रदेश	०.०७५४८	०.०७१२	८७.४	१२.६
महाराष्ट्र	०.०५५२१	०.०५१९९	८७.१	१२.९
मणिपूर	०.००६१७	०.००४५१	५६.६	४३.४
मेघालय	०.००६४२	०.००४०८	४७.७	५२.३
मिझोराम	०.००४६	०.००२६९	४३.७	५६.३
नागालँड	०.००४९८	०.००३१४	४७.३	५२.७
ओरिसा	०.०४६४२	०.०४७७९	१०७.७	-७.७
पंजाब	०.०१५७७	०.०१३८९	७६.२	२३.८
राजस्थान	०.०५४९५	०.०५८५३	११८.४	-१८.४
सिक्कीम	०.००३६७	०.००२३९	४९.०	५१.०
तामिळनाडू	०.०४०२३	०.०४९६९	२०७.५	-१०७.०
त्रिपुरा	०.००६४२	०.००५११	६४.५	३५.९
उत्तरप्रदेश	०.१७९५९	०.१९६७७	१२९.०	-२९.०
उत्तराखंड	०.०१०५२	०.०११२	११८.२	-१८.२
पश्चिम बंगाल	०.०७३२४	०.०७२६४	९८.०	२.०

(Source - Economic Survey 2014-15, page - 134)

१३) राज्यांच्या वाढत्या राजकोषीय स्वायत्ततेला केंद्राची राजकोषीय सोय टिकवून ठेवण्याबरोबरच समतोल साधण्यात केंद्राकडून राज्यांना मिळणाऱ्या अर्थसाहाय्य हस्तांतरणामध्ये कपात करण्याचा समावेश आहे.

१४) राज्य सरकारे ही केंद्राद्वारे पुरस्कृत योजनांचा स्वीकार करू इच्छित नसतील तर १४ व्या वित्तआयोग हस्तांतरणाद्वारे घडून आलेली वाढ हा नवीन भाररहित पैसा आहे. चौदाव्या वित्तआयोगाचे हस्तांतरण माध्यमातून CAS (Central Assistance to States) कपात घटविण्यात आली आहे. तरीसुद्धा सर्वसाधारण राज्ये (GCS) यांना लाभ होईल. सर्वसाधारण राज्यात उत्तरप्रदेश, पश्चिम बंगाल आणि मध्यप्रदेश यांचा समावेश आहे तर विशेष सूचितील राज्ये SCS (Special Category States) जम्मू काश्मीर, हिमाचलप्रदेश व अरुणाचलप्रदेश यांचा समावेश होतो तर गोवा, केरळ व छत्तीसगढ या राज्यांना सर्वसाधारण राज्यांचा लाभ मिळेल.

१५ वा वित्तआयोग : केंद्रीय मंत्रीमंडळाने १५ व्या वित्तआयोगाच्या स्थापनेला २२ नोव्हेंबर २०१७ रोजी मंजुरी दिली. तशी सूचना २७ नोव्हेंबर २०१७ रोजी काढण्यात आली.

रचना : अध्यक्ष : एन.के. सिंह (N.K. Singh) (माजी संसद सदस्य व माजी सचिव)

सचिव : अरविंद मेहता.

सदस्य : शक्तीकांत दास, अनूपसिंह,अशोक लहिरी, रमेश चंद

कार्य : देशात वस्तू व सेवाकराची विभागणी केंद्र-राज्य व स्थानिक स्वराज्य संस्थेत करण्याचे प्रमाण निश्चित करणे.

महत्त्वाचे :

अ) १५ व्या वित्तआयोग जनगणना २०११च्या लोकसंख्येचा आधार घेणार आहे.
ब) आयोग ३० ऑक्टोबर २०१९ पर्यंत अहवाल सादर करणार आहे.
क) एक एप्रिल २०२० ते ३१ मार्च २०२५ पर्यंत आयोगाच्या शिफारशी अंमलात आणल्या जाणार आहेत.

१९.११ केंद्र-राज्य वित्तीय संघर्ष/तणाव/समस्या (Centre - State Conflict)

भारताच्या राज्यघटनेतच केंद्र सरकार व घटकराज्यांची सरकारे यांच्या उत्पन्नाच्या मार्गासंदर्भातच स्पष्ट उल्लेख केलेला आहे. त्यानुसार १९६१ पासून आजपर्यंत केंद्र सरकार आणि राज्य सरकारे यांचे वित्त व्यवहार चालू आहेत; असे असले तरी घटकराज्यांची

सरकारे वेळोवेळी त्याबद्दल तक्रारी करीत आहेत. त्यांना दिलेले उत्पन्नाचे मार्ग पुरेसे फलदायी नाहीत. त्यामुळे खर्चाची तोंडमिळवणी करणे कठीण जात आहे. संघराज्यात्मक घटनेमध्ये घटकराज्यांना त्यांच्या व्यवहारात जास्तीतजास्त स्वायतत्ता असावी, असे ही घटकराज्ये दावा करतात. सैद्धांतिक दृष्टीने ते बरोबर वाटते. मात्र, हे मान्य केले तर घटकराज्यांची दुसरी तक्रार आहे की, केंद्र सरकार घटकराज्यांच्या कारभारात खूप मोठ्या प्रमाणावर ढवळाढवळ करते, ती खरी आहे असे वाटते; कारण आपला खर्च भागविण्यासाठी त्यांना केंद्र सरकारच्या अनुदानांवर व ती पुरेशी न मिळाली तर कर्जावर अवलंबून रहावे लागते, अथवा घटकराज्यांचे असेही म्हणणे आहे की, आर्थिक परावलंबित्व स्वीकारावे लागल्यामुळे घटकराज्यांच्या अंतर्गत कारभारामध्ये ढवळाढवळ करणे केंद्र सरकारला शक्य होते. केंद्र सरकारचे याबद्दल असे मत आहे की, देशाची एकात्मता टिकविण्यासाठी व संपूर्ण देशाचा सर्वांगीण विकास घडवून आणण्यासाठी या प्रकारची परिस्थिती असणे आवश्यक आहे; घटकराज्यांना आज आहे त्यापेक्षा जास्त वित्तीय स्वातंत्र्य देणे योग्य ठरणार नाही, या दोन्ही दाव्यात कितपत तथ्य आहे, याचा आता विचार करावयाचा आहे. केंद्र-राज्य वित्तीय संघर्ष/तणाव वाढण्यास पुढील बाबींचा विचार करावा लागतो.

१) घटकराज्यांच्या वित्तीय समस्या : घटकराज्यांचा सतत वाढणारा खर्च व त्या मानाने कमी वेगाने वाढणारे उत्पन्न तसेच राज्यांच्या जबाबदाऱ्या एवढ्या विविध प्रकारच्या आहेत की, त्यांना उपलब्ध होणाऱ्या उत्पन्नामध्ये त्या भागविणे जवळजवळ अशक्य आहे; त्यामुळे केंद्र-राज्य वित्तीय संबंध ताणले जातात.

२) राज्यांच्या वाढत जाणाऱ्या जबाबदाऱ्या : घटकराज्यांच्या ज्या जबाबदाऱ्या आहेत. त्यामध्ये शिक्षण, सार्वजनिक आरोग्य, पाणी पुरवठा, नागरी सोयी, वाहतूक इ. चा समावेश होतो. देशाची लोकसंख्या जसजशी वाढत जाते तसतशा या सर्व जबाबदाऱ्या पार पाडण्यासाठी खर्च वाढत आहे. लोकांच्या अपेक्षा वाढत आहेत. शेतीत सुधारणा व्हावी. पाण्याचे प्रश्न सुटावेत. सिंचन सुविधा वाढाव्यात. दारिद्र्याचा प्रश्न सुटावा. आरोग्य, शिक्षणात सुधारणा व्हावी, अशा लोकांच्या अपेक्षा आहेत. मात्र, लोकसंख्या वाढल्याने या सर्व समस्यांमुळे तणाव निर्माण होत आहे.

शहराकडे ग्रामीण स्थलांतर वाढत आहे. शहरात विविध उद्योगधंदे वाढत आहेत. उदा. घर बांधणी व्यवसाय इ. शहरात वाढत्या लोकसंख्येमुळे झोपडपट्ट्या वाढत आहेत. घटकराज्यांना या समस्यांना तोंड देताना अनेक अडचणी/संघर्षाला सामोरे जावे लागते.

यावरून असे स्पष्ट होते की, घटकराज्यांच्या वाढत जाणाऱ्या जबाबदाऱ्या व

त्यांना त्या मानाने अपुरे उत्पन्न या कात्रीत घटकराज्यांची सरकारे सापडली आहेत, ही एक संघर्ष निर्माण होणारी वित्तीय समस्या आहे.

३) घटकराज्यांचे पुरेशा प्रमाणात न वाढणारे उत्पन्न : घटकराज्यांच्या जबाबदाऱ्या वाढत आहेत. त्या प्रमाणात घटकराज्यांच्या उत्पन्नात वाढ होत नाही, कारण अनेक वर्षे घटकराज्यांना येणारी तूट भरून काढण्यासाठी कर्जे वाढतच आहेत. घटकराज्यांना त्या करांचे उत्पन्न मिळते, ज्या करांची लवचिकता हे कारण आहे.

ज्या करांपासून मिळणारे उत्पन्न वाढत आहे किंवा वाढण्याची शक्यता आहे, ते कर केंद्र सरकारद्वारे वसूल करण्यात येतात. उदा. आयकर किंवा नफ्यावरील कर इ. वाढत जाणारी कारखानदारी यांपासून करांचे उत्पन्न वाढत जाईल, अशी आशा होती. मिळणाऱ्या उत्पन्नांपैकी अधिक वाटा घटकराज्यांना वाटून देण्यात येत आहे, असे असले तरी घटकराज्यांचा वाढता खर्च भागू शकत नाही.

४) केंद्र-राज्य संघर्ष : जोपर्यंत मध्यवर्ती सरकार व घटकराज्यांची सरकारे यामध्ये एकाच राजकीय पक्षाचे बहुमत होते तोपर्यंत केंद्र-राज्य संबंधात फारसा तणाव निर्माण झालेला नव्हता. परंतु जेव्हा काही घटकराज्यातून अन्य पक्षांची सरकारे आली तेव्हा हा तणाव अधिक वाढला; कारण सर्वच घटक राज्यांना आपला खर्च भागविण्यासाठी केंद्र सरकारच्या अनुदानावर अवलंबून राहावे लागते. त्यामुळे एखाद्या राज्याला वाजवीपेक्षा कमी अनुदान देणे किंवा एखाद्या राज्याला आवश्यक तेवढे किंवा त्यापेक्षा अधिक अनुदान देणे हे केंद्र सरकारला सहज शक्य असते.

५) राज्य सरकारच्या समस्या सोडविण्यासाठी कोणते उपाय योजावेत हे सुचविणे यासाठी तामिळनाडू 'द्रविड मुन्नेत्र कळघम्' पक्षाच्या सरकारने डॉ.पी.व्ही. राजमुन्नार यांच्या अध्यक्षतेखाली समिती नेमली. या समितीने सर्व घटकराज्यांना जास्तीतजास्त स्वायतत्ता मिळेल व देशाची एकात्मता बिघडणार नाही, अशी काळजी घेतली होती. राज्यांना उत्पन्नाची वाटणी देताना निगमत कर, आयात-निर्यात कर, भांडवली वस्तूंवरील कर इ. पासून गोळा होणाऱ्या करांच्या विभाजनीय उत्पन्नात समावेश करण्यात यावा अशी शिफारस केली. डॉ. राजमुन्नार समितीच्या शिफारशीनुसार एकूण उत्पन्नांपैकी ८०% उत्पन्न विभाजनीय उत्पन्न ठरणार होते.

६) बंगालमधील कम्युनिस्टांची राजवट, द्रविड मुन्नेत्र कळघम् अथवा आसाम, नागालँड इ. राज्यात प्रचलित असलेल्या चळवळी यामुळे अनेक समस्या निर्माण होताना दिसून येतात.

भारतातील घटकराज्यांचा 'स्वायत्ततेचा' दावा मान्य करणे अतिशय कठीण आहे. किंबहुना, राज्यांना स्वायत्तता दिली तर अतिशय गंभीर परिणाम होतील, असे दिसते.

घटकराज्यांना ज्या काँग्रेस पक्षाची सरकारे आहेत ते पक्ष हे 'राजकीय पक्ष' संबोधले जातात. कम्युनिस्ट पक्ष सोडला तर बाकीचे पक्ष म्हणजे सत्तेसाठी एकत्र आलेले आहेत. बहुतेक राजकीय नेत्यांचे सार्वजनिक चारित्र्यही शुद्ध नाही. सर्व प्रकारचे भ्रष्टाचार, सत्तेचा व संपत्तीचा गैरवापर, स्वार्थासाठी सत्ता राबविणे इ. प्रकार करण्यात हे नेते तरबेज आहेत; अशा स्थितीत त्यांच्या हाती आज आहे त्यापेक्षा अधिक सत्ता दिल्यास त्याचे अतिशय वाईट परिणाम होतील, हे उघड आहे.

मध्यप्रदेश, बिहार, संयुक्तप्रांत इ. भागात असलेले जमीनदार व त्यांच्या सेना महाराष्ट्रातील नक्षलवाद, कोळशाच्या खाणीतील परिस्थिती या बाबींचा विचार केल्यास राज्यांना आहे त्यापेक्षा जास्त अधिकार दिल्यास हितकारक ठरेल असे वाटत नाही. तसेच दाक्षिणात्य राज्यांनी एकत्र येऊन त्यांची स्वतंत्र संघटना निर्माण करण्याची तयारी ही शुभचिन्हे नाहीत.

७) प्रादेशिक असमतोल : प्रादेशिक असमतोलपणाबाबत गंभीर समस्या दिसून येते. केरळमध्ये औद्योगिक विकासाबाबत असमतोल दिसून येतो. केंद्राने वित्तीय मदतीद्वारे प्रादेशिक असमतोल दूर केला नाही अशी तक्रार केली जाते. मागासलेल्या प्रदेशाबाबत अनेकविध मार्गांचा अवलंब केला गेला नाही, अशीही तक्रार केली जाते. (प्रादेशिक विषमतेत लायसन्स राजमुळे भर पडली) कारण उद्योगांचा विकास संबंधित प्रदेशात झाला नाही. तसेच शेती, उद्योग, ऊर्जा, वाहतूक व्यवस्था इ. बाबत समतोलपणा दिसून येत नाही. तसेच राज्याची जबाबदारी अधिकच वाढत गेल्याने केंद्राकडून कर्ज व अनुदाने यावर अवलंबित्व वाढत गेले.

८) राज्यातील तणाव निर्माण करणारे स्रोत/मार्ग : पश्चिम बंगाल, जम्मू आणि काश्मीर, पंजाब, महाराष्ट्र, दक्षिणेतील राज्ये या राज्यांत स्वायत्ततेसाठी प्रश्न निर्माण झालेला दिसून येतो. केंद्र-राज्य वित्तीय संबंधाबाबत तणाव निर्माण होत असला, तरी तो एक केंद्र-राज्यातील संबंधाचा भाग आहे. राजकीय आय वित्तीय वा स्वायत्ततेची मागणी होत आहे. विविध मार्गांनी केंद्र व राज्यात तणाव निर्माण होऊ शकतो. ते पुढीलप्रमाणे सांगता येते -

i) घटनेत केंद्र सामर्थ्यशाली असावे, असे स्पष्ट केले आहे. राज्य सरकारे केंद्रावर अवलंबून असल्याने ती दुर्बळ दिसून येतात. प. बंगालसारखे समर्थ राज्य स्वायत्ततेची मागणी करीत आहे.

ii) राज्याच्या सांस्कृतिक व पारंपरिकतेनुसार स्वतंत्र राज्याच्या स्वायत्ततेला मागणी वाढत आहे.

iii) केंद्र सरकार शिक्षण, सार्वजनिक आरोग्य इ. राज्याच्या विषयात केंद्र सरकार

नाहक लक्ष घालतात.

iv) केंद्र काही बाबतीत राज्यांमध्ये हस्तक्षेप करताना दिसून येते. कायदा व सुव्यवस्था राखणे राज्याचे काम आहे. केंद्रीय राखीव पोलीस सीमा सुरक्षा दल, औद्योगिक सुरक्षा दल इ. बाबत हस्तक्षेप दिसून येतो.

v) केंद्राकडून राज्यांना मिळणारा वाटा कमी आहे. परंतु कार्य मात्र अधिक आहेत. राज्याचे वित्तीय मार्ग त्यासाठी कमी पडतात.

vi) केंद्राचे वित्तीय मार्ग लवचीक आहेत. त्या तुलनेत राज्याचे मार्ग अलवचिक आहेत. राज्य केंद्रावर मोठ्या प्रमाणात वित्तीय गरजेपोटी अवलंबून असते.

९) वित्तीय जमवाजमवीबाबत राज्यांची तक्रार : महसुली आणि भांडवली खर्चात कराबाबत असमतोल दिसून येतो. (विशेषत: सातव्या योजनेपूर्वी) केंद्र-राज्याबाबत काही बाबतीत संघर्ष/तणाव दिसून येतो.

ते पुढील बाबतीत सांगता येते -

केंद्र सरकार कराच्या २६९ व्या कलमानुसार राज्यांना पुरेसे कर देत नाही.

निगम करातील सुरुवातीपासूनच राज्यांना सहभागी करून घ्यावयास हवे होते. राज्यांमध्ये निगम क्षेत्र मोठ्या प्रमाणात विकसित झाले आहे. उदा. त्याच्यासाठी पायाभूत सुविधांवर प्रत्यक्ष खर्च मोठ्या प्रमाणात केला. उदा. ऊर्जा, पाणी, कच्चा माल, रस्ते, जमीन इ. उद्योगाला त्याचा खूप मोठा फायदा झाला आहे. राज्याला त्या पद्धतीने कार्पोरेशन कराचा हिस्सा देणे महत्त्वाचे आहे.

केंद्राच्या एक्साईज ड्युटीमध्ये मोठ्या प्रमाणात वाढ होत आहे; तसे राज्यांनाही त्यात सहभागी करून घेतले पाहिजे.

रेल्वे प्रवाशांवरील अधिकारात केंद्र सरकार हे राज्य सरकारांना सहभागी करून घेत नाही.

वैयक्तिक करांबाबत केंद्र सरकार व राज्य सरकारमध्ये तणाव आहे.

विक्री कराबाबतसुद्धा राज्य आणि केंद्रात तणावग्रस्त स्थिती आहे.

राज्यांच्या मते, केंद्र सरकार राज्यांच्या करात अधिकच हस्तक्षेप करत आहे; त्यामुळे केंद्र-राज्य संघर्ष निर्माण होण्याला मदत होत आहे.

अशा रीतीने केंद्र-राज्य वित्तीय संबंधात विविध कारणाने संबंध ताणले जात आहेत.

१०) सामाजिक विषमता : काही क्षेत्रांची प्रगती बरीच झालेली आहे तर काही क्षेत्रे बरीच मागे आहेत अशीच विषमता सामाजिक समुदायात दिसून येते.

११) केद्रांची मर्यादित भूमिका : वित्तीय साधनांच्या बाबतीत राज्यांना अधिक स्वायत्तता देण्याचा प्रयत्न बाजार अर्थव्यवस्थेबरोबर ताळमेळ घालून पुढे जाणाऱ्या

राज्यांसाठी फायदेशीर आहे. परंतु विकास प्रक्रियेत मागे असणाऱ्या राज्यांना त्यामुळे नवीन समस्यांना सामोरे जावे लागणार आहे. करांमध्ये हिस्सा वाढविल्याने राज्यांना फायदा होईल परंतु केंद्राच्या विशेष संरक्षणाची यानंतरसुद्धा आवश्यकता राहील. केंद्राची भूमिका मर्यादित राहिल्याने ही राज्ये आपल्या समस्या दूर करण्याबाबत एकटी पडण्याची शक्यता आहे.

१२) **केंद्रांची मदत कमी होईल :** चौदाव्या वित्तआयोगाने महसुलीचा तुटवडा असणाऱ्या राज्यांसाठी अतिरिक्त तरतूद केलेली आहे. मात्र या अतिरिक्त रकमेबरोबरच राज्यांच्या योजनांमधील केंद्राची मदत नष्ट होईल.

१३) **राज्यांना अधिक निधीची गरज :** राज्यांच्या अधिकारवाढीमुळे केंद्रावरील अवलंबित्व कमी होईल. केंद्र सरकार सामाजिक योजनांची अधिक जबाबदारी राज्यांवर सोपवेल त्यामुळे अन्नसुरक्षा, मनरेगा, आरोग्य, शिक्षण इ. सारख्या केंद्रीय योजनांमध्ये राज्यांना यापुढे अधिक निधी पुरवावा लागेल.

राज्यांच्या जबाबदाऱ्यांची चढती कमान

राज्यांच्या जबाबदाऱ्या अनेक आहेत. एवढेच नव्हे तर त्या सतत वाढतच आहेत, ही गोष्ट सर्वांनाच मान्य आहे. शिक्षण, आरोग्य, स्वच्छता, पाणी पुरवठा, सामाजिक सुरक्षा, सामाजिक कल्याण, घरे इत्यादी सेवांची जबाबदारी राज्यांकडे सोपविण्यात आली आहे. या सेवांची प्रवृत्ती वाढण्याची आहे, त्यामुळे या सेवांवरील खर्चही वाढत असलेला दिसतो. या सामाजिक सेवांच्या जोडीला राज्यांकडे सोपविण्यात आलेल्या आर्थिक सेवांचा खर्चही त्यांना झेपेनासा झाला आहे. एकट्या शेतीचेच उदाहरण घेतले तरी असे दिसून येते की, शेतीवर राज्यांचा सर्वांत जास्त खर्च होतो आणि तरीही शेतीची स्थिती फारशी सुधारलेली नाही, शेतकऱ्यांच्या वाढत्या आत्महत्या, या दोन उदाहरणांवरून हे सिद्ध होते की, राज्यांची एका बाजूने सतत वाढणाऱ्या सेवांमध्ये व दुसऱ्या बाजूने खर्चाला अंत नसलेल्या शेतीसारख्या सेवांमध्ये कोंडी झालेली आहे. परिणामतः, राज्यांना उपलब्ध असलेली साधनसंपत्ती अतिशय अपुरी वाटणे साहजिकच आहे.

राज्यांची अलवचिक साधनसंपत्ती

सतत वाढणाऱ्या जबाबदाऱ्या पूर्ण करण्यासाठी राज्यांजवळ असलेली साधनसंपत्ती मात्र सहज वाढणारी नाही. ती अतिशय अलवचिक आहे. ही अलवचिकता मुख्यत्वेकरून दोन कारणांमुळे आहे. एक-काही करांचे स्वरूपच अलवचिक आहे. याचे महत्त्वाचे उदाहरण म्हणजे 'जमीन महसूल' होय. जमीन महसूल हे राज्यांचे भरीव उत्पन्नाचे साधन असले तरी त्यात वाढ फार मोठ्या प्रमाणात करता येत नाही; कारण एकूण जमिनीचे

क्षेत्रफळ सीमित असते. जमीन महसुलाचे दर वाढविणे शक्य नसते; कारण त्यामुळे लहान, गरीब शेतकऱ्यांवरच त्यांचा भार पडतो. उलटपक्षी, लहान लहान शेतीच्या तुकड्यांना जमीन महसुलातून वगळावे, अशीच धारणा राज्यांमध्ये मूळ धरीत आहे. दुसरे, ज्या करांमध्ये लवचिकता आहे, असे कर राज्यांच्या क्षेत्रात येत नाहीत. जसे, उद्योगांवरील व व्यापारांवरील कर राज्यांना फारसे लावता येत नाहीत. अशा प्रकारे एका बाजूने करांची अलवचिकता ही राज्यांना जाचक ठरते आणि दुसऱ्या बाजूने वित्तआयोगाने वाढवून दिलेली मदत अपुरी ठरते. परिणामत:, राज्यांना फार मोठी कर्जे केंद्राकडून घ्यावी लागतात किंवा रिझर्व्ह बँकेकडून घ्यावी लागतात.

शक्तिशाली केंद्र

आर्थिकदृष्ट्या राज्ये कमजोर असली तरी केंद्र मात्र शक्तिशाली आहे. केंद्राच्या अधिकारातील कर लवचीक आहेत. भरपूर आहेत आणि विविधही आहेत. एवढेच नव्हे तर, जी साधने राज्यांना कधीही उपलब्ध होणार नाहीत, ती केंद्राला प्राप्त झाली आहेत. उदा. विदेशीमुद्रा हा उत्पन्नाचा स्रोत. केंद्र आणि राज्ये यांच्यातील हा फरक म्हणजे शक्तिशाली केंद्र आणि दुर्बल राज्ये यांचे सहअस्तित्व होय. या सवलतीच्या सहअस्तित्वामुळे त्या उभयतांमध्ये गैरसमज, मतभेद आणि संघर्ष निर्माण झालेले आहेत. यातूनच परस्परांवर आरोप-प्रत्यारोपांच्या फैरी झडत असतात. दोघेही परस्परांना अनुत्पादक खर्चात वाढ करण्याबद्दल दोषी समजतात. दोघेही एकमेकांवर दुसऱ्याच्या हितसंबंधांकडे दुर्लक्ष केल्याचा आरोप करतात.

यात योग्य काय आणि अयोग्य काय हे ठरविण्याच्या दृष्टीने संघीय वित्त संबंधीचा उचित दृष्टिकोन तयार होणे आवश्यक आहे. संघराज्याच्या कार्यवाहीचा अत्यंत महत्त्वाचा भाग म्हणजे 'संघीय वित्त' होय. संघीय वित्ताच्या साहाय्याने संघराज्याचा एकसंघपणा टिकून राहिला पाहिजे. संघराज्याची एकात्मता जर टिकवून ठेवायची असेल तर लोककल्याणापेक्षा राष्ट्रीय एकतेला अधिक महत्त्व दिले पाहिजे. घटनेत ज्या मूलभूत तत्त्वांना महत्त्वाचे स्थान दिले आहे, ते राखणे आवश्यक तसेच एकूण राष्ट्राच्या दृष्टीने जी कार्ये महत्त्वाची आहेत आणि ज्यांची जबाबदारी स्वीकारणे राज्यांना शक्य नाही ती कार्ये केंद्राकडेच सोपविली पाहिजेत. या दोन गोष्टींचा संकलित निष्कर्ष असा की, आपापल्या क्षेत्रात केंद्र आणि राज्ये ही दोघेही शक्तिशाली असली पाहिजेत. तशी ती असली तरच संघराज्याची निकोपता टिकून राहील; पण जेव्हा राज्यांना सर्वप्रकारचे साहाय्य देऊनही त्यांच्यात व केंद्रात संघर्ष होत असेल तर राष्ट्रीय हित समोर ठेवून राज्यांनी केंद्रापुढे नमते घ्यायला हवे; म्हणजे दोघेही शक्तिशाली असावेत पण केंद्र राज्यापेक्षा जास्त शक्तिशाली असले पाहिजे.

१९.१२ वित्तीय असमतोल (Financial Imbalance) किंवा ऊर्ध्व व क्षेत्रीय असमतोल (Vertical & Horizontal Imbalance)

वित्तीय साधनसामग्रीच्या विभागणीत केंद्र आणि राज्य सरकारे यांच्यात असमतोल दिसून येतो. त्याला ऊर्ध्व आणि क्षेत्रीय असमतोल (Vertical & Horizontal Imbalance) म्हटले जाते.

राज्य सरकारच्या कार्यात मोठ्या प्रमाणात वाढ होत असताना वित्तीय स्रोत मात्र त्या प्रमाणात वाढताना दिसून येत नाही. त्यामुळे राज्य सरकारला आपल्या जबाबदाऱ्या समर्थपणे पार पाडता येत नाहीत. राज्याच्या तुलनेत केंद्र सरकारला महसुलात वाढ करता येते. या लवचिकतेमुळे केंद्राच्या उत्पन्नात वेगाने वाढ होते. परंतु राज्यांच्या बाबतीत निधी उपलब्धतेबाबत अडचणी निर्माण होतात.

वित्तीय असमतोल दूर करण्यासाठी साहाय्यक अनुदानांचा उपयोग होतो. परंतु ही साहाय्यक अनुदाने महत्त्वपूर्ण भूमिका बजावू शकत नाहीत. साहाय्यक अनुदाने गरजेनुसार असल्याने ज्या राज्यात चांगली वित्तीय शिस्त आहे, त्याकडे दुर्लक्ष होत असल्याचे दिसून येते. त्यांना म्हणावी तेवढी वित्तीय अनुदाने मिळत नाहीत. भारतातील राज्या-राज्यांतील वित्तीय असमतोल दिसून येतो. प्रादेशिक असमतोल दूर करण्यासाठी गरजेनुसार साहाय्यक अनुदाने देण्यात येत असली तरी अशी राज्ये महसूल उभारणीत मागे असल्याचे दिसून येते. राज्यघटनेच्या तरतुदीनुसार ज्या राज्यांना महसुली साधनसामग्री पुरेशा प्रमाणात नसते त्यांना वित्तीय साधनसामग्री उपलब्ध करून दिली जाते.

१९.१३ वित्तआयोग आणि नियोजनआयोग व नीतीआयोग (Finance Commission & Planning Commission & Niti Aayog)

भारताच्या राज्यघटनेच्या २८० व्या कलमानुसार राष्ट्रपती वित्तआयोगाची नेमणूक करतात. दर पाच वर्षांनी वित्तआयोगाची नेमणूक करतात. केंद्र सरकारे व राज्य सरकारे यांच्यामध्ये वित्तीय सामग्रीचे वाटप करण्यासंबंधी शिफारशी करते. वित्तआयोग विभाज्य कर आणि अनुदाने यांच्या बाबतीत शिफारस करतो त्यामुळे वारंवार बदलत्या गरजा व बदलती परिस्थिती पाहून उत्पन्न विभागणीची योग्य तरतूद केली जाते. वित्तआयोग हे वैधानिक मंडळ आहे. नियोजन मंडळ हे कायम स्वरूपाचे मंडळ असून त्यांचे सदस्य पूर्णवेळ सरकारी कर्मचारी म्हणून काम करतात. परंतु सध्या नियोजन आयोगाऐवजी नीतीआयोग काम पाहात आहे.

वित्तआयोग बिगर योजना वित्तीय साधनसामग्रीचे केंद्र सरकारकडून-राज्यसरकारकडे

स्थानांतर होते. नियोजन आयोगाकडून योजना वित्तीय साधनसामग्रीचे हस्तांतरण होते.

नियोजन आयोगाचे निधीचे हस्तांतरण सक्तीचे नसते तर वित्तआयोगाच्या शिफारशी निर्णय स्वरूपाच्या असतात. नियोजन आयोग केंद्र सरकारचे साधन आहे तसे वित्तआयोग सरकारच्या हातातील साधन नाही.

वित्तआयोगाला घटनेनुसारच अधिकार मिळालेले असतात. केंद्र सरकार बहुतेक शिफारशी स्वीकारते. स्वातंत्र्यानंतर नियोजन आयोगाची स्थापना आर्थिक विकास करण्यासाठी करण्यात आली. सध्या नियोजन आयोगाऐवजी नीतीआयोग काम पाहात आहे. नीतीआयोगाचे स्वरूपसुद्धा वेगळे दिसून येते. परंतु तेसुद्धा आर्थिक विकास करण्यासाठीच स्थापन करण्यात आलेले आहे. नीतीआयोगाची स्वतंत्र माहिती दिलेली आहे.

नीतीआयोग (Niti Aayog)

बारा पंचवार्षिक योजना देणाऱ्या नियोजन आयोगाची जागा आता 'नीतीआयोग' (नॅशनल इन्स्टिट्यूशन फॉर ट्रान्स-फॉर्मिंग इंडिया - NITI) घेतलेली आहे. पंतप्रधान नरेंद्र मोदी यांनी नियोजनआयोगाची जागा नीतीआयोग घेईल असे प्रथम स्पष्ट केले.

१७ ऑगस्ट २०१४ रोजी योजना आयोग बरखास्त करून नीती आयोगाची स्थापना करण्यात आली.

स्वरूप : नीतीआयोगात राज्य व केंद्रशासित प्रदेशांना प्रतिनिधीत्व देण्यात आलेले आहे, तसेच सर्व राज्यांचे मुख्यमंत्री तसेच राज्यपाल आयोगाचे सदस्य असतील. उपाध्यक्ष हा आयोगाचा कार्यकारी प्रमुख आहे. सरकारमधील व बिगर सरकारी तज्ज्ञांची आयोगावर वेळोवेळी सदस्य म्हणून नेमणूक केली जाणार आहे.

आंतरराज्य परिषद, डायरेक्ट बेनिफिट ट्रान्सफर (डीबीटी), युनिक आयडेंटिटी ॲथॉरिटी ऑफ इंडिया व कार्यक्रम मूल्यमापन शाखा असे या आयोगाचे चार प्रमुख विभाग आहेत.

प्रत्येक विभागाच्या प्रमुखपदी सचिव दर्जाच्या अधिकाऱ्याची नेमणूक केली आहे.

नव्या पंचवार्षिक योजना तयार करणे तसेच आधीच्या योजनांच्या अंमलबजावणीचे मूल्यमापन करणे हे काम पूर्वीच्या नियोजन आयोगाप्रमाणेच नीतीआयोग करणार आहे.

परंतु केंद्रीय निधीचे राज्यांना प्रत्यक्ष वितरण करण्याचे काम नवा आयोग करणार नसून ते काम वित्त मंत्रालय सांभाळणार आहे.

गरिबी दूर करणे, पर्यावरण व जैविक साधानांचे जतन, लिंगभेद दूर करणे, जाती व आर्थिक विषमता दूर करण्याबरोबरच ५० दशलक्ष लघुउद्योजकांना रोजगार निर्मितीसाठी मदत करण्याचे आयोगाचे मुख्य ध्येय आहे.

नीतीआयोगाची चौकट : अध्यक्ष, उपाध्यक्ष आणि चीफ एक्झिक्युटिव्ह -

चीफ एक्झिक्युटिव्हच्या अंतर्गत पूर्ण वेळ सदस्य, अर्ध वेळ सदस्य व पदसिद्ध सदस्य.

सहयोगी चौकट : प्रशासकीय समिती (सर्व मुख्यमंत्र्यांच्या समिती), प्रादेशिक समिती (सर्व मुख्यमंत्र्यांच्या समिती गरजेनुसार) विशेष निमंत्रक (विविध क्षेत्रातील तज्ज्ञ).

नीतीआयोगाची उद्दिष्टे :

१) राज्याची सक्रिय भागीदारी व राष्ट्रीय विकासाला प्राधान्य.

२) पंतप्रधान व मुख्यमंत्र्यांसाठी राष्ट्रीय अजेंडा तयार करणार.

३) मजबूत राज्य व मजबूत राष्ट्र या धोरणानुसार राज्यांना मदत करणे.

४) ग्रामपातळीवर योजना तयार करण्याची यंत्रणा विकसित करणे.

५) सरकारच्या आर्थिक धोरणात राष्ट्रीय सुरक्षेच्या हिताला प्राधान्य देणे.

६) आर्थिक प्रगतीची फळे शेवटच्या घटकापर्यंत पोहोचविणे.

७) समान विचारसरणीच्या राष्ट्रीय आणि आंतरराष्ट्रीय थिंकटँक समवेत शैक्षणिक आणि धोरणात्मक संशोधनात भागीदारी करणे.

आयोगावर पुढील नियुक्त्या केल्या -

उपाध्यक्ष - अरविंद पानगरिया, अर्थतज्ज्ञ

पूर्ण वेळ सदस्य - १) विवेक देबरॉय, अर्थतज्ज्ञ.
२) डॉ. व्ही. के. सारस्वत, माजी सचिव

संरक्षण, संशोधन आणि विकास DRDO चे माजी प्रमुख

पदसिद्ध सदस्य - १) राजनाथ सिंह - केंद्रीय मंत्री
२) अरुण जेटली - केंद्रीय मंत्री
३) सुरेश प्रभू - केंद्रीय मंत्री
४) राधामोहनसिंग - केंद्रीय मंत्री

विशेष निमंत्रित - १) नितीन गडकरी - केंद्रीय मंत्री
२) थावरचंद गेहलोत - केंद्रीय मंत्री
३) स्मृती इराणी - केंद्रीय मंत्री

- **पंतप्रधान हे नीती आयोगाचे पदसिद्ध अध्यक्ष आहेत.**

नीती आयोगाची स्थापना	-	१ जानेवारी २०१५
पूर्वीचा	-	योजना आयोग
अधिकार क्षेत्र	-	भारत सरकार
मुख्यालय	-	नवी दिल्ली
कार्यपालक/अध्यक्ष	-	नरेंद्र मोदी (अध्यक्ष)

सध्या नीतीआयोगाचे CEO अमिताभ कांत आहेत.

नीतीआयोगाचे सध्या व्हॉईस चेअरमन - डॉ. राजीव कुमार आहेत.

सध्या नीतीआयोगाचे अध्यक्ष - पंतप्रधान नरेंद्र मोदी.

सध्या नीतीआयोगाचे ५ पूर्ण वेळ सदस्य, २ अर्ध वेळ सदस्य.

सराव प्रश्न :

१) भारतातील केंद्रीय आयव्ययाचा विकास विशद करा.

२) संघराज्यात्मक तत्त्वे स्पष्ट करा.

३) संघराज्यीय वित्तीयव्यवस्थेची वैशिष्ट्ये सांगा.

४) केंद्र-राज्य संबंधातील कार्याची विभागणी स्पष्ट करा.

५) घटकराज्यांचा कर्जबाजारीपणा स्पष्ट करा.

६) वित्तआयोगाची भूमिका स्पष्ट करा.

७) वित्तआयोगाची कार्यप्रणाली स्पष्ट करा.

८) १३व्या आणि १४व्या वित्तआयोगाच्या शिफारशी स्पष्ट करा.

९) केंद्र-राज्य वित्तीय संघर्षावर चर्चा करा.

१०) वित्तीय असमतोल स्पष्ट करा.

११) वित्तआयोग व नियोजनआयोग आणि नीतीआयोगाबद्दल चर्चा करा.

१२) नीतीआयोगाचे उद्देश सांगा.

अर्थसंकल्प २०१९-२०

आकडे कोटी रुपये	२०१७ प्रत्यक्ष	२०१८-१९ अर्थसंकल्पीय अंदाज	२०१८-१९ सुधारित अंदाज	२०१९-२० अर्थसंकल्पातील अंदाज
महसुली जमा	१४,३५,२३३	१७,२५,७३८	१७,२९,६८२	१९,६२,७६१
भांडवली जमा	७,०६,७४०	७,१६,४७५	७,२७,५५३	८,२३,५८८
एकूण जमा	२१,४१,९७३	२४,४२,२१३	२४,५७,२३५	२७,८६,३४९
एकूण खर्च	२१,४१,९७३	२४,४२,२१३	२४,५७,२३५	२७,८६,३४९
महसुली तूट	४,४३,६००	४,१६,०३४	४,१०,९३०	४,८५,०१९
प्रभावी महसुली तूट	२,५२,५६६	२,२०,६८९	२,१०,६३०	२,७७,६८६
वित्तीय तूट	५,९१,०६२	६,२४,२७६	६,३४,३९८	७,०३,७६०
प्राथमिक तूट	६२,११०	४८,४८१	४६,८२८	४३,२८९

स्रोत : अर्थसंकल्प २०१९-२०

पारिभाषिक शब्दावली

Ability to Pay Approach - क्षमता दृष्टिकोन
Actuals - प्रत्यक्ष अनुमान
Backward shifting - अधोगामी संक्रमण
Balance Budget - समतोल अंदाजपत्रक
Balanced Budget Multiplier - समतोल अर्थसंकल्पीय गुणक
Benefit Approach - लाभ दृष्टिकोन
Borrowings and other Liabilities - कर्ज आणि इतर देयता
Budget - अंदाजपत्रक / अर्थसंकल्प
Budget Estimate - अंदाजपत्रक अनुमान
Budget Policy - अंदाजपत्रकीय धोरण
Budgetary Deficit - अंदाजपत्रकीय तूट
Burden of Public Debts - सार्वजनिक कर्जाचे भार
Calamity Relief Fund - नैसर्गिक आपत्ती निधी
Canon of Taxation - कर आकरणीची सूत्रे
Capital Budget - भांडवली अंदाजपत्रक
Capital Expenditure - भांडवली खर्च
Capital Receipts - भांडवली उत्पन्न
Capital Source - भांडवल स्रोत
Central Budget - केंद्रीय अर्थसंकल्प
Central-Public Finance Development in India - भारतातील केंद्रीय आयव्ययाचा विकास
Central-State Financilal Relationship - केंद्र - राज्य वित्तीय संबंध

Centre - State Conflict - केंद्र - राज्य वित्तीय संघर्ष
Classification of Public Expenditure - सार्वजनिक खर्चाचे वर्गीकरण
Compensatory Finance - प्रतिपूरक वित्त व्यवस्था
Concentration Theory - केंद्रित सिद्धान्त
Constitutional Provision - राज्यघटनेतील तरतूद
Control of Public Finance - सार्वजनिक खर्चाचे नियंत्रण
Corporation Tax - महामंडळ कर / निगम कर
Custom Duties - जकाती
Deficit Budget - तुटीचे अंदाजपत्रक
Deficit Fianancing - तुटीचा अर्थभरणा
Defusion Theory - विकेंद्रित सिद्धान्त
Direct Tax - प्रत्यक्ष कर
Distribution of Function - कार्याची विभागणी
Economic Development - आर्थिक विकास
Effect of Public Finance - सार्वजनिक खर्चाचे परिणाम
External Public Debt - बाह्य कर्ज
Fees - शुल्क
Finance Commission - वित्त आयोग
Fiscal Deficit - राजकोषीय तूट
Fiscal Policy - राजकोषीय धोरण
Foreign Aid - विदेशी मदत
Forward Shifting - पुरोगामी संक्रमण
Functional Finance - कार्यात्मक वित्त
Gender Budget - जेंडर बजेट / महिलांसाठी स्वतंत्र वित्तीय तरतूद
Good & Service Tax - वस्तू व सेवा कर
Impact of Tax - कराघात
Incidence of a Tax - करभार
Indian Financial Administration - भारताचे वित्तीय प्रशासन
Indian Local Government Finance - भारतातील स्थानिक स्वराज्य संस्थांचे आयव्यय
Indirect Tax - अप्रत्यक्ष कर

Inflation - चलनविस्तार
Internal & External Public Debt - अंतर्गत आणि बाह्य सार्वजनिक कर्ज
Internal Public Debt - अंतर्गत कर्ज
Limitation of Taxable Capacity - करभार पात्रतेच्या मर्यादा
Maximum Social Advantage Approach - महत्तम सामाजिक लाभाचे दृष्टिकोन
Modern Thought - आधुनिक विचार
Non Plan Expenditure - योज़नाबाह्य खर्च
Non plan Expenditure - बिगर योजना खर्च
Non Tax Revenue - कराव्यतिरिक्त महसूल
Other Receipts - इतर उत्पन्न
Over Drafts - अधिकर्ष सवलत
Performance Budget - कृतिशील अंदाजपत्रक
Person Centred Approach - व्यक्तिनिष्ठ दृष्टिकोन
Plan Expenditure - योजना खर्च
Preparation of Indian Central Budget - भारताच्या केंद्रीय अर्थसंकल्पाची आखणी
Price - मूल्य
Primary Deficit - प्राथमिक तूट
Principal of Fedral Finance - संघराज्यात्मक वित्तीय तत्त्वे
Principales of Debt Management & Repayment - सार्वजनिक कर्जे परत करणे आणि कर्जाच्या व्यवस्थापनाची तत्त्वे.
Principle of Public Expenditure - सार्वजनिक खर्चाची तत्त्वे
Private Finance - खासगी आयव्यय
Provident Fund - निर्वाह निधी
Public Debt - सार्वजनिक कर्ज
Public Expenditure - सार्वजनिक खर्च
Public Finance - सार्वजनिक आयव्यय
Public Revenue - सार्वजनिक महसूल
Redeemable & Irredeemable Debts - निश्चित काळासाठी व अनिश्चित काळासाठी घेतलेली कर्जे.
Repayment - परतफेड
Repayment - परतफेड

Resources - साधने
Revenue Budget - महसुली अंदाजपत्रक
Revenue Deficit - महसुली तूट
Revenue Expenditure - महसुली खर्च
Revenue of Government Enterprises - सरकारी व्यवसायापासून मिळणारे उत्पन्न
Revenue Receipts - महसुली उत्पन्न
Revised Estimates - सुधारित अनुमान
Role of Government in Economic System - आर्थिक पद्धतीत सरकारची भूमिका
Shifting of Tax - कर संक्रमण
Structure of Tax - करांचे स्वरूप
Surplus Budget - शिलकीचे अंदाजपत्रक
Tax Revenue - करमहसूल
Taxable Capacity - करभार पात्रता
Taxation - कर
The Principle of Maximum Social Advantage - महत्तम सामाजिक लाभतत्त्व
Thought of Public Finance - सार्वजनिक आयव्ययासंबंधी विचार
Trends - प्रवृत्ती
Union & States to Local bodies - केंद्र व राज्याकडून स्थानिक संस्था
Welfare State - कल्याणकारी राज्य
Zero-Based Budget - शून्याधारित अंदाजपत्रक

संदर्भसूची

१) अर्थसंवाद विविध अंक

२) 'अर्थ' त्रैमासिक विविध अंक

३) आर्थिक सर्वेक्षण - २०१४ - १५ आणि २०१७ - १८

४) ओझरकर सु. रा., 'राजस्व' विद्या प्रकाशन, नागपूर (१९६९)

५) कोळंबे रंजन, 'भारतीय अर्थव्यवस्था', भगीरथ प्रकाशन, पुणे (२०१४-१५)

६) गोखले रा. म., 'आधुनिक अर्थशास्त्राची मूलतत्त्वे' कॉन्टिनेन्टल प्रकाशन, पुणे (१९६१)

७) ढमढेरे डॉ. एस. व्ही., तुपे डॉ. संजय, सार्वजनिक आयव्यय, डायमंड पब्लिकेशन्स, पुणे (२०१५)

८) ढमढेरे डॉ. एस. व्ही., 'भारतातील सार्वजनिक आयव्यय', डायमंड पब्लिकेशन्स, पुणे (२०१०)

९) ढमढेरे डॉ. एस. व्ही., 'आंतरराष्ट्रीय अर्थशास्त्र', डायमंड पब्लिकेशन्स, पुणे (२०१०)

१०) देसाई स. श्री. मु., डॉ. भालेराव निर्मल, 'भारतीय अर्थव्यवस्था', निराली प्रकाशन, पुणे (२००४)

११) रारावीकर डॉ. यशवंत, 'असा आहे केंद्रीय अर्थसंकल्प', डायमंड पब्लिकेशन्स, पुणे (२०१०)

१२) रायखेलकर, डॉ. दामजी 'सार्वजनिक अर्थशास्त्र व सार्वजनिक वित्त', विद्या बुक्स पब्लिशर्स, औरंगाबाद (२०१४)

१३) विविध वृत्तपत्रे तसेच इंटनेटचा वापर

14) Bhargavre, P. K., 'Some Aspects of Indian Public Finance.' Uppal Publishing House, New Delhi. (1984)
15) Bhatia, H. L., 'Public Finance', Vikas Publishing House Pvt. Ltd., New Delhi. (1984)
16) Datt and Ashwani Mahajan, 'Indian Economy,' S. Chand and Co. Ltd., New Delhi. (2015 and 2018)
17) Internate and Web.
18) Musgrave and Musgrave, 'Public Finance in Theory & Practice Mc Graw' - Hill International Edition (1989)
19) Tyagi, B. P., 'Public Finance', Jai Prakash Nath Co. Meerat, U. P. (1992 - 93)

लेखक - परिचय

प्रा. डॉ. एस. व्ही. ढमढेरे

- एम. ए., एलएल. बी., एम. फिल., पीएच. डी. लिट. (अर्थशास्त्र) सहयोगी प्राध्यापक.
- एस. पी. जे. कला व वाणिज्य महाविद्यालय, पाबळ, जि. पुणे येथे अर्थशास्त्र विभाग प्रमुख तसेच पदव्युत्तर विभागाचे समन्वयक म्हणून कार्यरत.
- विविध महाविद्यालयात २९ वर्षे अध्यापनाचा अनुभव; इंडियन इन्स्टिट्यूट ऑफ एज्युकेशनच्या महाराष्ट्र राज्यातील साधन केंद्राचे सहसंचालक.
- 'अर्थ' या त्रैमासिकाचे 'सहसंपादक', प्रोग्रेसिव्ह रिसर्च संस्था, पुणे येथे सामाजिक-आर्थिक संशोधन प्रकल्पात संशोधन अधिकारी म्हणून काम; ९ संशोधन प्रकल्प पूर्ण केले.
- मराठी अर्थशास्त्र परिषद आणि इंडियन इकॉनॉमिक असोसिएशन्सचे आजीव सदस्य.
- पुणे विद्यापीठाच्या अर्थशास्त्र विभागाचे संस्थापक सदस्य.
- विविध चर्चासत्रे व कार्यशाळेतून सहभाग, अनेक शोधनिबंध प्रकाशित, शोधनिबंध वाचन, पुणे विद्यापीठाच्या बहि:शाल शिक्षण मंडळाचे प्रमुख कार्यवाह; विद्यार्थी कल्याण मंडळाचे प्रमुख कार्यवाह; महाविद्यालयीन परीक्षा विभागाचे अधिकारी; महाविद्यालय परिसर विकास विभागाचे प्रमुख, शेतकरी मेळाव्यांचे आयोजन.
- अर्थशास्त्र विषयक अनेक पुस्तकांचे लेखन; राष्ट्रीय, आंतरराष्ट्रीय, राज्य तसेच स्थानिक पातळीवर अनेक शोधनिबंध प्रसिद्ध.
- पीएच. डी. साठी मार्गदर्शक.

पुरस्कार

- 'डॉ. अब्दुल कलाम जीवन गौरव राष्ट्रीय पुरस्कार'
- 'भारतरत्न मदर तेरेसा सुवर्णपदक राष्ट्रीय पुरस्कार'
- 'डॉ. राधाकृष्ण शिक्षणरत्न राष्ट्रीय पुरस्कार'
- 'भारतीय उद्योगरत्न सुवर्ण पदक पुरस्कार'
- श्री पद्ममणि जैन महाविद्यालय, पाबळ, आदर्श प्राध्यापक पुरस्कार
- वृक्षमित्र पुरस्कार - श्री पद्ममणि जैन महाविद्यालय, पाबळ.

* 9 7 8 9 3 8 6 4 0 1 7 8 6 *
FCW - #0280 - 061026 - C48 - 216/140/25 - PB - 9789386401786 - Gloss Lamination